AF819423

'किंबल आपल्या मोहक जीवनानुभवात साध्यासुध्या आयुष्यातील गुंतागुंतीचं सत्य गद्यात सांगत आहे. यात सूक्ष्म निरीक्षण असून ते भावपूर्ण आहे. तरीही त्यातून शेतकऱ्याचा स्वभाव फाजील नाजूक नसल्याचं कळतं.'

– इले

'भावना हेलावून टाकणारा हा स्वत:च्या अनुभवांचा इतिहास आहे... किंबलला चांगलंचुंगलं चाखायची जबरदस्त ओढ आहे. त्यामुळे तिचा अनुभव म्हणजे अन्नोत्सव आहे, तसाच तो कृषिकर्माचाही उत्सव आहे.'

– डॉमिनिक ब्राउनिंग, द न्यूयॉर्क टाइम्स बुक रिव्ह्यू

'किंबलच्या स्वत:च्या अनुभवांच्या इतिहासावरून एका गंभीर मूलभूत प्रश्नावर प्रकाश पडतो- इंडस्ट्रीयल ॲग्रिकल्चर याशिवाय शेतीच्या कुठल्या पद्धती आपल्याला उपलब्ध आहेत आणि त्या आपण कशा साध्य करू शकतो? - किंबलच्या जिव्हाळ्याच्या आणि सविस्तर वर्णनात रंगांची उधळण आणि अन्नपदार्थांचं सुंदर वर्णन आहे... तिनं आपल्या कोठाराची मोठी लाल दारं उघडी करून तुम्हाला आत यायचं निमंत्रण दिलंय, असं पुस्तक वाचताना वाटतं.'

– न्यू यॉर्कर डॉट कॉम

'किंबलने आपल्याला खऱ्या आयुष्याची चव दिली आहे. त्यामुळे आपण खात असलेल्या अन्नामागचे खडतर श्रम, कार्यकारणभाव आणि आपल्यापैकी पुष्कळांना ज्याची ओढ आहे असे नातेसंबंध कळले.'

– द ख्रिश्चन सायन्स मॉनिटर

'लेखिका किंबलने अगदी बारीकसारीक तपशील सूक्ष्म दृष्टीने अतिशय आकर्षकपणे लिहिला आहे. घाम न गाळता आपण त्या जगात नशिबाने पाऊल ठेवू शकतो. आणखी शंभर पानं तरी मजकूर हवा होता.'

– मिनिआपोलिस स्टार ट्रिब्यून

'शेतकऱ्याला जाणून घेण्याच्या युगात, किंबलने सेंद्रिय शेती करणाऱ्या शेतकऱ्याला कोणत्या आव्हानांना आणि कठीण गोष्टींना तोंड द्यावं लागतं ते अजिबात न लपविता स्पष्टपणे सांगितलंय. त्यामुळेच तिच्या अनुभवांचा इतिहास चांगलाच आठवणीत राहील.'

– ॲसोसिएटेड प्रेस

'किंबल अगदी स्पष्टपणे आणि परखड भाषेत हे चरित्र लिहिते. त्यात माती आणि काव्य सारखेच आहे.'

– द बर्लिंग्टन फ्री प्रेस

'जीवनातील अनुभवांचे कथन करताना किंबल चट्कन प्रतिक्रिया व्यक्त करते की पहिल्या वर्षी शेतवाडी करताना उजेड अंधाराचा उणेपणा भरून काढतो, तसं समाधान हे निराशेला भरून काढतं. संपूर्ण पुस्तकात लेखिका वेगवेगळे प्रयोग आणि दु:खाची संबंधित कारणं चांगल्या प्रकारे वर्णन करते... शेतीतील अर्थपूर्ण यश विविध रंगांत ती रसभरीत वर्णन करते.'

– कर्कस रिव्ह्यूज

'ती आणि मार्क यांनी एसेक्स फार्मवर नवीन आयुष्य कसं प्रस्थापित केलं आणि त्यावर आपलं मन कसं जडवलं, या आपल्या जीवनातील अनुभवांचा मर्मभेदक, प्रांजळ इतिहास किंबल लिहिते. या मातीतल्या खडतर तरीही अतिशय समाधानकारक कामाला अंत नाही असं चित्र किंबलनं रेखाटलं आहे.'

– पब्लिशर्स विकली

'सध्याच्या अमेरिकन माणसाचं शहरी आयुष्य आणि शेतीविषयक सत्य यामध्ये कसा संबंध नाही, यावर किंबलनं चांगला प्रकाश टाकला आहे, उपाय सांगितला आहे.'

— बुकलिस्ट

'देशातील सर्वांत कुतूहल वाटावं अशा शेतवाडीची सुंदर कहाणी 'डर्टी लाइफ'मध्ये सांगितली आहे. तुम्हाला स्थानिक उत्पादित अन्नधान्याविषयी, नव्या/जुन्या चळवळीविषयी जाणून घ्यायचं असेल तर या पुस्तकाची तुम्हाला खरी आवश्यकता आहे. काहीतरी भव्य करून दाखवा असं जे वेंडेल बेरीने सांगितलंय त्याप्रमाणे पुढच्या पिढीचा, या जमिनीचं पुढे काय होणार आहे हे सांगणारा आवाज म्हणजे हे पुस्तक आहे.'

— बिल मॅकीबेन, लेखक,
अर्थ : मेकिंग ए लाइफ ऑन अ टफ न्यू प्लॅनेट

'डर्टी लाइफ' ही लेखिकेच्या एका पुरुषाबरोबरच्या प्रेमसंबंधांची आनंददायक, आवेशपूर्ण, तरीही हळुवार कहाणी आहे आणि नंतर तो पुरुष तिचा पती होतो व ती दोघे एकदिलाने कष्ट करून शेतवाडी वसवतात त्याची ही कथा आहे.

— जेनेट्टी वॉल्स, 'द ग्लास कॅसल'ची लेखिका

'उत्कट आणि प्रेरणा देणारं.'

— मिनिआपोलिस स्टार ट्रिब्यून

आपल्या स्नेहीजनांना पुस्तके भेट द्या

'The Dirty Life' या इंग्रजी पुस्तकाचा अनुवाद

मातीचे मम अवघे जीवन

लेखक

क्रिस्टीन किंबल

अनुवाद

मेधा मराठे

मेहता पब्लिशिंग हाऊस

Please contact us at **Mehta Publishing House,** Pune 411030.
✆ +91 020-24476924 / 24460313 / Mob. No. 9545000513
Email : production@mehtapublishinghouse.com
Website : www.mehtapublishinghouse.com

- *या पुस्तकातील लेखकाची मते, घटना, वर्णने ही त्या लेखकाची असून त्याच्याशी प्रकाशक सहमत असतीलच असे नाही.*

THE DIRTY LIFE by KRISTIN KIMBALL

Translated into Marathi Language by Medha Marathe

मातीचे मम अवघे जीवन / अनुवादित आत्मकथन

अनुवाद : मेधा ना. मराठे

Email : author@mehtapublishinghouse.com

मराठी अनुवादाचे व प्रकाशनाचे हक्क मेहता पब्लिशिंग हाऊस, पुणे.

प्रकाशक : सुनील अनिल मेहता, मेहता पब्लिशिंग हाऊस,
१९४१, सदाशिव पेठ, माडीवाले कॉलनी, पुणे – ४११०३०.

मुद्रक : ट्रिनिटी अ‍ॅकॅडमी फॉर कॉर्पोरेट ट्रेनिंग लिमिटेड

मुखपृष्ठ : सतीश भावसार

प्रथमावृत्ती : मार्च, २०१८

किंमत : ₹ २८०

P Book ISBN 9789387789074
E Book ISBN 9789387789081
E Books available on : amazonkindle Apple Books Google Play Books

आई-बाबांना...

मनोगत

'द डर्टी लाइफ' ही क्रिस्टीन किंबल यांची आत्मकथा वाचून मी भारावून गेले. कित्येक दिवस मी क्रिस्टीनबरोबर 'एसेक्स फार्म'वर फिरते आहे आणि अनुवाद संपला तरी मन अजून तिथेच घोटाळत आहे. क्रिस्टीनची ही प्रेमकथा केवळ माणसावरील प्रेमाची नसून अपूर्णत्वातून पूर्णत्वाकडे नेणाऱ्या मातीवरील ओढीची ही कथा आहे. तिनं त्यासाठी सुंदर, सोपे शब्द वापरून भाषा प्रवाही ठेवली आहे. मी या आत्मकथेचा अनुवाद मूळ पुस्तकाप्रमाणेच केला असून जरूर तेथेच इंग्रजी शब्दांचा वापर केला आहे.

या अनुवादाची जबाबदारी माझ्यावर सोपविल्याबद्दल मेहता प्रकाशनाचे मी मनापासून आभार मानते. काही अनुवादाबाबत मोलाचा सल्ला दिल्याबद्दल सुप्रसिद्ध साहित्यिक प्रा. अनंत मनोहर व प्रा. ना. कृ. मराठे यांच्याबद्दल मी कृतज्ञ आहे. सौ. वृषाली मराठे हिचेही मोलाच्या सल्ल्याबद्दल मनापासून कौतुक.

– मेधा मराठे

उपोद्‌घात

हिवाळ्याच्या मध्यातली शनिवारची रात्र. २१ डिसेंबरच्या आसपासचा काळ.

शेतघर अंधारात बुडून गेल्याला काही तास उलटलेत. काम करणारे सगळे जण आपापल्या घरी गेलेत. आम्ही शेकोटी पेटवतो आणि आमचा मित्र ब्रायननं घरी बनविलेल्या बीअरच्या दोन बाटल्या फोडतो... मी दुधासाठी वापरलेली भांडी धुवायला लागते. त्याच वेळी मार्क माझ्यासाठी स्वयंपाक करायला लागतो. ती एका शेतकऱ्याच्या आपुलकीची खूण असते. स्वयंपाकघरात तो पूर्ण आत्मविश्वासानं वावरतो. त्याच्या हालचाली निरुद्देश नसतात. एखाद्या रॉक संगीत म्हणणाऱ्या हिरोकडं बघावं तसं त्याच्याकडं बघताना कौतुक आणि आत्यंतिक ओढ माझ्या मनात दाटून येते. या आठवड्यात मारलेल्या गाईच्या कालवडीचा, कडेचा मांसाचा रसरशीत दिसणारा मोठा तुकडा त्यानं निवडलेला असतो. तळघरातल्या साठवणीतून त्यानं बऱ्याच भाज्या वर आणलेल्या असतात. काहीतरी गुणगुणत फ्रिजमधून भरपूर चरबी असलेला चिकनचा थोडा स्टॉक तो बाहेर काढतो. त्याचबरोबर माझी मैत्रीण अमेलियानं न्यू यॉर्कहून भेट म्हणून आणलेलं डाळिंबही त्यानं बाहेर काढलेलं असतं.

हात भराभर चालवत मार्क कामात गर्क होतो आणि अर्ध्या तासानं तो टेबलावर दोन रंगीबेरंगी थाळ्या ठेवतो. मांसाचा तो मोठा तुकडा निखाऱ्यावरच्या मध्यम आचेवर भाजलेला असतो. त्याचे धागे उभे राहतील असे काप करून तो ते दाट अशा रेड वाइनमध्ये घोळवतो व परततो. एकीकडे कांदा, गाजर आणि कोबी यांचं मिश्रण लोण्यावर परतलेलं असतं. ज्युनिपरच्या बोरफळांनी ते स्वादिष्ट केलेलं असतं. त्याच्या जवळच या वर्षी केलेला दाट लाल रंगाचा, झगझगणारा, मीठ मुरवलेला, आंबट, जांभळट झाक असलेला कोबीचा छोटासा ढीग ठेवलेला

असतो. आमच्याकडचा ब्रेड संपलेला असतो. पण 'पाय' पक्वान्न केल्यावर फ्रिजमध्ये उरलेला, मळलेल्या पिठाचा लहानसा गोळा मार्कला मिळतो. तो गोळा लाटून त्याचे त्रिकोणी तुकडे करून ते दांड्याच्या गरम तव्यावर तो भाजतो. पण जेवणाचा आकर्षक तारा असतो मुळा. मागच्या उन्हाळ्यात हा साठवणीचा मुळा मार्क वेड्यासारखा लावत सुटला होता. जवळजवळ हजार फुटांत तरी त्यानं तो लावला होता. गंमत म्हणून मी त्याची त्यावरून खूप थट्टा केली होती. ते मुळे मात्र छान वाढले होते आणि काढून ठेवलेलेही चांगले टिकले. आता मला वाटतंय की हिवाळ्याच्या अखेरीला त्यांचा पुरवठा आम्हाला थोडा कमी करावा लागणार. या प्रकारच्या मुळ्याच्या जातीचं नाव आहे 'मिसाटो रोझ'. मलईसारख्या दुधाळ पांढऱ्या रंगाच्या या मुळ्याला बाहेरून हिरवट झाक असून आतून तो तजेलदार गुलाबी आहे. त्याचा आकार सफरचंदासारखा असून कापल्यावर तो लहानशा कलिंगडासारखा वाटतो. हा कच्चा मुळा किंचित मीठ लावून जेवणाआधी लोकप्रिय, क्षुधावर्धक म्हणून वापरला जातो. तो अगदी हुबेहूब एखाद्या फळासारखा दिसतो. त्यामुळे चाखल्यानंतर एकदम आश्चर्यच वाटतं. प्रत्यक्ष जे डोळ्यांना दिसतं आणि असतं यात साम्य अजिबात नाही. मार्क ते मुळे झाकलेल्या भांड्यात, स्टॉकमध्ये रंग कमी न होण्याइतपत शिजवतो. त्यामुळे ते नरम होऊन त्यांचा सुगंध दरवळतो. तो त्यात थोडा मेपलचा गोड पाक आणि उपशामक असं बॉल्सम व्हिनेगर मिसळतो. अगदी शेवटी त्यात मूठभर तीव्र वासाचे डाळिंबाचे दाणे टाकून ते सर्व हलकेच भांड्यातल्या भांड्यात उडवून हलवतो. उष्णतेमुळे त्यातील काही दाणे फुटतात, काही खाताना मजा वाटेल असे अख्खे राहतात. यासाठी मी माझ्या नवऱ्यावर प्रेम करते. जमिनीत वाढणारी मुळं आणि झाडावर मिळणारी अगदी परदेशी फळं अशा परस्परविरोधी वस्तू त्याच्या हातात वापरण्यासाठी दिल्या तरी त्यातून विसंगती नव्हे, तर तो सुसंगती शोधून काढतो. सुखानं माझे डोळे अर्धवट मिटलेले असताना आम्ही द्राक्षाची कडवट बीअर चाखत, चुंबन घेत जेवत होतो. माझे शहरी मित्र संध्याकाळी व्यवस्थित पोशाख करून बाहेर पडण्याच्या तयारीत असतात त्या वेळी आम्ही बिछान्यात शिरतो.

या बिछान्यावर मी सात हिवाळे झोपले आहे. तरीसुद्धा अजून काही वेळा मला आश्चर्य वाटतं की, उत्तर प्रदेशातल्या खेड्यातील या जुन्या शेतघरात एखाद्याची बायको होऊन मी इथं कशी आले? काही क्षण असे आहेत की मला वाटतं मी एखाद्या नाटकातली अभिनेत्री आहे. खरी 'मी' उंच टाचांच्या चपला घालून हातात हॅन्डबॅग घेऊन वेळेवर घरी न परतता बाहेर कुठंतरी चार वाजेपर्यंत वेळ काढते. त्या अभिनेत्री भूमिकेतील मी मात्र पहाटे चार वाजता उठते, कारहार्ट कंपनीचे जीन, शर्ट घालते आणि 'लेदरमन'ची सुरी, पान्हा वगैरे हत्यारं बाळगते. एक दिवस कपडे

धुताना त्या अभिनेत्रीला तिच्या कपड्याच्या खिशातून ०.२२ या बंदुकीच्या गोळ्यांच्या रिकाम्या लांबट नळ्या खाली पडलेल्या मिळतात आणि त्याचं तिला अजिबात आश्चर्य वाटत नाही, असा तिला अभिनय करायचा असतो. शहरातील आवाज, प्रकाश यांऐवजी धुकं आणि ढग यांनी झाकोळून गेलेली पाचशे एकर जमीन माझ्याभोवती आहे. हे शेतघर संपूर्ण जगापेक्षा अंधारलेलं, अगदी शांत आहे, जास्त सुंदर आहे. खेड्यापाड्यांच्या भूप्रदेशाची मी कल्पना केली होती त्यापेक्षा मात्र अधिक क्रूर आहे.

आता रात्रीच्या वेळी मार्कच्या शरीराला किंचित वक्राकार खेटून मी आरामशीर अशा बदकाच्या परांसारख्या उबदार लोकरी ब्लँकेटखाली पडून, थंड वसंतऋतूतील पावसाचं गाणं ऐकते आहे. मार्क केव्हाच गाढ झोपी गेलाय. या खराब हवामानात दुर्दैवानं एखादी गाय विईल की काय, डुकरांच्या गव्हाणीत पुरेशी ऊब राहण्याइतकं गवत आहे ना, घोडे कुरणातच असलेले बरे की त्यांच्या पागेत ठेवलेले चांगले, असे भलते विचार करत मी मात्र काही वेळ जागी आहे. पावसामुळे जमिनीवरील बर्फाचं आच्छादन वितळत होतं याची मला काळजी वाटतेय. त्यामुळं लसूण उघडी पडून अतिथंड पाण्याच्या झऱ्यांमुळे थंडीने ती करपून जाण्याआधीच वाहून जाईल असं वाटतंय. अशाच प्रकारचे विचार माणूस जातीच्या मनाला व्यापून टाकतात- विशेषत: शेतमालकांच्या. जगाच्या इतिहासात अनेकांच्या बाबतीत असंच घडतं. मी आता त्यांच्यापैकीच एक आहे. ते मुळे आणि त्या डाळिंबांइतकंच मला त्याचं आश्चर्य वाटतंय.

मार्क आणि माझ्या घराण्यात शेती करणारी आमची पहिलीच पिढी आहे. आम्ही दोघांनी जी शेतवाडी निर्माण केलीय त्याचं वर्णन जुनाट असं होऊ शकतं किंवा अगदी आधुनिकसुद्धा. अर्थात तुम्ही कोणाला विचारता यावर ते अवलंबून आहे. त्यातील शेताला सुपीकपणा आला आहे कम्पोस्ट खतामुळे आणि पिकातील जमिनीची मशागत केल्यामुळे. आम्ही कीटकनाशके किंवा गवत व पिकात नको असलेले तण मारण्यासाठी औषधं वापरत नाही. शेतात फेरबदल करून वेगवेगळी पिकं घेतो. शेतावरचं बरंचसं काम ट्रॅक्टरऐवजी घोडे करतात. लहान लहान शेतांना झाडाझुडपांचं आणि लाकडी फळ्यांचं कुंपण आहे. आमच्या शेतवाडीवर फळबागेची सुरुवात झाली आहे, ज्याच्यापासून पाक करतात अशा मेपलच्या वृक्षांची लागवड आहे, प्रचंड मोठी कुरणं आणि गुरांना खायला योग्य अशा गवताच्या जमिनी आहेत. आमच्याकडे दोन वर्षांपेक्षा जास्त जगणाऱ्या, स्वयंपाकात वापरायच्या वनस्पती आणि फुलांच्या बागा आहेत. गाईचं दूध आम्ही हातांनी काढतो आणि त्याच्या साईपासून बनविलेलं लोणी टॅक्सीच्या रंगासारखं पिवळं आहे. सशक्त डुकरं,

मांसासाठी जोपासलेल्या गाई आणि कोंबड्या कुरणात आम्ही पोसतो आणि योग्य वेळी ती जनावरं कापून त्यापासून ताजी व सुकविलेली सॉसेज, इटालियन पद्धतीनं वाळवून केलेलं पॅनसेटा बेकन, मका घातलेलं गोमांस, मांसात भाज्या व मासे घालून केलेलं फ्रेंच पद्धतीचं पॅट (Pate), मखमली वाटावा असा भरपूर स्टॉक असं सगळं तयार करतो.

आम्ही उत्पादित केलेल्या अन्नधान्यानं शंभर माणसांचं पोट भरतं. हे 'सभासद' दर शुक्रवारी शेतवाडीवर येऊन आम्ही जे पिकवतो, तयार करतो, त्यातील त्यांचा वाटा घेऊन जातात. या सभासदांचा रोजचा आहार आरोग्यदायक आणि समाधानकारक राहावा अशा रीतीनं खाण्यातील प्रत्येक वस्तू वर्षभर पुरवणं हे आमचं ध्येय असतं. आम्ही त्यांना गोमांस, कोंबड्या, डुकरं, अंडी, दूध, मेपलचा गोड पाक, धान्य, पिठं, वाळलेला घेवडा-बीन्स, स्वयंपाकातील वनस्पती, फळं आणि चाळीस प्रकारच्या वेगवेगळ्या भाज्या पुरवतो. त्यासाठी मोबदला म्हणून आमचे सभासद आम्हाला प्रतिवर्षी प्रत्येकी २९०० डॉलर्स देतात. त्या बदल्यात ते प्रत्येक आठवड्यात त्यांच्या जरुरीपुरतं अन्न नेऊ शकतात. शिवाय सुगीच्या दिवसांत काही डीप फ्रिजमध्ये गोठवून ठेवायचं असेल किंवा हिवाळ्यासाठी हवाबंद करायचं असेल तरी ते जास्त उत्पादन नेऊ शकतात. काही सभासद अन्नधान्याच्या दुकानात जाऊन सोईचे अन्नपदार्थ, त्या ऋतूत न मिळणारी उत्पादनं आणि आम्ही पिकवत नसलेल्या आंबट फळासारख्या वस्तू नियमित खरेदी करतात. परंतु आम्ही व इतर काही जण मात्र आमच्या शेतवाडीवरच्या उत्पादनावरच बऱ्याच प्रमाणात उपजीविका करतो. माझं आयुष्य अचानक या मातीकडं विलक्षण रीतीनं वळल्यानंतर काही वर्षांत मी खूप गोष्टी शिकले. मी बंदूक चालवू शकते, कोंबडी मारू शकते, मुसंडी मारणाऱ्या बैलाला चुकवू शकते आणि बिथरलेल्या घोड्यांना मी घोड्यावर बसून आवरू शकते. पण एक धडा मात्र या सर्वांत शिकायला कठीण होता : शेती करून तुम्ही जमिनीचं स्वरूप बदलता. शेती तुम्हाला बदलते. जी माती तुमच्या निबर हातांच्या सुरकुत्यांमध्ये, नखांमध्ये कायमची असते त्या मातीतून ती तुमच्या शरीरात शोषली जाते. तुम्ही काळजी घेतली नाहीत, तर तुमच्या शरीरातून ती एवढं काही ओढून घेते की पन्नाशीतच तुम्ही कोलमडता, उद्ध्वस्त होता. त्या वेळी तुमच्या लक्षात येतं की, या पन्नाशीतच तुमच्या पायांची वाट लागलीय, खांदे दुखतायत, यंत्राच्या सततच्या आवाजानं तुम्ही बहिरे झाले आहात आणि तुम्ही पूर्णपणे कंगाल झाले आहात. परंतु शेती करणं तुमच्या आत मूळ धरतं आणि मग इतर परिश्रम बाजूला पडतात. ते क्षुल्लक आहेत असं वाटायला लागतं. तुमची जमीन हेच तुमचं जग होतं. मग या जमिनीपलीकडे किंवा खूप दूरच्या भूतकाळात एक डिजिटल व्हिडिओ रेकॉर्डर- टीव्हीवरचे प्रोग्रॅम दाखविणारा टीव्ही - आणि तपमान कायम राखणारी

यंत्रणा आहे, तयार अन्नपदार्थ आहेत, त्या प्रदेशात गैरसोय हा शब्दच नाही असे ते जग मात्र तुमच्यापासून हिरावून घेतलं जातं. एखादी इच्छा होण्याचा आनंद, मग प्रयत्न, संकट आणि त्यातून अर्थपूर्ण यश यापासून तुम्ही वंचित झाला आहात हे तुम्हाला कळतं. शेत तुमच्याकडे सतत काही मागणी करतं आणि तुम्ही ती पुरविली नाहीत तर आदिकाळापासून अस्तित्वात असलेला मृत्यू आणि रानाची अफाट शक्ती तुम्हाला उद्ध्वस्त करते. साहजिकच तुम्ही ती पुरविता, मग आणखी काही देता, अगदी मोडून पडण्याचा क्षण येईपर्यंत देता आणि मगच ते शेत तुम्हाला काहीतरी परत देतं. इतकं विपुल देतं की तुमचं तळघर ओसंडून जातं, झोळी भरून जाते. एवढंच नव्हे तर आपण ज्याला आत्मा म्हणतो त्या छोट्याशा नाजूक तुकड्याला किंचित चटकाही लावतं.

हे पुस्तक म्हणजे दोन प्रेमसंबंधांची गोष्ट आहे. त्यांच्यामुळे माझ्या गतिशील आयुष्याच्या मार्गात अडथळा आला : पहिला अडथळा म्हणजे शेती-कृषिकर्म-कमालीची ओढ वाटणारं हे कौशल्य. आणि दुसरा म्हणजे मला पेनसिल्व्हानियामधील स्टेट कॉलेजमध्ये भेटलेला संतापी आणि समजायला कठीण असा शेतकरी.

भाग एक

गमन

मी पहिल्यांदा मार्कला पाहिलं तेव्हा आम्ही त्याचं फार्म ऑफिस आणि घर म्हणून वापरल्या जाणाऱ्या जुनाट जोडगाडीत- ट्रेलरमध्ये होतो. काही तरुण शेतकरी हल्ली सेंद्रिय पद्धतीनं शेती करून अन्नधान्याचं स्थानिक उत्पादन करत होते. अधिकाधिक लोकांना खाण्यासाठी ते हवं होतं. त्या शेतकऱ्यांवर एक गोष्ट तयार करण्यासाठी सहा तास गाडी चालवून मी मॅनहॅटनहून मार्कची मुलाखत घेण्यासाठी आले होते. मी त्याच्या ट्रेलरच्या पुढच्या दारावर टकटक केलं. ती त्याच्या दुपारच्या जेवणानंतरची वामकुक्षीची वेळ होती. कुणीच उत्तर दिलं नाही तेव्हा मी स्वयंपाकघरात शिरले आणि हाक मारली. एक मिनिटानं बेडरूमचं दार धाडकन उघडलं आणि बेल्टचं बक्कल लावत मार्क लांब ढांगा टाकत हॉलमध्ये आला. तो खूप उंच होता आणि त्याच्या ढांगुळ्या पायांना गती देत तो माझ्याकडे आला. त्याच्या चालीत निग्रही वृत्ती दाखविणारा एक डौल होता. काम करण्यासाठी वापरले जाणारे चामड्याचे बूट घालून पाय घासत तो चालत होता. मांड्यांवर पांढरी पडलेली निळी जीन पॅन्ट आणि अगदी जुनकट पांढरा शर्ट त्यानं घातला होता. हिरवट झाक असलेले त्याचे डोळे चैतन्यानं रसरसलेले होते. त्याचं नाक मोठं तरी नीटस होतं. त्याची दाढी दोन दिवसांची वाढलेली होती आणि केस सोनेरी कुरळे होते. त्याच्या मोठ्या हातांना घट्टे पडलेले होते. कोपरापासून मनगटापर्यंतच्या त्याच्या हातांचे स्नायू आणि मोठ्या निळ्या शिरा उठून दिसत होत्या. तो हसला. त्याचे दात सुंदर होते. मला उष्ण शरीराचा, डिझेल आणि मातीचा वास आला.

त्यानं आपली ओळख करून दिली, माझ्याशी शेकहँड केलं आणि अचानक काही तातडीच्या शेतीकामासाठी पडद्याचं चौकटीचं दार मागं आपटत तो निघूनही गेला. संध्याकाळी परत आल्यावर तुला मुलाखत देतो आणि मधल्या वेळात मी त्याची मदतनीस कीना हिच्याबरोबर ब्रोकोलीतील तण फावड्याने काढू शकते, असं जाता जाता मागं वळून त्यानं मला सांगितलं. नंतर मी माझ्या नोंदवहीत दोन मतं

नोंदवली : एक म्हणजे हा 'खरा पुरुष' आहे. मी ओळखत असलेले सगळे पुरुष त्यांच्या मेंदूमुळं जिवंत होते. हा मात्र त्याच्या शरीरामुळं खऱ्या अर्थानं जीवन जगतो. दुसरं म्हणजे या आगाऊपणे बोलणाऱ्या माणसासाठी मी इतक्या लांबून ब्रोकोलीतील तण काढायला आले होते यावर माझा विश्वास बसत नव्हता.

त्या पहिल्या रात्री मार्कची मुलाखत घेण्याऐवजी मी त्याला डुकराची कत्तल करायला मदत केली. खरं म्हणजे मी गेली तेरा वर्षं शाकाहारी होते. तसंच मी ॲग्नेस बी. कलेक्शनमधला पांढराशुभ्र नवीन शर्ट घातला होता. पण मार्ककडे माणसं कमी होती. मी त्याच्या शेतावर असल्यानं त्याला मदत न करणं म्हणजे तलावात उडी मारून न पोहण्यासारखं झालं असतं, असं मला वाटलं. यापूर्वी मी कधी प्राणी मारताना बघितलं नव्हतं. त्यामुळं त्यानं डुकरावर घाव घातला ते मी बघू शकले नाही. मुलांच्या गोष्टींच्या पुस्तकात डुकराची वैशिष्ट्यं असलेलं एखादं पात्र असतं तशी काळ्या पांढऱ्या ठिपक्यांची 'बुच' नावाची पूर्ण वाढीची ती एक डुकरीण होती. ती एकदाची निश्चल झाल्यावर माझं मन पुन्हा स्थिर झालं. ते डुक्कर धातूच्या चौकटीच्या सळईला टांगण्यासाठी, त्याचप्रमाणे डुकराच्या छातीच्या हाडापासून पोटापर्यंत छेद द्यायला मी मदत केली. मार्क आतील आतडी वगैरे भाग काढून टाकत होता, त्यावेळी मी डुकराचा पोटाचा पोकळ भाग उघडा धरून राहिले. आम्ही जे करत हातो त्याची मला किळस वाटली नाही, उलट उत्साह वाटला. आतील पांढरा कठीण, थैलीसारखा पोटाचा भाग, आतड्यांचं सुबक वेटोळं, पांढऱ्या चरबीची झालर आणि अजूनही तजेलदार असणारं हृदय पाहून मी भारावले.

डुकराच्या शरीराचे दोन तुकडे केल्यावर आम्ही ओढत ते एका मालवाहतुकीच्या दोन चाकी गाडीत भरले आणि रस्त्याजवळ असलेल्या शीतगृहाकडे गेलो. आमच्यापासून शंभर यार्डांवर लहान लहान घरं एकत्रितपणे मोठ्या संख्येनं बांधलेली होती. तिथं राहणाऱ्यांनी हिरवळ काळजीपूर्वक कातरून आतल्या रस्त्याच्या दोन्ही बाजूंना जिरेनियम फुलांच्या कुंड्या ठेवल्या होत्या. अंधार पडत असताना मार्क आपल्या खांद्यांवर डोकं नसलेलं डुकराचं अर्धुक मिरवत होता. ते अर्धुक आकारानं चांगलंच मोठं, जड आणि न्यायला खूप गैरसोईचं, बोजड होतं. टीव्हीवर प्रेत दाखवितात ना तसंच! सारखे निसटणारे डुकराचे पाय हातात धरून ते डुक्कर शीतगृहात न्यायला आणि छताला अडकविलेल्या आकड्याला टांगायला मी त्याला मदत केली. जवळून झपकन जाणाऱ्या गाड्यांचे हेडलाइट्स एव्हाना लागलेले होते. रस्त्यापलीकडच्या घरांतही दिवे लागत होते. कुणीतरी आम्हाला असं पाहिलं तर ते पोलिसांना बोलावतील अशी मला भीती वाटली.

त्या रात्री मी शहरातल्या एका हॉटेलमध्ये राहिले. बाथरूममध्ये जाऊन मी अंगाला लागलेली डुकराची चरबी धुऊन काढली. आश्चर्य म्हणजे ती अगदी

पांढरीशुभ्र आणि जंतुरहित होती. मला वाटलं, मी एखादी लांबची परदेशवारी करून आलेय.

दुसऱ्या दिवशी पहाटे उठून मी पुन्हा शेतावर गेले. मार्ककडे कामाला असलेली माणसं नाश्त्यासाठी एकत्र जमली होती : मक्याच्या पिठाचे पॅनकेक - धिरडी, घरी बनविलेले गरम मेपल पाकात बुडविलेले सॉसेज हे नाश्त्याला होतं. मी दोनदा सॉसेज घेतलं आणि माझ्या शाकाहारी आयुष्याचा तो शेवट होता.

नाश्त्यानंतर भाड्यानं घेतलेल्या एक्सप्लोररच्या मागे डुक्कर टाकून मार्क त्याच्या ॲमिश (अमेरिकन मेनोनाइट पंथाचे अनुयायी) खाटिक मित्राच्या दुकानात पुन्हा गायब झाला. तो म्हणाला, "मी एकदम संध्याकाळी येईन आणि नंतर आपण व्यवस्थित मुलाखत करू." मधल्या वेळात त्याचा दुसरा मदतनीस मायकेल याच्याबरोबर मी टोमॅटोमधील ढेकळं दंताळ्यानं फोडू शकते असंही तो म्हणाला.

मायकेल माझ्या काम करण्याच्या क्षमतेबद्दल आशावादी दिसत नव्हता. मी माझा पांढरा शर्ट बदलून त्या ऐवजी स्वस्त ट्रिक टी शर्ट, घट्ट जीन्स आणि स्वस्त दुकानातल्या जाड टाचांच्या चपला घातल्या होत्या. अशा तऱ्हेचा विचित्र पोशाख पूर्वेकडच्या खेड्यात ठीक होता. पण पेनसिल्व्हानियातील शेतात तो गचाळ दिसत होता. मी मला स्वत:ला अगदी धडधाकट समजत होते. म्हणजे माझ्या चपलांच्या टाचांची जाडी धरून पाच-दोन उंची असलेली मी आकाराच्या मानानं अगदी 'बलवान' आहे, अशी मी स्वत:च्या धडधाकटपणाची अर्थपूर्ण शब्दात व्याख्या केली होती. अर्थात त्यावेळी माझा त्यावेळचा नेहमीचा जोरदार व्यायाम म्हणजे फक्त पिनबॉलचा खेळ होता. आदल्या दिवशीच्या मेहनतीमुळं माझं अंगं आधीच दुखत होतं. परंतु कोणतंही कारण नसताना शारीरिक स्पर्धा करायची मला वाईट सवय आहे. अर्थात हा विशेष गुण मला माझ्या वडिलांकडून मिळाला आहे. कारण त्यांनी वयाच्या त्र्याहत्तराव्या वर्षी वॉटरस्कीइंग करताना एकतर्फी वाहतूक असतानाही, गोदीतून वाट काढताना विनाकारण जोर लावण्याचा प्रयत्न केल्यानं आपल्या गुडघ्याच्या मागची शीर तोडून घेतली होती. मायकेलनं मला टोकदार दंताळं दिलं आणि आम्ही जवळच्या वाफ्याकडं निघालो. पेन स्टेट रस्त्याच्या जवळच होतं. मायकेलनं त्याच वसंतऋतुत 'चित्रपट' या विषयात पदवी घेतली होती. त्यानं मार्कच्या शेतावर शनिवार-रविवार काम करायला सुरुवात केली होती. कष्ट केल्यानं खरा पुरुष होता येतं का ते त्याला बघायचं होतं, असं तो सांगत होता. त्यानं पदवी घेतल्यावर मार्कनं त्याला पूर्ण वेळ कामाला ठेवलं होतं. मायकेलचे वडील अकाउन्टंट होते आणि त्याच्या प्रेयसीनं लॉ स्कूलला नुकताच प्रवेश घेतला होता. या सर्वांचं शेतीबद्दल अतिशय अस्पष्ट मत होतं. त्या सर्वांना आशा होती की मायकेल लवकरच या सगळ्यातून बाहेर पडेल.

मी धापा टाकत होते आणि ते लपविण्यासाठी पुष्कळ प्रश्न विचारून आपण खूप एकाग्रतेनं ऐकतो आहोत असं भासवून, दंताळ्यावर टेकण्याची संधी घेत होते. जुलै महिन्यातला सूर्य चेहऱ्याला भाजून चटके देत होता आणि आमच्या सभोवती राळेसारखा तीव्र असा टोमॅटोचा वास सुटला होता. माझ्याएवढी टोमॅटोची उंच रोपं फळांनी लगडलेली होती. त्यांना ओक वृक्षाच्या काठ्या आणि चिवट दोऱ्यांनी बांधून सरळ उभं केलं होतं. खिडकीजवळच्या कुंडीत लहानशा रोपाशिवाय काहीही वाढविण्याची सवय नसलेल्या मला टोमॅटोची रोपंसुद्धा मोठी वाटत होती. टोमॅटोच्या रांगांतील माती ढेकळांची, कोरडी असून त्यात दगडही भरपूर होते. मायकेलनं मला अंड्यापेक्षा आकारानं लहान दगड वगळून बाकीच्यांचा ढीग करायला सांगितलं. नंतर तो ढीग चाकाच्या ढकलगाडीत घालून कुंपणात टाकायचा होता. दगडांनी भरलेल्या त्या प्रत्येक फावड्याच्या वजनानं मला धडकी भरली आणि माझ्या पहिल्याच फेरीत मी ती ढकलगाडी उलटवली. दंताळ्यानं सपाट करा, फावड्यानं उचला आणि फेका. दोन न संपणारे तास अशा तऱ्हेनं एकदाचे संपले. आतापर्यंत मला हे समजलं होतं की आणखी थोडा वेळ जर असंच सुरू राहिलं तर मी पूर्णपणे खलास होईन आणि गाडी घरापर्यंत चालविण्यासाठी गाडीचा क्लचसुद्धा दाबणं मला शक्य होणार नाही. अगदी अगतिक होऊन मी सर्वांसाठी दुपारचा स्वयंपाक करण्याची जबाबदारी घेतली. ती जबाबदारी मी अगदी सहज घेतली आहे असं भासवलं. इतक्या थोड्या वेळात मी स्वत:ला किती इजा करून घेतली होती यावर माझा विश्वास बसेना. माझा डावा अंगठा आणि पहिलं बोट यांच्या बेचक्यात पाण्याने भरलेले फोड उठायला लागलेले होते. मी पाठ पूर्णपणे ताठ करू शकत नव्हते आणि घट्ट जीन घातल्यामुळे माझ्या जांघांचा भाग घासून हुळहुळा होऊन कधी बरा होईल की नाही असं वाटत होतं.

त्या वेळी मी काही कुशल स्वयंपाकी नव्हते. मला चांगल्या अन्नाची योग्यता कळत होती पण माझा अन्नाशी सतत संबंध नव्हता. काहीतरी खाणं किंवा जेवण म्हणजे रेस्टॉरंटमध्ये एका रात्रीपुरते माझ्यासमोर एकापाठोपाठ ठेवलेले अनेक पदार्थ किंवा लहानशा पांढऱ्या पुठ्ठ्याच्या खोक्यातून एखाद्या मुलानं सायकलवरून आणून दिलेलं काहीतरी अशी माझी जेवणाखाण्याबद्दलची कल्पना होती. अपार्टमेंटमध्ये मी सात वर्षं राहत असूनही माझा तिथला ओव्हन सुरू होता की नाही याची मला खात्री नव्हती. कारण मी तो कधी वापरलाच नव्हता. फ्रीज चालू होता, पण माझ्या लहानशा स्टुडिओ फ्लॅटमध्ये तो स्वयंपाकाचं साधन म्हणून वापरण्यापेक्षा साठवणीची जागा एवढंच त्याचं महत्त्व होतं. मी त्यात पीठ दळून कुत्र्याचं केलेलं खाणं, ब्रीटा कंपनीच्या वॉटर फिल्टरचं उभं भांडं ठेवलं होतं. फ्रीजवरच्या माझ्या आवडत्या पुस्तक ठेवण्याच्या जागेत मॅनहॅटनच्या फोननंबरचं पुस्तक होतं. ते पुस्तक तिथल्या

दु:खदायक आणि अति थंड दिवसांची मला आठवण करून देत होतं. फ्रीजरमधील ट्रेमध्ये बर्फाचे घट्ट झालेले खडे होते आणि एक पोलिश व्होडकाची बाटली.

मार्कच्या ट्रेलरगाडीचा अर्धा भाग म्हणजे स्वयंपाकघर होतं. ते बघून मला तिसऱ्या जगातील बाजाराची आठवण झाली. ते अनेक रंगीबेरंगी वस्तूंनी भरलेलं होतं. तिथं दूध, मांस, माती आणि वनस्पती यांचा एकत्रित असा सुगंध सुटला होता. तो तीव्र होता पण वाईट नव्हता. मी दारं उघडली आणि सावधपणे उंच फडताळात डोकावले. त्या फडताळात काळा घेवडा आणि वाळवलेली सफरचंद, गहू आणि रायबेरी, वाळवलेली मक्याची लहान कणसं यांच्या गॅलनच्या उभ्या बरण्या ठेवलेल्या दिसल्या. स्टोव्हच्या वरचं कपाट स्वयंपाकात लागणाऱ्या वेगवेगळ्या वनस्पतींच्या जुड्या, फसफसलेल्या पिवळ्या रंगाच्या द्रवाच्या निनावी बाटल्यांनी भरलेलं होतं. मी फ्रीज उघडला. त्यात लालसर मऊ पदार्थानं काठोकाठ भरलेलं उघडं भांडं होतं. ते 'बुच' डुकरिणीचे आतील अवयव होते हे मी ओळखलं. तिथं एका टोपलीत घासल्याच्या खुणा असलेली तपकिरी रंगाची अंडी होती. ताज्या वस्तू ठेवण्याच्या जागेत लोणी, घरी तयार केलेलं चीज, गोल्फ बॉलसारख्या दिसणाऱ्या वस्तूंची- ते बहुतेक सलगमचे कंद असावेत - आणि काही न धुतलेली गाजरं.

मी चटकन फ्रीज बंद केला आणि तिथली एक टोपली व सुरी घेऊन बाहेर परत शेतावर गेले. मायकेलनं दगड फोडून जमीन सपाट केली होती आणि आता तो जमिनीचा कस वाढण्यासाठी गवताच्या झाडूने अर्धवट कुजलेला पालापाचोळा टोमॅटोच्या सरीत पसरत होता. उचलण्याजोगे खूप अन्नपदार्थ तिथं मी पाहिले. नवीन बटाटे, ब्रोकोली, लेट्यूस, स्वयंपाकातील वनस्पती, वाटाणे, बीट आणि ब्लॅकबेरी (जांभूळ). तिथंच गाय आपल्या वासराबरोबर चरत होती. पालापाचोळ्याच्या कुजलेल्या खतात पुष्कळ कोंबड्या उकराउकरी करत होत्या. दुसरं एक डुक्कर अन्नाच्या शोधात पानांचा ढीग उसकटत होतं. माझी नजर जिथं पोहोचेल तिथं सगळं मुबलक होतं, संपन्नता होती. पृथ्वीवरील मोठ्या टेक्टॉनिक प्लेट्स (पृथ्वीचा पृष्ठभाग तयार करणाऱ्या सरकत्या प्लेट्स) सावकाश फिरतात त्याप्रमाणे माझ्या डोक्यात काही विचार फिरू लागले. ही फक्त सहा एकर जागा होती, खेळाच्या मोठ्या मैदानाएवढी! परंतु तिथं दोनशे परिवारांना पुरतील एवढ्या भाज्या पिकत होत्या. मला वाटलं होतं त्यापेक्षा साधं-सोपं होतं. माती अधिक पाणी अधिक सूर्य अधिक घाम म्हणजेच अन्न, खाद्य. त्याला कारखान्यांची जरुरी नाही, फारशी यंत्रं लागत नाहीत, विषारी द्रव्यं किंवा रासायनिक खतं लागत नाहीत. इतकी विपुलता नेहमीच असते आणि मला मात्र ते कधीच कळलं नाही? इतर सगळ्या गोष्टी क्षुल्लक जाणवून मला एकदम सुरक्षित वाटलं. जगाचं काय वाटेल ते होऊ दे, इमारतींवर विमानं कोसळू देत, लोकांना नोकऱ्या नसू देत, तेल संपून जाऊ दे, माणसं त्यांच्या अपार्टमेंटमधून

बाहेर फेकली जाऊ देत, पण इथं आम्ही निदान काही खाऊ-पिऊ तरी शकतो. मी माझी टोपली टोमॅटो, केलकोबी, कांदे, बेसिल (गोड वासाची तुळस) यांनी भरली आणि न्यूयॉर्कच्या शेतकरी बाजारात या सर्वांची किती लठ्ठ किंमत होईल याचा हिशोब करत त्या भाज्यांना न्याय देण्याच्या आशेनं पुन्हा आत गेले.

मला स्वयंपाकघरात दोन हत्यारं सापडली. आता ती माझ्या इतक्या परिचयाची आहेत की ती मला जुन्या मित्रांसारखी वाटतात : आचारी वापरतात तशी दहा इंची धारदार सुरी आणि दोन हातांच्या विळख्यात मावणार नाही एवढं मोठं, दांडा असलेलं पसरट उथळ भांडं. मी कामाला लागले. केल कोबीच्या चकत्या केल्या. टोमॅटो आणि कांदा यांचे बारीक तुकडे केले. मी नेमकं काय जेवण शिजवतीय हे माझं मलाही माहीत नव्हतं. मला एवढंच कळत होतं की बाकीची कामकरी माणसं माझ्याएवढीच भुकेली असतील तर अन्न भरपूर हवं एवढंच मी लक्षात घ्यावं. मी दोन शेगड्यांवर दांड्याचं पसरट भांडं गरम केलं. लोण्यात कांदा परतला, त्यात गाजराचे तुकडे टाकले, टोमॅटो आणि केल कोबी टाकला. कोबीला वाफ येण्यासाठी थोडं पाणी टाकलं. ते पसरट भांडं झाकण्यासाठी गटाराच्या तोंडासारखं दिसणारं झाकण मी वापरलं. कोबी मऊ झाल्यावर मी त्यात उथळ खळगे केले. नंतर डझनभर अंडी फोडून त्यांचा बलक त्या खळग्यात शिजण्याकरता टाकला. थोडी लसूण आणि बेसिल बारीक कापून लोण्याच्या गोळ्यात चुरडली. मग कपाटात सापडलेल्या ब्रेडच्या तुकड्यांवर लोणी पसरलं. लसूण लावलेला ब्रेड मी निखाऱ्यांवर भाजत ठेवला. सगळी कामकरी माणसं शेतातून आत येताच मी ओव्हनमधून खमंग टोस्टचं पसरट ताट चटकन बाहेर काढलं. ब्रेडचे तुकडे थाळ्यात व्यवस्थित रचले, त्यावर केलकोबी आणि शिजलेली अंडी घातली. प्रत्येकावर चमचाभर घरगुती चीज ठेवलं आणि त्यावर काळी मिरी पावडर भुरभुरली.

आम्ही सर्व जण बसलो आणि वाढून घेतलं. मी घाबरतच पहिला घास घेतला आणि ताठ बसले. थक्क करण्याइतकं ते रुचकर, स्वादिष्ट होतं असं मला वाटलं. ताजा, गरम, हिरवा कोबी खाली पसरलेला, लसूण आणि सुगंधी वासाची बेसिलची तीव्र चव. ते केल्याबद्दल मी फार हुशार आहे असं मला वाटलं. मी टेबलाभोवती सगळ्यांकडे पाहिलं. चांगलं झाल्याबद्दल स्तुती, अभिनंदनाची अपेक्षा होती. पण तिथं फक्त क्वचित स्मितहास्य होतं आणि खाण्यासाठी तोंडाची हेतुपूर्ण हालचाल सुरू होती. शेवटी मायकेल म्हणाला, ''जरा मीठ दे इकडे.'' माझं जेवण वाईट होतं असा त्याचा अर्थ नव्हता हे मला आता कळतंय. उलट त्यांना ते चांगलं वाटलं होतं याची मला खात्री आहे. म्हणजे रोज राजासारखं जेवणाऱ्या शेतकऱ्याच्या दृष्टीनं नुसतं 'चांगलं वाटणं' हे तेवढं काही छाप पाडण्यासारखं नव्हतं. एका फ्रेंच माणसानं मला एकदा सांगितलं होतं की अन्न ही पहिली संपत्ती आहे. ती योग्य

तऱ्हेनं वाढवा म्हणजे तुम्हाला अफाट श्रीमंत असल्यासारखं वाटेल. मग तुमच्या मालकीचं काय आहे याची पर्वा नको.

मार्कला त्याच्या येरझारांमधून आडवेपर्यंत पुन्हा संध्याकाळ झाली. शेतात इकडे तिकडे धावपळ करणारे मायकेल, कीना आणि इतर थोडे स्वयंसेवक त्या दिवसापुरते निघून गेले होते. पण मार्क मात्र अजून काम करत होता. हा माणूस कधी स्वस्थ बसतो की नाही याचा मला अचंबा वाटायला लागला होता. दोन कामांच्या मधल्या वेळात तो आपल्या लांबलचक ढांगुळ्या पायांवर अक्षरश: धावत होता. आपल्या अमर्याद ऊर्जेचा साठा जणू बाहेर खेचत होता. त्यानं गाजराला पाणी जातंय का ते पाहिलं, दुसऱ्या दिवशीसाठी टिपणं काढली. स्ट्रॉबेरीच्या कडेला उगवलेला निरुपद्रवी वाटणारा तणांचा पुंजका उपटण्यासाठी तो खाली वाकला. हरणांना अडविण्यासाठी घातलेल्या कुंपणात वीज खेळते आहे की नाही ते पाहिलं. हरणांच्या नाकाला विजेचा चांगला झटका बसावा यासाठी सफरचंदाच्या वासाचे कापसाचे बोळे आमिष म्हणून त्याला लावले. एक वही, पेन त्याचबरोबर स्क्रूड्रायव्हर आणि मार्कनं शून्यमनस्कपणे माझ्या हातात दिलेले रबरी नळीचे तुकडे कसेबसे सांभाळत मी त्याच्यामागे दुडक्या चालीनं धावत होते. संपूर्ण वेळ तो ज्या गतीनं आणि कौशल्यानं बोलत होता, त्यामुळं मी चकित झाले. मला वाटलं होतं की शेतकरी म्हणजे जमिनीत मीठ असावं तशा प्रकारचे लोक असावेत; म्हणजे सभ्य, नम्र, परावलंबी आणि अगदी मूक नव्हे पण जरा मंदच असावेत.

त्याला 'काम' हा शब्द अजिबात आवडत नव्हता. तो अप्रतिष्ठाकारक शब्द आहे असं त्याचं म्हणणं. त्या ऐवजी 'कृषिकर्म' असं तो म्हणत असे. उदा. मी आज चौदा तास कृषिकर्म केलं. त्याच्याकडे टीव्ही किंवा रेडिओ नव्हता. देशातील ज्या लोकांना ११ सप्टेंबर विषयी सर्वांत शेवटी समजलं त्यापैकी बहुधा तो एक होता अशी त्याची प्रसिद्धी होती. तरीही अजून तो बातम्या ऐकत नव्हता. हे सगळं उदास करणारं असलं तरी तुम्ही अशा बऱ्याच बाबतीत काहीही करू शकत नाही. तुम्हाला ठरावीक मर्यादेत विचार करावा लागतो, स्थानिक गोष्टींसाठी काम करावं लागतं आणि त्याची 'स्थानिक' या शब्दाची व्याख्या तो ज्यात 'कृषिकर्म' करत होता त्या पंधरा एकर जमिनीपलीकडे फारशी जात नव्हती. महत्त्वाची गोष्ट ही होती की तुम्ही तुमच्या सभोवतालच्या जगावर कसा परिणाम करता हे समजण्याचा प्रयत्न करणं. सुरुवातीला तो फक्त प्लॅस्टिकच्या विरोधात होता. पण आता तो स्वत: खाणीतून काढू न शकलेल्या किंवा खनिज वितळविल्याशिवाय न मिळवू शकलेल्या कोणत्याही धातूविषयी संशय बाळगायला लागला होता. खरं म्हणजे तो स्वत: घर बांधील तेव्हा खिळे व कोणताही धातू न वापरता ते बांधायला त्याला आवडलं असतं.

म्हणजे तो मरण पावल्यावर ते आपोआप कुजून मातीला मिळेल. त्याच्याकडे गाडी कधीच नव्हती. जिथं जायचं असेल तिथं तो सायकलवरून किंवा पायी चालत जात असे. अलीकडंच तो कुठलीही शक्यता व्यक्त करण्यासाठी वापरल्या जाणाऱ्या 'केलं असतं' या शब्दाविरुद्ध आहे. आणि असं झाल्यामुळं तो अधिक मजेत आहे. त्याला सध्याच्या व्यापारातील अर्थव्यवस्था आणि तिची निनावी विनिमयाची - देवघेवीची - पद्धत त्रासदायक वाटली. जिथं पैशानं नव्हे तर फक्त धंद्यातली पत आणि सद्भावना यांनी व्यापार होतो अशा शेतजमिनीची कल्पना करणं त्याला आवडत होतं. त्याचा एक सिद्धान्त आहे, काहीतरी चीजवस्तू देऊन तुम्हाला त्याची सुरुवात करता येते - शक्यतो मोठी चीजवस्तू, साधारणपणे हजार डॉलर्स किंमतीची. तो सांगतो की सुरुवातीला अशा मोठ्या भेटीमुळं माणसं गोंधळतात. ती तुम्हाला काहीतरी मोठी वस्तू परत देऊन भरपाई करण्याचा प्रयत्न करतात. मग तुम्ही त्यांना दुसरं काहीतरी द्या आणि तेही तुम्हाला दुसरं काहीतरी देतात. आणि लवकरच तुम्ही काय दिलं, काय घेतलं याचा हिशोब कोणीही ठेवत नाही. केवळ मुबलकता असलेल्या ठिकाणाहून कमतरता असलेल्या ठिकाणी वाहणारा वस्तूंचा हा प्रवाह आहे. हे सर्व वैयक्तिक आहे, पण समाधान देणारं आहे. प्रत्येकालाच ते उपयुक्त वाटतं. या माणसाला वेड लागलंय असं मला वाटलं. 'पण त्याचं बरोबर असेल तर मग काय?'

शेवटी मी हातातले रबरी पाईपचे तुकडे, स्क्रू-ड्रायव्हर खाली टाकले आणि धावपळ थांबवून त्याला एका जागी माझ्याबरोबर बसायला सांगितलं. म्हणजे मला एकाग्रतेनं काम करता आलं असतं. मला दुसऱ्या दिवशी सकाळी निघायला हवं होतं. आणि आतापर्यंत फक्त गोंधळऊन टाकणारी टाचणं, माहिती आणि दुखरा झालेला जांघांचा भाग एवढंच माझ्या हाती आलं होतं. तो काम करायचा थांबला आणि माझ्याकडं पाहून हसला.

दिवस अगदी मावळायला आला तेव्हा आम्ही वरच्या बाजूच्या शेतातून चालत तळ्याजवळून एका घनदाट वनराईत शिरलो. तिथं झाडावरच्या चपळ खारी दिवसातील त्यांची शेवटची पळापळ करत होत्या. आम्ही खाली पडलेल्या एका ओकच्या बुंध्यावर एकत्र बसलो आणि अचानक शांतता पसरली. एकदम लांबचा प्रवास संपवून जहाजावरून खाली उतरल्यासारखं वाटलं. मार्क आमच्या नातेसंबंधांविषयी कथा सांगतो तेव्हा हा क्षण म्हणजे तिची सुरुवात असं मानतो. तिथल्या बुंध्यावर बसून माझ्या प्रश्नांना उत्तरं देताना एखादा मनरूपी डास गुणगुणावा त्याप्रमाणे एक छळणारा आवाज सतत त्याच्या डोक्यात घुमू लागला होता. 'तू याच स्त्रीशी लग्न करणार आहेस,' तो आवाज त्याला पुन्हा पुन्हा सांगत होता.

त्यानं त्या आवाजाकडं दुर्लक्ष करण्याचा प्रयत्न केला होता. तो काही एखादी प्रेयसी शोधत नव्हता. नुकतंच त्याच्या आयुष्यातलं दीर्घकाळ टिकलेलं नातं संपलं होतं. आणखी एक गोष्ट म्हणजे उन्हाळ्याचा ऋतु अगदी तीव्र होता. त्याच्यावर शेतजमिनीची जबाबदारी होती. त्याला कामाच्या मागं एकाग्रतेनं लागणं आवश्यक होतं. सगळ्यात शेवटची महत्त्वाची गोष्ट म्हणजे तो आवाज त्याला सांगत होता की एका पत्नीनं त्याला शोधलं होतं. 'तू या स्त्रीशी लग्न करणार आहेस.' तो आवाज पुनः पुन्हा सांगत होता, 'आणि तू खरा हिंमतवान असशील तर आता याच क्षणी तिला विचार.'

मार्क जेव्हा 'प्रपोज' करावं की नाही याबद्दल नीट विचार करत होता तेव्हा मी कथेची शक्यता कितपत आहे याचा विचार करत होते. मार्क चांगला कथाविषय होऊ शकला असता. तो चांगला वाचक होता, त्याचे विचार आणि उच्चार स्पष्ट होते. तो तसा जन्मजात अभिनय असलेला नट होता. त्यामुळे लोकं आपलं काहीतरी ऐकतात याचा आनंद तो घेऊ शकला असता. त्यानं पुष्कळ संवाद म्हटलेलेच होते. त्याचं मन कल्पक होतं. त्याच्या खंबीर चेहऱ्याकडे आणि लांबलचक काटक अवयवांकडे बघणं मला आवडलं. त्याच्याविषयी मासिकातून कथा लिहिण्याऐवजी त्याच्याविषयी पुस्तक लिहावं असं एकदम माझ्या मनात चमकून गेलं. अर्थात त्यासाठी फार्मवर- शेतजमिनीवर मी पुष्कळ काळ घालविणं आवश्यक होतं. मी माझं न्यूयॉर्कमधलं अपार्टमेंट पोटभाड्यानं देऊन या भागात कुठंतरी स्वस्त जागा घेऊ शकले असते. वाटलं तर मी माझा तंबू गाजराच्या वाफ्यातही टाकू शकले असते.

मार्कनं मला माझ्या गाडीपर्यंत नेलं तेव्हा अंधार पडला होता. ज्या प्रकारचं घर त्याला निर्माण करायचं होतं त्याविषयी तो अजूनही बोलत होता. लाकडी बादल्यांतून स्वत: पाणी खेचणं, स्वत: कमावलेल्या हरणाच्या कातड्याचे कपडे घालणं या गोष्टींमुळे त्याला आनंद मिळेल असं तो सांगत होता.

"तर मग तुझी साथीदार मैत्रीण कशी असावी?" मी त्याला विचारलं.

मार्कच्या भविष्यकाळात तंतोतंत बसणाऱ्या स्त्रीची कल्पना करणं मला कठीण जात होतं. त्या बादल्या मला जड वाटत होत्या आणि हरणाचं कातडं ओंगळवाणं वाटत होतं. नंतर मला मार्कनं सांगितलं की तो प्रश्नच विलक्षण उत्सुक प्रणयाचे खेळ खेळण्यासाठी होता, असं त्याला वाटलं होतं. त्यानं काय उत्तर दिलं ते आता आम्हा दोघांनाही आठवत नाही.

मी निघण्यापूर्वी मार्कनं माझ्या गाडीची मागची सीट भाज्या, अंडी, दूध, डुकराचं मांस, लोणी यांनी भरली. त्यानं अशी तरतूद केली की मी जणू काही उजाड पडीक जमिनीची सफर करायला चालले होते. गाडी चालवताना मी त्याचा विचार करत

होते आणि मी जो वेळ ब्रोकोलीत फावड्यानं खणताना, दंताळ्यानं ढेकळं सपाट करताना शेतात घालविला होता त्याबद्दलही. ते सर्व भयानक होतं आणि तरीसुद्धा मला ते आणखी हवं होतं. माझ्यात काय बिघाड झाला होता? तो म्हणजे सर्जनशील उत्साह असावा असं मला वाटलं. पूर्वी काही वेळा आकर्षण म्हणजे प्रेम असं मी समजले होते. पण या वेळी मी पहिल्यांदाच दुसऱ्या तऱ्हेनं चुकीची वागत होते.

मध्यरात्र उलटून गेल्यावर मी शहरात पोहोचले. माझ्या बिल्डिंगसमोर गाडी असल्यानं तिच्या पलीकडं मी गाडी लावली आणि मार्कनं माझ्याबरोबर दिलेल्या करंड्या, खोकी खाली उतरविली. ती उन्हाळ्यातील सुंदर रात्र होती. रेस्टॉरंट, बार आणि माझ्या जवळचे रस्ते खास रात्रीच्या मौजमजेसाठी कपडे घातलेल्या तरुण मंडळींनी गजबजलेले होते. फूटपाथच्या कडेला बसलेल्या मला मार्कची घरगुती खाद्यपदार्थांनी भरलेली खोकी वेगळ्याच काळातली वाटली... कुत्र्यांच्या पार्कमध्ये ओळख झालेला एक माणूस जवळून गेला. आम्हाला एकमेकांच्या कुत्र्यांची नावं माहीत होती, पण आमची नव्हती.

"ओ हो!" बेअरचा मालक म्हणाला. "शॉपिंगला गेली होतीस?" त्यानं विचारलं.

"नाही." मी म्हणाले, "बाजूच्याच खेडेगावात गेले होते." मी मार्कच्या उदारतेच्या कल्पना आठवत त्याला डझनभर अंडी दिली. बेअरनं माझ्या भाज्यांच्या खोक्यांचा वास घेतला आणि तो माणूस गोंधळलेला वाटला.

"या सेंद्रिय पद्धतीनं पिकविलेल्या भाज्या आहेत." मी खुलासा केला. अंडी काळजीपूर्वक सांभाळत तो चालू लागला. मी इकडंतिकडं बघितलं आणि गाडी पार्क करण्यासाठी गोल फेरी मारत जागा शोधायला निघाले.

मी थर्ड स्ट्रिटवर 'हेल्स एन्जल्स' च्या हेडक्वार्टरसमोर राहत होते. माझं अपार्टमेंट म्हणजे लहानसा स्टुडिओ होता. पण तिथं सूर्यप्रकाश चांगला येत असे. त्या खोलीला आग लागल्यावर बाहेर पडण्यासाठी पायऱ्या केलेल्या होत्या. तिथं रविवारी सकाळी बसून मी कॉफी पीत असे. खाली चारी बाजूंनी भिंत असलेली दफनभूमी आणि एकोणिसाव्या शतकातील दगड तसेच गोल पानं, गोड वासाची, पांढऱ्या गुलाबी फुलांचे गुच्छ असलेली लोकस्टची झाडं सगळीकडे दिसायची. मी या शहरात आले तेव्हापासून इथं राहत होते. त्या वेळी सभ्य लोकांची वस्ती या पूर्व भागात -ईस्ट व्हिलेजमध्ये -फारशी नव्हती. पुष्कळ गरीब लोक इथं राहत होते. त्यामुळं पाचशे डॉलर्स महिन्याला भाडं होतं. 'एंजल्स' च्या इथं नेहमी एक किंवा दोन धष्टपुष्ट, रागीट, उग्र रखवालदार हातात हत्यार घेऊन, तिथं ओळीनं चमकत असलेल्या सायकलींवर पहारा करत असायचे. मी रात्रीची उशिरा त्यांच्या दारावरून

चालत जायची त्यावेळी एखादा बलदंड, झपाटा स्टाइलनं मिशी ठेवलेला एंजल मला वरखाली बघत गुरकवायचा, 'सुखरूप घरी जा.' त्याचं बोलणं मला आश्वासक आणि थोडं आकर्षक वाटायचं. पण एकदा त्याच माणसाला त्याच्या सायकलवर आदळलेल्या, निरोप पोहोचवणाऱ्या एका हडकुळ्या माणसाला, रस्त्यातच बेसबॉलची बॅट अगदी डोक्यापर्यंत उंचावून जोरानं मारताना पाहिलं. मी कोपऱ्यावर वळून मग ९११ नंबरला फोन करण्यासाठी धावले. कारण तो मला बघेल ही मला भीती वाटत होती.

माझ्या इमारतीत रेन्ट कंट्रोलच्या ऑफिसकडून आलेले काही भाडेकरू कायमचे राहत होते आणि काही तरुण कलाकार व जॅझ आवडणारे नवकलाकार राहत होते. त्यांना सभ्य वस्तीचे प्रातिनिधिक अग्रदूत म्हणता येईल. जॅनेट नावाच्या एका मध्यमवयीन स्त्रीनं इमारतीच्या दुसऱ्या मजल्यावर स्वत:ला गुप्त ठिकाणी असल्यासारखं सुरक्षित ठेवलं होतं. ती पूर्वी नाइटक्लबमध्ये गायिका असल्यानं आपल्या वैभवाच्या काळातील उरलेले केसांचे मोठे विग आणि कपडे ती वापरत असे. ती कायम खिडकीजवळ बसून सगळीकडं नीट लक्ष ठेवायची. जणू ती आमची आर्गस (ग्रीक पुराणातील शंभर डोळ्यांचा राक्षस) होती. तिच्या मागं तिची खेळणी वाटणारी पांढरी, पाळीव केसाळ कुत्री आनंदानं ओरडत राहत असत. बिल्डिंगमध्ये येणारं, जाणारं कोणीही जॅनेटच्या टीकेतून सुटत नसे. मला तिची जागरूकता दिलासा देणारी वाटायची. पण लिफ्ट बिघडलेली असली की तिच्या दारावरून तुम्हाला जावं लागायचं. त्यावेळी त्या कुत्र्यांचा येणारा घाणेरडा वास आणि तिचा कुत्र्यांना गप्प करण्यासाठी येणारा किंचाळण्याचा आवाज बाहेर ऐकू यायचा आणि तुम्हाला 'ओंगळ' या शब्दाची आठवण व्हायची.

मी तेव्हा एक चित्रपटनिर्माता, एक कलासंग्राहक, एक राजकीय लेखक व आणखी एका बरोबरसुद्धा 'डेटिंग' करत होते. अर्थात हे ठरवून नव्हतं तर योगायोग असंच म्हणावं लागेल. कधी एखाद्याबरोबर ड्रिंक्स तर कधी दुसऱ्याबरोबर रात्री जेवण व सिनेमा अशा पद्धतीनं चाललं होतं. माझंच काय त्यांचं सुद्धा डेटिंग असंच अदलाबदल पद्धतीनं चाललं असावं. आम्ही अतिशय कामात गुंतलेले होतो आणि आम्ही आमच्या भावना गुप्त ठेवल्या होत्या. जरी एखादी प्रेमात पडायची संधी मिळाली तरी कोणीही त्याबद्दल मोकळं बोलत नव्हतं. मी तर मुळीच बोलत नव्हते. त्यावेळेपर्यंत मी थोडे प्रेमभंग सोसले होते. त्यामुळे स्त्रीला भावनिक गरजा असणं हे काही चांगलं नाही अशी माझी भावना झाली होती. विशेषत: वयाची तिशी ओलांडल्यावर प्रेमाच्या बाबतीत कणखर असणं आणि चटकन विसरून जाणं म्हणजेच सुरक्षित असणं हे जास्त चांगलं वाटत होतं.

मध्यंतरीच्या काळात मला एक दुखणं जडलं होतं. त्यापासून मी दूर पळायचा

प्रयत्न करत होते. एका सफरीवरून घरी परत येताना विमानतळावर ते माझ्या प्रथम लक्षात आलं. तिथं कस्टमसमोर मोठी गर्दी होती. त्यांच्या हातात फुलं होती, लहान मुलांनी छान छान कपडे घातले होते आणि ती अगदी उत्सुक होती. घरी परतणाऱ्या त्यांच्या आवडत्या व्यक्तीची ती वाट बघत होती. त्या वाट बघणाऱ्या लोकांच्या गर्दीमधून जाण्याच्या शिक्षेचं मला दु:ख वाटलं. कारण त्यापैकी माझ्यासाठी कुणीच नव्हतं. मी टॅक्सीच्या रांगेत उभी राहिले आणि माझ्या एकटेपणाचं ओझं माझ्या अंगावर आलं. मी माझ्या अपार्टमेंटचं दार उघडलं. मी नसताना तिथं होते फक्त सकाळपासून संध्याकाळपर्यंत भिंतीवरून सरकत जाणारे दिव्याचे झोत आणि झपझप हलणारे एक-दोन गोड्या पाण्यातले मासे. अपार्टमेंटच्या आतल्या हवेचा वाससुद्धा एकटेपणाचा होता. दुसऱ्या दिवशी माझा कुत्रा मी माझ्या बहिणीकडून परत आणला तेव्हा हे दु:ख थोडं कमी झालं व शहराच्या वाहत्या प्रवाहात मी परत ओढली गेले. पण हे तात्पुरतंच ठरलं. नंतर ते आणखी वाढलं. इतकं की 'घर' हा शब्द ऐकला की मला रडू यायचं. मला ते हवंच होतं, एका पुरुषाबरोबर एक छानसं घरकूल. कापलेल्या गवताचा वास, दोरीवरच्या चादरी, कारंजाच्या फवाऱ्यातून धावणारं मूल, ही साधीसुधी इच्छासुद्धा पुरी होणं मला अगदी अशक्य वाटत होतं. मी आता जगत होते त्या आयुष्यापेक्षा हे सर्व वेगळं होतं. माझ्या जवळच्या मित्रमंडळीपैकी कुणाजवळही या सर्व गोष्टी नव्हत्या किंवा कुणालाही त्या नको होत्या. किंवा त्या पाहिजेत असं कोणीही कबूल करत नव्हतं. मला ते दुखणं समजलं होतं आणि ते बरोबर घेऊन मी जगायला शिकत होते, हाड मोडल्यावर हवेत होणारा बदल आधीच सांगणाऱ्या वेदना आपण सोसायला शिकतो त्याप्रमाणे.

बाकीचा उन्हाळाभर मी घाईगडबडीत होते. जाहिरातींचा मसुदा लिहिणं, क्लासमध्ये शिकवणं, स्वतंत्ररीत्या स्वीकारलेली कामं हे सगळं मी कसंबसं निभावत होते. मला उत्तेजक द्रव्य घेतल्याप्रमाणे झिंग चढली होती. कमालीचा थकवा आला होता आणि पैशाबद्दल चिंता वाटत होती. न्यूयॉर्कमधल्या प्रत्येक माणसाचं सामान्यत: असंच असतं असं वाटून मी ते स्वीकारलं होतं. याला अपवाद होता, जो वेळ मी मार्क आणि त्याच्या शेताबद्दल विचार करत घालवला होता तो. त्या स्थानानं मला शांत केलं होतं. तो जे जे काही करत होता त्याबद्दल शक्य तेवढं मला जाणून घ्यायचं होतं. मी वेंडेल बेरीचं 'द गिफ्ट ऑफ गुड लँड' विकत आणलं आणि भुयारी रेल्वेत बसून वाचलं. वाचताना आठवणीसाठी समासात टाचणं खरडली. 'दंताळं कसं बरं दिसतं? साउथ डाउन (इंग्लिश ब्रीडची शिंगं नसलेली मटणासाठी पोसलेली मेंढी.) म्हणजे काय? इत्यादी.' सप्टेंबरमध्ये मी ठरवलं की आता माझं अपार्टमेंट पोटभाड्यानं द्यायचं आणि मार्कच्या शेतावर एक वर्ष काढून त्याविषयी नक्की लिहायचं. त्याच वेळी त्यानं मला फोन केला आणि माझ्या आन्सरिंग मशीनवर निरोप ठेवला.

त्याच्याविषयी लिहिताना आणि विचार करताना मी जितके तास घालविले तेवढ्या वेळात तो मला एक व्यक्ती वाटण्याऐवजी एखाद्या कादंबरीतलं पात्र वाटू लागला. त्यामुळं त्याच्या खऱ्या आवाजानं मी दचकले. कारण मी लिहीत असताना माझ्या डोक्यात त्याचा जो आवाज घुमत होता त्यापेक्षा तो मला जास्त कर्कश वाटला. त्याचा निरोप नीट कळण्यासाठी तो मला दोन वेळा वाजवावा लागला. आश्चर्य म्हणजे त्यात त्यानं मला कॅट्सकिल्स येथील जुन्या शाळेत असलेल्या रिसॉर्टमध्ये शनिवार-रविवार यायचं निमंत्रण दिलं होतं. विरक्त आणि हिंमतबाज शेतकरी म्हणून मी त्याच्याबद्दल लिहिल्यानंतर हे सगळं मला चुकीचं आणि वेगळ्या वाटेनं जाणारं वाटू लागलं. तेव्हा पुन्हा या गोष्टी तपासून बघाव्यात हा पहिला विचार माझ्या मनात आला.

नंतर ते निमंत्रण स्वीकारावं की नाही याबद्दल मी विचार केला. तो म्हणाला होता की, शनिवार-रविवार ते रिसॉर्ट त्याला दोन व्यक्तींसाठी फुकट मिळणार होतं. त्यात जेवण-खाणं, राहणं इत्यादी येत होतं. कारण एक वर्षापूर्वी याच रिसॉर्टमध्ये 'हिवाळ्यात तग धरून कसं जगायचं' या विषयावर शिकवायला तो आला होता. आता शेफ- मुख्य आचारी आणि शेतकरी यांच्यासाठी ते रिसॉर्ट परिसंवाद भरवत होते. माझ्या संशोधनासाठी तो उपयोगी ठरेल असं त्याला वाटलं होतं. परंतु मला दुसराही हेतू कळला नाही असं नव्हतं. एखादा पुरुष 'वीक एन्ड' त्याच्या बरोबर हॉटेलमध्ये घालविण्यासाठी तुम्हाला निमंत्रण देतो तेव्हा तो चुंबन घेण्याचा किंवा इतर प्रणयचेष्टा करण्याचा प्रयत्न करील हे कळण्याइतकी अनुभवी मी नक्कीच होते. असं न करणं म्हणजे बंदूक खांद्यावर घेऊन बघ्यांसमोर यायचं आणि कधीच गोळी झाडायची नाही असं झालं असतं. पण मार्क हा मला आतापर्यंत भेटलेल्या सर्व पुरुषांपेक्षा गूढ व वेगळा वाटत होता. त्यामुळं मला वाटलं तो अपवाद ठरेल. जर तसं घडलं नाही तरी मी न्यूयॉर्कची राहणारी होते. ईश्वराच्या कृपेनं एका 'शेतकऱ्याला' योग्य वागणूक देऊ शकले असते. वाटेल तसं वागून मी माझा विचार उधळून लावणार नव्हते. दीर्घकाळ टिकणारे मजबूत संबंध असणं ही माझी महत्त्वाची गरज होती. ते संबंधसुद्धा माझ्या स्वभावाशी एखाद्या स्क्रूप्रमाणे जुळणाऱ्या अशा पुरुषाबरोबर की ज्याला मी नखांना पॉलिश केलंय की नाही किंवा नखांची काळजी घेतलीय की नाही याची फिकीर वाटत नाही. तरी खात्री करून घेण्यासाठी मी गचाळ, जुनी अंडरवेअर बरोबर घेतली आणि माझ्या पायांचे केसही काढले नाहीत.

शहरातून बाहेर पडताना वाहतुकीच्या कोंडीत अडकून चार तास उशिरा पोहोचल्यानं मी वैतागले होते. स्वागतकक्षात टेबलाजवळ एका खुर्चीत मागे कलंडून मार्क झोपला होता. शेतावर घातलेली तीच मोठी गवती हॅट त्यानं चेहऱ्यावर ओढून घेतली होती. त्या हॅटला टर्की पक्ष्याची पिसं चिकटविलेली असून

ती खरोखरच अवाढव्य होती. मी ज्या पात्राविषयी लिहिलं होतं त्याच्याशी हे अगदी मिळतंजुळतं होतं. त्यामुळं मला हायसं वाटलं तरी लगेच थोडा कमीपणाही वाटला. आता या घटनेकडं मागं वळून बघताना वाटतं की आमच्या रात्रीच्या पहिल्या सहभोजनाच्या वेळी मी दुसऱ्यांदा मार्टिनी आणायला सांगितली त्याचं कारण हे हॅटच असावं. त्यामुळं ऐतिहासिकदृष्ट्या बरोबर सांगायचं तर जी घटना घडली त्यात माझा हेतू चांगला होता तरी मार्कबरोबर मीच प्रथम प्रणयचेष्टेचा प्रयत्न केला होता.

ती रात्र म्हणजे जगण्याची धाटणी कशी सखोल आणि आनंददायक निवडावी याविषयीच्या शिक्षणाची सुरुवात होती. मार्कनं कधी सिगरेट ओढली नव्हती किंवा दारूही प्यायली नव्हती हे माझ्या लक्षात आलं. त्यानं कधी मादक पदार्थ खाऊन बघितले नव्हते की कुणाबरोबर शारीरिक संबंधही ठेवलेले नव्हते. बहुतेक वेळा त्यानं आरोग्यकारक आणि सेंद्रिय अन्न खाल्लं होतं आणि प्रौढ आयुष्यातले बरेच दिवस कसला ना कसला तरी शारीरिक कष्टाचा व्यायाम करण्यात घालविले होते. मी पाहिलेल्या एकूण एक व्यक्तीत तो सगळ्यात सुदृढ माणूस होता. काही माणसं जागतिक शांतीची इच्छा करतात आणि स्वत: बेघर होतात. ज्यानं कधी सिगरेट किंवा दारू जास्त प्यायली नाही किंवा मुलींना फिरवून किंवा अश्लील फिल्म बघून जो दमलेला नाही असा पुरुष प्रियकर म्हणून प्रत्येक स्त्रीनं तिच्या आयुष्यातल्या कुठल्या तरी क्षणी निवडावा असं मला वाटतं. त्यानं व्यायामशाळेत जाऊन नव्हे तर श्रमाचं काम करून पिळदार देहयष्टी संपादन केलेली असावी. तसंच माणसाच्या स्वभावात निसर्गत:च असलेल्या पशुत्वाच्या बाजूची त्याला लाज वाटता कामा नये.

मी संशोधनाचा बहाणा थांबवल्यावर माझ्या आयुष्यात मोठी उलथापालथ होणार आहे हे मी ओळखलं. मी पुस्तक लिहायची कल्पना सोडून दिली आणि बरेच शनिवार-रविवार मार्कच्या शेतजमिनीत घालवले. उंच टाचांचे बूट नाहीत की वही नाही. दोन नवीन विश्वं माझ्यापुढं उलगडली गेली होती. एक म्हणजे काम. मी अंडी गोळा करून कोंबड्यांना खाणं घालत होते. शेतकामानं दमून जात होते. प्रवासवर्णनं लिहिणारी वार्ताहर म्हणून मी जगभर प्रवास केला होता. माणसं त्यांचे पैसे खर्च करून सुटीत ज्या गोष्टी करतात त्या सर्व मी केल्या होत्या. परंतु कुठंतरी जाऊन खुराड्यातून ताजी, गरम अंडी गोळा करीन किंवा असलं काहीतरी करीन असं मला कधीही वाटलं नव्हतं.

दुसरं नवं विश्व म्हणजे स्वयंपाक करणं. मार्क स्वयंपाक करू शकत होता. म्हणजे त्याच्याजवळ स्वयंपाकासाठी लागणारे जे पदार्थ — माती चिकटलेल्या ताज्या भाज्या, हाताच्या अंतरावर लावलेल्या स्वयंपाकातील सुगंधी वनस्पती, कोणत्याही दुकानात विकत मिळणार नाहीत अशा दर्जाची अंडी, दूध आणि मांस

- हाताशी होते ते घेऊन कोणीही स्वयंपाक करू शकलं असतं. पण मार्क 'खरोखर' स्वयंपाक करत होता. तो अकरा वर्षांचा होता तेव्हा त्याची आई जेवणासाठी जे काही शिजवत असे त्यात सगळं कुटुंब खोड्या काढत असे. तेव्हा त्याची आई कंटाळली आणि संपावर गेली. मार्क आणि त्याची लहान बहीण सगळ्या कुटुंबासाठी स्वयंपाक करू लागले. सुरुवातीला त्यांना ते नीट जमलं नाही. रात्री लगदा झालेलं मॅकरोनी केचपबरोबर मिळायचं आणि कसंतरीच शिजवलेलं ढीगच्या ढीग अन्न उरायचं. त्या वयात मार्क अगदी हडकुळा, अतिशय धडपड्या होता. त्याची उंची महिन्याला एखादा इंच इतक्या वेगानं वाढत असावी. त्यामुळं तो सतत भुकेला असायचा. भूक ही फार मोठी शिक्षक आहे आणि मार्कनं स्वत: तिचा उपयोग करून घेतला. त्यानं 'मास्टरिंग द आर्ट ऑफ फ्रेंच कुकिंग' हे पुस्तक वाचलं आणि त्याला स्वयंपाक करणं चांगलं जमल्यावर त्याची महत्त्वाकांक्षा जास्त जागृत झाली. त्याला अगदी परिपूर्ण 'सुशी' करण्यासाठी पिठाची वळकटी करण्याचं वेडच लागलं होतं. माध्यमिक शाळेत शिकत असताना त्याला एक मुलगी अचानक आवडायला लागली, तेव्हा त्यानं तिच्यासाठी सात प्रकारच्या पदार्थांचं जेवण तयार केलं होतं. अखेरीस त्यानं स्वयंपाकाचं पुस्तक फेकून दिलं आणि स्वतंत्र शैलीत तो स्वयंपाक करू लागला होता. मात्र तो काही साध्या तत्त्वांना चिकटून राहिला. तुमच्या सुऱ्या धारदार ठेवा, प्रत्येक पदार्थाची चव घेऊन पाहा आणि मीठ व्यवस्थित वापरा. ज्या गोष्टींमुळे तो अखेरीस शेतीकडे वळला त्यातली एक गोष्ट म्हणजे त्याचं खाण्यावरचं उत्कट प्रेम. तो सावकार असता किंवा त्यानं स्वत:च ते पिकवलं असतं तरच त्याला पाहिजे तसं उत्कृष्ट दर्जाचं अन्न परवडलं असतं असं तो सांगत होता. आणि सावकार होईपर्यंत थांबायची त्याची तयारी नव्हती.

अशा प्रकारे मी आता त्या ट्रेलरमध्ये बसून अगदी उच्च प्रतीचं सुग्रास जेवण जेवत होते. मार्कनं शिजवलेलं जेवण मला मोह पाडणारं, शिवाय प्रियाराधनाचा एक भाग म्हणून होतं. त्यामुळं एखादा पुरुष केवळ जेवणासाठी बाहेर घेऊन गेला तर आता मला त्याचं आकर्षण वाटलं नसतं. हरणाच्या लिव्हरमुळं मी त्याच्या प्रेमात पडले हे खरं.

त्या वर्षीचा पानगळीचा ऋतु संपत आला होता. अजून पहिला हिमवर्षाव झाला नव्हता. बऱ्यापैकी निरभ्र रात्र होती तरी कडक थंडी पडली होती. केवळ चांदीचा वाटावा असा चंद्र उगवत होता. मी शहरातून नुकतीच आल्याने गडद काळ्या आकाशाच्या पार्श्वभूमीवर तारे पाहणं ही एक नवलाईची गोष्ट होती. मार्कनं आपल्या ट्रेलर गाडीत कुत्र्यांना कोंडलं आणि उंच कपाटातून आपली रायफल खाली काढली. मी पूर्वी कधी रायफल हातात घेतली नव्हती. त्यामुळं तिचा मोठा आकार व दणकटपणामुळे मी चकित झाले. मी तिच्या काळसर, गुळगुळीत लाकडी दस्त्यावर

हात फिरविला आणि शहारले.

रात्री बंदूक घेऊन फिरायला जाणं हे नुसतं फिरायला जाण्यापेक्षा खूप वेगळं आहे. हरणं चरत असत त्या स्ट्रॉबेरीजवळच्या वाटेनं आम्ही पाय न वाजवता, श्वाससुद्धा न घेता दबत दबत गेलो. आमच्या आसपासची हवा सुद्धा भीतिदायक आणि काहीतरी घडणार या भावनेनं भारल्यासारखी वाटत होती. त्या वर्षी हरणांची संख्या वाढली होती आणि दोन कुत्रे व इलेक्ट्रिक वायरचं भक्कम कुंपण घालून सुद्धा ती त्याच्या शेतात येत होती. मार्ककडे उपद्रवकारक प्राण्यांना त्यांच्या विणीच्या हंगामानंतर, रात्रीसुद्धा शिकार करण्याचं परमिट होतं. त्याला मजा म्हणून शिकार करायची नव्हती. तो पिकांचं रक्षण करण्यासाठी आणि मांसासाठी शिकार करत असे.

मी बॅटरी हातात घेतली. मार्ककडे बंदूक होती. मनावर ताण घेऊन तंद्रीत आम्ही किती वेळ फिरत होतो ते मला कळलं नाही. अचानक शब्दही न बोलता त्यानं माझ्या हातात बंदूक दिली. मी त्याच्याकडून ती घेतली आणि बघण्यासाठी बंदुकीच्या झरोख्याला माझा डोळा लावला. बरोबर नेम धरण्यासाठी दुर्बीण असावी तशी तिची रचना होती. मी बंदूक कुंपणाच्या दिशेनं वळविली आणि अंधूक चंद्रप्रकाशात तीन हरणांचा एक कळप मला दिसला. त्यात झाडाच्या डहाळ्यांसारखी शिंग असलेले दोन जवान नर आणि एक तरुण मादी होती. माझ्या मनात संमिश्र भावनांचा कल्लोळ उठला. या मोठ्या, सुंदर जंगली जनावरांच्या मुक्त अस्तित्वामुळं एक दरारा उत्पन्न होतो. त्यात मानसिक धक्क्यामुळं पोटातून जोरात कळ येत होती. शिवाय आता काहीतरी रक्तपात होणार हे लक्षात आल्यानं भावनिक धक्काही होता. त्याच क्षणी माझे हात इतके थरथरू लागले की माझी बांगडी बंदुकीच्या दस्त्यावर आपटून वाजायला लागली हे मी ऐकलं. मी बंदूक खाली केली आणि मार्ककडे दिली. त्यानं ती उचलली आणि गोळी झाडली. दोन प्राण्यांचे आकार जंगलात उधळलेले मला अंधारात अस्पष्ट दिसले.

हरणांचे यकृत जेवढं दिसतं त्यापेक्षा खूप जड आणि टणक होतं. मी ते थंड वाहत्या पाण्याखाली धरलं तरी त्यात जिवंतपणाची खूण असलेला उबदारपणा होता. मार्क यकृताचे पातळ काप काढत होता, ते मी बघत राहिले. त्यानं कापांना थोडं पीठ, मीठ आणि मिरी लावली. तिथं एका पसरट भांड्यात लोण्याचा चुर्रर असा आवाज येत होता आणि त्यात बारीक चिरलेले कांदे काचेसारखे पारदर्शक झालेले होते. त्यात त्याने यकृताचे काप टाकले. नंतर मार्क चटकन शेतात गेला आणि येताना एक मूठभर सुगंधी वनस्पती घेऊन आला. त्या त्याने साधारण जाडसर लांबट चिरल्या आणि पसरट भांड्यात टाकल्या. बाहेर काढलेले यकृताचे काप आता किंचित गुलाबी झाले होते ते त्याने एका थाळीत नीट काढून ठेवले. पसरट भांड्यात

त्यानं मी आणलेली व्हाइट वाईन सढळ हातानं ओतली आणि साधारण एक गॅलन दुधाच्या मलईपासून तयार केलेलं एक कपभर क्रीम त्यात टाकलं. ते थोडा वेळ उकळून दाट झाल्यावर त्यानं यकृताचे काप पुन्हा त्यात टाकले आणि एकदा उलटे पालटे केले. दोन गरम केलेल्या थाळ्यांमध्ये त्यानं केलेले काप काळजीपूर्वक ठेवले आणि त्यावर चमच्याने उरलेलं क्रीमचं सॉस घातलं. दोन मेणबत्त्या आणि रानफुलं भरलेला एक कॅन त्यानं टेबलावर ठेवला. त्याचबरोबर घरच्या घरीच तयार केलेला एक ब्रेडचा मोठा तुकडा, हिवाळ्यात थंडीला न जुमानणाऱ्या एका हिरव्या वनस्पतीची कोशिंबीर आणि एक पसरट लाकडी वाडगा भरून तजेलदार सफरचंदही तिथं ठेवलेली होती.

यकृताची अत्यंत नावड असणाऱ्या माणसांपैकी एक आहे माझी आई. यकृत हे कोणत्याही परिस्थितीत टाळण्याची गोष्ट आहे, ते खायचं नाही अशी कल्पना माझ्या मनात तिच्यामुळं पक्की झाली होती. त्यामुळं त्या क्षणापर्यंत मी यकृताची चव कधी पाहिली नव्हती. पण यामुळे हानीपेक्षा लाभ जास्त झाला. कारण सुपरमार्केटमधलं फारसं ताजं नसलेलं, लगद्यासारख्या शिजवलेल्या यकृताचा वेगळा प्रकार खाण्यापासून आणि यकृताला नावं ठेवण्यापासून मी बचावले. मी विचारपूर्वक पहिला घास घेतल्यावर मला खूप आश्चर्य वाटलं आणि सुखही मिळालं. रानातली अळंबी टणक दिसली तरी मृदु असतात तसा मला यकृताचा पोत वाटला. त्याचा स्वाद वेगळा असला तरी त्रासदायक उग्र नव्हता. क्रीम आणि वाईनचं नेहमीचं मिश्रण वापरून शहरी पद्धतीनं ते केल्यानं त्याच्या चवीत समतोलपणा राहून गावरानपणाही कमी झाला नव्हता. त्याविषयीची दुसरी एक गोष्ट जास्त महत्त्वाची होती. ती म्हणजे मला खाण्याची तीव्र इच्छा होत होती. माझं शरीर जणू ओरडत होतं, 'खाऊन टाक ते, मला त्याची जरुरी आहे.' याच वेळी मला पहिल्यांदा कळलं की खाण्याची इच्छा होण्यात शहाणपण आहे. जर तुम्ही प्रक्रिया केलेल्या डब्यातल्या अन्नाच्या उच्चरवाने येणाऱ्या त्रासदायक आवाजाकडे दुर्लक्ष केलंत आणि नीट लक्षपूर्वक ऐकलंत तर तुम्हाला समजेल की आरोग्याला पोषक आणि सुग्रास अन्न हे आपले मित्र आहेत. शेवटी आपण प्राणी आहोत. आपल्यासाठी जे चांगलं असतं ते लगेच चेहऱ्यावर उमटतं. त्या पूर्वायुष्याची खूण म्हणून मागे राहिलेला आपला अंश ज्वालेच्या रूपानं कुठंतरी दबा धरून बसलाय आणि ती ज्वाला मिटक्या मारत प्राण्याच्या शरीराच्या आत दाटीनं असलेल्या पौष्टिक अवयवांची मागणी करत असते असंच म्हणणं योग्य आहे. माझ्या आतील त्याच अंशानं मला मार्कवर प्रेम करायला लावलं असावं. त्यानं सांगितलं, मूर्खासारखं वागू नकोस. तो माणूस शिकार करतो, शेती करतो, तो उंचनिंच, धिप्पाड व निरोगी आहे. तो तुला नक्की खाऊ घालील. त्याचे जीन्स तुझ्या जीन्समधला खुजेपणा कमी करतील. 'प्रेम कर त्याच्यावर'.

माझ्या आतील अंशाचा आवाज मॅनहॅटनमध्ये मार्क मला प्रथम भेटायला आला त्यापेक्षा पेनसिल्व्हानियामध्ये जास्त स्पष्ट होता. तो बसने आला आणि मी त्याला पोर्ट ॲथॉरिटीहून गाडीनं आणलं. त्यानं घट्ट गळ्याचा, उंच कॉलरचा डाग पडलेला स्वेटर आणि खाकी रंगाचं कारहार्ट कंपनीचं फाटकं जॅकेट घातलं होतं. सगळीकडं असणारी नेहमीची त्याची प्रचंड आकाराची गवती हॅट होतीच. न्यूयॉर्कमधील लोकांना धक्का देणं कठीण असतं, पण त्या हॅटमुळं शहराच्या मध्यातली गर्दी एखाद्या शार्क माशाच्या पंखाप्रमाणे बाजूला हटली. तरी लोकं त्याच्याकडं बघण्यासाठी थांबल्यामुळं पादचाऱ्यांचे घोळके जमले. मी जशी मार्कच्या शेतावर उपरी वाटत होते तसाच मार्कसुद्धा या शहरात उपरा वाटत होता याचं मला समाधान वाटलं.

त्याच्या या भेटीची मी आतुरतेनं वाट बघत होते. परंतु तो तिथं पोहोचल्यावर माझ्या लक्षात आलं की या शहरात त्याच्याबरोबर काय काय करायचं याचा मी विचार केला नव्हता. त्याला दारूच्या दुकानाचा तिटकारा होता. छोट्याशा उपहारगृहात जाऊन बसण्यात त्याला मजा वाटत नव्हती. म्हणजे मी रात्री व दिवसा जिथं थांबत होते त्या दोन्ही जागी जायचा प्रश्नच नव्हता. कॉफी आणि टाइम्स हातात घेऊन रविवार सकाळ रेंगाळत घालवायची कल्पना मी त्याच्या डोक्यात घालायचा प्रयत्न केला. पण त्याला ते कळेना. काहीही न करू शकल्यानं तो माझ्या अपार्टमेंटमध्ये इकडंतिकडं फिरू लागला तेव्हा ते त्रासदायक वाटण्याइतकं कमालीचं लहान वाटू लागलं होतं. मी घेऊन गेलेल्या रेस्टॉरंटची त्याच्यावर छाप पडली नव्हती. कारण तिथल्या किंमती त्याला जास्त वाटल्या होत्या. त्याच्या ट्रेलर गाडीतील अन्नपदार्थ बहुतेक वेळा त्याच्यापेक्षा चांगल्या दर्जाचे होते. सिनेमा थिएटरमधल्या सीट त्याला आरामशीर वाटत नव्हत्या, कारण त्याचे पाय फारच ढांगुळे होते. तो माझे शेजारी आणि तिथले रहिवासी यांचा गबाळेपणा व थंडपणाबद्दल तसेच माझ्या मित्रांची नोकरी व कर्तबगारी याबद्दलही उदासीन होता. त्यानं घातलेला मानेपर्यंतचा घट्ट स्वेटर व गवती हॅट या वेषात आम्हाला निमंत्रित केलेल्या पार्ट्यांना मी त्याला नेऊ शकत नव्हते. म्हणजे राहिली पुस्तकांची दुकानं. त्यात त्याला विशेष रस नव्हता. त्याच्या स्पर्धात्मक वृत्तीमुळं त्याला पिनबॉलचं थोडं आकर्षण वाटलं होतं.

त्याला टॅक्सीनं फिरणं आवडायचं. कारण बहुतेक वेळा टॅक्सी ड्रायव्हर बदलत्या काळाचा परिणाम न झालेल्या प्रदेशातील, शेतीप्रधान खेड्यातील असायचा. मार्क त्याच्याशी हलाल पद्धतीनं मारणं, गाढवांना औताला जुंपण्यातील कटकटी किंवा एखाद्या खेडेगावातील अन्नधान्याच्या साठ्याची नासधूस थांबविण्यासाठी केलेल्या उंदीरप्रतिबंधक गोष्टी अशा विषयांवर उत्साहानं गप्पा मारत असे. एका ग्रीक ड्रायव्हरनं, त्याच्या खेडेगावात मेंढीच्या एका पायाजवळ चीर देऊन, तिचं कातडं सोलून ते फुग्यासारखं कसं फुगवतात याचं वर्णन करण्यासाठी गाडी थांबवून

मीटरसुद्धा बंद केलं. काही आठवड्यांनी मार्कनं तसा प्रयत्न केला आणि तो यशस्वी झाला. या सगळ्या अनुभवांवरून माझ्या लक्षात आलं की माझ्यात आणि मार्कमध्ये सांस्कृतिक भिन्नता पुष्कळ होती. याउलट विकसित न झालेल्या जगातील कोणताही टॅक्सी ड्रायव्हर आणि मार्क यांच्यात ती त्यामानानं कमी होती.

परंतु जेवण तर नेहमी असायचंच. ऋतुबदलामुळं त्याचं शेतावरचं काम थोडं कमी झालं होतं तेव्हा तो शनिवार-रविवार न्यूयॉर्कला यायचा. आतापर्यंत माझ्या परिचयाची झालेली खोकी घेऊन तो माझ्या अपार्टमेंटमध्ये यायचा. थंडीतल्या पारंपरिक पद्धतीनं तयार केलेल्या फळांच्या रसांची, ताज्या पालेभाज्यांची, वाळवलेल्या सुगंधी वनस्पतींची आणि कंदमुळांची ती खोकी असायची. फोनचं पुस्तक पुस्तकांच्या कपाटावरून हद्दपार केलं गेलं होतं. मार्कनं ओव्हनमधलं 'उंदरांचं घर' काढून टाकून तो स्वच्छ केला होता आणि तो सुरू आहे हे ही त्यानं शोधून काढलं होतं. माझ्याकडं असूनही मी विसरलेल्या थाळ्या आणि पेले त्यानं परिश्रमपूर्वक शोधून काढले आणि माझ्या बहिणीनं माझ्यासाठी भारतातून आणलेला टेबलक्लॉथ डेस्कवर घालून त्यानं जेवणाचं टेबल तयार केलं होतं.

नोव्हेंबरमधल्या एका रात्री मी क्लासची शिकवणी आटोपून घरी आले तर मार्कनं माझ्या घरातल्या लाकडी सामानाची नवीन रचना केली होती. माझा पलंग अपार्टमेंटच्या मध्यावर ठेवला होता आणि त्यावर नवीन स्वच्छ पलंगपोस पसरला होता. जेवणाचं टेबल खिडकीजवळ होतं. खिडकीतून दफनभूमी दिसत होती. टेबलावर सुपाचं वाफाळतं भांडं होतं. त्यात सलगम कंदाचं क्रीम घातलेलं सूप होतं. हे जगातलं सर्वांत रूक्ष जेवण असावं असं मला वाटलं. हाकुरेई या जपानी पद्धतीनं तयार केलेलं गोड, सौम्य, चवदार पांढऱ्या करकरीत सफरचंदाच्या चवीचं सूप होतं मात्र परिपूर्ण. त्यात मार्कनं घरी तयार केलेला चिकनचा स्टॉक आणि शेतावरचं ताजं क्रीम घातलं होतं. मी जेवणानंतरच्या गोड पदार्थांसाठी मदत केली : एक फार चांगल्या दर्जाची पोर्ट वाईन आणि मला घरात सापडलेला काळ्या चॉकलेटचा एक बार. ही टेबल आणि पलंगाची अदलाबदल इतकी सोपी होती. स्टोव्ह, टेबल आणि पलंग यांच्या बंदिस्त लहानशा त्रिकोणात आमचं शहरी नातं अर्ध अधिक बंद केलं असतं तर आमचं आयुष्य अधिक सोपं झालं असतं, असा विचार त्यावेळी माझ्या मनात आल्याचं आठवतंय. त्या रात्री हातभर अंतरावर कॅमेरा ठेवून आम्ही पलंगावर असलेला आमचा फोटो मी घेतला होता. आम्ही पलंगाच्या कोपऱ्यात होतो. पाठीमागे पार्श्वभूमीवर अपार्टमेंटच्या भिंतीची एक सुटलेली वीट दिसत होती. मार्कच्या लांबलचक रेखीव शरीराचं सौंदर्य आणि मोठ्या आकाराचा त्याचा घट्टे पडलेला हात माझ्या छातीवर असा हा फोटो अजूनही मी बघते तेव्हा चकित होते.

त्याला पेनसिल्व्हानियाचं शेत सोडायचं आहे हे त्यानं त्याच रात्री मला

सांगितलं होतं. ती त्याची स्वत:ची जमीन नव्हती त्यामुळं तो तिथं घर बांधू शकत नव्हता. आम्ही भेटल्यावर आता तिथं राहण्यात अर्थ नव्हता. मी हे शहर सोडावं, लीज मोडून जागा परत करावी, जिथं आम्हाला जोडीनं घर, शेत एकत्र वसवता येईल अशी जमीन त्याच्याबरोबर शोधावी अशी त्याची इच्छा होती.

आम्ही उन्हाळ्यात प्रथम भेटलो, पानगळीत डेटिंग करायला सुरुवात केली होती आणि अजून भर हिवाळ्याची सुरुवात व्हायची होती. मी त्याच्यावर प्रेम करते असं मला वाटत होतं, पण अजून मी त्याला पुरती ओळखत नव्हते. मी ज्यांच्याबरोबर मैत्री जोपासली होती त्या माझ्यासारखीच पार्श्वभूमी, शिक्षण आणि आवडीनिवडी असलेल्या ओळखीच्या सर्वांना मी कायमचं सोडावं अशी त्याची मागणी होती. माझ्यापासून चालत अवघ्या दहा मिनिटांच्या अंतरावर असणाऱ्या सोहो अपार्टमेंटमध्ये राहणाऱ्या माझ्या बहिणीला सोडून जायच्या विचारानं मला गलबलून आलं. तिची जवळीक असणं हा माझ्या शहरी आयुष्यातला सर्वांत चांगला भाग होता. आमच्या या नवीन नात्यातील नाटकांसाठी सोमवारी सकाळी मार्गदर्शन घ्यायला जाताना किंवा कॉफी, पेय घ्यायला तिच्याकडं जाताना एक क्षणाची सूचना पुरेशी होती. आता मी एवढ्या दूर कशी राहणार होते? त्याशिवाय माझे व्यावसायिक संबंध आणि शिकवण्याची नोकरी होती. या गोष्टी क्षुल्लक होत्या तरी त्यावर अवलंबून राहणं मला भाग होतं. जर आमच्या दोघांतल्या गोष्टी ठरल्याप्रमाणे घडल्या नाहीत तर मॅनहॅटनला परत जायला असलेला एकमेव दोर कापायला तो मला सांगत होता : ते म्हणजे मला परवडणारं माझं लीजवर घेतलेलं अपार्टमेंट.

अर्थात त्याला सुद्धा पुष्कळ गोष्टी सोडून द्याव्या लागणार होत्या. पेनसिल्व्हानियामध्ये त्यानं जगण्यासाठी आवश्यक वस्तूंची साखळी तयार करून ग्राहकांशी नातेसंबंध प्रस्थापित करत नावलौकिक मिळविला होता. त्या शेताच्या पायाभूत घटकांच्या निर्मितीसाठी त्यानं पैसे गुंतविले होते. परंतु तो अतिशय स्पष्टवक्ता होता आणि त्याला प्रत्येक गोष्टीबद्दल आत्मविश्वास वाटत होता.

तो मला देऊ करत होता - घरकूल - मला ते इतकं आवडलं की त्यामुळं माझ्या शरीरात एक प्रकारची शिरशिरी उठली. त्यानं घराचं वर्णन केलं - पन्नास एकर सुपीक जमीन, शेतघरातल्या मोठ्या स्वयंपाकघरात खरबरीत लाकडी टेबलं, सुंदर फळबाग, कुरणात गाई, घोडे, अंगणात धावणाऱ्या कोंबड्या - मला ते इतकं स्पष्ट दिसत होतं की मी त्याला जवळजवळ स्पर्श करू शकत होते. भांबावून जाऊन मी त्याला सांगून टाकलं की माझ्या प्रियकराबरोबर मी यापूर्वी राहिलेली आहे आणि त्या वाईट तडजोडीमुळं मला लग्नानंतरचे मानसिक ताण भोगावे लागून फायदे मात्र मिळालेले नाहीत. 'मला तुझा प्रियकर व्हायचं नाहीये, तर तुझा नवरा व्हायचंय,' असं जगातली ती सर्वांत उघड गोष्ट असल्यासारखं तो म्हणाला.

मी विचार केला की तो वेडसर तरी असावा किंवा बरोबर तरी. मी अनुकूल किंवा प्रतिकूल शक्यतांचं प्रमाण किती की दोन्ही सारखंच असतं हे शोधू लागले.

मार्क परत त्याच्या शेतावर गेल्यावर मी माझा मित्र जेम्स याला पिनबॉल खेळण्यासाठी फिफ्थ स्ट्रीटवरच्या एसीई बारमध्ये भेटले. दुपारचे चार वाजले होते. बार रिकामा होता. जेम्सला अचानक आवडायला लागलेली बार सांभाळणारी, टॅटू काढलेली हडकुळी मुलगी आणि मळकट दिसणारे, स्टुलाच्या आधारानं बारसमोर बसलेले दोन दारुडे तेवढे तिथं होते. जेम्स आणि मी नेहमी संध्याकाळी इथं येत होतो. मी माझी मिश्र जातीची भली मोठी शेपर्ड कुत्री, 'निको' माझ्याबरोबर तिथं आणत असे याबद्दल कोणी काही हरकत घेत नसे. निको जीभ बाहेर काढून प्रत्येकाचं स्वागत करत असे आणि तिच्या गळ्यातली चामड्याची वादी आपल्याबरोबर ओढत ती सांडलेल्या चिकट बीअरच्या थारोळ्यातून खोलीभर फिरत असे. पिनबॉलचा 'द सिम्पसन्स' हा माझा आवडता खेळ सुरू होता. मला पुष्कळ बॉल खेळायला मिळालेले असताना मी जेम्सला माझ्या शनिवार-रविवारबद्दल सांगत होते. त्यामुळे मी शहर सोडून एका शेतकऱ्याबरोबर जात आहे ही बातमी सांगताना घंटा वाजल्याचा आणि फ्लिपरचा धाडकन आवाज मध्येमध्ये येत होता. जेम्स आणि मी एकाच संकटमय परिस्थितीत होतो : दोघंही मुक्त पत्रकार आणि वयानं लहान नव्हतो. दोघंही एकाच तऱ्हेच्या मध्यमवर्गीय घरातून आलो होतो. तिथले नियम, आवडी निवडी, भविष्य सगळं आम्ही सोडून दिलेलं होतं. आमची आम्ही घडविलेली आयुष्ये साहसी आहेत की अनर्थकारक आहेत हे न कळून आमच्या मनाची स्थिती दोलायमान होत होती आणि त्यामुळं आम्ही एकमेकांबरोबर असताना आम्हाला दिलासा मिळत होता. 'मी न्यूयॉर्क सोडून जात आहे' असं मी त्याला सांगितलं तेव्हा त्याचा विश्वास बसेना.

माझा मित्र ब्रॅड याला मी हे सांगितलं तेव्हा तेच घडलं. त्यावेळी तो आपल्या प्रेयसीशी लग्न करणार होता आणि त्याच्या मनाचा कल प्रेमावर विश्वास ठेवण्याकडं होता. पण माझी गोष्ट मात्र जरा ताणल्यासारखी होती. मी त्याला दोष देऊ शकत नव्हते. कारण मी चार-पाच वेळा सांगेपर्यंत मला स्वत:लाच ते खरं वाटत नव्हतं. माझी बहीण तर सरळ वेडीच झाली.

"तू मला टाकून जात आहेस." ती म्हणाली.

मला वाटतं माझा घरमालक हा असा एकमेव माणूस होता की ज्याला मी त्या महिनाअखेर घर सोडून जाणार याचा अत्यानंद झाला होता. ईस्ट व्हिलेज भाग अचानक भरभराटीला येऊ लागला होता. जागा दुरुस्त करून तिचं नूतनीकरण केल्यावर त्याला लगेच जास्त भाडं मिळालं असतं.

'थँक्स गिव्हिंग'साठी मी आणि मार्क शहरापासून दूर असलेल्या माझ्या कुटुंबाबरोबर राहिलो. मी माझी बातमी थोडी संपादित केली होती. न्यूयॉर्कमधल्या अपार्टमेंटचं लीज संपवायचं, शहर सोडायचं आणि मार्कबरोबर शेतजमीन शोधायची हा माझा हेतू असल्याचं मी त्यांना सांगितलं होतं. पण लग्नाविषयी शब्दही काढला नव्हता - माझी बहीण मार्कला शहरात भेटली होती आणि तिनं त्याच्याबद्दल उलटसुलट टीका केली होती. मला वाटतं ते सगळीकडं पसरलं होतं. माझे आई-वडील, व्हर्जिनियातील भाऊ जेफ, त्याची बायको डॅनी यांच्याशी मी त्याची ओळख करून देणार होते. जेफ हा नेव्हीमध्ये ऑफिसर असून पायलट म्हणून काम करतो. तो माझ्यापेक्षा जेमतेम दोन वर्षांनी मोठा आहे. पूर्वी त्याचं या नोकरीतील काम म्हणजे बोटीच्या डेकवर उभं राहून डेकवर उतरणाऱ्या विमानांना खाली उतरवायला मार्गदर्शन करणं हे होतं. खाली उतरून जवळ येणाऱ्या पायलटच्या बाबतीत जीवन की मरण असाच निर्णय त्याला द्यावा लागत असे. दुसऱ्या शब्दांत म्हणजे तो गंभीर, तर्कशुद्ध आणि अगदी भरवशाचं व्यक्तिमत्त्व होता. मनाची शांतता बिघडविणारे उपरोधिक टोमणे तो मारत नसे.

आम्ही भरपूर अन्नधान्य बरोबर घेऊन पोहोचलो. नवीन धर्मांतर केलेला माणूस जास्त उत्साही असतो तशी मी होते. माझ्या प्रियकरानं पिकवलेल्या, डोळ्यात भरणाऱ्या सुंदर भाज्यांचं प्रदर्शन करण्यासाठी मी उत्सुक होते. अजून देठावर असलेले मोहरीच्या जातीचे -ब्रुसेल्सचे -कोवळे अंकुर, गोड बटाटे, बीट, पिकलेल्या आंब्याच्या रंगाचा गरासकट असलेला हिवाळी फळांचा रस वगैरे. मार्कनं त्याच्या ॲमिश मित्राला टर्की पक्षी मारायला त्या आठवड्यात मदत केली होती. त्यातील एक टर्की, शिवाय मोठं भांडं भरून घरी बनविलेलं पिवळं लोणी आणलेलं होतं. शेतातील मातीचे डाग पडलेली, तळाशी वाळलेली पाने चिकटलेली खोकी हातात घेऊन आत जाईपर्यंत मी विसरूनच गेले की माझ्या आईचं जग अतिशय स्वच्छ असतं. हे सामान कुठंही ठेवलं असतं तरी तिथं घाणच झाली असती हे लक्षात आल्यावर डॅडनी मार्कला गॅरेज दाखविलं. माझ्या आईनं शांतपणे विचारलं की असं टर्की खाणं हे सुरक्षित आहे अशी माझी खात्री आहे ना? टर्की एका पांढऱ्या शॉपिंग पिशवीत गुंडाळलेली असून ती थेंब थेंब गळत होती आणि टर्कीचं डोकं नसलेली मान पिशवीला चिकटून बाहेर डोकावत ओंगळवाणी दिसत होती. स्वच्छ वेष्टनात गुंडाळून नीट बांधलेले पदार्थच माझी आई 'अधिक पसंत' करते हे सुद्धा मी विसरले होते. परंतु त्यामुळं त्या पदार्थाचं मूळ स्वरूप जास्तीत जास्त अस्पष्ट झालेलं असतं. आम्ही लहान असताना ती कधी तपकिरी रंगाची अंडी खरेदी करायची नाही. कारण ती फारच 'कळकट' दिसायची.

मार्क तर त्या टर्कीपेक्षासुद्धा कमी विश्वसनीय वाटत होता. इथं येण्याआधी

त्यानं शेवटचं काम केलं असेल तर ते म्हणजे आम्ही इथं आणलेलं अन्नधान्य, भाज्या शेतातून कापणी करून गोळा करणं हे होय. शेतातून तो सरळ इथं आला होता. त्याला केस कापून दाढी करता आली असती. त्यानं अगदीच झिरझिरीत झालेला टी शर्ट आतील बाजू बाहेर काढून घातला होता. (त्याची अशी समजूत होती की शर्ट हे लाँड्रीत न धुतल्यासारखे वाटले पाहिजेत. आतील बाजू बाहेर काढलेली असो किंवा आतील बाजू आत असो. एकदा उलटे व एकदा सुलटे घातलेले योग्य असतात. अशा प्रकारे कपडे समान रीतीने वापरले जातात.)

''ठीक... तो फार छान हसतो,'' आम्ही दोघीच असताना आई म्हणाली.

मार्क पाहुण्यांच्या खोलीत आणि मी माझ्या लहानपणीच्या पलंगावर झोपले. तिथं सगळीकडे माझी जुनी पुस्तकं आणि माझ्या कॉलेज, डिप्लोमाचं सर्टिफिकेट चौकटीत टांगलेलं होतं. ते सर्टिफिकेट माझ्याकडं बघून मला वाकुल्या दाखवत होतं. ह्यासाठी मी तुला शिक्षण दिलं नाहीये, असंच जणू ते म्हणत होतं.

'थँक्स गिव्हिंग'च्या दिवशी सकाळी मॉमनं आपलं स्वयंपाकघर या उंच, रानटी दिसणाऱ्या, परक्या माणसाच्या स्वाधीन केलं होतं. घरातील सगळी झोपेतून उठण्यापूर्वीच कोणतंही बंधन नसल्यानं त्यानं मुक्तपणे स्वयंपाकाला सुरुवात केली. भांड्यांसाठी ड्रॉवर्सची उचकाउचकी करत आपल्याच घरी असल्यासारखा तो वावरत होता. साधारण सातच्या सुमाराला घरातली सगळी आपापल्या झोपायच्या खोल्यातून कॉफी पिण्यासाठी बाहेर यायला लागली तेव्हा तो सहा पदार्थ एकदम करण्यात गुंगून गेला होता. साखळीला बांधलेल्या करवतीच्या आजूबाजूला लाकडाच्या ढलप्या उडाव्यात त्याप्रमाणे त्याच्याभोवती अन्नपदार्थ पडलेले होते. उत्साहाच्या भरात त्यानं डाग नसलेल्या मॉमच्या स्वच्छ स्वयंपाकघरात केरकचरा केला होता. भिंतीवर क्रीम उडवलं होतं आणि बटाट्याचे तुकडे जमिनीवर पायदळी चिरडले होते. बीटचे तुकडे आणि जवळच घातलेला पांढरा गालिचा यात मी मध्येच लुडबूड करत होते. दुपारी अगदी वेळेवर मी वाईनची बाटली उघडली आणि मॉमसाठी मोठ्या ग्लासमध्ये ओतली.

बरोबर तीन वाजता जेवढी पाहिजे तेवढी कुरकुरीत भाजलेली बदामी रंगाची उत्कृष्ट दिसणारी टर्की ओव्हनच्या बाहेर आली. स्वयंपाकासंबंधीच्या एखाद्या पुस्तकात मधल्या दुमडलेल्या लांबलचक पानावर छापण्याच्या योग्यतेची ती दिसत होती. मार्कनं आधीच आपला स्वयंपाक संपवून झाकून ठेवला होता. आता तो डॅड आणि जेफ यांच्याबरोबर मागच्या अंगणात जळाऊ लाकडाच्या ढलप्या फोडत होता. कोणतीही घाईगडबड न करता, न थांबता एखादी निसर्गशक्ती असावी त्याप्रमाणे तो कुऱ्हाड त्या लाकडावर हाणत होता आणि मी त्याचं सशक्त शरीर खिडकीतून निरखत होते. त्यानं संपूर्ण झाडाच्या ढलप्या केल्या आणि रस्सा करण्यासाठी पुन्हा स्वयंपाकघरात आला. पसरट भांड्यातील भाजलेल्या मांसातून बाहेर पडलेल्या

चरबीत त्यानं पीठ घालून ढवळलं. नंतर त्यात स्टॉक, वाईन आणि स्वयंपाकातल्या सुगंधी वनस्पती टाकल्या. रश्श्याची चव बघण्यासाठी डॅनी स्टोव्हजवळ आली आणि तिचे डोळे विस्फारले.

"या रश्शामुळे माझी स्तनाग्रं ताठर झाली आहेत," ती माझ्या कानात कुजबुजली. मग आम्ही सगळे टेबलाशी बसलो आणि त्या स्वयंपाकानं सगळ्या कुटुंबावर जादू केली.

तसं ते साधंच, कोणत्याही सजावटीशिवाय केलेलं जेवण होतं. ते जेवण स्वत:च आपोआप आपली गुणवत्ता दाखवत होतं. आतापर्यंत खाल्लेल्या सगळ्या टर्कीत ती सर्वांत चविष्ट टर्की होती, असं आईनं जाहीर केलं. यापुढं ती सेंद्रिय पद्धतीनं पिकविलेले बटाटे खरेदी करणार असंही ती म्हणाली. मार्कसाठी अन्न म्हणजे अगदी बीजापासून टेबलावरच्या पदार्थांपर्यंत सगळं. अन्न म्हणजे प्रेमाचं प्रकटीकरण - ममतेची अभिव्यक्ती. आयुष्याबद्दल प्रेम आणि त्याच्या भोवतालच्या माणसांबद्दल माया. मला वाटतं त्याचं प्रेम किती गाढ आहे हे माझं कुटुंब चाखून ओळखू शकलं. फळांच्या रसाचं वर पेस्ट्री घालून केलेलं पक्वान्न-पाय आणि आणखी एक ग्लासभर वाईन यांच्या मधल्या वेळेत त्यांनी ठरवलं की - जरी तो मोकळेपणानं बिनपैशाच्या अर्थव्यवस्थेत जगण्याची व खिळ्याशिवाय बांधलेल्या घरात राहण्याच्या इच्छेविषयी बोलत होता तरी- या दोघांच्या बाबतीत काहीतरी घडणं शक्य होतं, म्हणजे आपली शक्यता आणि मी पूर्णपणे बिनमहत्त्वाच्या व्यक्तीला घरात घेऊन आलेली नाही.

"ठीक आहे. आतापर्यंत घरी आणलेल्यात हा सर्वांत चांगला वाटतोय." कॉफी पिताना माझा भाऊ बहिणीजवळ पुटपुटताना मी ऐकलं. ही सुरुवात काही उत्कृष्ट नव्हती, पण त्यांनी मला एक संधी द्यायचं ठरवलं होतं असं दिसलं.

माझं सामानसुमान भरण्यासाठी आणि नेण्यासाठी मार्क माझ्या बरोबर गाडीतून शहरात आला. विमानात बसून खूप दूर परदेशी जाताना विमानाची चाकं धावपट्टी सोडण्यापूर्वी भोवळ आल्यासारखी मन:स्थिती असते तशा चमत्कारिक स्थितीत मी होते. आम्ही माझ्या वस्तू निवडून वेगळ्या केल्या. मार्कच्या म्हणण्याप्रमाणे ज्या वस्तूंची मला नव्या आयुष्यात गरज लागणार नाही त्यांचा एक मोठा ढीग केला. बरोबर न्यायच्या वस्तूंचा एक लहानसा ढीग झाला. माझा पलंग टाकून देणं माझ्या जिवावर आलं. मला तो खूप आवडायचा आणि त्यासाठी मी पैशाची थप्पी खर्च केली होती.

"काळजी करू नकोस," मार्क म्हणाला होता. "मी तुझ्यासाठी नवीन पलंग बनवीन, याच्यापेक्षा अधिक सुंदर आणि तो अधिक खास असेल. कारण तो हातांनी बनविलेला असेल."

म्हणून आम्ही पलंग खाली आणून जॅनेटकडे ठेवला आणि तिचा पाळीव

कुत्र्याचा वास येणारा जुना पलंग टाकून द्यायला मदत केली. माझ्या किल्ल्या अपार्टमेंटमध्ये टाकल्या आणि दार बंद करून सगळ्यावरच पडदा टाकला.

आम्ही दीड एक तास हडसनपर्यंत आणि नंतर न्यू पॉल्टझपर्यंत प्रवास केला. मार्क तिथं वाढला होता आणि त्याचे आई-वडील व बहीण तिथंच राहत होते. आम्ही त्याच्या आई-वडिलांकडून अर्धं घर भाड्यानं घेतलं. त्याच घरात त्याची आजी मरेपर्यंत राहत होती. डोंगरात वळणावळणानं वर जाणाऱ्या रस्त्याच्या कोपऱ्यातल्या लहान जागेत ते घर होतं. त्याच्या पाठीमागं असलेलं जुनं कोठार, कुटुंबातल्या माणसांनी कौशल्यानं केलेल्या वस्तूंनी भरलेलं होतं : त्यात मार्कच्या आजोबांनी काढलेले मॅनहॅटनमधल्या बहुमजली इमारतींच्या आराखड्यांच्या ब्लू प्रिंट्स, पेपरने भरलेल्या पेट्या, जड लाकूड सामान वगैरे होतं. कोठाराच्या मागे उंच वृक्षांची राई आणि त्याच्याही पाठीमागे शावांगुक रिजचा चढता कडा. त्या कड्यावर होता गोल आकाराचा, माणसाच्या नाकासारखा भासणारा बॉंटिकू क्रॅग नावाचा खडक. तिथं राहायला आल्यावर काही दिवसांनी मार्कनं मला घरापाठीमागील उंच कड्यावर मजा म्हणून पायरपेटीला नेलं. तो जानेवारी महिना होता. खडकांवर बर्फ होतं. माझी कुत्री निकोला फूटपाथवरून चालायची सवय होती. ती आमच्यामागून खूप कष्टानं वर चढली. आम्ही अगदी शिखरावर चढलो आणि मानसिक ताणामुळे मार्क गप्प झाला. त्या वेळी त्यानं मला औपचारिकपणे त्याच्याशी लग्न करण्याबद्दल विचारलं. खाली दिसत असलेल्या स्वच्छ, थंड आकाशात एक बहिरी ससाणा गोल गोल घिरट्या घालत होता, तिकडं मी बघत राहिले. वारा जोरानं वाहत होता. दृश्य अगदी नाट्यमय होतं. मी हो म्हणाले. मी जेव्हा माझ्या कुटुंबाला ही बातमी सांगण्यासाठी फोन केला तेव्हा माझ्या आई-वडिलांना खोटा मुखवटा घालणं शक्य झालं नाही. त्यांनी 'हा घाईगडबडीने घेतलेला निर्णय आहे' अशी धोक्याची सूचना दिली. माझ्या भावानं तर विचारलं, "तू कोणाबरोबर लग्न करणार आहेस?"

माझ्या वहिनीनं महत्त्वाचा मुद्दा सांगितला की, "विवाह करण्याचं अभिवचन दिल्यावर दीर्घकाळ एकत्रित राहणं हीच चांगली गोष्ट आहे. त्यामुळं त्या जोडप्याला एकमेकांची खरी परीक्षा करता येते." माझी बहीण केली सरळ म्हणाली की, मला जर हेच करायचं असेल तर मी लग्नच करून टाकावं. कारण घटस्फोट हा पर्याय नेहमीच उपलब्ध असतो.

मार्कनं मला दाखविलेल्या काल्पनिक दृश्याला- म्हणजे जमीन, शेतघर, फळबाग इत्यादी - मूर्त स्वरूप देण्यासाठी शोधाशोधीच्या काळात आमचं राहण्याचं ठिकाण म्हणजे न्यू पॉल्टझ मधला तात्पुरता निवास असं गृहीत धरलं होतं. विमानात

बसल्यावर होणारी गरगरल्यासारखी मन:स्थिती असताना मला वाटलं होतं की तात्पुरता निवास हा फार थोडा काळ असेल. वाईट गोष्ट अशी की तो काळ फार भयानक वाटत होता. ११ सप्टेंबरच्या घटनेमुळं झालेले निर्वासितांचे लोंढे न्यू पॉल्टझमध्ये येऊन वसत होते. त्यामुळे घरांच्या किमती भरमसाठ वाढल्या होत्या. जमिनीच्या किमतीही अचानक वाढल्या होत्या. आम्ही बघितलेल्या शेतजमिनी एकरी २५ हजार डॉलर्स अशा किंमतीला विकल्या जात होत्या. परंतु ती माती मात्र बढाई मारण्यासारखी आहे असं म्हणता येत नव्हतं. हा तात्पुरता निवास अतिशय भयानक असा दीर्घकाळ निवास होईल असं वाटायला लागलं होतं.

कॉलेजनंतर मार्क पहिल्यांदाच शेताशिवाय होता. सततच्या शारीरिक कष्टाशिवाय प्रथमच जगत असल्यानं, राखण्याकडे मेंढ्यांचा कळप नसताना तो जास्त मंत्रचळी व्हावा, तसा तो झाला होता. त्याच्यातील मनाला व्यापून टाकणारी, पछाडणारी एखादी गोष्ट न आवरण्याइतकी बहरली होती. त्याला विजेचा उपयोग न करता जगायचं होतं. पण हे घर त्याच्या आई-वडिलांच्या मालकीचं होतं. त्यामुळं तो वायरिंग काढून टाकू शकत नव्हता. म्हणून ते वापरायचं नाही असं त्यानं सरळ ठरवून टाकलं. त्यानं डझनावारी मेणबत्त्या विकत आणल्या होत्या आणि लाइटचं बटण दाबलं तर तो आरडाओरडा करत होता. त्यानं कुजून खत होणारा पायखाना बांधला. त्यासाठी त्यानं ‘पीट’ नावाचं वनस्पतीजन्य सरपण, शेवाळं, पायखान्याची सीट आणि लाकडी खोका वापरला. तो आमच्या बाहेरच्या उठायबसायच्या खोलीत मध्यावर ठेवला. मी विरोध केला तेव्हा त्यानं नाखुशीनं त्याला पडदा लावला. तो लोकर कातायला शिकला आणि सुंदर बारीक धागा येईपर्यंत तासन्‌तास कातत बसायला लागला. आमच्या शेजाऱ्याकडे घराबाहेरून वापरता येईल असा जळाऊ लाकडावर चालणारा ओव्हन होता. मार्कनं त्याचा ताबा घेतला आणि आठवड्याला चाळीस असे घट्ट पाव बनवून तो ते आपल्या शेजाऱ्यांच्या दारात एखादी वीट टाकावी त्याप्रमाणे टाकू लागला. तो न्यू जर्सीला सायकलवरून जा-ये करायला लागला.

एकमेकांना लग्नाचं वचन दिल्यावर एक महिन्यानं आम्ही माझ्या आई-वडिलांना मार्कच्या आई-वडिलांच्या भेटीला बोलावलं. माझे वडील प्रजासत्ताकाचे कडवे पुरस्कर्ते असून त्यांनी लष्करात सेवा केली होती. सेवानिवृत्तीनंतर त्यांची राजकीय मतं पुढं पुढं उजव्या म्हणजे प्रतिगामी पक्षाकडं झुकली होती. त्यांचा ग्लोबल वॉर्मिंग - वैश्विक तापमानवाढीवर विश्वास नव्हता. त्यांच्या मते ग्लोबल वॉर्मिंग म्हणजे वृक्षांना वाचविण्यासाठीची आंदोलनं, ही फायदा मिळविण्यासाठी केलेली बनवाबनवी होती किंवा यूएनचा एखादा कट असावा आणि अर्थात दोन्ही बाबतीत मुक्त प्रसार-माध्यमांनी ते फाजील चिरस्थायी करून ठेवलेले असावेत. माझी आई त्यांच्यापेक्षा साधारण बारा वर्षांनी लहान होती. ती मार्कच्या आई-वडिलांच्या पिढीची होती.

माझ्या वडिलांशी तिचे लग्न झाल्यावर तिला एकदम एल्व्हिस पूडल स्कर्ट्स ते मार्टिनी आणि हलक्याफुलक्या गप्पा एवढी बढती मिळाली होती. मधल्या 'बीटल्स' च्या जमान्याचा तिला स्पर्श झाला नव्हता. अंथरुणं आवरलेली नसली, फर्निचर पुसलेलं नसेल किंवा गालिचा व्हॅक्यूम क्लीनरनं झाडलेला नसेल तर तिला स्वत:ला त्यात कमीपणा वाटत असे. मेकअप आणि नीटनेटकी केशरचना केल्याशिवाय ती चारचौघांत मिसळत नसे.

मार्कचे आई-वडील माझ्या आई-वडिलांचं वर्णन कदाचित बूर्झ्वा - 'मध्यमवर्गीय विचारसरणीचे' असं करतील. उलट माझे आई-वडील त्यांना कदाचित प्लेक्स - 'शिष्टाचार माहीत नसलेले लोक' असं म्हणतील. त्यांनी १९६० च्या अखेरीस न्यूयॉर्क शहर सोडलं होतं आणि कॅटस्किलमध्ये एका खडकाळ जमिनीच्या तुकड्यात स्वत:चं अन्न स्वत: पिकवायला सुरुवात केली होती. कोठार ठाकठीक करून ते त्यात राहू लागले होते. मार्कचा जन्म होईपर्यंत त्यांच्या घरी आत नळ, बाथरूम वगैरे काहीच नव्हतं. मार्कच्या वडिलांनी इंजिनीयर म्हणून प्रशिक्षण घेतलं होतं. परंतु नंतर ते प्रथम सुतार, नंतर सामायिक शेतीचा पुरस्कार करणारा कार्यकर्ता व शेवटी शेतकरी झाले होते. मार्कची आई निसर्गप्रेमी होती. तिचा फ्रीजर उघडला तर तुम्हाला त्यात करमणुकीखातर विच्छेदन करण्यासाठी एखादी मेलेली घूस किंवा खिडकीच्या काचेवर आपटून मेलेला कोणी दुर्दैवी पक्षी ठेवलेला आढळेल. पार्टीच्या वेळी अनेक वेळा गिटार काढून स्वत: पुढाकार घेताना मी तिला पाहिलंय आणि उपरोधिक म्हणून नव्हे पण ती चक्क 'कुम - बा - या' गात होती.

आमच्या वाङ्‌निश्चयाच्या जेवणाच्या वेळी मार्कच्या मॉमनं आमच्या सन्मानार्थ तिनं लिहिलेली 'इराकमध्ये बॉम्ब पडत आहेत' ही कविता वाचून दाखविली. माझ्या आई-वडिलांनी टेबलासमोर बसून पोलादासारख्या थंड स्तब्धतेनं ती ऐकली. आमची सहा जणांची मन:स्थिती आम्ही जो जड किंवा कठीण ब्रेड खात होतो त्याच्यासारखी जड झाली होती. मार्क 'लाइट वापरायची नाही' याबद्दल अतिशय आग्रही होता. त्यामुळं जेवण झाल्यावर माझे वडील रात्री अंधारात चाचपडत गाडीपर्यंत गेले आणि त्यांनी गाडीच्या लाईट्सचा झोत टाकला. त्यामुळं आईला बाथरूमपर्यंत जाता आलं आणि तिथं तिनं चिडून लाइट लावला.

आठवडे म्हणता म्हणता महिने कंटाळवाणेपणानं पुढं सरकत होते. अजूनही आम्ही जमिनीवर चटया टाकून झोपत होतो. मार्कला माझ्यासाठी तो सुंदर पलंग तयार करायची कुठचीच घाई दिसत नव्हती. प्रत्येक वेळी जमिनीवरील चटईवर झोपताना मला माझ्या मनातला किंचित कडवटपणा जाणवू लागला.

ज्या काल्पनिक दृश्यांमुळं मी शहराच्या बाहेर पडले त्या आधारे मी स्वत:ला हिंमत देण्याचा प्रयत्न केला - शेतघर, फळबाग, कुरणावर चरणारी आनंदी गाई-

गुरं - मग माझ्या नव्या आयुष्यात उपयोगी पडेल असं काही कौशल्य, कसब मिळवण्यासाठी या तात्पुरत्या निवासाचा उपयोग मी करायचं ठरवलं. मधमाशापालनाविषयी मी पुस्तकं वाचली आणि एक पोळं मिळवलं. मार्कनं मला मागच्या अंगणात कोंबड्यांसाठी खुराडं तयार करायला मदत केली आणि मला पाहिजे होतं ते मिळालं : आठ बार्ड रॉक जातीच्या चांगल्या गुराढोरांच्या जाहिरात विभागात कोंबड्या घरी फुकट दिल्या जातील.

कोंबड्यांच्या थव्याबरोबर एक अगदी नीच कोंबडाही आला. त्याच्या पायाच्या मागच्या बाजूची नखं मोठी होती आणि तो अनुभवी व कपटी स्वभावाचा होता. तो कोंबड्यांवर बोनस म्हणून दिला गेला होता, पण त्याचीच मुख्य जबाबदारी होती. त्याला मागून हल्ला करणं आवडायचं. एकदा त्यानं मला हरितगृहाच्या कोपऱ्यात पकडलं आणि एवढ्या जोरानं आपल्या पायाची नखं मारली की माझ्या पायाच्या नडगीतून रक्त वाहू लागलं. मी इतकी निराश झाले की बाहेर जाताना प्रत्येक वेळी हातात केरसुणी घेऊन जाऊ लागले. मार्कला त्यात मजा वाटू लागली.

"त्याचं वजन पाच पौंड आहे," तो म्हणाला, "मला वाटतं तू त्याला हरवू शकतेस."

मी नेटवर कोंबड्यांच्या बाबतीत माहिती मिळविली. त्या कोंबड्याच्या नीचपणावर उपाय म्हणजे त्याचे कॉक यू व्हिन म्हणजे तुकडे करून रेड वाईनमध्ये शिजवणं, हाच होता हे मला कळलं. मार्कनं त्याला पायाला धरून उलटा केला आणि मी एक मोठी धारधार सुरी त्याच्या मानेला टेकवून तयार राहिले. पण त्याला कापायच्या विचारानं माझ्या शरीरातली ताकदच गेली. शेवटी मी नाइलाजानं घाव घातल्यानं त्याला चांगल्या प्रकारे मरण आलं नाही. मी ते नीट न करू शकल्याने तसेच फडफडण्याच्या आणि मोठ्या कर्कश गोंधळानं मला झपाटल्यासारखं झालं. पुन्हा हे काम करायची वेळ आली तर ते नीट करता येण्याइतकं कौशल्य त्यात मिळवायचं असं मी ठरवलं. मी चौकश्या केल्या. शहरातील दोन स्त्रिया आपल्या पाळलेल्या कोंबड्या कापणार आहेत असं कळलं. मी त्यांना विचारलं की, माझा हेतू फक्त शिकणं हा आहे, तेव्हा मी तुमच्याबरोबर काम करू का? त्यांनी 'हो' म्हटलं.

जाना आणि सुरी या साधारण पन्नाशीच्या होत्या. त्यांनी ब्रिकेनस्टॉक्स कंपनीच्या सँडल्स आणि विशिष्ट प्रकारच्या कापडाचे कपडे घातले होते. त्या दोघी, मुली एकमेकांशी हितगुज करतात त्या वयापासून एकमेकांच्या जुन्या मैत्रिणी होत्या. त्या शेती करत नव्हत्या, परंतु काही प्रमाणात स्वत:चं अन्नधान्य त्या स्वत: पिकवत होत्या. प्राण्यांची कत्तल करण्याच्या कामात मार्क अगदी रूक्ष होता. परंतु प्राण्यांची कत्तल करणं हे एक पवित्र कार्य आहे असा या दोघींचा विश्वास होता आणि त्यासाठी त्यांनी आयत्या वेळी समारंभ करायचा ठरवला होता. मी तेथे पोहोचल्यावर त्यांनी

हिरवट रंगाची पानं असलेल्या सेज नावाच्या वनस्पतीची जुडी पेटवली आणि त्याचा धूर माझ्याभोवती पसरवला. नंतर जिवंत कोंबड्यांना त्यांच्या अंताची पूर्वसूचना मिळू नये यासाठी त्यांनी कत्तल करायचा ठोकळा आणि खुराडं यामध्ये पडदा टांगला.

जानानं एक कोंबडी तिच्या पायाला धरून खुराड्याबाहेर ओढली. झाडाच्या लाकडी ठोकळ्यावर ठेवून तिचं डोकं लहानशा कुऱ्हाडीनं तोडण्याआधी तिनं तिला लहान बाळाप्रमाणे हाताच्या पाळण्यात जोजवलं. ''तुझे आभार मानते, कोंबडीताई,'' असं तिनं एका विशिष्ट स्वरात म्हटलं. ''आमच्या कुटुंबाला खाऊ घालण्यासाठी तुझं मांस आम्हाला दिल्याबद्दल आभारी आहोत, कृतज्ञ आहोत. तू आमचं पोषण करतेस. आता तुझा आत्मा उंच उडून सूर्यदेवाकडे जाऊ दे.'' खटक. दोन-तीन कोंबड्या अशा प्रकारे कापल्यानंतर तिनं एक माझ्या हातात दिली. मी कोंबडी पायाला धरून वर केली. त्यामुळं आम्ही एकमेकांच्या नजरेला नजर भिडवू शकत होतो. तिची पिसं उघडली होती व पंख फडफडवणं थांबवलं होतं. ती एक प्रकारच्या गुंगीत होती. मी खाकरले. तिचा आत्मा सूर्यदेवाकडे सोपवायला मी स्वत:ला समर्थ करणं शक्य नव्हतं. पण मी जे करणार होते त्याचं ओझं मला जाणवत होतं. संधी मिळाली असती तर जिवंत राहणं नक्कीच पसंत केलं असतं अशा एका सशक्त, ज्ञानग्रहणक्षम प्राण्याचा मी जीव घेणार होते आणि मला कृतज्ञता वाटली; अगदी मनापासून. ''कोंबडीताई!'' मी म्हणाले. कोंबडीने आपल्या रबरासारखा मुखवटा घातलेल्या तोंडावरचे विचित्र डोळे सावकाश मिचकावले. ''याबद्दल क्षमा कर. मी हे चटकन उरकीन असं वाटतंय - खूप खूप आभार.'' आणि खटक.

त्या दिवशी कोंबड्या कापण्यात मी बऱ्यापैकी तयार झाले. जाना व सुरी माझ्याशी खूप चांगल्या वागल्या. त्यांनी मी कापलेली पहिली कोंबडी मला ओव्हनमध्ये भाजण्यासाठी घरी न्यायला दिली. मी ती शिजवली आणि संपूर्ण कृत्याचं आकलन झाल्यानं ती मोठ्या आदरानं खाल्ली. मी असं ठरवलं की तिची योग्य किंमत आणखी काही गोष्टींनीसुद्धा करता येते. विधीपूर्वक त्या सेज वनस्पतीचा उपयोग करून किंवा सेज वनस्पतीचा स्वयंपाकात उपयोग करून ती 'कोंबडीत भरून' काळजीपूर्वक शिजवून तिचा आनंद उपभोगता येईल.

दरम्यान, आमचा शेताचा शोध अजून संपत नव्हता. मार्कचं म्हणणं होतं की आम्हाला अशी चांगली जमीन पाहिजे की ज्यावर आम्ही उपजीविका करू शकू. आम्हाला पाहिजे तशी कसू शकू. कदाचित आम्ही आमचं शाश्वत असं घरकुल तिथं बांधायचीसुद्धा शक्यता होती. ती जमीन मोफत मिळावी अशी त्याची अपेक्षा होती. ती तशी मिळेलच असं त्यानं स्पष्ट केलं. कारण लहानपणापासून असं काहीतरी त्याच्या अवतीभवती होतं, ज्याला तो जादूचं वलय म्हणतो. ते एक प्रकारचं

सुदैवाचं तेजोवलय असून योग्य वस्तू योग्य वेळी आकर्षित करतं. चांगल्या वस्तू त्याच्याकडे नेहमी आपोआप आल्या आहेत तशीच शेतजमीन पण येईल. नऊ महिन्यांपेक्षा जास्त काळ लागणार नाही, फक्त मी माझ्या व्यवहार्य कल्पना आणि नकारात्मक विचार यांनी ती जादूची प्रभावळ निष्प्रभ करता कामा नये, असं त्याला वाटत होतं. अतिशय चीड यावी अशी ही परिस्थिती होती.

शेतजमिनीचा शोध जितका लांबत चालला तसतसे आम्ही एकमेकांवर अधिक चिडू लागलो. प्रेमाचा पहिला बहर ओसरला होता आणि आम्ही एकमेकांपेक्षा किती पूर्णपणे वेगळे आहोत हे आम्हाला नव्यानं कळायला लागलं होतं. सामाजिक शिष्टाचारांची मी पर्वा करत नाही असं वरवर दिसत असलं तरी मध्यमवर्गीय संस्कारात वाढलेली असल्यानं मी तशीच असेन असं त्याला आढळलं. हात व नखांची निगा राखणं किंवा बुटांचा नवीन जोड घेणं यामुळे सामाजिक व आर्थिक दर्जा वाढतो असा माझा विश्वास असल्याचंही त्याला वाटू लागलं. तसंच मार्कच्या अष्टपैलू बाह्यरूपाखाली अत्यंत आडमुठा असा स्वच्छंदी हिप्पी दडलाय असं मला जाणवायला लागलं. त्यानं आपलं कॉलेजमधलं दुसरं वर्ष तसेच पूर्व पेनसिल्व्हानियातील हिवाळासुद्धा बूट न घालता काढला होता असंही मला समजलं. तो आपल्या काखांचं अस्सल रूप दाखवितो हे बघून लोकांनी आपल्या गाडीच्या काचा खाली करून कुतूहलानं बघितलेलंही माझ्या लक्षात आलं होतं. आम्ही आयुष्याच्या वेगळ्या टप्प्यावर एकमेकांना भेटलो असतो तर मला वाटतं आम्ही शक्य तितक्या वेगानं एकमेकांपासून दूर गेलो असतो.

दोन गोष्टींमुळे आम्ही वाचलो. मला एकापाठोपाठ एक प्रवासाविषयी लिहिण्याची कामं मिळत गेली. त्यामुळं कित्येक महिने आम्ही वेगवेगळ्या खंडात असल्यासारखे होतो. आणि लार्स केलेसिड हा उदार आणि उत्साही माणूस मार्कच्या जादूच्या प्रभावळीत आपोआप आला. ते मार्कच्या बहिणीच्या मैत्रिणीचे वडील होते. आमच्या पहिल्या भेटीच्या शेवटी त्यांनी लेक चॅम्प्लेनच्या उत्तरेला असलेल्या आपल्या मालकीच्या मोठ्या सुपीक जमिनीचे मोफत लीज आम्हाला देऊ केलं होतं. आम्हाला पाहिजे तसं आम्ही शेत कसू शकणार होतो. तिथं कायमचं घरकुल बांधणं व शेतवाडी वसवण्याविषयीची शक्यता आम्ही मोकळेपणानं बोललो. आम्ही शेताचा शोध घ्यायला लागल्या दिवसापासून बरोबर नऊ महिने झाले होते.

सोसाट्याचा वारा असलेल्या एके दिवशी आम्ही पहिल्यांदा एसेक्स फार्म बघायला गेलो. तो सप्टेंबर महिना होता. आम्ही पोकेप्सीपासून उत्तर दिशेला धिम्या गतीनं जाणारी आगगाडी पकडली होती. आमच्या सायकली आणि कँप टाकायची साधनसामग्री मालाच्या डब्यात टाकली. आम्ही आदळत आपटत हडसनहून ॲडिरॉन्डॅक पार्क व

तिथून लेक जॉर्ज मागे टाकून लेक चॅम्प्लेनच्या किनारी असलेल्या निर्जन अशा वेस्टपोर्ट स्टेशनवर उतरलो. पश्चिमेला असलेल्या ॲडिरॉन्डॅक पर्वतातील हिरवाई कमी होऊन पानं शुष्क व्हायला सुरुवात झाली होती. उन्हाळा घालविण्यासाठी आलेली न्यूयॉर्क आणि बॉस्टनमधील मंडळी चेम्प्लेन सरोवराच्या काठी असलेली आपली घरं बंद करून शहरात परतली होती. आम्ही सरोवराच्या किनाऱ्यालगतच्या वनराईजवळून उत्तरेच्या रस्त्यानं सायकली हाणत निघालो. सर्वसाधारण दिसणारी कामगारांची कुरणातील घरं, साधी उन्हाळी घरं आणि श्रीमंत वतनवाड्या आम्ही मागे टाकल्या.

लार्स हे मॅनहॅटनला वकील म्हणून व्यवसाय करत होते. त्यांनी आठ वर्षांपूर्वी पाचशे एकर शेतजमीन आर्थिक गुंतवणूक म्हणून खरेदी केली होती. त्यांना ती शेतजमीन आवडली होती, कारण त्यामुळे आपल्या आजोबांच्या नॉर्वेमधील शेतावर उन्हाळ्यात घालविलेल्या दिवसांची आठवण होऊन त्यांच्यातील लहानपण जागं व्हायचं, असं त्यांनी सांगितलं होतं. ते मालक झाल्यापासून त्यांच्या गैरहजेरीत एक माणूस त्यांच्या शेताची देखभाल करायचा. त्यांना वाटलं होतं त्याप्रमाणे ते वारंवार काही शेताकडं येऊ शकत नव्हते. आम्ही त्यांना भेटलो तेव्हा ते शेत विकायचा विचार करत होते. परंतु तिथं सर्वसाधारणपणे आम्ही काय करू शकू याबद्दलचे विचार ऐकल्यावर त्यांना त्यात रस वाटू लागला. म्हणून आम्हाला जमीन आवडली तर शेतघर, कोठारं, जमीन, शेतीची साधनं या सर्वांसकट एक वर्षापुरतं मोफत लीज द्यायचं त्यांनी ठरवलं.

लार्सनी दिलेल्या नकाशाप्रमाणे आम्ही चिमुकल्या एसेक्स गावातून सायकली चालवत पुढं निघालो. इतिहासाच्या पुस्तकातून बाहेर पडल्यासारखी वाटणारी १८५० मधली घरं, अपरिचित दिसणाऱ्या फेरीबोटीच्या गोदी, लायब्ररीची दगडी इमारत, मेनस्ट्रीटवरची या ऋतुपुरती बंद झालेली एक लहानशी दुकानांची रांग आम्ही मागं टाकली. हे शेत अग्निशामक दलाच्या इमारतीच्या पुढं, गावाच्या पश्चिमेला होतं. अस्ताव्यस्त वाढलेली शेतं आणि दुरुस्तीला आलेला काटेरी तारेच्या कुंपणांचा पट्टा हे संधिप्रकाशात झालेलं शेताचं पहिलं दर्शन होतं. काही माणसं तिथं भराभर गवत कापत होती आणि दोन ट्रॅक्टर्स अंधारात पळत होते.

दोन दगडी कमानींमधून शेताच्या आत जाणारी धुळीची वाट आम्हाला दिसली. उजव्या कमानीच्या आधारानं एक पुसट झालेली खुणेची हिरवी पाटी होती. त्यावर 'एसेक्स फार्म' असं लिहिलं होतं. आतल्या वाटेवर दोन्ही बाजूंना मेपलच्या झाडांची रोपटी लावलेली होती. त्यांची पानं तांबडी झालेली होती. गवत काळजीपूर्वक कापलं होतं. सालासारखा पांढरा रंग असलेलं आणि सेज वनस्पतीसारखं हिरवट छप्पर असलेलं शेतघर मात्र पाव मैल आत होतं. त्याची पुढची खिडकी मोडली होती. त्यामुळं ते एका डोळ्यानं आंधळं असल्यासारखं दिसत होतं. आम्ही त्या

घरासमोर त्याचा थोडा अंदाज येण्यासाठी थांबलो. आणि अचानक एक सशक्त, तगडा खच्ची केलेला, काळा बुल जातीचा शिकारी कुत्रा गॅरेजमधून सणाणत बाहेर आला. त्याच्यामागं दोन पांढरे मिश्रजातीचे धनगरी कुत्रेही आले. मागे बांधलेल्या साखळीमुळे तो बुल उलटा खेचला गेला आणि त्याचे मोठे वृषण स्पष्ट दिसले. ते पांढरे कुत्रे तेवढे हिंस्त्र नव्हते. त्यामुळं दबकत घाबरत ते आमच्या पायात घोटाळू लागले. घराच्या वरच्या उघड्या खिडकीतून टिव्हीवरचा फूटबॉलचा मोठमोठ्यानं आरडाओरडा आम्हाला ऐकू आला. आम्ही दार वाजवलं तरी कोणी उत्तर दिलं नाही. आम्ही आतपर्यंत गेलेल्या लांबलचक वाटेनं तसेच पुढं गेलो. वाटेच्या दोन्ही कडेला पडक्या इमारती होत्या. वाटेपासून थोड्या अंतरावर, ब्रेडची जुनी प्लॅस्टिकची खोकी भरलेली, धुळीनं माखलेली एक स्कूलबस पडलेली होती.

आम्ही सायकलवरूनच धान्याच्या कोठारात शिरलो. कोठाराच्या जमिनीवर पूर्वीच्या जुन्या धान्याचा दोन इंची जाड थर होता. आम्ही दार उघडताच आत प्रकाश पडला आणि उंदरांची फौजच्या फौज बाहेर पडण्यासाठी धडपडू लागली. आम्ही सायकली तिथंच ठेवून सरोवराच्या दिशेनं पूर्वेकडं चालत गेलो. थोड्याशा उंचवट्यावर आल्यावर समोर संगमरवरी दगडांचं नक्षीकाम केल्यासारखी मोकळी शेतं आणि फरसारखे दिसणारे स्प्रूसचे, टोकदार फांद्या असलेले दलदलीत वाढणारे भक्कम लाकडाचे, कडू फळांचे, ओकचे, पिवळ्या सुगंधी फुलांचे शोभिवंत लिंडेन आणि इमारतीसाठी उपयुक्त लाकडाचे लाल मेपलचे असे अनेक सरळ रांगेत लावलेले वृक्ष जोपासलेले दिसले. समोरची जमीन सपाट होती. तरी काही खोलगट भागात दलदल होती. आम्ही आमचा तंबू हिरव्या झाडीत टाकला. ती पांढरी कुत्री आमच्या मागोमाग येऊन आमचं लक्ष वेधण्यासाठी घोटाळत होती. आम्ही तंबू ठोकेपर्यंत जवळजवळ अंधार झाला होता. आम्ही सायकली ठेवल्या होत्या तिथपर्यंत परत आलो आणि पुन्हा एसेक्स गावापर्यंत येऊन आमच्या प्रवासाचा शेवटचा टप्पा पूर्ण केला. नुकताच मी आशियाचा दौरा केल्यानं जेटलॅग अजून गेला नव्हता आणि मी मरणाची दमले होते. मला झोपेपेक्षा अन्नाची जास्त जरुरी वाटत होती. काही कारणामुळं आम्ही अन्नपदार्थ बरोबर घेऊ शकलो नव्हतो. माझं डोकं ताळ्यावर ठेवण्यासाठी शरीरातील साखरेची आवश्यक पातळी खालीखाली उतरत होती. मला इतकी भूक लागली होती की मी जाम चिडले होते. टाउन हॉलच्या बाहेरील बाकावर मी बसून राहिले आणि मार्क जेवण मिळण्याची कुठं शक्यता आहे का हे बघायला गेला होता. तो परत येऊन खाली बसला आणि वाईट बातमी सांगण्याआधी त्यानं आपल्या हाताचा विळखा सावधपणे माझ्याभोवती टाकला. तिथं खाणं मिळण्याची एकमेव जागा होती, ती म्हणजे एक खानावळ. तिथं रिकामी टेबलं दिसत होती तरी ते मात्र आम्हाला घेत नव्हते. कारण आम्ही आरक्षण केलं नव्हतं.

तिथं दुकानं नव्हती आणि जवळचं तालुक्याचं गाव पाच मैल दूर उंच टेकडीवर होतं. आतापावेतो खूपच अंधार झाला होता आणि काहीतरी खाल्ल्याशिवाय जवळच्या गावात सोडाच, पण शेतापर्यंत जाणंसुद्धा मला शक्य नव्हतं. जिथं तुम्ही भुकेनं खरोखर मरू शकता अशा या लहान नीरस जागेच्या अपरिचित कानाकोपऱ्याचा मला तिटकारा वाटू लागला आणि मी चिडले. त्या क्षणी त्या शेतजमिनीचासुद्धा मला तिरस्कार वाटू लागला. तिथं केरकचऱ्याचे ढीग होते, दलदल होती आणि उन्हाळ्यात तर बहुधा डासांनी तुम्हाला फाडून खाल्लं असतं. त्या बाकावरच मी झोपले तर पोलीस पकडतील की नाही, अटक होईल की नाही या शक्यतेचा मी विचार केला आणि ठरवलं की मला पकडलं तर हवंच आहे. त्यांना मला गाडीत घालून तुरुंगापर्यंत न्यायला लागलं असतं आणि खायलाही द्यायला लागलं असतं. शेंगदाण्याचं लोणी लावलेलं सँडविच सारखं काहीतरी मिळणं हे सुद्धा मला पूर्णपणे मान्य होतं. त्या गावातल्या भकास रिकाम्या रस्त्यावर एकमेव ट्रॅफिक लाइट अविरतपणे उघडझाप करत होता.

आमच्या बाकासमोर पार्किंगच्या जागेत येणाऱ्या गाडीच्या दोन हेडलाइटच्या प्रकाशात आम्ही दुर्दशेच्या मूकनाट्यातील प्रसंगाप्रमाणे स्तब्ध बसलो होतो. एक रुपेरी केसांचा माणूस हातात अन्न शिजवायचं, झाकण असलेलं काचेचं पातेलं घेऊन गाडीतून बाहेर आला. तो आमच्याकडं बघून अगदी मोकळं हसला. आमच्या सायकली त्यानं पाहिल्या, आम्ही कुठून आलो, कुठं जाणार असं त्यानं विचारलं. आम्ही पोकेप्सीहून आलो असून एसेक्स फार्मवर आम्ही राहणार असल्याचं मार्कनं त्याला सांगितलं.

"बरं," त्यानं विचारलं, "तुम्हाला भूक लागलीये का?"

त्या माझ्या अगतिक परिस्थितीत सुद्धा 'नको, आभार' असं माझ्या जिभेच्या टोकावर आलेलं मला जाणवलं. खरी कळकळ नसलेल्या दयाळूपणाचा देखावा कोणी केला तर त्याबाबत अविश्वास दाखविण्याची ही शहरी सवय. पण मार्कनं आमच्यावतीनं केव्हाच निमंत्रण स्वीकारलं होतं. त्या माणसानं आम्हाला रस्ता ओलांडून एका मोठ्या दगडी बांधणीच्या चर्चच्या तळघरात नेलं. त्यानं दार उघडल्याबरोबर तिथल्या पिकलेल्या केसांच्या समुद्रातून चांदीच्या भांड्यांचा किणकिणता आवाज, गप्पा आणि हशाचा आवाज वर उसळला.

आम्ही वेगवेगळ्या वयाच्या वृद्धांच्या गर्दीत आदळत, आपटत जात आहोत असं आम्हाला वाटलं. पण मी पर्वा केली नाही. कारण भिंतीजवळील लांबलचक टेबलं अन्नपदार्थांनी खचाखच भरलेली मला दिसली. हॅमचे काप, भाजलेला घेवडा, कुस्करलेला बटाटा, फळांनी सजवून वर रंगीत क्रीमचा गोळा ठेवलेल्या चमकदार रंगाच्या जेली- कोशिंबिरी असं सर्व प्लेट्समध्ये भरलेलं होतं. ज्या माणसानं आम्हाला तिथं आणलं त्यानं सर्वांचं लक्ष वेधून घेतलं आणि पन्नास सुरकुतलेले

टाकते. मार्कलाही माझ्या इतकंच उदास वाटू लागलं.

आम्ही दोन मुख्य कोठारांकडं परत आलो. धान्य व गवत ठेवण्यासाठी गुहेच्या आकाराची, लाल रंगाचं बांधकाम असलेली ती कोठारं होती. पूर्वेकडच्या कोठाराचं छत अगदी खाली होतं. त्याच्या आडव्या तुळयांना डोकं आपटू नये म्हणून मार्कला चटकन वाकावं लागलं. पश्चिमेकडचं कोठार अधिक हवेशीर व मोठं होतं. त्याचे जड खांब कुऱ्हाडीनं कापलेले होते. दोन्ही कोठारं दुग्धजन्य व्यवसाय करण्यासाठी अगदी योग्य होती. पश्चिमेकडचं कोठार दूध काढण्यासाठी तर पूर्वेकडचं वासरं आणि लहान वयाच्या, न व्यालेल्या कालवडींचे दावे बांधण्यासाठी खुंट असलेलं. कित्येक दशकं तिथं जनावरं नव्हती. परंतु दूध काढण्याच्या कोठारात दुग्धव्यवसायाच्या नोंदी असलेला एक खोका अजून तिथं होता. फार काळापूर्वी मृत पावलेल्या गाईंची नावं कार्डांच्या सुरुवातीला मोठ्या अक्षरात लिहून त्यांचा एक गठ्ठा त्यात ठेवला होता. त्या कोठारात ठेवलेल्या धुळीनं माखलेल्या गवताच्या गंज्या तुडवत जात असताना आम्हाला रिकाम्या बीअरच्या बाटल्यांचा साठा आणि फाटकी विटलेली कूल सिगरेटची जुनी पाकिटं सापडली. बांधकामावरचं छप्पर दोन्ही बाजूंना व्यवस्थित घट्ट बसविलेलं होतं. परंतु पश्चिमेच्या कोठाराला जोडलेली सिमेंट ठोकळ्यांनी बांधलेली आणखी एक मोठी खोली होती. तिचं पत्र्याचं छप्पर वाऱ्याबरोबर सारखं आपटत होतं. कित्येक ठिकाणी पावसाचं पाणी गळत होतं. त्यामुळं झऱ्यांची एक लहानशी मालिकाच तयार झाली होती.

आणखी एक डुगडुगतं कुंपण ओलांडल्यावर आम्ही एका विचित्र वाटणाऱ्या जंगलात आलो. तिथं प्लॅस्टिकच्या कुंड्यात लावलेली, वाढ खुरटलेली स्प्रूस जातीच्या झाडांच्या शेकडो रांगा दिसत होत्या. डेअरी बंद झाल्यावर त्या शेतजमिनीत रोपवाटिका होती. गेली वीस वर्षं ती झाडं तशीच वाढत होती. मुख्य मुळं कुंड्यांच्या तळातून जमिनीत घुसून झाडं कशीबशी जगली होती. मागच्या बाजूला पडझड झालेलं हरितगृहसुद्धा होतं. त्यात रोपवाटिकेत वाढलेली फरची झाडं होती. मोडतोड झालेल्या, आग लागू नये म्हणून ट्रिटमेंट दिलेल्या लाकडातून आणि कुजलेल्या प्लायवूडमधून हिरवीगार झुडपं वाढलेली होती. ती सगळी जमीन काही भयानक घडामोडींचा अनुभव देत होती. जणू काही झाडांची शक्ती मानवी प्रयत्नांना चारी बाजूंनी शांतपणे, सावकाश दुर्बल करत होती.

शेताच्या पश्चिमेकडील सपाट जमीन अचानक उंच होऊन पन्नास एकर वनराईनं व्यापलेली होती. आम्हाला झाडातून जाणारी वाट सापडली. त्यातील बरीचशी झाडं साखर तयार करतात त्या मेपलची असून बरीचशी निरोगी आणि मोठी होती हे मार्कच्या लक्षात आलं. तो त्या झाडावरच्या रसासाठी मारलेल्या खोडांवरच्या खाचांच्या खुणा शोधायला लागला. त्याला त्या मिळाल्यावर आम्ही शेतवाडीतील साखरी मेपलच्या

राईतून जातोय हे समजलं. परत खाली येताना आम्ही साखरेचं गुऱ्हाळ ओलांडलं. त्याच्या तिन्ही बाजूंच्या भिंती ढासळल्या होत्या. कोणीतरी त्याचा वापर गाईचा गोठा म्हणून केल्यानं त्यात जुनं शेण भरलं होतं. साखर तयार करताना बाष्पीभवनासाठी वापरायच्या यंत्रावर छपरातून पाणी गळल्यानं ते गंजून अगदी भंगार झालं होतं.

आम्ही दक्षिणेकडची शेतं शेवटी पाहिली. ही शेतं भरपूर रहदारीच्या रस्त्याला लागून होती. त्यातील अर्धी जमीन उंचावर असून त्यात फर, पिन ओक, लिंडेन असे वृक्ष एका रांगेत जवळजवळ लावून जोपासले होते. मार्कनं पुन्हा फावडं मातीत मारलं आणि वर उचकटलं. नुकत्याच मारलेल्या खाचेत त्यानं हात घातला. फावडं कुठल्याही खडकावर आपटलं नव्हतं. मातीचा रंग कॉफीसारखा होता आणि आम्ही अगोदर खणलेल्या मातीसारखा तिचा पोत नव्हता. त्यानं ती आपल्या हातात घट्ट दाबली, अंगठ्यानं हळुवार स्पर्श केला, तिचा वास घेतला आणि शेवटी जीभ बाहेर काढून तिची चव बघितली. ती प्रवाहानं वाहून आणलेली गाळाची सुपीक जमीन होती. शेतकऱ्याला आनंदानं रडू येईल इतकी ही माती चांगली आणि समृद्ध होती. शेताच्या दक्षिणेकडच्या कुंपणाला लागून जवळजवळ पाव मैल लांबीपर्यंत ही अशीच माती होती. त्यानंतर पुन्हा चिकणमाती सुरू होत होती.

मार्क ज्या खात्रीनं आणि वेगानं माझ्या प्रेमात पडला त्याच खात्रीनं आणि वेगानं त्याच क्षणी त्या जमिनीच्या प्रेमात पडला. त्यानंतर हे आमचं घर असेल की नाही असा त्याच्या मनात कधीही प्रश्न उद्‌भवला नाही. आता मला कल्पना करणं कठीण असलं तरी त्यानं त्याविषयी माझ्याशी बोलणं नक्कीच अपेक्षित होतं. एकटेपणा किंवा ती चिकणमाती यांचा मला त्रास होत नव्हता.

''या शेताला आत्माच नाही असं वाटतं.'' आम्ही घरी जाण्यासाठी रेल्वेत बसलो तेव्हा अखेर मी त्याला म्हटलं.

त्यावर तो म्हणाला, ''कारण ते उपयोगात आणलेलं नाहीये.'' होय-नाही म्हणायला वेळच नव्हता. पानगळीचा ऋतु संपत आला होता. येत्या वसंतऋतुत आम्हाला जर काही पिकवायचं असेल तर हिवाळाभर आम्ही योजना करणं आणि त्याप्रमाणं तयारी करणं आवश्यक होतं. मी आमच्या दुसऱ्या शक्यतेचा विचार केला - आणखी एक वर्ष न्यू पॉल्टझला राहून जमिनीचा शोध घेणं - त्यापेक्षा मी सरळ पुढं जाण्याचा विचार केला.

भाग दोन

हिवाळा

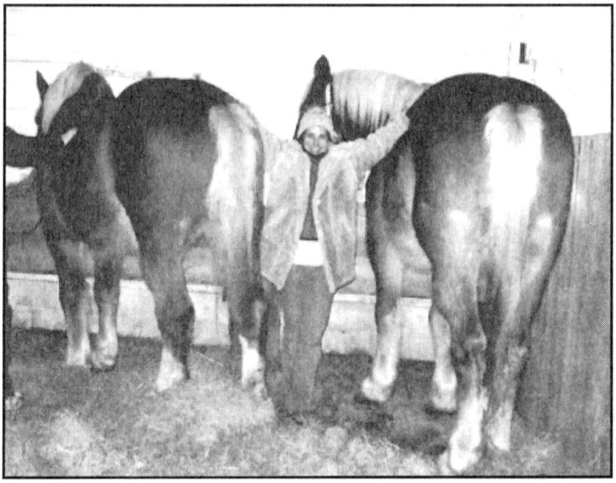

आम्ही गाडीनं न्यू पॉल्टझहून ठरल्याप्रमाणे उत्तरेच्या दिशेनं निघालो. इतर खोकी आणि बॅगांच्या गर्दीत थोडं उघडं तोंड असणाऱ्या लहानशा पोत्यात माझी कुत्री निको, कोंबड्या आणि गुणगुणणाऱ्या मधमाशांचं पोळं असं चिमटलं होतं. अर्थात पोळ्याची उघडी बाजू चिकटपट्टी लावून बंद केली होती. कुत्री पोळ्याकडे रोखून बघत होती आणि कोंबड्या कुत्रीकडे. मधमाशा चिंताग्रस्त नसतील तर त्या एकट्याच तशा होत्या. आम्ही ॲडिरॉन्डॅक पार्कमध्ये शिरल्यावर सगळी रहदारी संपली. आमच्या भोवती पाइन वृक्षांनी आच्छादलेल्या, बर्फाची टोपी घातलेल्या पर्वतरांगा उंच उभ्या होत्या. सूर्यप्रकाश अगदी तिरकस आणि क्षीण झाला होता. जाहिरातींचे फलक दिसेनासे झाले होते. खूप रान असलेला आजूबाजूचा भूप्रदेश विलक्षण दिसत होता. पुढं दिसणारी घरं एकमेकांपासून खूप अंतरावर दिसत होती. हळूहळू ती दिसेनाशी झाली आणि मग आम्ही पोचलो.

कित्येक आठवडे त्या शेतीवाडीपासून आम्ही दूर होतो. तिथं जाण्याच्या उत्साहामुळं कल्पनेतल्या चित्रात उभं केलेलं ते शेत आम्हाला थोडं चांगलं वाटू लागलं होतं. प्रत्यक्षात ते फार मोठं धाडस होतं. खरं म्हटलं तर घाबरगुंडी उडविणारं होतं. शेतावर राहायला जाताना मार्कचा मित्र रॉब यानं मदत केली. तो आपल्या मोठ्या पॅनेल ट्रकमधून आमच्या मागोमाग गाडी चालवत आला. रॉब हा भाजी पिकवणारा शेतकरी असून मेहनती व आशावादी आहे. जेव्हा त्यानं शेताची स्थिती आणि त्याचा आकार पाहिला तेव्हा तो एकदम गप्पच झाला.

ते शेतघर वसंत ऋतुपर्यंत भाड्यानं आधीच दिलेलं होतं. म्हणून आम्ही तालुक्याच्या गावात लाकडी सामानसुमान असलेल्या भाड्याच्या घरात बाडबिस्तारा टाकला. ते घर एकोणिसाव्या शतकातील सोयींनी युक्त असं चांगलं होतं. पण तिथं विजेवरच्या सोयी मात्र अगदी कमी होत्या. शेतकऱ्यांच्या ठिकाणी असलेलं औदार्य रॉबकडंही असल्यानं येताना त्यानं गोणी भरून हिवाळ्यातील पेये, बटाटे, गाजरं,

लीक्स आणि कांदे आणले होते. आम्ही ते सर्व तळघरात साठवून ठेवले. त्या रात्री नेहमीपेक्षा आधीच हिमवर्षाव सुरू झाला होता. रॉब, मार्क आणि मी कांदे परतून त्यात फळांच्या रसाचे गोठवलेले तुकडे व बटाटे घालून साधंसं जेवण रांधलं होतं. समाधान देणारं जेवण असेल तर नवीन जागा घरासारखी वाटू लागते. थाळ्या धुऊन पुसून झाल्यावर वाईन घेत आम्ही आमच्या भविष्यातील योजनांबद्दल बोलायला लागलो. आम्ही शेतजमीन वसवणार होतो ती अगदी आरंभापासून. जमीन मात्र खूप मोठी होती. म्हणजे इतकी मोठी की आम्ही जी स्वप्नं बघू ती पूर्ण करायला ती समर्थ होती. आमच्या दोघांकडे खूप काही नाही पण अठरा हजार डॉलर्स शिलकी होते. त्यात लार्सनी देऊ केलेल्या एक वर्षाच्या मोफत लीजमध्ये जमीन, शेतीची हत्यारं आणि राहायची जागा फुकट मिळणार होती. शेताच्या आकाराप्रमाणेच सर्व शक्यता उत्साह वाटणाऱ्या होत्या तशा भीतिदायकही होत्या.

कशा तऱ्हेचं शेत वसवायचंय याचा मार्कनं बराच खोलवर विचार केला होता. भाज्या पिकविणाऱ्या मळ्यात शिकून तो त्या विद्येत अगदी तरबेज झाला होता. त्यामुळं भाज्या पिकविणं हेच त्याला सर्वांत जास्त जमत होतं. पेनसिल्व्हानियातील त्याचं शेत सीएसए तत्त्वावर चालवलं होतं. म्हणजे सभासद हंगामाच्या सुरुवातीला त्याचे शेअर्स विकत घेतात आणि शेतात पिकलेलं उत्पन्न दर आठवड्याला ते घेऊन जातात. सीएसए म्हणजे कम्युनिटी सपोर्टेड ॲग्रिकल्चर - सामायिक मालकीनं उपभोग घेण्यासाठी आर्थिक आधार देऊन धान्योत्पादन करणे. ही संकल्पना मुळात जपानची असून नंतर युरोपमध्ये राबवून १९८० मध्ये इथं आली. ही संकल्पना शेतकऱ्यांना खूप आवडणारी आहे. कारण त्यात विक्रीच्या प्रक्रियेतील दलाल नाहीसे होतात. आणि प्रत्यक्ष गिऱ्हाइकाबरोबर खरेदी-विक्री व्यवहार करता येतो. शिवाय सीएसएचे सभासद अगोदरच पैसे देत असल्यामुळे मिळकत किती होईल हे नक्की माहीत असतं. हंगामाच्या सुरुवातीला जेव्हा शेतकऱ्याला रोख पैशांची आवश्यकता असते तेव्हा त्याच्या हातात तो पडतो. शिवाय मार्क ज्या अर्थव्यवस्थेच्या बाबतीत उतावीळ झाला होता, ती परस्परसंबंधातील नवी निनावी रचना सीएसए निर्माण करते. जी माणसं त्यानं पिकविलेलं अन्नधान्य खात होती त्यांना तो ओळखत होता, तेही त्याला ओळखत होते आणि ते इतर सभासदांनासुद्धा ओळखायला लागले होते. त्यामुळं अन्नधान्य वाटलं जायचं त्या दिवशी धान्याच्या दुकानातल्याप्रमाणे नुसती खरेदी-विक्री होत नसून ते एक सामाजिक संमेलनच साजरं व्हायचं. मार्कला ती व्यवस्था आदर्श वाटत होती. परंतु ती पुरेशी नाही असंही त्याला वाटायला लागलं होतं. सीएसए या पद्धतीत भाज्यांवरच पूर्णपणे जोर दिला होता. परंतु त्यात आपल्याला अन्नऊर्जा पुरविणारी धान्ये, पिठे, दुग्धजन्य पदार्थ, अंडी, मांस इत्यादींकडे दुर्लक्ष केलं होतं. पेनसिल्व्हानियात त्यानं आपल्या सभासदांना यातील काही

उत्पादने शेजारच्या शेतीतून आणून पुरवायचा प्रयत्न केला होता. परंतु या व्यवस्थेत घालविलेला वाहतुकीचा व प्रवासाचा वेळ यामुळं प्रत्यक्ष शेती करण्यापासून त्याला दूर राहावं लागलं. आता त्यानं पेनसिल्व्हानिया सोडलं होतं. म्हणून सीएसए नमुन्यामध्ये थोडा बदल केला तर काय होईल याबद्दल त्याला मोठं कुतूहल होतं. म्हणजे प्रत्येक आठवड्याला सभासदांना ठरावीक भाज्यांचा तेवढा पुरवठा करण्याऐवजी आमच्या शेतीतून, परिपूर्ण आहाराचं उत्पादन करून आमच्याप्रमाणे त्यांनाही हवा तेवढा आहार उपलब्ध करून द्यायचा, अशी त्याची कल्पना होती.

मार्कच्या व्यक्तिमत्त्वातील एक गोष्ट अतिशय सुंदर तरीही महात्रासदायक अशी आहे, ती म्हणजे एखादी कल्पना त्याने डोक्यात घेतली की त्याचा तो अगदी मरेपर्यंत विचार करील, प्रत्येक शक्यता पडताळून पाहील. त्या कल्पनेचा विस्तार अगदी हास्यास्पद वाटेल एवढा करील. नंतर तिच्या पूर्वपक्षाचा वेगळा साचा तयार करून, आवश्यकता असेल तर युक्तिवाद करून तिला योग्य वळण देईल. मग ठरावीक परिस्थितीत ती कल्पना कोंबून थोडा मागे हटेल. तो काहीही करत असला, म्हणत असला किंवा विचार करत असला तरी ती कल्पना त्याच्या प्रचंड शक्तिशाली मेंदूच्या पटलावर सतत उत्साहाने नाचत असते. त्यात पुन्हा बारीक सारीक तपशिलाची भर पडत असतेच. गप्पाटप्पा करताना हिमनगाप्रमाणे तिच्यातला थोडाच भाग पृष्ठभागावर दिसतो. परंतु त्यातील मोठा भाग मात्र संपूर्ण कल्पना प्रत्यक्षात साकार होईपर्यंत लपून राहतो आणि तिचं तो जोरदारपणे समर्थनही करतो.

आम्ही एसेक्सला पोहोचेपर्यंत त्याची परिपूर्ण आहारासाठी सीएसएची कल्पना पूर्ण झाली होती. भिन्न भिन्न प्रकार उपलब्ध करून सुपरमार्केटची जागा घेऊ शकेल अशी शेतवाडी त्याला वसवायचं होती. अशा प्रकारच्या शेतीवरच आमच्या पणजोबांची पिढी वाढली होती आणि त्यांनी आपल्या कुटुंबाचंच नव्हे तर एका संपूर्ण समुदायाचं पोषण होईल असं मोठं शेत वसवलं होतं. आमच्या सभासदांना आवश्यक असलेली प्रत्येक वस्तू पिकवायची. सुरुवातीला खाद्यवस्तू- हरतऱ्हेचं मांस, अंडी, दूध आणि दुग्धजन्य पदार्थ, धान्य आणि पिठं, भाज्या, फळं आणि कोणतातरी एक पाक - मग त्या हळूहळू आणखी वाढवायच्या. शेवटी शेतजमीन आणखी जे जे देऊ शकते तेही द्यायचं. उदाहरणार्थ जळाऊ लाकूड, इमारतीचं साहित्य, व्यायाम आणि मनोरंजनसुद्धा. शेतजमीन ही आपली स्वत:ची शक्ती, सुपीकत्त्व आणि साधनं यांचा वापर करून परस्परांना मदत करणाऱ्या घटकांची संघटित अशी स्वतंत्र स्वयंपूर्ण स्वावलंबी संस्था व्हायला पाहिजे. आम्हाला जशा प्रकारची कामं करायला आवडतील तशाच तऱ्हेचं शेतीचं व्यवस्थापन करायचं त्यानं नक्की ठरवलं होतं. त्याच्या पुरतं सांगायचं म्हणजे जास्तीतजास्त शक्य तेवढे शारीरिक कष्ट करायचे. उदाहरणार्थ मशीननं दूध काढण्याऐवजी हातानं काढायचं ठरवलं. मग बाकीच्या जगाला त्याचं

काही वाटो किंवा न वाटो. अजूनही त्याला रोख पैसा न वापरता चलनविरहित व्यवहार करण्याची कल्पना आवडत होती. परंतु निदान सुरुवातीला पहिल्या टप्प्यात तरी भांडवलाची गरज असते हे त्यानं ओळखलं होतं. सभासद आम्हाला घासाघीस न करता एक ठरावीक किंमत देतील आणि मग कमी उत्पन्न असणाऱ्या सभासदांसाठी त्या प्रमाणात किंमतीमध्ये चढउतार अवश्य असेल. ज्यांना काहीच देणं परवडत नसेल त्यांच्याकडून काहीच किंमत न घेता देण्यात येईल.

वसंतऋतुपर्यंत अशा तऱ्हेची विविध उत्पन्न देणारी शेतवाडी तयार करायची तर आम्हाला चटकन कामाला लागणं आवश्यक होतं. त्यासाठी लागणाऱ्या पायाभूत घटकांची उभारणी करायला हवी होती. सहा वेगवेगळ्या प्रकारची गुरंढोरं, मेंढ्या, डुकरं इत्यादी उपयुक्त जनावरे पाळून त्याचवेळी भाज्या, धान्योत्पादन, कुरणे आणि खाद्यगवत यांचे उत्पादन आळीपाळीनं घेऊन त्यांचा मेळ कसा घालता येईल याचा हिशोब करायला हवा होता. त्याचप्रमाणे रोकड पैशाची आवक जावक आणि श्रम यांचीही आकडेमोड करून हिशोब मांडायला हवा होता. आम्हाला सुरुवात करायला हवी होती आणि ती एका दुभत्या गाईनं करायची असं आम्ही ठरवलं. प्रथम स्वच्छता करणं आवश्यक होतं. मार्कनं आपलं बोलणं संपल्यावर रॉबनं फक्त आपलं डोकं हलवलं.

मला त्यावेळी शेतीची पुरेशी माहिती नसल्यानं ती योजना किती फाजील धीटपणाची होती हे मला कळलं नाही. माझ्यात अजून थोडा शहरी गर्व उरला असल्यानं माझं शिक्षण आणि जगाचा अनुभव यांच्या जोरावर 'शेती कसणं' या सारख्या साध्याशा गोष्टीचं ओझं मला होणार नाही असं मला वाटलं. ती अद्‌भुतरम्य कल्पना शहरातून बाहेर पडताना माझ्या मनात बाळगलेलं घराचं चित्र स्पष्टपणे दाखवत होती. ती ऐकून असं वाटत होतं की आम्ही अगदी चित्रात दाखविल्याप्रमाणे आपल्या परिवारासाठी शेतघर वसविणार आहोत, फक्त आपल्याच नव्हे तर विस्तारित कुटुंबाला खाऊ घालणार आहोत.

खरं म्हणजे मी त्यावेळी कशालाही संमती दिली असती. कारण त्यात मार्कच्या योजनेप्रमाणे ऊर्जेच्या बाबतीत शेतीवाडी स्वयंपूर्ण करण्यासाठी माझे आवडते म्हणजे खास जड ओझी वाहण्यासाठी असणारे ड्राफ्ट घोडे (या घोड्यांचा उपयोग अवजड कामे करण्यासाठी होतो.) वापरले जाणार होते. मार्कनं ड्राफ्ट घोडे वापरून यापूर्वी कधी शेती केली नव्हती. परंतु त्यानं कधीतरी दुसऱ्यांच्या शेतावर एकत्र जुंपलेल्या अशा घोड्यांचे जोत हाकले होते. त्याला ट्रॅक्टरचा तिटकारा होता. त्याला डिझेलचा वास आणि इंजिनाचा आवाज सहन होत नसे. ट्रॅक्टरवर बसण्यात घालविलेला वेळ त्याला मोलाचा वाटत नव्हता. ट्रॅक्टर दुरुस्त करणं हे त्याला अजिबात आवडत नव्हतं. ट्रॅक्टर जे करू शकतो ते सगळं प्राणी करू शकतात,

शिवाय ते आपलं इंधनसुद्धा स्वत: पिकवू शकतात ही कल्पना त्याला आवडायची. त्यानं पेनसिल्व्हानियात ॲमिश फार्मवर बरीच समृद्ध शेती पाहिली होती. त्यामुळं ड्राफ्ट घोडे शेतीसाठी वापरणं मूर्खपणाचं नाही हे त्याला माहीत होतं. त्यांचा योग्य ठिकाणी योग्य प्रमाणात उपयोग केला तर चांगला उपयोग होतो हे त्याला समजलं होतं.

माझ्या आयुष्यात घोडे पुन्हा येणार ही कल्पना म्हणजे मी तरुण असताना आणि कोणतीही काळजी नसलेल्या काळात कुठं होते हेच आठवणं होय. त्या ठिकाणी मी इतकी सुखात होते की ते आठवणं मला त्रासदायक झालं. मला जन्मत:च घोड्यांबद्दल ममत्व होतं. माझ्या बालपणीच्या आठवणी त्यांच्याबरोबर गुंतलेल्या आहेत. मी सात वर्षांची असताना घोडेस्वारीचे धडे घेतलेले होते. मी चौदा वर्षांची असताना माझ्या आई-वडिलांनी एक उमदं मॉर्गन (अमेरिकन ब्रीडचा दणकट, चपळ घोडा) शिंगरू विकत घेऊन दिलं होतं. आमच्या घरापासून एक मैल दूर असलेल्या शेजाऱ्यांच्या कोठारात मी त्याला बांधत असे. त्या किशोरावस्थेतील प्रत्येक चमत्कारिक आणि भीतिदायक गोष्टींचा समतोल त्याच्यामुळं राखला जात असे. मी पूर्वी कधी घोड्याचं जोत धरलं नव्हतं किंवा कोणत्याही कामासाठी घोडा वापरला नव्हता. पण घोड्यांबरोबर वावरताना मला विश्वास वाटतो. काय केलं म्हणजे त्यांचा विश्वास बसेल हे मला माहीत होतं. माझ्या परिचयाच्या पुष्कळ गोष्टी - माझे मित्र, शहर, शहरी नियम - या अनोळखी नवीन आयुष्यासाठी, कधीकधी ज्याच्या शहाणपणाबद्दल शंका वाटावी अशा या लक्षवेधक माणसासाठी, मी मागे सोडल्या होत्या. घोड्यांबद्दलचे आश्वासन हे तगून राहण्यासाठी आधार व सुरक्षिततेची हमी देणारं होतं.

बाहेरच्या बाजूच्या इमारतीत पिढ्यान्‌पिढ्या साठविलेल्या अनेक प्रकारच्या लहानमोठ्या सामानावरून तिथं राहणारे अनेक काटकसरी शेतकरी दूरदर्शी असावेत असं मत बनलं. वापरासाठी तयार ठेवलेली इंजिनं, गंज धरलेले धातूचे जाड तुकडे, प्लायवूडचे कुजलेले चटकन भुगा होणारे तुकडे. मशीनच्या विभागातील एका कोपऱ्यातल्या रंगाच्या बादलीत वाकलेले खिळे भरलेले होते. जणू काही आपल्याला सरळ करण्यासाठी कुणाला तरी वेळ मिळेल याची ते वाट पाहत होते. तेथे दुधाच्या मशीनचे पिढ्यान्‌पिढ्या वापरलेले भाग - बोथीचा रबरी पंजा, बादल्या, स्वच्छता करणाऱ्या मशीनचे तुकडे - ढिगांनी पडलेले होते. तिथं एक शेड चार गॅलन मापाच्या, उन्हानं पांढऱ्या झालेल्या प्लॅस्टिकच्या कुंड्यांनी भरलेली होती. शेतजमीन जेव्हा रोपवाटिका म्हणून वापरली जात होती त्यावेळच्या असल्यानं ठिसूळ होऊन वापरायला त्या निरुपयोगी झाल्या होत्या. कोठाराच्या वाकलेल्या खांबांवरील खिळ्यावर

एक घोड्याचा गळपट्टा अडकविलेला होता. त्यात भरलेलं गवत आता बाहेर डोकावत होतं. पूर्वी शेतावर कामासाठी प्राण्यांचा उपयोग केला जात असे याची ती खूण होती. पाण्याखाली बुडालेल्या खडकावर वाळू साठावी त्याप्रमाणे इमारतींच्या भोवती धातूचे तुकडे साठले होते. त्यात पिकअपचं सामान चढउतार करण्याचं दार, दाराचे सांधे, आठ इंची दुव्यासह एक विचित्र साखळीचा तुकडा, रस्त्यावरच्या खुणा दाखविणाऱ्या पाट्या, त्या पाट्यांचे दिव्यासकट तुटलेले तुकडे होते. आम्ही पुष्कळ दिवस या सगळ्यातून हव्या-नको असलेल्या वस्तू वेगळ्या केल्या. भंगारवाल्यांसाठीचं धातूचं भंगार शाळेच्या निरुपयोगी बसमध्ये भरलं. कचऱ्याची मोठी गाडी केरकचऱ्यानं भरली. दुरुस्त करता येतील अशा उपयोगी हत्यारांचा ढीग केला - कुऱ्हाडी, लांब दांड्याच्या फावड्याची पाती, कुदळी, दंताळी, त्यांच्या हाताच्या आकाराच्या ॲशच्या लाकडाच्या मोडक्या मुठी. मी काही नवीन मजेदार शब्द शिकले - इंग्रजी यू आकाराचा साखळी व रॉड जोडण्यासाठी वापरला जाणारा क्लेव्हिस, हातोड्याचे गोलाकार किंवा पाचरीसारखे टोक - पीन, झर्क-ग्रीझ घालण्यासाठीची गन.

दोन लहानशा इमारती दुरुस्तीपलीकडे गेल्या होत्या. त्यांची जमीन अनेक ठिकाणी उखडून गेली होती. त्यातील एक इमारत म्हणजे शेतीसाठी वापरलं जाणारं ऑफिस होतं. ते तळघराच्या वर बांधलेलं असून त्यात भरलेलं पाणी फरशीत पडलेल्या भोकातून दिसत होतं. शेतावर दुग्धव्यवसाय सुरू होता तेव्हा नोकरीवर ठेवलेल्या माणसाला राहण्यासाठी दुसरी इमारत वापरत असत. आम्ही त्या इमारती जमीनदोस्त करून फावड्याच्या मागच्या दांड्यानं त्यांचा पाया भरून टाकला.

जमीन गोठली आणि भंगारातलं वेचायचं राहिलेलं सगळं गोठलं. आम्ही पन्नास गॅलनच्या पिंपात विस्तव पेटविला. तो आम्हाला मशीन वापरायच्या खोलीत लाकडावरच्या शेगडीसारखा वापरता आला. नंतर आम्ही निवडलेल्या वस्तू आणि आमच्याबरोबर आणलेल्या वस्तू नीट मांडायला सुरुवात केली. मार्कनं आपली लोहाराची भट्टी एका कोपऱ्यात मांडली. वेगवेगळ्या आकाराचे आणि प्रकाराचे चिमटे, हातोडे आणि भोक पाडायची साधनं त्यानं आपल्या जुन्या ऐरणीजवळच्या फळीवर मांडली. एका घंगाळ्यात धुळीनं माखलेला कोळसा ठेवला. त्यानं मोडकी हत्यारं दुरुस्त करायला सुरुवात केली. ठिणग्या आणि जळल्यामुळं भट्टीतून करपट वास व त्याच्याबरोबर हातोड्याचा मऊ धातूवर आपटल्यामुळं उठणारा बद्द आवाज येत होता. त्यानं मला गरमपणाचे वेगवेगळे रंग - लालभडक, फिक्कट पिवळा, मोरपिशी - कसे असतात हे शिकवलं. आणि मी अग्नीत तापविलेला झगझगीत तुकडा ऐरणीवर चिमट्यानं धरून त्याच्यावर अवघडत घाव घालायला शिकले. धातू अगदी चिकण मातीसारखा मऊ झाला होता. काम करत असताना आणि घाम निथळत असताना त्याला बघत राहणं मला आवडलं. हात वर करून सहजपणे तो

हातोडा मारत होता. त्याचं सगळं लक्ष भट्टी आणि ऐरण यांत गुंतलेलं होतं.

पश्चिमेकडच्या कोठारातील जागा मोकळी केल्याबरोबर आम्ही एक दुभती गाय खरेदी केली. आमच्यापासून फक्त दोन मैल अंतरावर असलेल्या शील्ड्स फार्ममधून ती आमच्याकडे आली होती. त्या फार्मवर मुलगा आणि त्याचे वडील निरनिराळी कामं करत असत. ते फार्म जरा जास्तच लहान असल्याने मागच्या वाईट वर्षात तग धरू शकलं. मी गाईविषयी पुस्तकं - माझ्या बिछान्याजवळच्या टेबलावर 'द फॅमिली काउ', ज्युलिट्टी डी बेरॅक्ली लेव्हीचे 'कंप्लीट हर्बल हँडबुक फॉर फार्म अँड स्टेबल' अशी पुस्तकं ठेवलेली होती - वाचत होते. मी माझं नवीन मिळविलेलं ज्ञान शेलक्या प्रश्नांच्या स्वरूपात वापरून बघायला उत्सुक होते. आम्ही काळी-पांढरी गाय विकत घेणार नव्हतो. त्या प्रचंड दूध देणाऱ्या होलस्टीन जातीच्या होत्या. आज होलस्टीन गाई अनुवांशिकतेच्या बाबतीत इतक्या बलवान आणि इतरांपेक्षा पुढं आहेत की जाहिरातीत किंवा बोलण्यात जातीचा उल्लेख आला नाही तर खुशाल समजावे की ती होलस्टीन असणार.

डेअरीत असणाऱ्या इतर सर्व गाईंना एकच नाव म्हणजे कलर्ड ब्रीड - 'रंगीत गाई' म्हणतात. त्यात आहेत अगदी भित्र्या आणि करड्या रंगाचे मिश्रण असलेल्या तपकिरी आरशीर गाई, कमी बुद्धीच्या पण सुंदर व आकाराने मोठ्या असणाऱ्या चॉकलेटी स्वीत्झर्लंडच्या गाई, काटक व सालस अशा जर्सीसारख्या वाटणाऱ्या गर्नसे गाई, लहानखुऱ्या व तुलनेनं कमी तरी घट्ट व सकस दूध देणाऱ्या जर्सी गाई या सर्व रंगीत गाई. आमच्या भागातील बहुतेक डेअरीतील गाईंच्या कळपात थोड्या तरी 'रंगीत गाई' ठेवलेल्या असतात. त्यामुळं डेअरीतील दूध घट्ट आणि सकस होतं. त्यांना दुग्ध विभागाकडून जास्त पैसा मिळतो. शील्ड्स कुटुंबाकडे काही दुभत्या जर्सी गाई होत्या. तशाच प्रकारच्या गाईत आम्हाला रस होता.

गाई मोकळ्या सोडलेल्या एका कोठारात बिली शील्ड्सनं आम्हाला नेलं. लांब व निस्तेज कास असलेली वयस्कर पण तरुणीसारखी अवखळ अशी एक गाय आणि तपकिरी रंगाची सावध असलेली एक कालवड आम्ही पाहिली. आणि हो, तिथं डेलिया होती. ती जर्सी असून तिचं हाड लहानखुरं होतं. डोळे काळेभोर करवंदी आणि तिचा रंग पिवळसर बदामी होता. त्यावर एखाद्या हरविलेल्या भूखंडाचा नकाशा असावा त्याप्रमाणे मोठमोठे पांढरे धब्बे होते. तिचं तोंड थाळीसारखं गोलसर आणि नाजूक होतं. बाकीच्या कळपापासून ती थोडी लांब उभी होती. तिचे खूर शेणखतात खोल बुडालेले होते. मार्कनं तिच्या कासेला स्पर्श केला तेव्हा तिनं डोकं मागं वळवून एखाद्या आईच्या सोशीकपणे त्याच्याकडं पाहिलं. तिला दोन वासरं झाली होती म्हणून तिला दुसऱ्या वेताची गाय असं म्हटलं गेलं. ती आता मध्यम

दूध देत होती कारण ती तिसऱ्यांदा गाभण होती. तिच्या दुधाच्या नोंदीनुसार ती भरपूर दूध देणारी होती. साधारणपणे चाळीस पौंड म्हणजे पाच गॅलनपेक्षा थोडं कमी एवढं दूध दर दिवशी ती देत असे. ही अगदी डोळे दिपविणारी नोंद नसली तरी तिच्या दूध देण्यात सातत्य होतं. मला वाचन करून इकडची तिकडची जी काही माहिती मिळाली होती त्यावरून मी तिचे अवयव तपासले. तिची कास घट्ट, ताठर असून ती तिच्या शरीराला चांगल्या प्रकारे जोडलेली होती. तिचे पाय सरळ असून चांगले धडधाकट होते. तिची सरकारी नोंदणी झाली होती आणि ती ऐन भरात होती. शील्ड्स कुटुंब तिला देऊन टाकणार होतं कारण ती डेअरीतल्या इतर कळपापेक्षा थोडी सौम्य होती. तिच्यापेक्षा वजनानं शेकडो पौंड जास्त वजन असणाऱ्या होलस्टीन गाई तिच्यावर कुरघोडी करत. साहजिकच खाणं ठेवलेलं असे त्या गव्हाणीतून तिला हुसकून लावलं जात असे.

दुसऱ्या दिवशी घोड्यांच्या जोडगाडीतून डेलिया आमच्या शेतावर आली. तिच्या गळ्याभोवती दोराचा एक फास होता. आम्ही तिला कोठारात नेलं आणि तिच्यासाठी चगळचोथ्याचा जाड थर जमिनीवर पसरून तयार केलेल्या गुरं बांधायच्या मोठ्या बंदिस्त जागेत तिला सोडलं. त्या जागेत भिंती हुंगत ती सावकाश फिरली आणि मग शेपटी वर करून तिनं शेण टाकलं. तिच्या खताचा उग्र वास तिच्या श्वासाच्या हिरवट अंबूस वासात आणि वाळलेल्या गवताच्या धुळीच्या वासात मिसळून गेला आणि कोणी राहत नसल्यानं इतका काळ झोपी गेलेलं ते जुनं कोठार पुन्हा जागं झालं, हेतुपूर्वक जिवंत झालं.

मी पहिल्यांदा तिचं दूध काढलं त्यावेळी तिच्या कासेच्या जवळकीमुळं मी गोंधळून गेले. 'द फॅमिली काउ' मध्ये मी दूध काढण्याविषयी सूचना वाचल्या होत्या. परंतु डेलियाच्या मागच्या खाजगी भागातील पायामधल्या चामड्यासारख्या लांब आचळांना मी स्पर्श करायची खरोखर परवानगी घेतली होती का? दूध देण्याच्या प्रक्रियेमध्ये मुख्यत्वे ऑक्सिटीसीन या हार्मोन्सचा महत्त्वाचा वाटा असतो. त्याच हार्मोन्समुळं बाळाला पाजणाऱ्या आईच्या डोळ्यात सौम्य, गुंगलेला, मायेचा भाव दिसतो. मी डेलियाची कास कोमट पाण्याने धुतली तेव्हा आपले शांत बदामी डोळे माझ्यावर खिळवून, खालचा जबडा गोल हलवून रवंथ करत तिनं माझ्याकडं तशा नजरेनं पाहिलं.

मला कोठाराच्या अंधाऱ्या कोपऱ्यात घरीच बनविलेलं एक चार पायांचं, दूध काढताना बसायचं स्टूल सापडलं. तिची वरची गादी फाटून गेल्यानं प्रवाहाबरोबर वाहत आलेल्या लाकडासारखं ते गुळगुळीत झालं होतं. मी तिच्या शेजारी बसले आणि एखाद्या स्त्रीरोगतज्ज्ञासारखे दोन्ही हात गरम होण्याइतके घासले. तिच्या कासेतून येणारी ऊब उत्साह वाढविणारी होती. कासेवरच्या पांढऱ्या केसांमुळं मला

स्त्रीच्या गालावरील अतिमऊ कापसासारख्या लवेची आठवण झाली. मी हाताचा पंजा एका लठ्ठ आचळाभोवती टाकला. त्याचं टोक माझा अंगठा आणि त्याच्या शेजारचं बोट यात दाबून धरून मग ते आचळ रिकामं होऊन हाताची मूठ वळेपर्यंत एक एक बोट मिटत गेले. एखाद्या झऱ्याप्रमाणे दुधाच्या खालीवर चिळकांड्या उडाल्या, काही माझ्या मनगटावरून खाली ओघळलं आणि जाकिटाच्या बाहीत जिरलं. काही लोहचुंबकानं ओढून घ्यावं त्याप्रमाणे माझ्या पायात धरलेल्या बादलीत उडालं. डेलिया मात्र रवंथ करत सोशीकपणे एखाद्या मोठ्या खडकासारखी निश्चल राहिली. दूध काढायला लागल्यापासून तिसऱ्या दिवशी माझ्या जाकिटाच्या बाहीला गरम बिळात गुदमरून मेलेल्या प्राण्यासारखा कुजट वास यायला लागला. पाचव्या दिवसापर्यंत माझी बोटं नृत्याचे सर्व टप्पे शिकली आणि दूध 'हिस्स' असा आवाज करत तालबद्धपणे बरोबर बादलीच्या बुडावर आदळू लागलं. पुढच्याच आचळातून दूध काढेपर्यंत मात्र माझ्या हातात गोळे आले आणि पंजाचे सांधे दुखायला लागले. डेलियाच्या मायेमुळं मला आलेला उत्साह हळूहळू कमी झाला आणि मी कितीही पिळलं तरी दूध थेंबथेंब यायला लागलं. मग मी तिची कास अर्धवट भरलेली आणि पिळल्यामुळं आचळं चेपलेली असतानाच तिला तिच्या गोठ्याकडं पाठवू लागले. एक महिन्यानं मी बऱ्यापैकी दूध काढू लागले. दूध बादलीत जोरकसपणे भरभर पडत असल्यानं त्यावर फेस जमू लागला. त्यावेळेपर्यंत माझी वाङ्निश्चयाची अंगठी मला होईनाशी झाली आणि माझे मनगटापासून कोपरापर्यंत हात एखाद्या खलाशासारखे पिळदार झाले.

दूध काढणं हे एक प्रकारचं शारीरिक चिंतन झालं. ते सोपं नव्हतं आणि नेहमीच आनंददायी नव्हतं. पण ते तालबद्ध, जणू भविष्य सांगणारं, सौम्य व शांत होतं. मार्क संध्याकाळी दूध काढायचा आणि मी सकाळी. पूर्ण अंधार आणि पहिला सूर्यप्रकाश यामधील पवित्र काळात मी कोठारात पोहोचत असे. कोठारात वीजपुरवठा नव्हता. म्हणून मी स्पर्शानं जाणीवपूर्वक काम करायचा सराव केला. एके दिवशी पहाटे मी डोळे मिटून तिथं पोहोचले आणि उघडा हात धान्याच्या कणगीत घातला तो माझ्या हातावरून उंदीर पळाला. मला तिथं एक कंदील सापडला. तो मी एका तुळईला टांगला. त्याच्या सौम्य प्रकाशात वटवाघळं त्यांची रात्रपाळी संपवून घरी परत येत होती, कंदिलाच्या उजेडात आत-बाहेर करत होती. मी डेलियाचं दूध काढून संपवेपर्यंत सूर्य पूर्णपणे वर आला होता. तोपर्यंत वटवाघळं छपराच्या तिरक्या वाशांमध्ये पंख बंद करून लोंबकळायला लागली होती. त्यांची ती विश्रांतीची जागा पाकोळ्यांच्या घरट्यांच्या वर होती. वसंत ऋतुत ती घरटी पाकोळ्यांच्या पिलांनी गजबजून जातात.

दूध काढणं हा पूर्ण कामातला अर्धा भागसुद्धा नव्हता. बादलीतल्या दुधात

लहानलहान केराचे तुकडे, गाईचे केस, कास आणि आचळं यांची निर्जीव कातडी हे सगळं असायचं. आमच्याकडं दूध गाळण्यासाठी खास गाळणं नव्हतं. म्हणून आम्ही स्टेनलेस स्टीलच्या गाळण्याला एक जुना टी शर्ट इलॅस्टिकच्या दोऱ्यानं बांधला आणि त्यातून दूध गाळू लागलो. आमच्याकडे क्रीम काढायला काही नव्हतं. जेव्हा आम्हाला क्रीम हवं असेल तेव्हा मार्कनं कोठारात कामचलाऊ म्हणून तयार केलेल्या टाकीत दूध ठेवत होतो. पाण्याच्या बाटलीचं टोक कापून तळाला एक झडप केली होती. ती बाटली एका पारदर्शक प्लॅस्टिक नळीला चिकटवलेली होती. क्रीम टाकीच्या वर आलं की आम्ही ते मलई काढलेलं दूध एका बादलीत सोडत होतो. दूध संपून क्रीम त्या ट्यूबमध्ये यायला लागलं की खालची बादली बदलून दुसऱ्या बादलीत क्रीम साठवत होतो. नंतर सगळ्या वापरलेल्या भांड्यांचा ढीग गाडीच्या पुढच्या सीटवर ठेवून गाडी गावातल्या घरी आणून तिथल्या पोस्टाच्या स्टँपएवढ्या लहानशा सिंकमध्ये भांडी धुण्याच्या जागी ती धुवत होतो. ही अगदी गैरसोईची व्यवस्था होती.

नशिबानं पहिले काही आठवडे तरी डेलियाला दूध काढताना होणारा जंतुसंसर्ग किंवा बुरशीमुळं येणारी सूज यांचा त्रास झाला नाही. जंतुसंसर्गानं दूषित झालेली नलिका ही दूध पाजणाऱ्या आयांच्या दुःखाचं कारण असते. शिवाय तिच्यामुळं आपण आजारी पडतो. मी एक गॅलनच्या उभट भांड्यात क्रीम घालून गोळे हलवून लोणी करायला शिकले. फेसाळ पांढऱ्या दुधात ते पिवळेधमक गोळे समुद्रातल्या बेटांप्रमाणे दिसायचे. चीज कसे तयार करावं यावरचं पुस्तक आणि एक रेनेटची (दूध फोडण्यासाठी वापरला जाणारा वासराच्या पोटातला द्रव) बाटली आणली. मार्क संध्याकाळचं दूध घेऊन घरी आल्यावर मी पुस्तकातील एखादा पदार्थ काढून तो तयार करायला सुरुवात करायची. सर्वप्रथम मी साधे घरगुती चीजचे प्रकार करायचे प्रयत्न केले. कोमट दुधात रेनेटचे काही थेंब टाकून ढवळायचे. वीस मिनिटांनंतर कोणत्यातरी गूढ रासायनिक प्रक्रियेनं ते दूध चौकोनी तुकडे कापण्याएवढं घट्ट व्हायचं. त्या दह्याच्या तुकड्यातून फिकट पिवळं पाणी म्हणजे निवळी बाहेर ठिबकायची. नंतर त्या तुकड्यांना हळुवारपणे सौम्य उष्णता देऊन मी त्यातली आणखी निवळी बाहेर काढायची. त्यामुळं ते दही आणखी आक्रसलं जाऊन घट्ट व्हायचं. मग ते दही चमच्यानं चीज करायच्या कपड्यात घालून त्यात थोडं मीठ घालून पुन्हा निवळी गळण्यासाठी ठेवून द्यायची. आम्हाला एक आठवडाभर पुरेल एवढं घरगुती चीज तयार व्हायचं. घरगुती चीज करण्याचा मला आत्मविश्वास वाटू लागल्यावर मी माझ्या कलाकृतींना आणखी वाव दिला. जिभेला झोंबणाऱ्या धुरकट वासाच्या इटालियन प्रोव्होलोन चीजचे थोडे गोळे तयार करून मी ते तळघराच्या दारामागे प्रक्रिया होण्यासाठी टांगून ठेवले. पण ते इतके लुसलुशीत झाले होते की

तयार होण्यापूर्वीच आम्ही ते खाऊन टाकले.

शेतघर दोन इमारतींमध्ये विभागलेलं होतं. त्या इमारती पूर्वीच्या भाडेकरूंच्या तरुण पिढीला अगदी कमी भाड्यानं दिल्या होत्या. आत अत्यंत घाणेरडा असा लघवीचा आणि रेड या मुंग्यांच्या औषधाचा वास येत होता. खालच्या भागात शांत, निस्तेज आणि भावंडांप्रमाणे दिसणारं एक जोडपं राहत होतं. ती दोघं हायस्कूलमधून बाहेर पडून फार काळ लोटला नसावा. लीसा लांब, बारीक अशा सिगरेट ओढायची. ती अपार्टमेंट मात्र स्वच्छ व नीटनेटकं ठेवायची. ट्रॉयकडं जॉन डेरे या नांगर तयार करणाऱ्या कंपनीचे लहानसे खेळण्यातले ट्रॅक्टर आणि शेतीतली उपकरणं होती. त्यानं ती खिडकीच्या चौकटीखाली आडव्या जागेत आणि कॉफी टेबलवर नीट मांडून ठेवली होती. जॉन डेरे नाव असलेली कंपनीची स्वागत करणारी पायपुसणी तळघरापर्यंतच्या पायऱ्यांवर पसरली होती. ट्रॉय हा शेतकरी कुटुंबातला होता. पण आता त्याच्याकडं शेत नव्हतं. तो बांधकाम मजुरांवर देखरेख करायचं काम करत होता आणि जवळच असलेल्या शील्ड्सच्या शेतावर थोडा वेळ जाऊन दूध काढायला मदत करत होता. ट्रॉयनं आम्हाला सांगितलं की एक वर्षापूर्वी आपल्या रिकाम्या वेळात दुसऱ्या जातीच्या कालवडी वाढवून पुन्हा शेतीकडं वळण्याचा त्यानं लहानसा प्रयत्न केला होता. पश्चिमेकडील कोठारात कालवडींसाठी त्यानं जागासुद्धा स्वच्छ केली होती. पण ते अवघड काम असून त्यात फार धोका आणि तोटा आहे असं एका नातेवाइकानं त्याला पटवून दिलं होतं.

ट्रॉयची कथा आणि त्याच्या खेळण्यातल्या ट्रॅक्टरमुळं मला खेड्यापाड्यात जमीन शोधताना दिसलेली सुपीक मातीची परंतु वापरात नसलेली शेतं आठवली. आकाशाच्या पार्श्वभूमीवर गुरांचा ओला चारा साठवायची तेथील हवाबंद कोठारं उठून दिसायची. पिढ्यान्‌पिढ्या मिळविलेलं कौशल्य आणि प्रादेशिक ज्ञान व त्या जागेबद्दल वाटणारा आपलेपणा हा त्या पिढीबरोबर नाहीसा होणार होता. शेतीबद्दल जे काही घडत होतं त्याबद्दल सध्या दिल्या जाणाऱ्या स्पष्टीकरणाबाबत मी विचार करू लागले - तरुणांना आता कष्टाची कामं करायला नको असतात - हे स्पष्टीकरण खोटं होतं. या मागची खरी कारणं फार मोठी होती. कित्येक दशकं शेतीविषयक मूर्ख धोरण, शेतकी शिक्षण संस्था आणि मुदत वाढविणारे दलाल शेतकऱ्यांना सांगताहेत की तुम्ही मोठे व्हा, आणखी दूध वाढवा आणि या कुंपणापासून त्या कुंपणापर्यंत सर्व जमीन पेरा. त्याचा परिणाम म्हणून मोठमोठी मशीनरी आणि कर्ज आली. दूध मात्र हळूहळू कमी होऊन एकदम थांबलं. त्यामुळं कर्जाचा भार भयंकर मोठा वाटतो. तुम्ही कितीही काळ कसेही जास्त परिश्रम केले तरी आमदनीचे आकडे वाढत नाहीत. मग एखाद्या वर्षी पडलेल्या ओल्या दुष्काळानं तुम्ही पार संपून जाता,

गाई लिलावात विकल्या जातात, बँकेच्या मालकीच्या झालेल्या शेतातून सुरुवातीला पॉप्लर नंतर मग सीडारच्या झुडपांचं रान माजतं. कोठाराचं छत हळूहळू कोसळायला लागतं. पण त्याला टेकू द्यायला कोणी नसतं. तुम्ही ज्या घरात वाढता ते मग ओस पडतं. अशी घरं वैतागलेल्या आणि कामातुर तरुणांना आकर्षित करतात. ते त्या घरांच्या खिडक्या मोडतात, तिथं टाकून दिलेल्या कोचावर शारीरिक भोग घेतात. कधी काळी घासून पुसून स्वच्छ केलेल्या भिंतींवर आपल्या नावांची आद्याक्षरं आणि तारखा खरडून ठेवतात. कमी पगाराची पण स्थिर नोकरी असलेला तुमच्यासारखा तरुण अशा जागेजवळून गाडी घेऊन गेला तर शेती करणं ही तोट्यात जाणारी अवघड समस्या आहे याची त्याला सहज खात्री पटेल. म्हणजे मग खेळण्यातले ट्रॅक्टर्स रांगेनं मांडून ठेवणं एवढाच तुमचा रास्त वारसा राहतो. आणि तो तुम्हाला कर्जबाजारी तरी करत नाही.

वरच्या मजल्यावरचं अपार्टमेंट रॉय रेनॉल्ड्स नावाच्या विशीच्या तरुणाला भाड्यानं दिलं होतं. त्याचे केस बारीक कापलेले आणि विरळ लांबलचक दाढी होती. त्याची मान इतकी मांसल होती की त्याची डोक्याची कातडी वर ढकलली गेली होती. त्यामुळं त्याच्या डोक्याच्या मागच्या भागाला विचित्र सुरकुत्या पडल्या होत्या. त्याच्या पापण्या चरबीच्या थराच्या वजनानं खाली ओथंबल्या होत्या. बोलताना आपली मान मागं कलंडती करायची आणि आपले हात क्रॉसची खूण केल्याप्रमाणं ठेवायची त्याला सवय होती. त्यामुळं तो तुमच्याकडं तीक्ष्ण नजरेनं बघतोय की आदरानं हेच कळत नसे. कोणत्याही हवामानात तो बाहेर जाताना एक इंचभर पोट उघडं ठेवणारा पातळ पांढरा टी शर्ट घालत असे. तापमान शून्याच्या खाली गेल्यावर तो एक लांब, गुलाबी रंगाचा नकली फरचा गरम कोट व हॅट घालत असे. त्यामुळं तो नेहमीपेक्षा आणखीनच भीतीदायक वाटत असे.

रॉय एक वर्षापूर्वीपर्यंत स्वत:ची डेअरी असणारं फार्म चालवत असे. तो अतिशय महत्त्वाकांक्षी होता. त्याला एक श्रीमंत माणूस भागीदार मिळाल्यानं त्यांचा व्यवसाय चांगला व वेगानं चालला होता. तो आणि त्याचा भागीदार विभक्त होईपर्यंत रोज तीनशे होलस्टीन गाईंचं दूध तो काढत होता, असं रॉयनं आम्हाला सांगितलं. भागीदार वेगळा झाल्यावर रॉय खूप कर्जात बुडाला.

''त्यानं पुन्हा पैसा ओतून माझं फार्म सुरू केलं.'' रॉय आम्हाला म्हणाला. त्याच्या बोलण्यात दु:खाची छटा असलीच तर ती त्याच्या आनंदी भासणाऱ्या चिवट स्वभावामुळं लपून गेली होती. ''मी पहाटे अंधारात कधीच उठलो नाही आणि छे, तीनशे गाईंचं मी आता दूध काढेन असला विचारसुद्धा आपण करणार नाही बाबा,'' तो म्हणाला. दिवाळं काढल्यापासून तो ट्रकड्रायव्हर म्हणून काम करून आपलं भागवत होता.

लीज करार संपल्यावर घर खाली करायला लावण्याबद्दल कोणता भाडेकरू आमच्यावर चिडलेला असेल तर तो म्हणजे खच्ची केलेला बुल डॉग ड्यूक. आम्ही त्याच्या जवळून कोठाराकडं जाताना त्याच्या कुत्र्याच्या घराकडून तो आमच्याकडं कावेबाजपणे बघे. कधी कधी मागच्या वेळेप्रमाणे आवाज न करता जोरानं आमच्या दिशेनं साखळीच्या टोकापर्यंत मुसंडी मारत असे. तो लीसा आणि ट्रॉय यांच्या मालकीचा असून आपल्या मानेला त्यांनी खाजवावं म्हणून तो मांजराच्या पिल्लाप्रमाणे पाठीवर आळसानं पडून राही. रॉयच्या मालकीचे पायात घुटमळून लाड करून घेणारे दोन पांढरे कुत्रे होते. ती भटकी कुत्री असून ट्रकच्या थांब्यावरून त्यानं ती आणली होती. त्यानं कुत्र्याचं नाव टर्बो आणि कुत्रीचं नाव फ्रीड ठेवलं होतं. ती कायम सुटीच असून रस्त्यांवर भटकत राहत. फक्त भूक लागली की रॉयनं त्यांच्या साठी गॅरेजमध्ये उघडं ठेवलेलं पन्नास पौंड वजनाचं पोतंभर दळून बारीक केलेलं पीठ खाण्यासाठी ते येत असत. या सोयीमुळे कुत्र्यांप्रमाणे उंदरांचंही पोट नीट भरत असे.

एका थंड, ढगाळ दिवशी रॉय आमच्या गावातील भाड्याच्या घरी आला आणि त्यानं सांगितलं की पाळीव जनावरांच्या डॉक्टरांना आम्ही बोलवावं. "तुमच्या दुभत्या गाईला काहीतरी झालंय," तो खिन्नपणे म्हणाला, "माझ्या कुत्र्यांनीच तिला काहीतरी केलंय."

डेलियाच्या बांधायच्या जागेपासून लांब अंतरावर आम्ही एक लहानसा गोठा बांधला होता. म्हणजे दिवसा तिला बाहेर जावंसं वाटलं तर जाता यावं यासाठी ही सोय होती. तिथंच ती आम्हाला दिसली. माथा जवळजवळ जमिनीला टेकवून ती निश्चल अशी उभी होती. तिचे मऊ कान कुरतडलेले होते आणि गळ्यातल्या रक्ताळलेल्या रिबिनी तिच्या डोक्याजवळून खाली लोंबत होत्या. तिचे डोळे सुजल्यामुळे जवळपास मिटले होते आणि वीस-पंचवीस ठिकाणी झालेल्या जखमांतील रक्त तिच्या चेहऱ्यावरून ओघळून गोठलेल्या जमिनीवर पडलं होतं. तिची कास कापली होती. तिच्या पोटावरची आणि प्रत्येक पायावरची कातडी वेडीवाकडी कशीतरीच फाटली होती. इतकं जखमी झालेलं जनावर अजूनही उभं कसं याचं मला आश्चर्य वाटलं. तिच्याकडे बघणंही दुःखदायक होतं.

ड्यूक मोकळा सुटला होता. भरदिवसा ताकदवान, पुष्ट गाईवर कुत्र्यानं हल्ला केलेला कोणी ऐकलेला नव्हता. पण ते असं घडलं होतं. ड्यूकला डेलिया तिच्या गोठ्यात एकटीच दिसली असणार, तो तिच्याभोवती गोल फिरायला लागला असणार, शिंग नसल्यानं प्रतिकार न करू शकणारं आपलं भुंडं डोकं डेलियानं खाली वळवलं असणार आणि ड्यूकनं तिच्या नाकाडावर अचानक धडक मारून रक्त काढलं असणार हे सर्व माझ्या डोळ्यासमोर आलं. रक्ताचा वास आल्यावर चेव चढलेले पांढरं कुत्रंही ड्यूकच्या जोडीला आलं. ड्यूक वेडापिसा झाला. आणि वेदनेनं

डेलियानं हंबरडा फोडला. रॉय आणि ट्रॉय यांनी गोंधळ ऐकेपर्यंत तीनही कुत्रे रक्ताने माखून ओले झाले होते. व्हेटर्नरी डॉक्टर गोल्डवॅसर हे अगदी शांत, विचारपूर्वक काम करणारे, शरीराने सडपातळ असे गृहस्थ होते. ते दमलेले दिसत होते. मला वाटलं की ते डेलियाचा शेवट करण्याचा सल्ला देतील. परंतु ते म्हणाले की मोठ्या प्राण्यांत गाई सर्वांत जास्त चिवट असतात आणि बहुतेक ती या आजारपणातून निभावेल असं त्यांना वाटतंय. एक बरं होतं की तेव्हा थंडी होती. त्यामुळं जंतुसंसर्गाची शक्यता कमी होती. तसंच माशा तिला सतावण्याची शक्यताही नव्हती. डॉक्टरांनी तिच्या जखमांच्या भोवतीचे केस कापले, जखमा धुवून पुसून औषधं लावून मलमपट्टी केली. ज्या जखमा खूप वाईट व मोठ्या होत्या त्यांना टाके घातले. तिचे कान बरे करणं शक्य नव्हते. त्यांनी काही प्रकारच्या कात्र्या काढल्या आणि कान कातरले. जखमा असलेले आणि भरपूर मेण असलेले तिचे कान उष्ण कटिबंधातील एखाद्या चमत्कारिक झाडाला काठीसारखा ताठ उभा असा बहर यावा तसे ते डोक्याच्या दोन्ही बाजूंना उभे राहिलेले दिसत होते. डॉक्टर काम करत असताना ती शांतपणे उभी राहून आपलं दुःख मुकाट्यानं सोसत राहिली. त्या संध्याकाळी तिची कास पूर्णपणे भरलेली असल्यानं तिच्या जखमी स्नायूंना शक्यतोवर हळुवारपणे हाताळत आम्ही दूध काढत होतो. तिनं आमच्यावर एकदाही खूर उचलला नाही.

त्यांनी तिन्ही कुत्र्यांना गोळ्या घातल्या. पुढचा वसंत ऋतु आला तेव्हा बर्फ वितळल्यावर मला गॅरेजजवळ चिखलात त्यांचे पट्टे मिळाले. ग्रामीण भागातील लोकांची हीच वागायची पद्धत आहे - दया नाही. 'गाईऐवजी ते मूल असतं तर', असं ते म्हणतात. त्या पांढऱ्या कुत्र्यांनी रॉय रेनॉल्डसला जो अनेक वेळा त्रास दिला होता त्यातील सर्वांत गंभीर, असह्य अशी ही गोष्ट होती व त्यामुळं ते भावनाशून्यतेनं करणं आवश्यक होतं. परंतु ट्रॉयनं मात्र या दुष्ट, अतिशय वाईट कुत्र्यावर प्रेम केलं असावं. कारण त्या तिघांनी देऊ केलेला डॉक्टरच्या बिलाचा चेक घेण्यासाठी आम्ही त्याच्या घरी गेलो तेव्हा त्याचे डोळे रडल्यानं लाल झाले होते.

हिवाळा आल्यानं झोपल्यासारखं वाटणाऱ्या एसेक्स ह्या गावानं दोन नवीन माणसं आली आहेत याचा शोध लावला होता. आणि उदासीनता टाकून ते आमचं अभिनंदन करायला आले होतं. एकाच आठवड्यात दोघं जण आमच्या भाड्याच्या घरी स्वागतासाठी अगदी फुलं वगैरे घेऊन आले. दुसरे तिघेजण आमच्यासाठी मंगळवारी रात्रीचं सेंट जॉन एपिस्कोपल चर्चमधील पॉटलॉकच्या साध्या एकत्रित जेवणाचं निमंत्रण घेऊन आले होते. या अशा मैत्रीचं काय करावं हे मला कळेना. शहरात जेव्हा शेजारी दार वाजवतात तेव्हा ते फक्त तुमच्या गोंगाटाविषयी तक्रार

करण्यासाठी असायचं. मला हे जाणवलं की एकाच देशातील शहरी आणि ग्रामीण आयुष्य यात खूपच अंतर असतं- अगदी एकाच राज्यातसुद्धा! - म्हणजे दोन खंडातील शहरात असतं त्यापेक्षाही जास्त अंतर इथं असतं. मला इस्तंबूल, रोम किंवा यांगॉन (Yangon) अगदी घरासारखं वाटलं असतं. पण इथं मात्र मी पूर्णपणे परदेशी होते, पुढं जाता जाता त्याच्याशी जुळवून घेत होते.

त्या गावात सातशे माणसं राहत होती. आम्हाला भेटलेल्या प्रत्येकाला आधीच कमी-जास्त प्रमाणात बरोबर-चूक अशी आमची पूर्वकथा माहीत होती. आमच्यापेक्षा त्यांना आमच्या शेताविषयी जास्त माहिती होती. फायरब्रिगेडचा मुख्य डेव्ह लॅन्सिंगनं आम्हाला विचारलं, ''तुमचं माती पसरवणारं मशीन कसं काय काम करतंय?''

आम्हाला काहीच माहीत नव्हतं.

''मी ऐकलं की ते मोडलंय,'' तो म्हणाला.

आमच्या गावातील सुसंस्कृत, उत्कृष्ट अभिरुची असलेल्या, त्याचप्रमाणे उत्साहानं व मोकळेपणानं आकर्षित करणाऱ्या एक ज्येष्ठ सदस्या घरी आल्या. त्यांनी आपल्या घरी जेवायचं निमंत्रण दिलं. जेवणाची सुरुवात शेरी मद्यानं आणि शेवट रसात शिजविलेल्या पेअर फळांनी झाली. आम्ही मात्र अशा प्रसंगी घालायचा पोशाख न करता साधे कपडे घातले होते. पुढच्याच आठवड्यात आमच्याच वयाच्या काही जणांनी आम्हाला जेवायला बोलावलं. त्या सर्वांनी गावापासून काही मैल दूर असलेल्या वनराईत स्वत: विजेची सोय नसलेलं एक लहान घर बांधलं होतं. ते इतर तरुण जोडप्यांना निमंत्रण देऊन तिथं पार्टी करत आणि जेवणानंतर लहान मुलांना तिथं बिछान्यावर झोपवून फिडल (सारंगी सारखे वाद्य) बाहेर काढत. 'लिटिल हाउस ऑन द प्रेअरी' मधील प्रसंगाप्रमाणे ती खोली संगीताने भरून जात असे. अर्थात बीअर बरोबर असेच.

दररोज माणसं शेतावर येऊन स्वत:ची ओळख करून देत आणि आपल्या कुतूहलाचे पूर्ण समाधान करून घेत. त्यांनी आमच्या योजनांची बाह्य रूपरेषा ऐकली होती आणि या प्राप्त परिस्थितीत आशेला काही जागा आहे की नाही याबाबतीत त्यांना स्वत:चं मत आजमवायचं होतं. आम्ही त्यातल्या त्यात नवीन इमारतीत लाकडावर चालणारा स्टोव्ह बसविला. इतरांपासून अलग असलेली ती लहानशी खोलीवजा बंदिस्त इमारत लार्सनी आपल्या जमिनीची व्यवस्था बघणाऱ्या माणसाचं ऑफिस म्हणून बांधली होती. थोडेसे लाकडाचे ओंडके टाकले की दिवसभर ती उबदार राहायची. अतिथंड हवामानात आम्ही आमचं दुपारचं जेवण तिथंच घेत होतो आणि आमच्या पाहुण्यांचे स्वागत तिथंच करत होतो. एक दिवस मी काही विकत घेऊन परतले तो मार्कबरोबर नील ओवेन्स बसलेला दिसला. तो इतका लठ्ठ होता की त्याच्यापुढं तिथलं फर्निचर आणि ती खोली लहान वाटत होती. त्याच्यातील

आत्मविश्वासाच्या भावनेचा अभाव व नम्र वागणूक यामुळं त्याच्या मोठ्या आकाराचा एक समतोल साधला गेला होता. आम्हाला ओझी ओढणाऱ्या ड्राफ्ट घोड्यांची जरुरी होती असं त्यानं ऐकलं होतं. म्हणून त्यानं त्याच्याकडं बरेच दिवस पडून असलेले चांगल्या स्थितीतले घोड्यांचे गळपट्टे आणि त्यांचे सरंजाम अशा काही वस्तू आम्हाला उसन्या देण्यासाठी आणल्या होत्या.

त्याचं कुटुंब खूप वर्षं शेजारी राहत असल्यानं आमच्या दक्षिणेकडं जाणाऱ्या रस्त्याला त्यांचं नाव दिलं होतं. त्याच्या वडिलांनी आणि आजोबांनी वसवलेली शेतजमीन पलीकडच्या टेकडीवर होती. परंतु आता ती दुसऱ्या परिवाराला विकलेली होती. त्यांच्या प्रत्येक पिढीत शेतकरी होते - नील आणि त्याचा भाऊ डोनाल्ड हे डेअरीसुद्धा चालवत होते. परंतु कर्ज आणि दुर्दैव यामुळं त्यांचं दिवाळं निघालं होतं. त्यावेळी ते विशीत होते. आता त्यांची दोघांची मिळून तीन मुलं घरात होती. नील आणि डोनाल्ड, नीलची बायको टॅमी, मुलं आणि त्यांचे आजी-आजोबा सगळी मिळून एका भाड्याच्या घरात राहत होती. टॅमी दोन नोकऱ्या करत होती. नील मुलाबाळांचं बघून अर्धवेळ गावातल्या जत्रेच्या व्यवस्थापनाचं काम करत होता. त्याचप्रमाणे गावातील कुत्रे पकडायच्या कामावर त्याची नेमणूक होती. त्यांनी भाड्यानं घेतलेल्या घराला एक कोठार आणि मोकळं कुरणही होतं. मुलं त्यात बकरी, शेळ्या, कुत्रे, वासरं, घोड्यांची तट्टे, ससे, कोंबड्या, बदकं पाळायची व त्यांची संख्या सतत बदलत असायची. नील सांगत होता की इतर मुलं बेसबॉल कार्डांची देवघेव करतात तसं ती या प्राण्यांची देवघेव करतात. उदाहरणार्थ एक बकरा पाच सश्यांच्या बदल्यात किंवा सगळ्या कोंबड्या एका लिलावात विकल्या आणि नवीन प्रोजेक्ट- ४ एच प्रोजेक्ट करण्यासाठी एक वासरू विकत घेतलं.

नील त्या दिवशी परत जाण्यापूर्वी आमच्या सर्वांच्या मनात आलं की पुढच्या वर्षी गुरांसाठी गवत कापून वाळवून तयार करण्याचं काम त्याचं कुटुंब करू शकेल. नील आणि डोनाल्ड यांनी असं गवत तयार करण्याचं काम अगदी लहानपणापासून केलं होतं आणि त्यांना त्याची आवश्यक हत्यारंही माहीत होती. त्यांचे सत्तर वर्ष वयाचे वडीलसुद्धा मदत करू शकत होते. त्यांनी आमची जमीन व ट्रॅक्टर वापरावं आणि त्यांनी कापलेलं गवत आम्ही कमी किंमतीला घ्यावं, असा व्यवहार होऊ शकत होता.

शेन शार्प आणि बड कॅम्पबेलसुद्धा, शेजाऱ्यांकडं जाण्यासाठी राखून ठेवलेला एक शनिवार-रविवार धरून आम्हाला भेटायला आले. शेनचा चांगला दणकट, वयात येणारा परंतु बुद्ध्यांक कमी व मंगोल अवयव असलेला मुलगा ल्यूक टॅक्सीत त्या दोघांमध्ये अवघडून बसला होता. शेन आणि बड यांनी शेनच्या पिकअपच्या मागच्या भागात झरोका ठेवला होता. त्यामुळं प्रत्येक थांब्याला त्यांना ट्रकच्या

मागच्या सपाट भागात उभं राहून वाकून एकमेकांशी बोलता येत असे. शेनच्या मालकीचा एक छोटा कारखाना होता. त्यात संरक्षणासाठी लागणाऱ्या काही वस्तूंचे सुटे भाग बनविले जातात. तो धंदा इतका किफायतशीर चालला की चाळिशी होता होताच तो धंद्याच्या रोजच्या कटकटीतून मुक्त झाला होता. तो त्या भागात मशीनच्या बाबतीत सर्वज्ञ मानला जात असे. कधीतरी तो आपणहून आमच्या वर्कशॉपमध्ये डोकावत असे. तिथं मार्क काहीतरी पुटपुटत, ज्यांची नावंही मला माहीत नाहीत अशा हत्यारांना गती देत गोल फिरवत तासन् तास बसलेला असे. मग शेन गंभीरपणे एखादी लहानशी सूचना करत असे. त्यामुळं सगळा गोंधळ एकदम नाहीसा होऊन एखादा साधा पण उत्कृष्ट उपाय स्पष्ट दिसू लागे. निवृत्तीनंतर तो त्याच्या लाकूड कापायच्या कारखान्यात किंवा त्याच्या ड्राफ्ट घोड्यांसाठी काहीतरी करत किंवा मित्रांसाठी मदत म्हणून काही दुरुस्तीची कामं करत त्याचा वेळ घालवत असे. हे सगळं नसेल तर तो त्याच्या दुकानात १९३९ मधल्या सपाट हौद्याच्या डॉज ट्रकची पुनर्रचना करण्यात शांतपणे गुंतलेला तुम्हाला दिसेल. तो त्या ट्रकला साखरेची पुटं दिलेल्या सफरचंदासारखा लाल रंग देण्याच्या विचारात होता. पुस्तकात किंवा वाङ्मय सोडून इतर ठिकाणी मला भेटलेला शेन हा एकमेव संधिरोगग्रस्त माणूस होता. डॉक्टरांनी त्याला सांगितलं होतं की जर त्यानं दारू पिणं सोडलं तर त्याचा संधिरोगाचा त्रास कमी होईल. कधीकधी त्यानं त्या दिशेनं थोडी थोडी बतावणी केली होती. बड हा सुतार होता, एकटाच राहत होता पण त्यानं दारू सोडण्याचा बहाणा केला नव्हता.

आमच्या पश्चिमेला असलेल्या दरीतील डेल रँजरच्या कोठारातून सगळीकडं पसरलेल्या अफवेचं निराकरण शेननंच केलं होतं. संध्याकाळी दूध काढण्याच्या वेळी डेल ड्रिंक्सना परवानगी देतो. त्यामुळं त्याला कधी मदत मिळत नाही असं होत नाही. त्यावेळी मी अजूनही शहरातून बरोबर आणलेले नेहमीचे बाहेर वापरायचे कपडे घालत होते, त्यामुळं याची सुरुवात झाली असावी. तयार शिवलेले शर्ट्स आणि लांबीला गुडघ्याच्या वर असलेले स्कर्ट आणि थोड्याशा टाचा असलेले बूट. या गावात ओठांवर लिपस्टिकची चकाकी दिसणं हे सुद्धा धाडसाचं होतं. ती विशिष्ट प्रसंगी वापरली जात असून नेहमीच्या गरजेची गोष्ट नव्हती. कुणीतरी ठरवलं की मी पूर्वी न्यूयॉर्क शहरात जास्त पैसे घेऊन शरीरविक्रय करणारी वेश्या होते. ह्या बातमीवर विश्वास ठेवून डेलच्या कोठारावर पुरुषांकडून तिचा फैलाव झाला. शेननं आमच्याकडं येऊन ओळख करून घेतल्यावर त्यानं जाऊन सांगितलं की मी वेश्या व्यवसाय करणारी अजिबात नव्हते. उलट मी कॉलेजमधून पदवी घेतलेली होती. त्यावर बड कॅम्पबेलचं 'मला नाही माहीत. पण मी असं ऐकलंय' असं उत्तर होतं. हे शेननं सांगितलं.

प्रथम पोलीस वाटला. त्यावेळी मार्क झुडपांच्या सावलीत उघडावाघडा होता. व नुकतीच चालायला लागलेली लहान वयाची मुलं त्याच्या जवळपास होती. तेव्हा त्याला कदाचित अटक होऊन त्याच्यावर लैंगिक गुन्हेगार असा आरोप होईल, असंही त्याला वाटलं. कपडे घालेपर्यंत त्याच्या लक्षात आलं की तो पोलीस नसून मघाशी बॉल बास्केटमध्ये टाकणाऱ्या 'बाबा' लोकांपैकी एक होता. त्याच्या हातात तळलेलं चिकन व स्वीट कॉर्नने भरलेली एक थाळी होती आणि मोठा ग्लासभर बर्फ घातलेला थंड चहा होता. ''तू भुकेला असशील असं वाटतं.'' तो 'बाबा' म्हणाला.

बाकीच्या सफरीतही अशाच, अन्न व आसरा देणाऱ्या अनेक चांगल्या व्यक्ती त्याला भेटल्या. त्या दयाळू होत्या, खरोखरच दयाळू. प्रवास करताना संध्याकाळी तो बाग असलेलं, चकाचक नसलं तरी चांगल्या स्थितीतलं एखादं लहानसं ठरावीक प्रकारचं शेत निराश न होता शोधायचा. नंतर शेतघराच्या दारावर टकटक करून त्यांच्या जागेत कुठंतरी तंबू टाकायची परवानगी मागायचा. त्याला एकदाही नकार मिळाला नाही. दहापैकी साधारण नऊ वेळी दार उघडायचं आणि त्याच वेळी त्याला कळायचं की थोड्याच वेळानं तो त्या कुटुंबाबरोबर जेवणाच्या वेळची प्रार्थना म्हणत टेबलापाशी बसलेला असेल, नंतर पाहुण्यांच्या खोलीत तो बिछान्यावर झोपलेला असेल. तो बरेच वेळा एक-दोन दिवस शेतावर काम करत असे. अशा प्रकारे त्यानं बऱ्याच प्रकारच्या शेतवाड्या पाहिल्या होत्या आणि बऱ्याच वेगवेगळ्या शेतकरी कुटुंबांना तो भेटला होता. त्यानं जनावरांना चारा पुरवठा करणारी अनेक शेतं व लिंबू, महाळुंग इत्यादी आंबट फळांच्या लागवडी पाहिल्या होत्या. सेंद्रिय शेती करणाऱ्या लहानशा भाज्यांच्या शेतावर त्यानं फावड्यानं तण काढले होते. आणि हजारो एकर जमिनीतील मक्याची यंत्रानं मळणी करून त्याचा सोनेरी नदीसारखा प्रवाह सतत बाहेर ओतताना पाहिला होता. देशाच्या मध्यावर असलेल्या चेंबर ऑफ कॉमर्सच्या ऑफिसमध्ये नकाशे मिळविण्यासाठी तो थांबला. तिथं खिडकीशी असलेला माणूस उठून आपल्या गाडीकडं गेला आणि नवीन पायमोज्यांचा गठ्ठा घेऊन परत आला.

''हे घे,'' तो म्हणाला, ''अशा प्रकारच्या सफरीसाठी तुला चांगले पायमोजे आवश्यक आहेत.''

तो चार-पाच दिवस इंडियाना मधल्या मका आणि घेवडा पिकविणाऱ्या कुटुंबाबरोबर राहिला होता. त्या कुटुंबातली बायको कॉनी एक ब्युटी पार्लर चालवत होती. मार्कनं जेवण करून विश्रांती घेतल्यावर ती त्याला गावात घेऊन गेली आणि तिथल्या खुर्चीवर बसवून तिनं त्याचे केस दोनदा धुतले. कारण पहिल्या धुण्यानंतरही केसातलं पाणी मातकट यायला लागलं. त्यानंतर तिनं त्याचे केस कापले. कॉनी त्याला अजूनही आपल्या नातवंडांचे फोटो चिकटविलेलं ख्रिसमसचं भेटकार्ड

पाठवते. मी ती पाहिली आहेत, म्हणून ते खरं आहे हे मला माहीत आहे.

काळजीमुळं माझा गेलेला समतोल राखायला ही गोष्ट कारणीभूत ठरली. त्यात एकमत नसलेला, शेजाऱ्याचा आणखी एक आवाज होता. शेप शील्ड्स आमच्यापासून जवळच टेकडीवर राहत होता. तो संपूर्ण आयुष्यभर शेती करत होता. कित्येक दशके अफाट शारीरिक श्रम केल्यानं त्याचं बुटकं शरीर तोलणारे त्याचे पाय वेगळेच झाले होते. पाय गुडघ्यात वाकू शकत नव्हते. तो दोन्ही बाजूंना झुकून स्वत:ला गती देत असे आणि त्यामुळं तो एखाद्या यांत्रिक खेळण्यासारखा दिसत असे. संधिवात झालेल्या हातानं तो आधारासाठी घेतलेल्या काठीच्या टोकाला घट्ट धरत असे आणि तरीसुद्धा रोज सकाळी मांसासाठी वाढविलेल्या गुरांच्या कळपाला खाऊ घालत असे. त्यानं मला सांगितलं की त्याला ओझी वाहणारे ड्राफ्ट घोडे, कुत्रे आणि सुंदर स्त्रिया आवडत. अर्थात आवडण्याचा क्रम हाच नव्हता. लहान वयातच त्यानं अतिशय शारीरिक कष्ट करायला सुरुवात केली, त्यामुळं त्याच्या शरीराची ही दशा झाली असा तो दोषारोप करत असे. दहा वर्षे वयापासून तो नव्वद पौंडाचे दुधाचे जड कॅन ट्रकमध्ये चढवायचा. त्यानं आमचे बेत ऐकले तेव्हा आम्ही अयशस्वी ठरू, असं वाटल्याचं त्यानं म्हटलं नाही. अर्थात 'आम्ही यशस्वी होऊ' असंही त्यानं सांगितलं नाही. पण त्यानं उत्तेजनार्थ मान हलविली आणि आम्ही योग्य मार्गावर असल्याचं सांगितलं. गेली ऐंशी वर्षे शेतीमध्ये झालेले बदल त्यानं पाहिले होते. ट्रॅक्टरचा वापर सुरू होणं, दूध काढण्याचं मशीन, अगडबंब टाक्या, रासायनिक द्रव्ये आणि औषधे, मोठ्या प्रमाणावर शेती करणारी मोठे दाते आणि वंगण लावलेली यांत्रिक अवजारे या सगळ्यांचा त्यानं विचार केला होता आणि त्यांचे परिणाम बघितले होते. तो म्हणाला की तो आताच शेतीची सुरुवात करणारा तरुण असता तर घोड्यांची मदत घेऊनच त्यानं ती केली असती. लहान प्रमाणात व साधेपणानं, जेवढं खाऊ शकतो तेवढंच पिकवलं असतं. मोजक्या चांगल्या जर्सी गाई घेऊन त्यांच्या दुधापासून लोणी आणि चीज तयार केलं असतं. सगळं मर्यादित करा. तुम्ही खा, तुमच्या शेजाऱ्यांना खाऊ घाला, अशा प्रकारे तो लहान असताना घडत असायचं.

थंडी इतकी वाढली की बर्फाचा करकर असा कर्कश आवाज येऊ लागला. रोज सकाळी कालव्यातून पाण्याचा जोरदार लोंढा वाहू लागला. सरोवरावर फेरी बोट सुरू राहिली. आमच्या शीतगृहातील तळघरात गोठणरेषा रोजच्यारोज खाली जाऊ लागली. आम्ही लाकडावरचा स्टोव्ह इंधन घालून चालू ठेवला. आश्चर्य म्हणजे शेगडीसमोरचं लहानसं वर्तुळ तेवढं गरम राहू लागलं. एक आठवडाभर घराबाहेरच्या थर्मामीटरवर तापमान दोन आकड्यात कधी दाखवलं गेलं नाही. शेतावरच्या

कोंबड्यांचे तुरे हिमबाधा झाल्यानं काळे पडले. बाहेरचा न गोठणारा पाण्याचा लांब पाईप सुद्धा गोठून घट्ट झाला. आम्ही पंप हाउसमधील पाणी बादल्यातून वर खेचलं. आमचे हात मात्र कोरडे ठेवण्याची काळजी घेतली. मी पाण्याचं वजन मोजायला शिकले. आठ पौंडापेक्षा थोडं जास्त म्हणजे गॅलनभर. (३.७९ लीटर = १ अमेरिकन गॅलन) चाळीस पौंड म्हणजे एक बादलीभर. ऐंशी पौंड म्हणजे एक पूर्ण व्यवस्थित भरलेलं ओझं. ते उचलताना त्याच्या कड्या जाड हातमोजे घालूनसुद्धा हाताला काचत होत्या. स्नायूंना व्यायाम मिळाल्यामुळे माझे खांदे गोलसर आणि घट्ट होत होते.

थंडीमुळं शेतवाडी अगदी गप्पगार झाली होती. खूप वर्षांनी मी खऱ्या थंडीचा अनुभव घेत होते. त्यामुळं मी काहीही कपडे घातले तरी थंडी जाईना. माझे पाय निर्जीव ठोकळे झाले. आणि माझे हात ठणकायला लागले. दूध काढणं आणि घर व शेतातली लहानसहान कामं यामधल्या वेळेत आम्ही गावातल्या घरात परतून थंडीनं कडक झालेले आमचे कपडे दाराजवळच टाकून चटकन शेगडीत विस्तव फुलवू लागलो.

त्या शेगडीची ऊब बिछान्याला लागत नव्हती. त्यामुळं सकाळी मला पांघरुणातून उडी मारून उठून हातात कपडे घेऊन गारेगार पडलेल्या जमिनीवर पावलं टाकत अंग चोरत लाकडी शेगडीपर्यंत यायला लागत असे. तीन ब्लँकेटं पांघरून जाड टोप्या आणि लोकरी मोजे घालून मी झोपले असताना मार्क मला रात्री आम्ही झोपण्यापूर्वी 'ईस्ट ऑफ ईडन' हे पुस्तक वाचून दाखवायचा.

घरात आतल्या आत बसूनसुद्धा खूप कामं करायची होती. आम्ही स्थानिक शेतकऱ्यांच्या संपर्कात असणं आवश्यक होतं. शेतकऱ्याचा स्वतंत्र वृत्तीनं राहण्यासाठी नावलौकिक असला तरी आवश्यकता असते म्हणून ते एकमेकांच्या संपर्कात असतात. मजूर, मशिनरी, कौशल्य, उपयुक्त वस्तू आणि माहिती यांची ते आपसात देवघेव करतात. आपली हत्यारं आणि ट्रॅक्टर याचबरोबर मार्कनं आपली पेनसिल्व्हानियातील शेजारी शेतकऱ्यांशी जोडलेली मित्रत्वाची सगळी नाती मागं टाकली होती. मळणीच्या हंगामात जेव्हा मशीनचा आवश्यक भाग वेल्डिंगने जोडावा लागतो किंवा हिवाळ्याच्या शेवटाला तुमच्याकडचं जनावरांचं खाद्यगवत संपतं आणि वसंत ऋतु येईपर्यंत वापरायला वाजवी किंमतीत गवताच्या गासड्या तुम्हाला हव्या असतात, अशा वेळी जगण्याला आवश्यक अशी ही नाती असतात. या शिवाय आम्हाला अगदी शून्यातून सुरुवात करायची होती. संपर्क साधण्यासाठी आणि भेटी ठरविण्यासाठी मार्क तासन्तास फोनवर बोलायचा.

त्याच वेळी आम्ही घोड्यांची जोडी शोधत होतो. मार्कनं सल्ल्यासाठी त्याच्या पेनसिल्व्हानियातील ॲमिश मित्रांना फोन केला होता. शांत, सरळ, सगळ्या

प्रकारच्या शेतकी मशीनची सवय असलेले, काही वर्षे खूप काम केलेले असले तरी अजून थोडी वर्षे काम करू शकणारे असे विशिष्ट प्रकारचे घोडे आम्ही घ्यावेत असा त्यांनी आम्हाला सल्ला दिला. मादी घोडे खरेदी करण्यापेक्षा खच्ची केलेले घोडे घेणं चांगलं, बाकी सर्व गोष्टी तशाच असाव्यात असंही त्यांनी सांगितलं.

अशा प्रकारची घोड्यांची जोडी शोधणं यात दोन प्रकारच्या अडचणी होत्या. पहिली गोष्ट म्हणजे कमतरता. ओझी वाहणाऱ्या मजबूत ड्राफ्ट घोड्यांना मागणी कमी असते. आणि विशिष्ट गोष्टीसाठी ते तयार केलेले असतात. कमी शक्ती असलेल्या घोड्यांइतकी यांना मागणी नसते. ड्राफ्ट घोड्यांमुळे पैसे मिळण्याची पराकाष्ठा. कारण दिखाऊ, भपकेदार समारंभांच्या वेळी, संचलनाच्या वेळी किंवा जिल्ह्यातील मोठ्या प्रमाणावर भरविलेल्या प्रदर्शनाच्या वेळीच तुम्ही ते बघता. किंवा अफाट वजन ओढण्याच्या कमी अंतराच्या शर्यतीत असे भरभक्कम घोडे तुम्हाला दिसतात. घोड्यांची पैदास करणारे लोक विकल्या जाणाऱ्या घोड्यांची निपज करतात. त्यामुळं बाजारातले घोडे या दोनांपैकी एक प्रकारचे असतात. पहिला प्रकार म्हणजे लांब पायाचे, उंच डोक्याचे, उंच पावलं टाकणारे, मांसल, अतिशय धैर्यवान घोडे. या सर्व गोष्टी एकत्रित आल्यानं ते काय करतील हे सांगता येत नाही, ते धोकादायक असण्याची शक्यता असते.

शांत, अनुभवी आणि सशक्त ड्राफ्ट घोडे विक्रीसाठी क्वचित असतात, बहुतेक नसतातच. ॲमिश माणूस किंवा घोड्यांची पैदास करणारा शेतकरी जर त्याला शेतीसाठी 'घोडे वापरायचे' असतील तरच त्यांची आपणहून निपज करतो. तो ते विकत घेत नाही. जर तो चांगली निपज करू शकला तर तो त्यांचा वापर सुरू ठेवतो. जितका काळ वापरता येतील तितका तो उपयोग करून घेतो. जर असा घोडा विक्रीला असला तर बहुतेक त्याचं काहीतरी बिघडलेलं असतं - मानसिक संतुलन किंवा बिघडलेलं आरोग्य.

काही डझनभर फोन केल्यावर एक आश्वासक मार्ग दिसला. तो म्हणजे सरोवर ओलांडून आमच्या पलीकडं असणारा विक्रेता. आम्ही व्हरमाँटला जाण्यासाठी फेरी बोट घेतली आणि कूपरच्या फार्मला जाण्यासाठी गाडीत बसून निघालो. कूपर मोठी डेअरी चालवत होते पण ते नेहमी घोड्यांचे व्यवहार करत असत. प्रामाणिकपणाविषयी त्यांची ख्याती होती. हा गुण घोड्यांच्या व्यापाऱ्यात दुर्मीळ होता.

आम्ही कूपरच्या शेतघराजवळ गेलो तेव्हा हिमवर्षाव होत होता. एका मातीच्या रस्त्यावरील खाली छप्पर असलेलं कुरणातलं घर, त्याच्याजवळ असलेल्या लांबट, लाल रंगाच्या कोठारानं झाकोळून गेलं होतं. साधे कपडे, फार खोल नसलेली सपाट हॅट आणि चमत्कारिक मेनोनाइट ढंगानं ठेवलेले कल्ले अशा जिम कूपरनं बाहेर येऊन आमचं स्वागत केलं. तो आम्हाला कोठारात घेऊन गेला. मी आतापर्यंत

पाहिलेल्या सर्वांत मोठ्या आकाराच्या घोड्यांनी ते कोठार भरून गेलं होतं. काळ्या, बदामी, तांबूस-तपकिरी रंगाच्या घोड्यांच्या पिळदार उंच, वर आलेल्या पाठी त्या तबेल्याच्या मधल्या सरळ वाटेतून उठून दिसत होत्या. त्यांच्या पाठीवरचे उंचवटे माझ्या डोक्यापेक्षा अधिक उंच होते.

त्याच्या विशीतल्या मुलाचं तगडं आणि नव्या बुटाच्या जोडीप्रमाणे तुकतुकीत काळी कातडी असलेलं एक पर्चेरॉन जातीचं दणकट ड्राफ्ट शिंगरू होतं. ते एका भक्कम लाकडी क्रॉसला बांधलेलं होतं. त्याच्या डोक्याच्या दोरीला लगाम बांधलेला होता. अंकुशाच्या लगामाच्या दोऱ्या त्या घोड्याच्या मध्य शरीराला गुंडाळलेल्या एका कातडी पट्ट्याला अडकवून सज्ज केलेल्या होत्या. घोडा आवाज करत गवत चघळत होता. त्याचे कान अर्धवट मागे खेचले होते. तो घाबरलेला नव्हता तरी पूर्णपणे स्वस्थ नव्हता. जिमच्या मुलानं शिंगराला त्या क्रॉसपासून सोडवलं आणि आमच्याजवळ इतर घोडे आळसत फिरत होते त्या लहान मैदानात आणलं. जिमनं स्पष्ट केलं की अशा प्रकारे लगाम सज्ज करून तो शिंगरांना शिक्षण देत असे, म्हणजे कळपातील इतर घोड्यांच्या अस्तित्वामुळे ते शांत राहून त्यांना त्याची आपोआप सवय होत असे.

नंतर जिमच्या मुलानं कोठाराच्या टोकाला असलेलं एक धष्टपुष्ट तांबूस तपकिरी तट्टू बाहेर काढलं. जिमनं त्याचा जोडीदार असलेलं दुसरं तट्टू बाहेर आणलं. दोन्ही इतकी सारखी वाटत होती की मला त्यांचं वेगळेपण कळण्यासाठी काही मार्ग काढावा लागला. जिम म्हणाला, ''ते आठ वर्षांचं बेल्जियन जातीचं असून माणसाळलेलं व वागायला चांगलं आहेत. तरी शेवटी घोडे ते घोडेच.'' तो म्हणाला, ''जसं बॉम्बपासून सुरक्षित असं काही नसतं तसंच.''

तो आणि त्याचा मुलगा दोघांनी हातात ब्रश घेऊन घोड्यांच्या जवळ जाऊन खरारा केला. त्यांचे गळपट्टे त्यांच्या डोक्यातून वर ओढून त्यांच्या पाठीवर ठेवले. त्यांना दुखणार नाही व ते अगदी स्वस्थ राहतील अशा एखाद्या घोडेस्वाराच्या पद्धतीनं शांतपणे ते हालचाली करत होते.

''एक माणूस एकदा आला होता,'' तो म्हणाला, ''त्याला ड्राफ्ट घोडे घ्यायचे होते. त्याच्या बायकोला घोड्यांची भीती वाटत होती, म्हणून त्याला अजिबात त्रास न देणारे घोडे हवे होते.'' त्यानं घोड्याच्या लहान बंदिस्त जागेजवळ हुकाला अडकविलेला घोड्याचा सरंजाम काढला. ''माझ्याकडे खच्ची केलेले त्यांना दाखविण्यासारखे दोन घोडे होते. खरोखर अगदी शांत घोडे. लहान मूल किंवा बाईसुद्धा स्वार होऊन दौड करू शकतील असे.''

त्यानं घोड्याच्या गळेबंदाच्या कड्या वर उचलून गळपट्ट्याच्या खाचीत त्या हळुवारपणे अडकविल्या. बाकीचा गुंतागुंतीचा दुर्बोध सरंजाम त्यानं घोड्याच्या

पाठीवर टाकला. हे करता करता घोड्याच्या गळ्यातल्या कड्या असलेला चामडी पट्टा बक्कलनं बांधण्यासाठी तो तट्टूच्या पुढं आला. ''तो माणूस घोडे पाहण्यासाठी आला. खरंच ते चांगले घोडे होते.'' तट्टूच्या मागं जाऊन त्यानं चामड्याचा गुंता घोड्याच्या पाठीवरील उंचवट्यावरून नीट मागं जागेवर ओढून बसवला. त्यानं तिची कापलेली शेपटी ब्रिटचेनच्या वर काढली आणि नंतर पोटावरच्या पट्ट्याचं बक्कल लावलं. ''आम्ही घोड्यांना वॅगनला अडकवलं आणि रस्त्यावरून निघालो.'' जिम सांगत होता. मुख्य तबेल्यात एक लगाम होता. तट्टूनं नाक खाली केलं आणि त्यानं लगाम तिच्या डोक्यावर चढविला, मानेखालचं बक्कल लावलं आणि लगामाची साखळी तिच्या हनुवटीखाली अडकवली. जिमच्या मुलानं दुसऱ्या तट्टूवर सरंजाम घालून तिला तिच्या दुसऱ्या जोडीदाराबरोबर आणलं आणि त्यांनी दोऱ्या लगामाच्या मुख्य भागाला जोडल्या. जिम पुढे म्हणाला, ''आम्ही रस्त्याच्या दुसऱ्या बाजूला गेलो, इतक्यात एक मधमाशी खच्ची केलेल्या एका घोड्याला चावली. आणि ते दोघे तुफान धावू लागले. तो माणूस इतका घाबरला की त्यानं वॅगनमधून मागं उडी मारली. त्याचं डोकं टोकावर आपटलं आणि तो मरण पावला. नेमकं असं घडलं. ते घोडे खरोखर चांगले होते. मला त्यांनी कधी त्रास दिला नाही. होय. त्यामुळं बॉम्बपासून सुरक्षित वगैरे.... असं काही नसतं... ए... चल, हॅक, हॅक, पाय उचल.''

हिमवर्षाव थांबला होता आणि हवा आणखीनच बोचरी, थंड झाली होती. नवीन पडलेलं बर्फ वाऱ्याबरोबर उघड्या शेतावर गोल गिरक्या घेत होतं. दोन्ही तट्टू अगदी जोमात आले होते आणि आपले लगाम ओढत होते. जिमनं जवळच्या तट्टूला वाटेवरच पडलेल्या जडशीळ अशा घसरगाडीच्या दांडीपलीकडं ढकललं. त्याच्या मुलानं मानेवरचं जू सरंजामाला जोडलं, दांडा त्याच्या गोलाकार कडीत अडकवला. नंतर वजन ओढणाऱ्या साखळ्या समपातळीवरच्या दांडीला अडकवल्या. जिमनं आपल्या हातात लगाम घेतले. आम्ही घसरगाडीत बसल्यावर तो घोड्यांना उद्देशून काही बोलला आणि ते उत्साहाने बाहेर पडले. वाट बर्फाळ होती त्यामुळं आपले पाय रोवण्यासाठी घोडे थोडे धडपडले.

रस्त्यावरून जाताना जमीन बर्फानं झाकली गेली होती. त्यामुळं घोड्यांना बर्फ फोडून वाट काढावी लागत होती. जिमनं त्यांना 'थांबा' असं म्हटलं. त्यामुळं लगामांना ताण देत ते एका जागी नाचू लागले. ''ते तट्टू जरा खाली लाव.'' त्यानं आपल्या मुलाला सांगितलं. लगेच त्या मुलानं घसरगाडीतून उडी मारली आणि तो बर्फातून वाट काढत घोड्याच्या डोक्याजवळ गेला. त्यानं लगामाचे दोर गोल कडीतून बाहेर काढले आणि अर्ध्यावर खाली पुन्हा बांधले. मी घोडेस्वारी केलेली असल्यानं माझ्या लक्षात आलं की जिमला घोड्याच्या जिभेवर आणि मुख्य लगाम

व त्याची साखळी याच्या मध्यावर दबाव आणण्यासाठी त्याचा तरफेसारखा उपयोग होईल. मी जिमच्या दणकट आकृतीकडं पाहिलं आणि घोड्यांना काबूत ठेवणं मला कितपत जमेल अशी शंका वाटली. आम्ही पुन्हा निघालो. पण घोडे स्थिर नव्हते. सरळ चालण्याऐवजी ते घाबरत दुडक्या चालीनं जात होते.

"पानगळ सुरू झाल्यापासून त्यांनी काम केलेलं नाही." जिमनं स्पष्टीकरण दिलं. "तुम्हाला ते हवे असतील तर दोन आठवडे रोज मी त्यांना कामाला लावीन. म्हणजे ते चलाख होतील." काही मिनिटं आटोकाट प्रयत्न केल्यावर त्यानं घोड्यांना पुन्हा हाकारून थांबवलं, सुस्कारा सोडला आणि म्हणाला, "तुम्हाला हे घोडे उपयोगी नाहीत. गॅरी ड्युकेटकडे जा. काही वर्षांपूर्वी माझ्याकडून विकत घेतलेले घोडे तो विकणार आहे. तुम्ही शोधताय तसेच ते आहेत."

आणि खरोखरच ते तसे होते. आम्ही पोहोचलो तेव्हा घोड्यांची जोडी जोडलेली होती. गॅरीचा शेजारी असलेला एक आठ वर्षांचा मुलगा वॅगनवर, बोटींची शिडं स्थिर ठेवण्यासाठी असणाऱ्या दांडीसारख्या दोऱ्या धरून उभा होता. ती शेतवाडी म्हणजे टेकडीजवळ असलेली नापीक ओसाड जमीन होती. एका हायटेन्शन इलेक्ट्रिसिटी वायरमागे, थंडीत गुरांना घालायचा ओला चारा ठेवलेल्या खोलीजवळ काही गुरं चरत होती. गॅरी एका बाजूला कललेल्या कोठारात होता. तो न्युमोनियाने आजारी व भुकेने वाळलेल्या, श्वासासाठी धडपडणाऱ्या एका लहानशा वासराची काळजी घेत होता. त्या वासराला नंतर कोठारामागे नेऊन गोळी घालावी लागणार असं तो दुःखानं म्हणाला. आम्ही वॅगनमध्ये चढलो. तो घोड्यांना उद्देशून काही बोलला आणि लगेच ते घोडे सहजपणे चालायला लागले. गोठून घट्ट झालेल्या मळक्या रस्त्यावर अर्धा मैल गेल्यावर गॅरी म्हणाला, "तुम्ही हे घोडे विकत घेणार आहात, मग ते हाकूनही बघा."

आणि मी पहिल्यांदा हातात कासरा घेतला. जिवंत वस्तू हातात घेतल्यासारखं वाटलं मला. जणू काही पाळीव नागांची जोडीच. घोड्यावर स्वार होऊन रपेट करताना तुमच्या संपूर्ण शरीराचा - टाचा, पाय, बसण्यासाठी उपयोग होणारा शरीराचा भाग, वजन आणि हात - घोड्यांशी परस्पर संपर्क राहतो. शिवाय तुम्ही श्रेष्ठ असता, काही करण्याची ताकद तुमच्यात असते. तुम्ही घोडे हाकता तेव्हा तुमचा सगळा संपर्क, सगळं मनापासूनचं संभाषण तुमच्या तळहातात असणाऱ्या चामड्याच्या काही इंच तुकड्यातून घोड्याच्या तोंडाशी घडतं. त्या दोन घोड्यांना बाकी काही दिसत नाही, फक्त रस्ता दिसतो. त्यांचं प्रत्येकी वजन एक टन तरी असतं. तुम्ही त्याच्या मागच्या बाजूला पट्ट्यानं बांधलेले असता, तुमची नशिबंसुद्धा बांधलेली असतात. मला आवडणाऱ्या रपेटीच्या घोड्यांपेक्षा ड्राफ्ट घोडे त्रासदायक असतील असं वाटलं होतं. रेसच्या घोड्यासारखे फरफटत नेणारे चिडखोर घोडे

रपेट करायला मला आवडतात. पण त्या दिवशी मी किती चुकत होते हे माझ्या लक्षात आलं.

सॅम आणि सिल्व्हर दोन आठवड्यांनी आमच्या शेतावर पोहोचले. मार्क आणि मी आमच्या पश्चिमेकडील कोठारात एक आठवडाभर ठाकठोक करून दोन लांबट तबेले तयार केले होते. हातोडा मारत असताना प्रत्येक वेळी कडाक्याच्या थंडीमुळं कोपरातून विजेच्या लाटा उसळल्यासारखं वाटत होतं. आम्ही तबेल्यात गवताचे जाड थर पसरले. नवीन बांधलेल्या गव्हाणीत खाद्यगवत भरलं आणि तयार राहिलो. ते घोडे ट्रेलरच्या जोडवाहनातून एखाद्या राजासारखे खाली उतरले. अशा प्राण्यांच्या अस्तित्वानेच माझ्या भावना उचंबळून येतात. ते आनंदानं आणि मनापासून आपल्यासाठी शारीरिक श्रम करतात ही गोष्ट म्हणजे अद्‌भुत आहे.

ते फिकट तपकिरी शेंदरी रंगाचे, जवसासारखी फिकट आयाळ व शेपटी असलेले बेल्जियन जातीचे खच्ची केलेले घोडे होते. त्यांची वंशावळ माहीत नव्हती पण शेतकामासाठी, संचलनासाठी, ओझी ओढण्यासाठी वापरलेले ते साधारण चौदा वर्षे वयाचे घोडे होते. ते लिलावात वेगवेगळे विकत घेतलेले असून जिम कूपरने त्यांची जोडी जमविली होती. त्या दोघांत सिल्व्हर अधिक देखणा होता. बरेचसे नर घोडे अनावश्यक निपज थांबविण्यासाठी ते वयानं लहान असतानाच खच्ची केले जातात - नपुंसक केले जातात. त्यामुळं ते ताब्यात ठेवणं अधिक सोपं जातं. गॅरीनं आम्हाला सांगितलं की सिल्व्हर दहा वर्षांचा होईपर्यंत प्रजोत्पत्ती करणारा पूर्ण वाढीचा नर घोडा होता. अजूनही त्याची पिळदार बाकदार जाड मान प्रजोत्पत्ती करणाऱ्या नरासारखी आहे. त्याची रुंद छाती, लवचीक फासळ्या आणि लहान पाठ ही गिऱ्हाइकांची ओझी ओढण्यासाठी खास बनविली आहेत असं वाटतं. अगदी तीव्र बुद्धीचा नसला तरी तो शक्तिशाली व धीट होता. उलट सॅम हडकुळा असला तरी त्याचे स्नायू घट्ट होते आणि तो शहाणा होता. त्याच्या हालचाली अधिक जोमदार असून तो सैन्यात भरती झालेल्या सैनिकासारखा कोणताही भाव न दाखवता ताठर असे. सॅमशी बोललं की तो उत्तर म्हणून कान हलवत असे. तुम्ही मूर्खपणे कसेही वागलात तरी तो तुमची जास्तीत जास्त काळजी घेईल अशी भावना इतर घोड्यांप्रमाणे तो तुमच्यापर्यंत पोचती करत असे. ते दोन्ही घोडे डोक्यापर्यंत हाताच्या अठरा वितीएवढे उंच होते. मला त्यांच्या पाठीवर ब्रशनं खरारा करण्यासाठी एका बादलीवर उभं राहावं लागत असे.

दुसऱ्या दिवशी दूध काढून झाल्यावर मी सिल्व्हरला त्याच्या तबेल्यातून बाहेर काढलं, त्याला लगाम घातला आणि गवताच्या पेंढ्यांच्या ढिगावर चढून मी त्याच्या खोगीर नसलेल्या उघड्या पाठीवर झेप घेतली. एखाद्या उबदार सोफ्यावर स्वार व्हावं तसं मला वाटलं. तो धावू लागला तेव्हा महासागरावर एका लयीत

हेलकावल्यासारखं वाटलं. त्याच्या पाठीवरच्या चमत्कारिक लहानशा वजनामुळं आणि त्याच्याभोवती पाय टाकल्यामुळं त्याच्यात एक अनोळखी भावना निर्माण होऊन तो थोडासा गोंधळल्यासारखा वाटला. त्याच्यावर कधी कोणी याआधी स्वार झालेलं नसावं असं माझ्या लक्षात आलं. मी त्याला पुन्हा तबेल्यात बांधलं आणि सॅमला लगाम घातला. सॅमच्या पाठीवरचा उंचवटा टोकदार असल्यानं सिल्व्हरच्या रुंद पाठीएवढा आरामशीर नव्हता. पण सॅम बाहेर जायला उत्सुक होता. आम्ही हिमवर्षावातून शेताच्या पूर्वेकडच्या टोकाला असलेल्या मोठ्या उंचवट्याकडं निघालो. उंचवट्यावरून सरोवराचं छान दृश्य दिसतं. वाऱ्यामुळं जमिनीवरचं बर्फ उडून ती मोकळी झाली होती. मी सॅमला हलकेच पाय मारला आणि तो अगदी सहजपणे धावायला लागला. तो एवढ्या लांब ढांगा टाकत होता की तो जणूकाही जमीन गिळत होता. लहानपणापासून घोडे मला जो आनंद देत होते त्याच परिचित आनंदाची नस मला माझ्यात जाणवली. सॅम मैलोन् मैल दौड करायला तयार होता. पण मला त्याच्या वेगामुळं थोडी काळजी वाटली. त्याच्या खोगीर नसलेल्या उघड्या पाठीवरची माझी मांड सुटेल व मी खाली आपटेन असं मला वाटलं. मी हसतच माझी दौड थांबवून त्याला चालायला लावलं. मला वाटलं, तो औताचा घोडा असेना का, पण चांगला शिकवून तयार झालेला आहे.

एका कुडकुडत्या अतिथंड रविवारी उशिरा मार्क एक पिशवी भरून चंदेरी रंगाचे लहान गोल्डफिश घेऊन आला. ते सामन माशासारखे असून स्थानिक लोक त्याला 'आइसफिश' म्हणत. त्यानं ते गावातल्या दक्षिण भागातल्या दुकानात खरेदी केले होते. पलीकडं त्या बर्फाच्या सरोवरावर एक लहानसं गावच उगवलं होतं ओबडधोबड झोपड्यांच्या समूहात आणि आजूबाजूला अनेक बिळं खोदलेली होती. सरोवराच्या काठावरून त्या झोपड्यांपर्यंत बर्फावरच्या घसरगाड्यांवर बसून जाणारी माणसं मी पाहिली. त्यांच्या मागं पट्ट्यानं बांधलेली बीअरची सहा खोकी छोटीशी माणसं मागं बसल्यासारखी वाटत होती. "आरामात बस जरा," मार्क म्हणाला, "मी स्वयंपाक करतोय." त्यानं बारीक चिरलेला कांदा आम्ही घरी काढलेल्या लोण्यात परतला, त्यात एक मूठभर वाळलेली सुगंधी सेज वनस्पती टाकली. कांदा पारदर्शक झाल्यावर त्यानं त्यात पीठ टाकून दाटपणा आणला. मासे पकडणाऱ्या कोळ्यांचा आदर करण्यासाठी त्यात बीअर ओतून त्यानं ते पातळ केलं. मग त्यात चौकोनी तुकडे केलेली गाजरं, सेलरीची मुळं, बटाटे आणि स्टॉक घातला. शेवटी माशांचे तुकडे टाकले. ते सर्व शिजल्यावर डेलियाच्या सकाळच्या दुधाचं सगळं पिवळंधम्मक क्रीम त्यात ओतलं. मार्कच्या मांडीवर बसून असं समृद्ध आणि गरमागरम दाट सूप पिणं म्हणजे मजा. माझे पाय त्यावेळी लाकडी शेगडीच्या इतके जवळ होते की

माझ्या ओलसर भिजट पायमोज्यातून वाफ यायला लागली.

आम्ही आमचे वाडगे अगदी खरवडून खात असताना मार्कनं एक पेपर बाहेर काढला. त्यावर चित्रलिपीसारखे काहीतरी शब्द, बाण आणि गूढ खुणा केलेल्या होत्या. मला प्रथम वाटलं की तो शेताबद्दलचा काही नवीन प्लॅन असेल. नंतर त्यातील काही नावं ओळखीची वाटू लागली. ती निमंत्रितांच्या नावाची यादी होती. आमच्या लग्नासाठी येणाऱ्या निमंत्रितांची. 'असं होय' म्हणत मी त्याच्या मांडीवरून उठले. माझ्याकडं नीटसं न बघता तो म्हणाला, "आपला फक्त वाङ्निश्चय झालाय."

"होय, मला माहीत आहे." मी उत्तर दिलं.

तोपर्यंत दर दिवशी मी अधिकाधिक रुतत गेले होते तरी माझ्यातील एक लहानसा अस्वस्थ प्राणी घुसमटत होता. सुटकेसाठी मार्ग शोधत होता. माझी बांधिलकी वाढली तितकाच तो प्राणी अधिक निराश झाला. प्रेमात किंवा बाकी आयुष्यातल्या बऱ्याचशा गोष्टीत माझी वागण्याची तऱ्हा नेहमी एखाद्या टुरिस्ट प्रवाशासारखी असते. रहिवाशासारखी नाही. मी पाण्यात खोल सूर मारते पण लगेच पाण्याबाहेरही येते. म्हणजे माझ्या वागण्यात खोटेपणा नव्हता. माझा खरोखर विश्वास होता. पण माझ्या व्यक्तिमत्त्वातील वैशिष्ट्यांची कसोटी घेतली तर नवलाईच्या वर्तणुकीच्या बाबतीत माझे गुण भरपूर गोंधळात टाकणारे होते. 'कायमचं' हा शब्द मला सरळ भिववितो. मी शेतवाडी वसवायच्या कल्पनेनं अगदी मंत्रमुग्ध झाले हाते. मी मार्कवर उत्कट प्रेमही करत होते. पण अगदी खरं खरं सांगते की हे प्रेम कायमचं टिकेल याची मलाच खात्री नव्हती.

आम्ही साधारणपणे असं ठरवलं होतं की लग्न हे कापणीच्या हंगामानंतर पानगळीच्या ऋतुत शेतावर करायचं. ऑक्टोबरच्या सुरुवातीला अन्नधान्य भरपूर उपलब्ध असतं आणि हवाही चांगली असते. लग्नाला अजून खूप वेळ आहे असं वाटलं होतं पण आता एक वर्षापेक्षासुद्धा कमी वेळ असल्यानं ते अगदी दृष्टिपथात असल्यासारखं वाटलं.

"आपण 'पुढच्या' पानगळीपर्यंत थांबू या का?" हे मला आताच सुचलंय आणि अगदी सहज म्हटलंय असं वाटावं अशा तऱ्हेनं मी विचारलं.

"आपल्याला जे सगळं करायचं आहे त्याचा लग्नाशी संबंध नाही."

आमचा वाङ्निश्चय होऊन एक वर्ष झालं होतं आणि त्याला लगेच लग्न करायचं होतं. तो हातात वाडगा घेऊन उभा राहिला आणि ओट्या जवळील भांडी धुण्याच्या जागेकडं निघाला.

"मी एक वर्ष अजिबात थांबणार नाही," तो स्वयंपाकघरातून म्हणाला, "तुला या पानगळीत लग्न करायचं नसेल तर मला लग्न करायचंच नाही."

‘बांधिलकी’ म्हणजे काय हे शिकायचं असेल तर गाईसारखं उत्तम उदाहरण नाही. तिच्या दूध काढण्याच्या बाबतीत अपवाद करता येत नाही किंवा सबब सांगता येत नाही. तिचं दूध काढलंच पाहिजे. नाहीतर तिची कास भरून तटतटेल आणि नंतर ती आजारी पडून तिचं दूध आटून जाईल. सकाळ, संध्याकाळ, सुटीच्या दिवशीसुद्धा, हवा चांगली असो वा वाईट, ती ज्या दिवशी विऊन वासराला जन्म देते त्या दिवसापासून, दहा महिन्यांनी ती पूर्ण आटेपर्यंत त्या गाईच्या चौकटीत तुम्हाला तुमचा दिनक्रम बसवावा लागतो. बारा तासांपेक्षा जास्त वेळ तुम्ही प्रवास करू शकत नाही. या बांधिलकीबद्दल ती तुम्हाला काय देते हे मनावर ठसणारं आहे. गाय म्हणजे शेतवाडीचा पायाभरणीचा दगड आहे. अगदी मूलभूत. ती गवत खाते- जमिनीवर, पाण्यात उगवणारे सर्वव्यापी गवत- आणि चार गोष्टींचे एकत्रीकरण असलेली रवंथ ही क्रिया करून त्या गवतातील मूलद्रव्य मोकळं करून त्यातली शक्ती बाहेर काढते. तिच्या पोटातील प्रत्येक भागासाठी दिलेली नावं काहीशी चर्चशी संबंधित वाटतात - ओमॅसम, ॲबोमॅसम, रेटिक्युलम. या पोटाच्या भागांना असलेल्या जुन्या नावांवरून आदर वाटायला लागतो. उदाहरणार्थ पोटाच्या दुसऱ्या भागाला नाईट्स् हूड आणि तिसऱ्या भागाला साल्टेरियम असं म्हटलं जातं. क्रीम शब्दाचा क्रीझेमशी म्हणजे नवीन राजाला बिशप तेल लावत आहे असा संबंध वाटतो. प्रत्येक नम्र क्रियेसाठी राजाशी संबंधित किंवा पवित्र शब्द आहेत. यात काहीतरी अर्थ आहे. कारण गाईमुळे पूर्ण शेतवाडीत विपुलता येते. दूध, चीज, लोणी, दही, मलई हे तर मिळतंच आणि त्यापासून तयार होणारे इतर पदार्थ म्हणजे मलई काढलेलं दूध, ताक आणि दह्याची निवळी या गोष्टी डुक्करं पोसायला आणि कोंबड्यांना खाऊ घालायला उपयोगी पडतात. गाय तुम्हाला प्रत्येक वर्षी वासरू देते. ते तुम्ही गवतावर चरवून पोसू शकता. त्यामुळं एका कुटुंबापुरतं वर्षभर पुरेल एवढं गोमांस तुम्हाला मिळतं. हे सगळं एकट्या गाईपासून सतत मिळत राहतं.

मी आता दूध काढण्यात अधिकाधिक तरबेज होत चालले होते. वेगानं ते काढत होते. आता दूध माझ्या मनगटावरून ओघळत नव्हतं किंवा वेडवाकडं असं कोठाराच्या भिंतीवर उडत नव्हतं. मी आता नखं आखूड आणि गुळगुळीत ठेवायला शिकले होते. गाईचं प्रत्येक आचळ हळुवारपणे तरी पूर्णपणे पिळत होते. माझे मनगटापासून कोपरापर्यंतचे हात दिवसेंदिवस बळकट होत चालले होते.

दूध म्हणजे मला सत्ता बहाल न केलेलं राज्य होतं. कॉफीत अर्ध पाणी घातलेलं दूध सोडलं तर कितीतरी वर्षांत मी दूध प्यायले नव्हते. मला दुधातली लॅक्टोज साखर फारशी पचत नव्हती. आणि दूध पिणं म्हणजे वजन वाढवणं असं वाटत होतं. पण मला दूध म्हणून जे वाटलं होतं त्यापेक्षा जर्सी गाईचं दूध हा पूर्णपणे वेगळाच पदार्थ होता. तुमची स्वत:ची गाय नसेल किंवा गाय असलेला

कोणी तुम्हाला माहीत असेल तर मला तुम्हाला सावध करायचंय. कधीही जर्सी गाईच्या आचळातील कच्चं दूध भांड्यात न काढता तसंच सरळ तोंडात घेऊ नका. कारण फक्त एकदाच चव घेऊन पुन्हा ते कधीही न पिणं हा त्यावर अन्याय होईल. अमेरिकेतल्या अगदी फार थोड्या माणसांना अशा प्रकारच्या दुधाची आठवण आहे. ती माणसं वयस्कर असून गाईच्या सहवासात वाढलेली आहेत. लहानपणी घेतलेल्या चवीचा पुन्हा अनुभव घेण्यासाठी ते कधीतरी शेतावर येतात.

एकदा शेतावर हातानं काढलेल्या दुधाची तुम्हाला सवय झाली की दुग्धव्यवसायातून मिळालेल्या दुधातील उणिवा तुम्हाला कळायला लागतात. पहिलं म्हणजे त्यात काही वेळा पुठ्ठ्याची चव येते. आचळं आणि दूध काढायच्या मशीनचा पाइप धुण्यासाठी वापरल्या जाणाऱ्या रासायनिक द्रव्याची थोडीशी चवही दुधाला येते. दूध एकजीव करण्याची प्रक्रिया सगळीकडे वापरली जाते, याचं मला आश्चर्य वाटतं. तुम्हाला दुधावर आलेली साय का 'नको' असते? ती तर सकाळच्या वेळी तुमच्या कॉफीत पडायला हाताशी तय्यार असते आणि मग तुम्हाला साय काढलेलं दूध पिण्यासाठी आपोआप उपलब्ध असतं. दूध जंतुविरहित करतात तेव्हा कच्चा अन्नपदार्थ शिजविल्यावर बदलतो तशी त्याची चव आणि स्वरूपही बदलतं.

ताजं दूध हे आश्चर्य वाटावं असं असतं. ते शिळं होतं तेव्हा अधिकच मनोरंजक होतं. गाय दूध देते तेव्हा कोमट, गोडसर पोषक द्रव्यानं युक्त असा तो पदार्थ असतो. सूक्ष्म जंतूंची वाढ होण्यासाठी ते अगदी चैतन्ययुक्त माध्यम असतं. सूक्ष्मजंतूंची वाढ झाल्यावर ते दूध आपोआप आम्लयुक्त होतं. त्याची गोडसर चव बदलून आंबटसर होते. ते हळूहळू दाटही होतं. पाककृतींच्या जुन्या पुस्तकात बघितलंत तर 'आंबट दूध' म्हणून जो उल्लेख येतो तो याच दुधाचा. एखाद्या सशक्त गाईचं चांगलं स्वच्छ, कच्चं दूध एखाद्या उबदार जागेत ठेवलंत तर त्यातील 'विलक्षण सूक्ष्म जंतू' ते दूध घट्ट करून त्याचं स्वरूप कायमचं चित्तवेधक करतील. शिवाय ते कायमचं खाण्यायोग्य राहील. सूक्ष्म जंतूंच्या ह्या नैसर्गिक प्रवृत्तीचा इच्छित आणि इष्ट गुणधर्म आणण्यासाठी माणसानं पुष्कळ काळ फायदा करून घेतला आहे. अशा प्रकारे आपण दुधापासून दही, दूध आंबवून केलेलं सौम्य मादक पेय आणि अनेक प्रकारची चीज तयार करतो. निर्जंतुकीकरणाच्या प्रक्रियेत दुधातील सौम्य आणि रोग उत्पन्न करणारे जवळजवळ सर्व जंतू एकाच वेळी मारले जातात. दुधात 'चांगले' सूक्ष्म जंतू नसतील तर निर्जंतुकीकरण केलेल्या दुधावर कुजविणाऱ्या जंतूंचा सहज हल्ला होऊ शकतो. त्यामुळं दूध आंबट बनण्याऐवजी कुजून नाश पावतं, फुकट जातं.

दुसरा एक फरक पडतो गाईची जात कोणती आहे यावरून. दुकानात तुम्हाला मिळणारं दूध बहुतेक वेळा होलस्टीन जातीच्या गाईचं असतं. त्या गाई तशा मोठ्या

असतात. त्यांचं दूध जास्तीत जास्त वाढण्यासाठी दुग्धव्यवसाय करणाऱ्या डेअरीत त्यांना चांगलं खायला-प्यायला घातलं जातं. निगा घेतली जाते. पण सर्वसामान्य नियम असा आहे की दुधाचं उत्पादन, घनफळ वाढल्यानं त्यातील स्निग्धता आणि घनता कमी होते. शेतकऱ्यांमध्ये जर्सी गाय बाळगणाऱ्यांमध्ये एक जुना किस्सा सांगितला जातो, जो होलस्टीन गोठ्यात बाळगतो त्याची विहीर आटली तर त्याच्याकडं थाळ्या धुवायला काहीतरी असतं. जर्सी गाईचं दूध होलस्टीन गाईच्या दुधापेक्षा जास्त समृद्ध असतं. त्यात स्निग्धता आणि घनता खूप जास्त प्रमाणात असते. शिवाय जर्सी गाय गवतातील बीटा कॅरोटीन पूर्णपणे पचवत नाही. म्हणून तिच्या मलईला निळसर झाक असून ती फिकट पिवळी जाड व सुंदर दिसते. विशेषत: वसंत ऋतुत या सायीपासून तुम्ही लोणी काढता तेव्हा त्याचा रंग चमकदार दिसतो.

जात कोणती यापेक्षा गाईचं खाणं कोणतं आहे हे महत्त्वाचं आहे. गाय काय खाते यावरच दुधाची चव अवलंबून असते. जेव्हा दुधाला काहीतरी वास देणारी गोष्ट गाय खाते आणि काहीतरी बिघडतं तेव्हा हे स्पष्ट कळून येतं. कुरणात वाढलेली रानलसूण तुमच्या दुधाला उंदरासारखा घाणेरडा वास देते. कॅटमिंट ही सुगंधी वनस्पती, लॅम्बज क्वार्टर तसेच गोल्डन रॉड या अन्नाची रुची वाढविणाऱ्या वनस्पती व पिवळसर देठ असलेल्या फुलांचं झाड खाल्ल्यानं दुधाला लांब शेपटीच्या लॉब्स्टर माशासारखा वास येतो. तो वास वाईट नसतो पण तुमच्या पेल्यातल्या दुधाला आलेला तुम्हाला चालत नाही. तुमच्याकडचा वाया गेलेला कोबी गाईला खाऊ घालणार असाल तर तो दूध काढायच्या वेळेआधी बरेच तास घालायला हवा. नाही तर तुमच्या दुधाला केसाळ प्राण्याचा विशिष्ट कुबट वास येईल. गाय काय खाते यावरून तिच्या दुधापासून येणाऱ्या लोण्याचा पोतसुद्धा बदलतो. वसंत ऋतुत हिरव्यागार गवतावर चरलेल्या गाईंच्या दुधापासून काढलेलं लोणी अगदी मृदु आणि पदार्थावर सहज पसरता येण्यासारखं असतं. हिवाळ्यात गाई वाळलेल्या कोरड्या गवतावर चरतात तेव्हा लोणी घट्ट होतं. खोलीतल्या उबदार हवेत ते ठिसूळ झालं तरी ब्रेडच्या तुकड्यावर पसरण्यासाठी ते बारीक चुरडावं लागतं. आणखीसुद्धा बारीक सारीक परिणाम असतात. वाटाण्यासारखे वेल असलेल्या कुरणात गाय चरत असेल तर दुधाची चव वेगळी असते. तीच गाय फळबागेतल्या कुरणात चरली तर चव बदलते. ते कुरणसुद्धा ऋतु आणि हवामानाप्रमाणे बदलतं. दुधाचं वाईनप्रमाणे असतं. वाईन ज्या हवामानात तयार केली असेल त्याप्रमाणे बदलणं हा तिचा अंगभूत व आकलन न होणारा गुणधर्म आहे. जिथं दुग्धव्यवसाय केला जातो तिथं गाई कुरणात पायसुद्धा ठेवत नाहीत. ज्यावेळी गाईंना पान्हा असतो त्यावेळी त्या गवताऐवजी टीएमआर म्हणजे सर्व खाद्यांचं मिश्रण

खातात. त्याचा दर्जा जास्तीत जास्त दुधाचं उत्पादन होईल आणि कमीत कमी खर्च होईल अशा प्रकारे मोजूनमापून ठरविलेला असतो. त्यात कापून बारीक केलेलं अर्धवट ओलं किंवा ओलेपणी खड्ड्यात दाबून टिकवलेलं गवत असतं. त्याचप्रमाणे त्यात जीवनसत्त्व वाढून शक्ती देण्यासाठी सोया किंवा सातू वगैरे धान्याची दारू करताना उरलेली पेंड मिसळलेली असते. दूध ही इतर वस्तूंप्रमाणे व्यापारासाठी वापरायची वस्तू आहे असं जर तुम्हाला वाटत असेल तर ती थोडी कमीजास्त झाली तर फरक नक्कीच पडतो. त्यामुळे टीएमआर खायला घालण्यात योग्य अर्थ आहे. परंतु जर दूध हा ऋतुमानाप्रमाणे व प्रादेशिक गुणधर्म असलेला अन्नपदार्थ आहे असा जर तुम्ही विचार केलात तर टीएमआर घालणं हे, मातीऐवजी पौष्टिक रासायनिक द्रव्यात मुळं ठेवून वाढविलेल्या द्राक्षांपासून वाईन करण्याइतकं वेडेपणाचं वाटतं.

शुक्रवारी आमच्याकडे बर्फाचं जोरदार वादळ सुरू झालं. रेडिओवर हवामानाचा संभाव्य अंदाज फारच गंभीर सांगितला होता. पण कशीबशी सकाळ उगवली. ढगांच्या गर्दीतून सूर्याची निस्तेज किरणं बाहेर डोकावत होती. हवा थंड होती आणि हलकासा हिमवर्षाव होत होता. सकाळभर आम्ही शेतावरच जाळीच्या दरवाजांना लाकडी पट्ट्या खिळ्यांनी ठोकून फटी बुजवत होतो. आम्ही कोंबड्यांना त्यांच्या खुराड्यात टाकलं आणि खुराडं ट्रॅक्टरला जोडून ते गाडीवाटेवरून ओढत पश्चिमेच्या कोठाराजवळील बंदिस्त जागेत आणलं. डेलियाला आम्ही तिच्या गोठ्यात बंदिस्त करून त्या कोठाराची सगळी दारं लावून टाकली. हे सगळं करून आम्ही आमच्या गावातल्या घरात येऊन वादळ संपण्याची वाट पाहत बसलो.

तो दिवस आम्ही पुढल्या वर्षीच्या कामाची योजना एका कॅलेंडरवर आखण्यात, उत्साहात, मजेत घालवला. ते कॅलेंडर पोस्टानं आलं होतं. त्यावर उपरोधिक वाटावं असं एका वसाहतीतील घरांसारखं दिसणारं घर, लाल कोठार व तीन पांढऱ्या गुबगुबीत मेंढरांचं चित्रं होतं. त्यावर लिहिलं होतं,

'माझी भूमी, प्रिय मुक्त भूमीही तूच आहेस.'

आम्ही आमच्या इच्छा, आकांक्षा दिवसांच्या आणि आठवड्यांच्या चौकटीत भरल्या खऱ्या, पण त्याच वेळी आम्हाला हे कळायला हवं होतं की एक वर्षाच्या कालावधीसाठी त्या खूप जास्त होत्या. फेब्रुवारीचा पहिला आठवडा 'हरितगृहाचा खर्च काढणे आणि बांधणे' यासाठी राखून ठेवला होता. त्याच महिन्याच्या दुसऱ्या आठवड्यात आमचं उद्दिष्ट होतं 'बांधकामाच्या जागेची विभागणी करणं.' पुढील वर्षासाठी लागणारं 'जळाऊ लाकूड' कापणं आणि फोडून ठेवणं हे सुद्धा तेव्हाच करायचं ठरवलं होतं. आम्ही लग्न करायचं ठरविल्यावर मार्कनं ऑक्टोबरमधल्या एका दिवसावर लिहिलं होतं 'विवाह' आणि त्याच दिवसाच्या चौकटीत लिहिलं

होतं, '५० कोंबडीची पिल्लं येतील.' सगळी अक्षरं एकाच आकाराची होती. फक्त पहिली घटना हृदयाच्या जोडलेल्या दोन आकृतींनी दुसरीपासून वेगळी दाखविली होती. पुढच्याच आठवड्यावर मार्कनं लिहिलं होतं 'मधुचंद्र' आणि तिथंच व्यवस्थित लिहिलं होतं 'पोळ्यातून मध काढणे.'

आम्ही सगळे बेत ठरविण्यात इतके गुंगलो की हिमवर्षाव भयानक व्हायला लागलाय हे आम्हाला कळलंच नाही. आम्ही वर बघितलं तेव्हा सूर्य जवळजवळ मावळला होता आणि डेलियाची दूध काढायची वेळ झाली होती. मार्क चीज तयार करण्याचा प्रयोग करत होता आणि तो दूध घट्ट होण्याची वाट बघत होता. ते अर्धवट तयार झालं होतं. म्हणून त्याच्याऐवजी मी शेतावर जाऊन दूध काढायची तयारी दाखविली. मला वाटतं ते अंतर मैलभर असेल. पण ते किती त्रासदायक ठरावं?

मी गाडीच्या चक्रावर ओणवून, रस्त्याच्या खुणा असलेल्या पिवळ्या रेषा खिडकीतून काळजीपूर्वक निरखत, अगदी चालण्याच्या वेगानं गाडी हाकत होते. माझी तेवढी एकच गाडी रस्त्यावर होती. मी अर्धा मैल गेले तोच माझ्या पुढचा रस्ता अंधारात बुडाला. गाडीच्या हेडलाइटवरचा बर्फाचा जाड थर काढण्यासाठी मला बर्फात सावधपणे खांद्यापर्यंत हात घालावा लागला. मी कोठारापर्यंत पोहोचले आणि गाडीचा वायपर बंद केल्याबरोबर संरक्षक काचेच्या पलीकडचं दिसेनासं झालं.

कोठाराच्या कोपऱ्याशी घोंघावणारा वाऱ्याचा आवाज ऐकत डेलिया तिच्या गोठ्यात व्यवस्थित आरामशीर उभी होती. मी तिला तिच्या दावणीजवळ आणलं आणि तिचं दूध काढलं. तिच्या गरम आचळांच्या स्पर्शानं मला बरं वाटलं. आणखी एक पेंडी खाद्यगवत बरोबर घेऊन पुन्हा मी तिला गोठ्यात सोडलं. मग पाणी पाजून गवताची पेंडी तिच्यापुढं सोडली. नंतर झाडांमध्ये आसरा घेतलेल्या घोड्यांची अवस्था बघण्यासाठी मी बाहेर गेले. त्यांच्या पाठीवर बर्फ साचलं होतं. त्यांना तबेल्यात आणेपर्यंत माझी गाडी बर्फात पार बुडाली होती. ती इतकी खोलवर रुतली होती की काढायचा प्रयत्न केला असता तरी ती मी वापरू शकले नसते. वादळ उत्तरोत्तर वाढत गेलं आणि मी त्यात चालायला लागले. मला अगदी शेक्सपिअरच्या दुःखान्त नाटकातील नायक राजा लियरसारखं वाटत होतं. वादळाला तोंड देत, जवळजवळ डोळे मिटूनच सों सों आवाज करणाऱ्या पाईनच्या खुंटांमधून मी रस्त्याकडं निघाले. एक ट्रक अगदी रांगल्यासारखा हळूहळू गेला. जमिनीवर पडलेल्या बर्फामुळं त्याचा आवाज येत नव्हता. हवेत बर्फ एवढं गोठलं होतं की गाडीचे हेडलाईट्स् निरुपयोगी झाले होते. प्रकाशाचे लहानसे शंकूसारखे झोत पडत होते. ट्रक गेल्यावर रस्ता दिसेनासा झाला. रस्ता चुकू नये म्हणून मला रस्त्यावरच्या दिव्यांचा क्षीण प्रकाश बघावा लागत होता. मी घरी पोहोचले तेव्हा मला घाम फुटला

होता, तरी मी उल्हासित, आनंदी होते. कारण ही शेतवाडी आणि त्यासाठीच्या निकडीच्या गोष्टींमुळे मी अशा वादळात ढकलली गेले होते. म्हातारी झाल्यावर या आठवणीत हरवून जाऊन ही रात्र मी पुन्हा जगेन आणि ऐकायला उत्सुक आणि जवळ असलेल्यांना मी त्याची गोष्ट सांगेन.

हे हिमवादळ रात्रभर सुरू राहिलं. पहाटे बर्फ पडायचं थांबलं आणि जोराचे वारे वाहू लागले. आम्ही दूध काढायच्या वेळी बर्फात वापरायचे बूट घालून शेतावर आलो. रस्त्यावर अजिबात रहदारी नव्हती. मावळता चंद्र ढगातून अस्पष्ट दिसत होता. पाइनच्या फांद्या बर्फाच्या वजनामुळं जमिनीपर्यंत वाकल्या होत्या. काही ठिकाणी बर्फाचे ढीग दहा फूट उंच होते. माझी गाडी म्हणजे रुंदसा पांढरा उंचवटा होता.

आता आमच्याकडं घोडे होते पण घोड्यांनी ओढायची साधन-सामग्री नव्हती. बर्फ पडत असल्यानं दिवसाच्या वेळेचा वापर करून आम्ही वसंतऋतु येईपर्यंत लागणाऱ्या हत्यारांची यादी केली. पहिली गोष्ट म्हणजे नांगर. आम्ही जी जमीन भाज्या लावण्यासाठी उपयोगात आणण्याचे ठरवत होतो ती जमीन खूप गवताळ होती. ती उलगडण्यासाठी नांगरायला हवी होती. म्हणजे मग आणखी हत्यारं - मार्कच्या मते एक गोल दंताळं आणि अणकुचीदार टोकांचं स्प्रिंगचं दंताळं - उलगडलेली जमिनीतील ढेकळं फोडून बियाणं पेरण्यासाठी समतल वाफे करण्यासाठी आवश्यक होती. एकदा पीक वर आल्यावर अनावश्यक तणांवर नियंत्रण ठेवण्यासाठी काही मार्ग शोधणं आम्हाला आवश्यक होतं. त्यासाठी दोन घोडे जोडलेलं कल्टीव्हेटर हे हत्यार आहे. आम्ही घोड्यांच्या मदतीनं गवत कापणार असलो तरी घोड्यांनी ओढायचं गवत कापणीचं मशीन आवश्यक होतं. सॅम आणि सिल्व्हरबरोबर सरंजाम आणि गळपट्टे आमच्याकडे आले होते. परंतु आम्हाला जोरानं ओढण्यासाठी मशीनच्या पुढे जोडायचे घोड्यांनी ओढायचे टग-साखळीचे इव्हनर नावाचे लहान तुकडे आवश्यक होते. मशीनच्या पुढच्या बाजूनं जमिनीपासून वर उचलण्यासाठी जोखडाची जरुरी होती. जमिनीसरशी घासणारी एखादी सपाट बुडाची घसरगाडी शेतापर्यंत नांगर खेचण्यासाठी असती तर बरं झालं असतं. ढकलगाडी असती तर छानच झालं असतं. पाठीमागून ढकलण्यासाठी असणारी ही अशी दोन चाकांची गाडी हत्यारं किंवा सामान ओढायला उपयोगी पडते. आम्हाला बियाणाचे धान्य पेरण्यासाठी एक भोक पाडणाऱ्या उपकरणाची तसेच बटाटे जमिनीतून खणून काढण्यासाठी हत्याराची जरुरी होती. आणखी सुद्धा काही वस्तू असाव्यात अशी इच्छा होती परंतु कमीत कमी एवढं तरी हवंच होतं. आमचं बजेट फारच काटकसरीचं होतं.

तुरळक वस्ती असलेल्या या प्रदेशात ट्रॅक्टर उशिरा आला. त्यामुळं १९५० च्या शेवटापर्यंत आमच्या पुष्कळ शेजाऱ्यांनी आपल्या शेतावर घोड्यांचा वापर केला होता. त्यांनी वापरलेली काही जुनी उपकरणं आता भंगारात गेली होती. काही पुराणवस्तूंच्या व्यापाऱ्यांना विकली गेली होती. काही पुढील अंगणात टाकलेली आता गंजून गेली होती. उन्हाळ्यात त्यांच्या भोवती आपोआप बी पडून इंपेशन्सची रोपं वाढत होती आणि पानगळीच्या ऋतुत पांढरी, पिवळी, लाल अशी फुलं येणारी ममची रोपं आणि भोपळ्याचे सरपटणारे वेल वाढत, पसरत होते. तरीही बरीच उपकरणं अजूनही कोठाराच्या मागच्या भागात नीटनेटकी राखून ठेवली होती. म्हणून आम्ही त्या धूळभरल्या आडबाजूंच्या कोपऱ्यांचा धांडोळा घेतला. काही ठिकाणी आम्हाला घोड्यांनी ओढायची मशीन्स मिळाली. ट्रॅक्टर नवीन आले त्या परिवर्तनाच्या काळात शेतकऱ्यांनी जुनी उपकरणं त्यांच्या नवीन ट्रॅक्टरना जोडल्याचा तो पुरावा होता. काही ठिकाणी उपकरणं, त्यांचे सुटे करता येणारे भाग ग्रीस लावून, तेलपाणी करून संपूर्णपणे मोठ्या निगुतीने जतन केले होते. मात्र त्यांना साठ वर्षांत हातही लावला नव्हता. त्यातील काही आम्ही विकत घेतली तर काही आम्हाला देऊ केली गेली. शेन शार्पनं स्वत: विकत घेतलेलं पण कधीही न वापरलेलं गोल दंताळं आम्हाला उसनं दिलं. नुकत्याच विधवा झालेल्या एका वयस्क स्त्रीनं आपल्या नवऱ्याचं लाकडी, जुनं, धान्य पेरण्यासाठी भोक पाडायचं ड्रिल मशीन दिलं. शिवाय मुठीचा दांडा असलेलं हँडल फिरवून कंदमुळं भरडायचा ग्राइंडरही दिला. त्यामुळं आमच्याकडील जास्तीची गाजरं आणि बीट डेलियाला खाऊ घालणं आम्हाला शक्य होणार होतं. नंतर थॉमस ला- फाउंटन मुद्दाम थांबून लिलावाची जाहिरात देऊन गेला. त्यात स्पष्ट लिहिलं नव्हतं पण घोड्यांनी ओढण्याच्या हत्यारांची विक्रीसाठी असलेली लांबलचक यादी पाहून आणि शेताच्या स्थळाचं वर्णन वाचून ॲमिश फार्म विकायला काढलंय, ते सुद्धा अत्यंत स्वस्त दरात हे आम्हाला कळलं.

ते फार्म नैऋत्येला गाडीनं तीन तासाच्या अंतरावर होतं. आम्ही पहाट होण्यापूर्वी निघालो. हिवाळ्यातलं साधारण आठवडाभर टिकणारं दुसरं वादळ त्या भागात पसरायला लागलं होतं. वादळी वारा घोंगावणाऱ्या सपाट मैदानाच्या साधारण मध्यावर ते फार्म होतं. रस्त्यावरचं बर्फ काढणाऱ्या मशीनने मोठमोठ्या रस्त्यांची निगा राखणं भाग होतं. शेवटचे पाच मैल पुढं जाणं जवळजवळ अशक्य झालं. कारण तिथं हिमवर्षाव खूपच झाला होता. आमच्यापुढं पाय रोवून धावणारे दोन बेल्जियन घोडे जोडलेली बर्फावर घसरणारी गाडी एक माणूस चालवत होता. त्याच्यापेक्षा आमच्या गाडीची खेचून न्यायची शक्ती कमी होती. कारण आमची गाडी घसरली आणि गर्रकन वळली. त्या घसरगाडीत तपकिरी कोंबड्या आणि ठिपकेवाली

बदकं यांचं खुराडं होतं. घोड्यांच्या छातीवरचे केस आणि बगला त्यांच्या श्वासोच्छ्वासानं जमलेल्या बर्फानं पांढऱ्या झाल्या होत्या. गाड्या उभ्या करण्यासाठी असलेल्या शेतासारख्या जागेवर आम्ही गाडी घुसवली. घसरगाडीच्या घोड्या हाकणाऱ्या माणसानं आम्हाला कोठारापर्यंत जाण्यासाठी लिफ्ट हवी का हे विचारायला घोड्यांना थोपवलं. त्याच्या बोलण्याचा पेनसिल्व्हानियाचा विशिष्ट उंच स्वर वाऱ्यामुळं सपाट झालेल्या समोरच्या जमिनीसारखा होता.

आम्हाला वाटलं की खराब हवामान म्हणजे लोक कमी येतील आणि पुष्कळ घासाघीस होईल. पण ॲमिश लोक नाउमेद न करणारे ठरले. दोन परिवार ओहियो राज्यात वसाहत करण्यासाठी निघाले होते म्हणून सगळं विकत होते. ही एक मोठीच घटना होती. ॲमिश लोक गाडी चालवत नाहीत. त्यामुळं मला वाटलं की हा सगळा स्थानिक लोकांचा मामला असेल. परंतु चर्चनं असं सांगितलं नाहीये की तुम्ही प्रवासी होऊ नका. त्यामुळं न्यूयॉर्क आणि पेनसिल्व्हानियाच्या कोपऱ्याकोपऱ्यातून भाड्यानं घेतलेल्या पुष्कळ व्हॅन्स आणि लहान बसेस तिथं आल्या होत्या. त्यात मोठ्या वयाच्या पुरुषांचे खरेदीसाठी आलेले जथ्थे होते. शिवाय तेरा ते एकोणीस या वयोगटातील खूप तरुण मुलं एक सामाजिक घटना बघण्यासाठी आली असावीत असा माझा तर्क होता. साधारण त्याच वयोगटातील स्थानिक रहिवासी असलेल्या केसांचा मधोमध भांग पाडलेल्या, एक डझनभर मुली काळा स्कर्ट आणि शाल पांघरून कॉफी, सँडविच आणि साखर घातलेल्या घरगुती पेस्ट्रींची विक्री करत होत्या. कोठाराचा तो भाग प्लॅस्टिकच्या मोठ्या कापडाची भिंत करून वेगळा केला होता. लाकडावरची शेकोटी पेटवून उबदार केला होता. लहान मुलं असलेल्या, लग्न झालेल्या काही तरुण स्त्रिया त्या मुलींवर देखरेख करत होत्या. त्यांच्याबरोबर थंडीसाठी काळं घट्ट टोपडं बांधलेली, जरा रागीट वाटणारी मोठ्या वयाची बाई होती. एका आठ वर्षांच्या मुलीला मुलांची काळजी घ्यायला बसवलेलं दिसलं. ती दुपट्यात नीट गुंडाळलेल्या एका मुलाला आपल्या गुडघ्यावर बसवून झुलवत होती. त्याच वेळी ती चालणाऱ्या लहान मुलांचा छोटा घोळका कोणाच्या पायात येत नाही ना हे बघत होती. शिवाय तिथं असलेल्या लाकडावरच्या स्टोव्हपासून त्यांना जपत होती. त्या स्टोव्हवर डुकराच्या गरम चरबीतली केकची गोल कडी खदखदत होती.

घोड्यांनी ओढायची सर्व अवजारं बाहेर शेतात ओळीनं मांडली होती. मार्क आणि मी त्यामधून चालत फिरलो. मार्कनं मला काय शोधायचं ते सांगितलेलं होतं - शेतावर उपयोगात आणण्यासाठी, ओबडधोबड, धातूचं काही मोडकं आणि दुरुस्त करायचं असलं तर बेमालूम सांधणारा वेल्ड- किंवा रंगाचा नवीन हात दिल्यावर चमकणारे जुनकट जोड-सांधे. वारा आमच्याभोवती बर्फाचं थैमान घालत

होता. तापमान शून्याच्या खाली होतं. मी आदल्या रात्रीच हवामानचा अंदाज ऐकला होता. म्हणून उबदार राहण्यासाठी मी सर्व प्रयत्न केले होते : दोन पँटच्या जोड्या, बदकांच्या पराची दोन टोपडी असलेली जॅकेट एकावर एक चढविलेली, माझ्या हातमोज्यांवर चढविलेले लोकरीचे जाड मोजे आणि रशियन लष्करी टोपी सारखी फरची कानटोपी असलेली बरीच मोठी हॅट. लिलाव सुरू व्हायला एक तासभर तरी अवकाश होता. एवढ्यातच शेवटचा उपाय म्हणून मी ऊब राखण्यासाठी वरखाली उड्या मारत होते. ॲमिश लोकसुद्धा यंत्रसामग्री बघण्यासाठी बाहेर उघड्यावर होते. परंतु त्यांनी लोकरीचे काळे पातळ ओव्हरकोट घातलेले होते. त्यांच्या सपाट गवती हॅटमुळे त्यांचे कानही झाकले जात नव्हते. तरीही ते अगदी उबदार असल्यासारखे वाटत होते. मी त्यांच्या हॅट अगदी जवळून पाहायचा प्रयत्न केला. काही जणांच्या हॅटला काळ्या रिबनची पट्टी जोडली होती. इतरांच्या हॅटला वरच्या उंच भागाला इलेक्ट्रिकल टेप गुंडाळलेली होती. काही तरुण मुलं माझ्याकडं बोट दाखवून गालातल्या गालात हसत असलेली मार्कनं मला दाखवली. अर्थात ते माझ्या वेषाला हसत होते. मी ब्लॅकबरी कंपनीच्या जाडजूड अजस्र वैमानिकासारखी दिसत होते हे मी मान्य करते. मार्क म्हणाला, ''मला वाटतं तू कोण आहेस याचा ते शोध घेत आहेत.'' असा वेष केला तर ॲमिश लोकांना तो विनोदी वाटतो.

मार्कला तिथंच सोडून मी पुन्हा कोठाराच्या उबदार भागात परत आले. तिथं गोल केकसाठी रांग लागली होती. ॲमिश नसणाऱ्यांना ॲमिश लोक इंग्लिश म्हणत. तसे इंग्लिश शेजारी जे शेतकरी होते ते यायला लागले होते. त्यांचे मागे सरकवलेल्या टोपीमागचे चेहरे थंडीमुळं चिरलेले आणि गंभीर वाटत होते. त्यांचे वेष ॲमिश लोकांसारखेच होते. फक्त काळ्या ओव्हरकोटच्या ऐवजी त्यांनी फिकट किंवा विविधरंगी कोट घातले होते. त्यातील जास्त वयस्क माणसांमधील वेगवेगळ्या अपवादात्मक गोष्टी माझ्या लक्षात आल्या. त्या काळानुरूप वाढल्या असाव्यात. जन्मखुणा आणि प्राणघातक नसलेल्या जखमांच्या खुणा त्या प्रदेशात फारसं लक्ष वेधून घेत नसाव्यात : उदाहरणार्थ कॉलिफ्लॉवरसारखं टेंगूळ असलेलं नाक किंवा माझ्या तळहाताएवढी चीर टकलावर असणं किंवा मानेवरील चामखिळातून निघालेला एखादा मोठा केस स्नायूबरोबर वाढून दोरीसारखा घट्ट झालेला असणं. रेनीच्या पेंटींगमध्ये रिप ग्रँडचा गुलामाचा असतो तसा तो केस दिसत होता. नियमाविरुद्ध असलेल्या या वेगळ्या गोष्टी सोडल्या तर लठ्ठपणाच्या प्रवृत्तीकडे झुकलेल्या तरुणांपेक्षा ही वयस्कर मंडळी अधिक निरोगी दिसत होती.

लिलाव पुकारणारे तिथं पोहोचले होते. कोठाराच्या दुसऱ्या टोकाला जिथं घरगुती वस्तू आणि शेतावरच्या लहानसहान वस्तू जमिनीवर ओळीनं मांडल्या होत्या तिथं हालचाली सुरू झाल्या. लिलाव पुकारणाऱ्यानं स्वयंपाकघरातील साध्याशा

खुर्च्यांकडे हात केला आणि जमाव ते बघण्यासाठी एकदम गप्प झाला. एखाद्या ग्रामीण भागातील सेलच्या वस्तूंप्रमाणे या घरगुती वस्तू रंग उडालेल्या व निकृष्ट दर्जाच्या दिसत होत्या. परंतु तिथलं वातावरण मात्र एखाद्या जत्रेप्रमाणे सामाजिक समारंभातील व्यापार असल्यासारखं होतं. त्यामुळं लिलावात काहीही घ्यायचं नसताना सुद्धा थॉमस ला फाउंटन या लिलावासाठी दीडशे मैल प्रवास करून येतो यात आश्चर्य नव्हतं. तो घरी पोहोचल्यावर त्याच्या मुलांनी विचारलं की "तुम्ही काय विकत घेतलंत?" तर तो सांगेल, "एक हॅम्बर्गर."

लिलाव पुकारणारा माणूस आपल्या उंच आवाजात त्या खुर्च्यांचं अशा तऱ्हेनं वर्णन करत होता की त्या खुर्च्या जणू काही त्याच्या आईच्या स्वयंपाकघरातल्या टेबलाजवळून सरळ इथं आणल्या होत्या. दुकानात जाऊन केलेली खरेदी ही साधी देवघेव असते - या ठरलेल्या किंमतीला ही वस्तू मला घ्यायची आहे का? - अशी. पण लिलाव हा तुलनात्मक असतो : माझ्या शेजारी उभ्या असलेल्या माणसाच्या हव्यासापेक्षा ती वस्तू मला जास्त ओढीनं हवी आहे का? किती जास्त प्रमाणात हवी आहे? लिलाव म्हणजे एखादी पार्टी असते, एखादा जुगाराचा अड्डा असतो, सर्कस असते किंवा मैफल असते आणि लिलाव करणारा त्याचा यजमान किंवा रिंगमास्टर - सूत्रधार किंवा प्रमुख मार्गदर्शक असतो. लिलाव सुरू झाला आणि सूत्रधाराच्या जिभेवरून आकडे घरंगळू लागले. कधी त्यांचा उच्चार करताना मधलं अक्षर गळत होतं तर कधी अर्थशून्य अक्षरं आणि भावना दुखावणारी एखादी ओळ यामध्ये चेपलं जाऊन नीट कळत नव्हतं. लिलाव मंदावला तर त्याला राग यायचा. मग तो एखाद्या विशिष्ट वस्तूचे गुण लक्षात न घेतल्याबद्दल लोकांना चांगली समज द्यायचा. त्याचे धिप्पाड ढेरपोटे असे तीन विश्वासू अनुयायी होते. त्यांच्या हातात काठ्या होत्या आणि लिलाव पुकारणाऱ्यांचंच गाणं योग्य तेथे जोर देऊन ते म्हणत होते. नंतर ते खोल आवाजात मोठ्याने 'हेप' असं ओरडत होते. लिलावात किंमत सांगणारा कोणी दिसला तर काठी आपटत होते. हे टेहळणी करणारे लोक आवश्यक होते. कारण लिलाव म्हणजे चाणाक्षपणाची स्पर्धा किंवा चढाओढ असते. त्यात उंचावलेली भुवई, हलकं असं डोकं हलवणं किंवा गाल हिसकल्यासारखा हलविणं या गोष्टींना महत्त्व असतं. पंखांची फडफड करणाऱ्या जखमी पक्ष्याला कुत्रा शिकाऱ्याकडे बरोबर आणून देतो त्याप्रमाणे हे टेहळणी करणारे लोक जमलेल्या लोकांच्या लहानसहान हालचालींकडे लक्ष ठेवून असतात. आमचे स्नेही ओवेन्स लिलावात तज्ज्ञ होते. त्यांनी आम्हाला सूचना दिली होती की या टेहळणी करणाऱ्या तत्त्वहीन माणसांपासून सावध राहा. ते 'हेप' असं ओरडून किंमत वाढविण्यासाठी लिलाव पुकारणाऱ्यांचा खोटा आभास निर्माण करतात. कित्येक वेळा घरातील जास्त किंमतीची वस्तू कमी किंमतीला विकली जाईल अशी भीती असते तेव्हा लिलाव

पुकारणाऱ्याने नेमलेला पगारी माणूस गर्दीत राहून त्या वस्तूची मूलभूत किंमत बोलतो. टेहळणीवाले त्याच्यावर लक्ष ठेवून मग किंमत वाढवतात.

घरगुती वस्तूंची विक्री जेवणवेळेआधी संपली. त्यानंतर जनावरांचा लिलाव सुरू झाला. शेकोटीजवळ गरमागरम सूप घेण्यासाठी लोक गेल्यानं गर्दी विरळ झाली. एका कोंबडीला पाच डॉलर व बदकांना प्रत्येकी अडीच डॉलर किंमत मिळाली. आम्ही घसरगाडी ओढणाऱ्या ज्या घोड्या पाहिल्या होत्या त्याही विक्रीसाठी होत्या. त्या जाडजूड, निरोगी आणि वेगवान होत्या. लिलाव पुकारणाऱ्यानं सांगितलं की त्यातली लहान घोडी एका प्रसिद्ध पूर्ण वाढीच्या बेल्जियन वळूपासून निपजलेली होती. जून महिन्यात तिला शिंगरू होणार होतं. तिला विकत घेतलं तर एका घोड्याच्या किंमतीत दोन घोडे मिळणार होते. घोड्यांच्या बाबतीत परंपरेनं आलेलं शहाणपण असं सांगतं की लिलावात घोडे कधीही विकत घेऊ नयेत. पण लिलाव मंदावला होता आणि मला अगदी भुरळ पडली होती. माझा हात दोनदा थोडासा वर गेला होता पण मार्कच्या नजरेतून मला कळलं की जरूर लागली तर तो खरोखर माझा हात खाली वळवायला मागंपुढं बघणार नाही.

लिलाव पुकारणाऱ्यानं मशीनची विक्री जोरात सुरू केल्याबरोबर गर्दी पुन्हा जमली. त्यानं लहान इंजीन बसविललेल्या घोड्यानं ओढायच्या एका फोरकार्टचा लिलाव सुरू केला. फोरकार्टला बसविलेलं इंजीन गवताच्या गासड्या बांधणारं यंत्र किंवा गवत वाळविणाऱ्या यंत्राप्रमाणे, ट्रॅक्टरवर आधारित कोणत्याही हत्याराच्या गरगर फिरणाऱ्या दांड्याला शक्ती देऊ शकत होतं. किंमत एखाद्या तजेलदार, गुबगुबीत लावा पक्ष्याप्रमाणे पाच हजार डॉलरच्या वर वाढत गेली. या साध्यासुध्या लोकांचं पैशाचं पाकीट चांगलं फुगलेलं होतं हे कोणाला माहीत? त्या दिवशी आणखी मोठी घासाघीस होणार नव्हती. सगळ्या वस्तू सुस्थितीत होत्या आणि ॲमिश लोकांना त्यांची किंमत ठाऊक होती. त्यामुळं ते रोख पैसे बरोबर घेऊन आले होते. आम्ही लिलावात चिवटपणे झुंजलो आणि दोन घोड्यांनी ओढायचा कल्टिव्हेटर जिंकला. परंतु मार्कला हवाच असलेला चालत वापरायचा नांगर आणि धान्याची धाटं कापून पेंड्या बांधणारं मशीन मात्र आमच्या बजेटच्या बाहेर गेलं. इथं लोक जो पैसा खर्च करत होते तो घोड्यांनी शेती करून मिळविलेला होता आणि एखाद्या अवजाराची भारी किंमत योग्य आहे असं त्यांना वाटत होतं म्हणजे त्याच्या वापरातून नक्कीच पैसा मिळत असणार याच जाणिवेनं आम्ही आमचं समाधान करून घेतलं. आम्ही त्या लिलावात भाग घेत होतो हे बघून नंतर एका माणसानं तसलं धान्याचं मशीन आम्हाला देऊ केलं. त्यानं त्याऐवजी दुसरं बसविलं होतं. आम्ही त्यासाठी व्यवहार ठरविला आणि त्यानं ते घरपोच करावं असा करार केला. आम्ही विकत घेतलेला कल्टिव्हेटरही तो त्याच्याबरोबर घरपोच करणार होता. कारण तो आमच्या

गाडीत मावत नव्हता.

सगळी मशीन विक्री संपायच्या आधीच अनाठायी कपडे घालूनसुद्धा मी थंडीनं बधिर झाले. मी कोठारातील लाकडी शेकोटीजवळचं बाक पकडलं. तिथं मुली चटपटीतपणे गरमागरम कॉफीची विक्री करत होत्या. मी तिथं अगदी वाकलेल्या वयस्क लोकांच्या घोळक्यात ओझी ओढणाऱ्या ड्राफ्ट घोड्यांबद्दल गप्पा मारत तासभर तरी आरामशीरपणे वेळ घालवला असेल. तेवढ्यात लिलाव संपला आणि ॲमिश लोक लोंढ्यानं आत घुसले. त्या सर्वांचे चश्मे एकाच धाटणीचे होते. मुलं हायस्कूलमध्ये असताना गाडी चालवायचं शिक्षण घेताना घालतात तसे वायरसारखी चौकट असलेले थोडेसे मोठ्या मापाचे ते चश्मे होते. त्यांच्या चश्म्याच्या काचा उन्हात गेल्यावर काळपट रंगाच्या होत होत्या. लांब दाढ्या व गडद सूट घातलेला त्यांचा घोळका उबदार जागेत असताना, पारंपरिक पद्धतीनं वाद्यं वाजविणाऱ्या एखाद्या झेड झेड टॉप बँड समूहाप्रमाणे वाटत होता. नंतर मग लिलाव पुकारणारा माणूस त्याचा मोठ्या आवाजाचा मायक्रोफोन किंवा त्याचे टेहळे न घेता तिथं आला. तिथं उरलेले गोड खाद्यपदार्थ ठेवलेल्या टेबलावर तो उभा राहिला. त्यानं गोल केकची पिशवी डोक्यापर्यंत वर धरली. तो म्हणाला, ''आमच्याकडं पिशवी भरून स्वादिष्ट घरगुती खुसखुशीत डोनट आहेत.... काय देणार त्याचं? मला ऐकू येतंय पाच! बोला... पाच एक वार... पाच दोन वार...?....''

आणि त्याचं नेहमीचंच जुनं गाणं सुरू झालं. मुलींनी आपले सगळे भट्टीत भाजलेले पदार्थ विकले आणि ॲमिश तरुणांचा घोळका आपापल्या गाड्यात गोड पदार्थांची भरपूर खोकी भरून पेनसिल्व्हानियाला रवाना झाला.

डेलियाची जखम लवकर भरून येत होती. तिच्या कानांच्या खुंटांवर जाड, घट्ट अशा खपल्या धरल्या होत्या. अपघातानंतर लगेच आम्ही तिला जखमा चिघळू नयेत म्हणून अँटिबायोटिक्स औषधांची इंजक्शनं दिली होती, त्या जागी तिच्या मानेवर सगळीकडं गळवं चिघळलेली होती. रॉयनं ते बघितलं आणि म्हणाला की काळजी करू नका. कारण त्याच्या गाईलासुद्धा पूर्वी दोन दोन फूट लांब पट्ट्यावर गळवं उमटली होती. आमच्याकडं आल्यापासून डेलियानं जे घडलं ते सगळं शांतपणे व सौम्यपणे सहन केलं होतं, तसंच हेही केलं. तिची कासेवरची जखम मात्र चांगल्या प्रकारे बरी झाली होती. ती सध्या वेड लागल्यासारखी दररोज तीन गॅलन दाट, कसदार दूध देत होती.

दोन माणसं आणि एक गाय या समीकरणातील एक पारडं अधिक जड होतं. आमचा फ्रीज दुधाच्या वेगवेगळ्या पदार्थांनी इतका खचाखच भरला होता की बाकी काही ठेवायला जागाच नव्हती. एके दिवशी मी फ्रीज उघडला तर थोडी मलई आणि

जवळजवळ लीटरभर दूध माझ्या पायांवर सांडलं.

"आपण याबाबतीत काहीतरी करायला हवं." मी मार्कला म्हटलं. मार्कनं नुकताच सकाळचा नाश्ता संपवला होता आणि तो शेतीची उपयोगी साधनं मिळतात का हे बघण्यासाठी दर आठवड्याला प्रसिद्ध होणारं पत्रक वाचत होता.

"उत्तरेला साधारण वीस मिनिटं अंतरावर डुकराची एकाच विताची पिलं विक्रीला आहेत." तो पुढे म्हणाला, "ती थोडं दूध खपवतील."

मी पटकन फोन घेतला आणि नंबर फिरवला. फोन खाली ठेवण्यापूर्वी त्यातील चार पिलं विकत घ्यायचं मी कबूल केलं होतं. पाचवं पिलू ती फुकट देणार होती. कारण ती बाई म्हणाली की त्याला फीट येत होत्या आणि त्याच्या मानेला काहीतरी झालं होतं.

त्या सकाळी मार्क पश्चिमेकडील कोठारातील लाइटच्या बोर्डातील वायरची गुंतागुंत सोडविण्यात अडकला होता. म्हणून मी पिलावळीला आणण्यासाठी स्वत: गाडी घेऊन निघाले. मी तिथं पोहोचल्यावर घोड्याच्या तबेल्याच्या बाजूनं डोकावून परत फिरले. तिथं ती डुकराची पिलं एकमेकांच्या अंगावर ढीग करून झोपली होती. ती पिलं अगदी लहान अशा मेक्सिकन कुत्रा चिहुआहुआच्या आकाराची असतील असं वाटलं होतं. पण ती त्याच्या दुप्पट आकाराची होती. त्यांना घरी नेण्यासाठी मी जे खुराडं आणलं होतं ते खूप लहान होतं. माझ्या मालकीचा ट्रक नव्हता आणि ज्या बाईकडून मी ती विकत घेणार होते तिला ते पोचवून द्यायला वेळ नव्हता. मी खांदे उडविले - ठीक आहे अशा अर्थानं - आणि माझ्या होंडा गाडीच्या अर्धवट उघड्या अशा मागच्या भागात एक जुना पलंगपोस टाकला. केकाटणारी डुकाराची पिलं आत टाकली आणि एक फळी मागच्या सीटच्या जागी घट्ट बसविली. डुकरांनी पलंगपोसाचा उपयोग केलाच नाही. तो एका कोपऱ्यात गोळा होऊन पडला. पण ती फळी मात्र मी शेतातल्या गाडीरस्त्यावर पोहोचण्याच्या क्षणापर्यंत शाबूत होती. पलंगपोसाला लागलेली डुकराची दुर्गंधी हवा थोडी गरम होईपर्यंत तशीच राहिली. आम्ही गाडीतून एकेक करून पिलं शोधून काढली. डेलियाच्या गोठ्यात लाकडाचे निरुपयोगी ओंडके मधोमध घालून मार्कनं त्याचे दोन भाग केले होते, तिथं पिलांना नेलं. त्या वेड्याबागड्या पिलाला आम्ही 'टर्क' असं नाव ठेवलं.

डुकरांची जबाबदारी माझ्यावर पडली. मार्क आणि मी प्रत्येक लहानसहान आवश्यक निर्णय घेताना अधिकार गाजवण्यावरून भांडत होतो. आमच्यापैकी कुणालाच नियंत्रण सोडायचं नव्हतं. हा ताण कमी व्हावा यासाठी आम्ही शेताचे दोन विभाग केले. प्रत्येक जण शेताच्या अर्ध्या भागाचा कॅप्टन होता. शेताच्या व्यवस्थेचं धोरण ठरविण्यासाठी हे खरं तर अडचणीचं होतं. पण आमचं नातं टिकविण्यासाठी त्या वेळी ते आवश्यक ठरलं. आम्ही जनावरांची वाटणी केली

तेव्हा मार्ककडं आमच्या एक गायवाल्या डेअरीची जबाबदारी आली. मी नशीबवान ठरले. मला डुकरं मिळाली.

माझी डुकरं आली तेव्हा ती घाबरत नव्हती आणि शेपट्या वळण्याइतकी मोठी होती. ती अत्यंत खादाड आणि धोकादायक वयात होती. डुकरं खरोखर स्वभावत:च भयंकर अधाशी असतात. त्याला त्यांचा नाइलाज असतो. कारण आपण त्यांची निपज व्यावसायिक खाणारे म्हणून करतो. त्यांच्या चार पायांच्या खुंटांवर लवकरात लवकर मांस जमावं म्हणून प्रयान करतो. ते दिवसाला एक पौंडापेक्षा जास्त वाढू शकतात. अशी वाढ बेसुमार भुकेमुळे भराभर होते. ते कळपात असताना खाण्याच्या वेळेला त्यांची निर्दयपणे स्पर्धा चालते. ते आपलं बोजड शरीर अडविण्यासाठी वापरतात, तीक्ष्ण दातांचा उपयोग चावण्यासाठी करतात आणि घशातल्या घशात डुरकण्याचे आवाज धाक दाखवतात. मक्याचं पीठ मिसळलेली पाच गॅलन आंबट दुधाची भरलेली बादली घेऊन मी त्यांच्या कोंडवाड्याची भिंत धडपडत ओलांडून कसंबसं जात असताना त्या डुकरांच्या झुंडी मला पाडण्याच्या उद्देशानं येत. तो क्षण लवकरच माझी दिवसातली सर्वांत वाईट वेळ ठरली. अनेक वेळा मी आंबट दुधात आणि डुकराच्या शेणात न्हाऊन पाठीवर पडले, त्या पाच मूर्ख पशूंनी मला ढकललं आणि ते चावलेसुद्धा.

त्यातील एकेकट्याचा प्रतिकार केला तर ते कमी धोकादायक आहेत. पण त्रासदायक मात्र आहेत. एका डुकरिणीला गोठा आणि डुकरांचा कोंडवाडा विभागणारी भिंत जोरजोराने कशी हलवायची ते कळलं होतं. मी सकाळी शेतावर पोहोचले तेव्हा ती डुकरीण डेलियाबरोबर होती. तिला योग्य जागेत परत न्यायचं म्हणजे तिला पकडून, उचलून, छातीएवढ्या उंचीच्या फळीवरून पलीकडं टाकणं याशिवाय दुसरा मार्ग नव्हता. तिला पकडणं म्हणजे अतिशय चपळ, मन मानेल तसं वागणारं, कान फाटून जातील असं केकाटणारं, तेलकट वंगण लावलेलं मोठं कलिंगड पकडावं तसा प्रकार होता.

डिसेंबर महिन्यातल्या अंधाऱ्या आठवड्यात एके दिवशी मी डुकाराच्या बुडाला धडकले. त्या दिवशी तापमान साधारण गोठण बिंदूच्या थोडं वर होतं. बर्फ पातळ होऊन त्याची घसरडी लहान लहान डबकी तयार झाली होती. मार्क ट्रॉयच्या शेतकरी बाजारात नेटवर काम करण्यासाठी गेला होता.

दूध काढणं आणि शेतातील इतर बारीकसारीक कामांखेरीज त्या दिवशी माझं एकच काम होतं, ते म्हणजे बंदिस्त जागेमधल्या डुकरांना पश्चिमेकडील कोठारात हलवणं. ती जागा त्यांना आता पुरत नव्हती. त्यामुळं तीस फुटांवर असलेल्या कोठारातील मोकळ्या जागेत त्यांना पिटाळायचं होतं. त्या मोकळ्या जागेवर मी गवताचा चगळचोथ्याचा दाट थर आधीच पसरला होता. मला वाटलं की मी हे

चटकन आवरून लगेच घरी जाईन, शेकोटी पेटवीन आणि रिकाम्या, शांत घरात गरम पाण्याची अंघोळ आणि पुस्तक असं कल्पनातीत सुख उपभोगीन. पण हे जेव्हा प्रत्यक्ष करायची वेळ आली तेव्हा अवघड प्रश्न पडला. माझ्या लक्षात आलं की डुकरं इकडून तिकडं कशी न्यायची याची मला कल्पना नव्हती. ती उचलून न्यायला जड वाटली असती. अनुभवावरून मला हे कळलं होतं की गुरांसारखी ती हाकता येत नाहीत. मी त्यांना पुढं ढकललं असतं तर ती उलटी मागं फिरली असती. त्यांना बाहेर मोकळं सोडलं असतं तर पळून गेली असती, कदाचित कायमचीच पळून जायची शक्यता होती. मला वाटलं मी अगदी हुशार आहे, पाच डुकरं फक्त तीस फूट अंतर कापून कशी न्यायची हे मी सहज ठरवू शकेन. तेव्हा मी एक उतरती फळी उभारायची ठरवलं.

मी एक चाकाची ढकलगाडी मशीन शॉप मधल्या उपयुक्त वाटणाऱ्या वस्तूंनी भरली : हातोडा, करवत आणि - युरेका ! तीन फूट बाय पंधरा फूट लांबीचे पत्र्याचे छपरासाठी वापरलेले तुकडे. मग मी पुन्हा कोठारात जाऊन माझ्या समस्येकडे बारकाईनं बघू लागले. डुकरांच्या बंदिस्त जागेला एक दार होतं. ते दार दोन कोठारातील अरुंद वाटेवर उघडत होतं. परंतु मोकळ्या जागेच्या दाराकडं जाण्यासाठी पूर्वेच्या कोठाराच्या दक्षिण बाजूनं लांबून वळसा घ्यावा लागत होता. त्या छपराचे तुकडे लावून एक लहानशी वाट तयार करण्याचा मी विचार करू लागले. पण पूर्वेकडील कोठाराच्या दारापर्यंत पोचण्यासाठी लागणारं पुरेसं सामान माझ्याकडं नव्हतं. तेवढ्यात जणू सूचना मिळावी तसा बर्फ आणि पाऊस यांची एकत्रित वृष्टी सुरू झाली. मस्त अंघोळ आणि पुस्तक हे स्वप्न पूर्ण आठवडाभर दूर गेलंय असं वाटायला लागलं. एखादा उत्कृष्ट उपाय शोधण्याच्या प्रयत्नात मी अनावश्यक व जास्त विचार करतेय असंही वाटलं. खरं म्हणजे कोणताही उपाय करता आला असता. मला इथं काही ताजमहाल बांधायचा नव्हता. फक्त पाच डुकरं तीस फूट अंतरावर न्यायची होती. म्हणून ढकलगाडीतून करवत उचलली आणि पूर्वेकडील कोठाराच्या मोकळ्या वाटेकडं असणाऱ्या भिंतीत भोक पाडायला सुरुवात केली. ते भोक डुकरांच्या बंदिस्त जागेच्या बरोबर दारासमोर होतं.

मी सर्व शक्ती पणाला लावून करवतीनं कापत होते. अर्थात प्रगती विशेष नव्हती. बर्फ व पावसाचं कोठाराच्या छपराच्या टोकावरून ठिबकणारं पाणी माझ्या कोटाच्या कॉलरमधून खाली ओघळत होतं. त्याच वेळी रस्त्यावर एक पिकअप थांबल्याचा आवाज मी ऐकला. आमचा टेकडीवर राहणारा शेजारी शेप शील्ड्स माझ्या दिशेनं लंगडत येताना दिसला. शेप हा रोजच आम्हाला भेटायला यायचा. येताना त्याच्या कोठारातल्या लहानसहान वस्तू आम्ही वापरू असं वाटून घेऊन यायचा. काही वेळा दुकानात विकत घेतलेला केकचा खोका घेऊन यायचा. माझ्या

वाढदिवशी कुंडीत लावलेलं छोटं रोप तो माझ्यासाठी घेऊन आला होता.

बर्फ व पावसाच्या वर्षावातून त्यानं मला पाहिलं. मी कशी दिसत असेन याचा मी विचार केला. भिजलेली, थंडीनं बोटं काकडलेली, चांगल्या स्थितीतील कोठाराला विनाकारण भोक पाडत असलेली.

''काय करावं याबद्दल तुला काही सांगायला मला खरं म्हणजे नको वाटतंय,'' शेपनं सुरुवात केली. या उत्तरेच्या प्रदेशात हे विधान सरसकट केलं जातं असं मला आढळलं. तुम्ही फोनला प्रत्युत्तर दिलं नाहीत किंवा काम करताना प्यायलात किंवा कबूल केल्याप्रमाणे गेला नाहीत तर तुम्ही उद्धट ठरत नाही. पण एखादी गोष्ट कशी करायची हे कोणाला तरी सांगणं हा वाईट प्रकार मानला जायचा. म्हणून ते बोलल्याची जबाबदारी झटकली जायची. मी मला स्वत:ला धीर दिला. ''काय करावं याबद्दल तुला सांगायला नको वाटतंय,'' शेन म्हणाला, ''पण तू वापरत असलेली करवत, ती तर धातू कापण्यासाठी आहे. तुला लाकूड कापायची करवत पाहिजे.'' तो लंगडत ट्रककडे परत गेला आणि निघून गेला.

एक कठोर सत्य माझ्यासमोर येत होतं. मी चांगली शिकलेली होते, माझं वाचन चांगलं होतं आणि मी पुष्कळ प्रवास केला होता. जगातल्या पुष्कळ देशातील कॉकटेल पार्टीत मी माझं स्वत:चं स्थान निर्माण केलं होतं. परंतु शारीरिक कामाच्या बाबतीत माझी खरोखर पुरी वाढ झालेली नव्हती.

मी धातूसाठी वापरायची करवत बदलून लाकडासाठी वापरायची करवत घेतली आणि कोठाराच्या भिंतीला डुकराच्या आकाराचं भोक पाडलं. मी त्या गंजलेल्या छपराचा फळीसारखा वापर करून त्या दोराला एकत्र बांधल्या आणि बंदिस्त जागेचं दार उघडलं. पाच डुकरं चेंगराचेंगरी करत येतील यासाठी मी तयारीत होते. पण काहीच घडलं नाही. मी फळीवर आणि वाटेवर शिळ्या ब्रेडचे आंबट दुधात बुडविलेले तुकडे आमिष म्हणून ठेवले. पण त्या डुकरांची भूकच एकदम नाहीशी झाली होती. त्यांना आपली कोरडी, सुखकारक बंदिस्त जागा सोडायची इच्छा नव्हती. त्यामुळं कितीही ढकललं, आरडाओरडा केला, विनवण्या केल्या किंवा शिव्या दिल्या तरी त्यांचं मन बदललं नव्हतं. मी ओली झाल्यानं काकडले, दमले होते. डेलियाची पुन्हा दूध काढण्याची वेळ झाली होती. मी डुकरांचं दार अशा तऱ्हेनं उघडं ठेवलं होतं की फळ्या काढल्या की ते बंद व्हावं. अर्थात आता मी तसं करणार नव्हतेच. मी माझी शेतावरची बारीक-सारीक कामं संपविली आणि निघाले. मला आशा वाटली की अंधार पडल्यावर डुकरं अधिक धीट होतील आणि त्यांना भूक लागेल. मग ती फळ्यांमधून वाट काढून मोकळ्या जागेत जातील.

मी माझे कपडे ओरबाडून फेकले आणि लगेच झोपी गेले. सगळी रात्र मला डुकरांबद्दल वाईट स्वप्नं पडत होती. मध्यरात्र उलटून गेली तरी मार्क ट्रॉयहून

परतला नव्हता. म्हणून मी एकटीच पहाटे उठून शेतावर दूध काढायला गेले. मी कोठाराजवळ गेले तेव्हा अजून बराच अंधार होता. पण शेतातील अरुंद वाटेवर माझ्या गाडीच्या हेडलाईट्सचा उजेड पडला होता. माझ्या फळ्यांची वाट लागली होती. डुकरांनी त्या पूर्णपणे पाडल्या होत्या. मी गाडीच्या बाहेर आले तेव्हा कोठाराच्या अंगणात डुकरांच्या लहानशा पावलांच्या टोकदार खुणा जिकडेतिकडे दिसल्या. मी सगळीकडे शोधलं. मी काळजीपूर्वक त्यांचा आवाज ऐकायचा प्रयत्न केला. पण ती कुठंच नव्हती. मी त्यांच्या बंदिस्त जागेत पाहिलं, वाटेवर पाहिलं पण दोन्ही जागा प्रतिध्वनी येण्याइतक्या मोकळ्या व रिकाम्या होत्या. हळूहळू माझ्या लक्षात आलं की ही परिस्थिती वाईट आहे. डुकरं आतापर्यंत कुठंही म्हणजे झाडांच्या दाटीत असतील किंवा शेजाऱ्यांची अर्धवट गोठलेली हिरवळ उकरत असतील किंवा रस्त्यावर भटकत असतील, तिथं त्यांच्यामुळं गंभीर अपघात होऊ शकतात.

मी अस्वस्थ होऊन गाडीत उडीच मारली आणि घरी आले. मार्क पांघरुणात गुरफटून गाढ झोपला होता. मी त्याला डावपेच वापरून, काही भाग कौशल्यानं गाळून माझी गोष्ट सांगितली. त्यानं बिछान्यातून उठून कपडे घातले. तो खुशीत नव्हता पण तरी निघाला. आम्ही मनोमन चिडून गप्प राहून शेताकडं निघालो.

तोपर्यंत सूर्य पूर्णपणे उगवला होता. वितळणाऱ्या बर्फावरच्या खुणा आम्हाला जास्त स्पष्ट दिसत होत्या. सैतानाचे पाय दुभंगलेले असतात असं म्हणतात याचा मी विचार करत होते. ते बहुतेक डुकरासारखे असतील. मार्कनं गोल फेरी मारली आणि डुकरं कुठच्या दिशेला गेली असतील हे बघण्याचा प्रयत्न केला. पण त्यांचा माग कुठल्याच दिशेला जात नव्हता. मी बादलीभर धान्य आणण्यासाठी कोठारात गेले. डुकरं सापडली असती तर त्यांना आमिष म्हणून ते उपयोगी पडलं असतं. तेवढ्यात मोकळ्या वाटेकडून आलेला खोल डुरकण्याचा आवाज मला ऐकू आला. मी गेटवरून डोकावून पाहिलं तर एक डुक्कर गवताखालून बाहेर येत होतं. नंतर डुकरांसारखे चार उंचवटे असलेले आकार गवताखाली हलायला लागले आणि त्यांच्या पाठीवरचं वाळलेलं गवत खाली पडलं. सगळी जणं घरीच आणि मला पाहिजे तिथं सुरक्षित होती. मार्क डोकं हलवत बघत राहिला. मी त्याच्याकडं बघून विजयी स्मित केलं आणि सांगितलं की सगळं अगदी नियंत्रणाखाली आहे आणि घरी जाऊन परत झोपायला तो मोकळा आहे. त्या कोठाराच्या एका भिंतीला पाडलेल्या भोकाकडं त्याचं लक्ष जाण्याआधी मला त्याला तिथून बाहेर काढायचं होतं. पुन्हा ते भोक बंद कसं करायचं याचा विचार करणं मला आवश्यक होतं.

कोठाराचं ते भोक मी लाकडाच्या टाकून दिलेल्या तुकड्यांनी वेडं वाकडं परंतु डुकरं न जातील अशा तऱ्हेनं बंद केलं. माझ्या पूर्वग्रहाला मला धैर्यानं तोंड देणं भाग

होतं. मी या शेतावर आले ती अशी अनुच्चारित समजूत घेऊन की प्रत्यक्ष दिसणाऱ्या मूर्त वस्तू या मुखस्तंभ लोकांसाठी असतात आणि अमूर्त गोष्टी चलाख हुशार लोकांसाठी असतात. मी शारीरिक जगाचा विचार केला. उदाहरणार्थ व्यापार. - तुम्ही हुशार नसाल किंवा हाताचं काम नसलेलं पांढरपेशा काम सांभाळण्याइतके महत्त्वाकांक्षी नसाल तर व्यापारात तुमचा शेवट होतो असं मला वाटलं. इंजीन दुरुस्त करण्याची, इमारत बांधण्याची किंवा गो-पालन करणाऱ्या माणसाची बुद्धिमत्ता, जाहिरातीच्या फिल्मचे लेखन करणाऱ्या किंवा कायदा स्पष्ट करून सांगणाऱ्या व्यक्तीपेक्षा कमी आहे असं मला खरोखर वाटत होतं का? आज जरी मला त्याचं आश्चर्य वाटत असलं तरी त्याचं उत्तर स्पष्टपणे 'होय' असं आहे. मी वाचनालयातून बांधकाम, प्लंबिंग, इलेक्ट्रिसिटी या विषयावरची पुस्तकं मागवली. माझ्या लक्षात आलं की ती शिकणं म्हणजे परकीय भाषेतून शिकण्यासारखंच आहे. अगदी साध्यासुध्या गोष्टी म्हणजे हत्यारांची वा कुऱ्हाडी, चाकू अशी लोखंड व इतर धातूंपासून बनविलेल्या वस्तूंची नावं, इमारतींची रचनाविषयक विभागांची नावंसुद्धा परकीयच वाटतात. त्यामुळं एका बाजूला रस्ता बंद असल्यासारखी स्थिती होते. उत्तरं शोधण्यासाठी आणखी संशोधन करावं लागतं. मोठेपणाचा खोटा आव नाहीसा करण्यासाठी पार्श्वभागावर एक चांगली लाथ हाणणं हाच उपाय आहे.

ख्रिसमसच्या थोडेच दिवस अगोदर नीना नावाची माझी मैत्रीण कॅलिफोर्नियाहून आमच्याकडं आली. मी ज्याच्याशी लग्न करणार होते त्या माणसाला तिला जवळून पाहायचं होतं. नीना आणि मी महाविद्यालयात शिकत असताना पहिल्या वर्षी एकाच खोलीत राहत होतो. आम्ही सहजगत्या भेटलो आणि आमच्या मैत्रीचे धागे मात्र आयुष्यभरासाठी जोडले गेले होते. ती आणि मार्क हे स्वभावत: वेगळे नाहीत. दोघेही अनौपचारिक, बोलके, खूप उत्साही, मोठे महत्त्वाकांक्षी, वाद घालायला न भिणारे असून बहुतेक वेळा त्यांची खात्री असते की आपलंच बरोबर आहे. मला त्या दोघांतील मतभेद लगेच लक्षात आला. माझ्यावर प्रेम करणाऱ्या या दोन व्यक्तींना हे कळत नव्हतं की आपण एकमेकांना आवडून कसं घ्यायचं.

मी शेतकामातून सुटी मागितली आणि नीना व मी फेरी बोटीनं बर्लिंग्टनला गेलो. रस्त्याच्या कडेनं चालत असताना आपलं सौंदर्य वाढविण्यासाठी कपडे घातलेल्या माणसांची गर्दी पाहिली. त्यांच्या बुटांवर खताच्या वाळलेल्या खपल्या नव्हत्या. हे पाहून जंगलातून चढायला कठीण अशी सफर करून आल्यावर अचानक परत सुसंस्कृत जगात फेकले गेल्यासारखं वाटून मी गोंधळले. आम्ही दुकानात गेलो आणि अगदी अनुत्साहानं मी कपड्यांकडे बोट दाखवलं. कारण त्यांचा मला काय उपयोग होईल याचा मी विचार करू शकत नव्हते. आम्ही लग्नात

घालण्याचे खास वेडिंग ड्रेस बघितले. ते इतके पांढरे शुभ्र होते की मला त्यांना हात लावावासा वाटेना. माझ्या हाताला अजून माती लागलेली आहे असं वाटत होतं. आम्ही एका कॅफेत गेलो आणि कॉफीची ऑर्डर दिली. नीनानं माझ्याकडं दु:खानं पाहिलं, त्याचा अर्थ असा होता की ती आता माझी खरडपट्टी काढणार आहे, आम्ही एकमेकांशी संबंध ठेवण्याबद्दल नव्हे तर आमच्या लग्न करण्याबद्दल.

नीना आणि माझ्यात पुष्कळ गोष्टी समान आहेत. पण काही बाबतीत मात्र आम्ही दोन टोकं आहोत. मी जेव्हा तिच्याकडे कॅलिफोर्नियाला गेले होते तेव्हा तिनं एक आठवड्याचा धाडसी कार्यक्रम ठरविला होता - स्पा (सौंदर्य, तंदुरुस्ती, आराम यासाठी वैयक्तिकरीत्या शारीरिक काळजी घेतली जाते असे ठिकाण, रिसॉर्ट), कँप, रेस्टॉरंट, पुस्तकांची दुकानं, वाइन तयार करणाऱ्या वायनरी इत्यादी. तिनं आरक्षण, प्रवासाचे नकाशे आणि माहिती एका पत्रकावर लावून, ती मला जेव्हा न्यायला एअरपोर्टवर आली होती तेव्हा गाडीच्या पुढच्या सीटसमोर लावली होती. मी मात्र टॅक्सी अगदी फूटपाथच्या कडेला माझ्यासाठी थांबलेली असताना कँपला वापरायच्या जाड्याभरड्या पिशवीत कपडे कोंबले होते. आयत्या वेळी बूट सापडले नाहीत म्हणून फटक फटक असा आवाज करणाऱ्या स्लीपर्स घातल्या होत्या. दोन वर्षांपूर्वी नीना आणि तिचा नवरा डेव्हिड यांनी अद्‌भुत आणि अफाट मोठा लग्नसमारंभ साजरा केला होता. त्यात तेवढाच देखणेपणा आणि मौजही होती. समारंभ सुंदर आणि सहज विनासायास झाला असं वाटत असलं तरी त्यामागं कौशल्य आणि दीड वर्षांची विचारपूर्वक केलेली योजनाबद्ध आखणी होती. आमच्या लग्नाची तारीख आताच ठरली होती. नऊ महिने संपले होते आणि मी आधी करायची कोणतीही आवश्यक कामं केलेली नव्हती. नीनाच्या दृष्टीनं मी ठरलेल्या वेळापत्रकापेक्षा मागं पडले होते. तो वेळ भरून काढता येणार नव्हता. ती माझी सगळ्यात एकनिष्ठ मैत्रीण आहे. त्यामुळं अणीबाणीसदृश परिस्थिती असल्यानं मध्ये पडणं भाग आहे असं तिला वाटलं. तिनं अगदी हळुवारपणे प्रश्न विचारायला सुरुवात केली, पण तिचा राग हळूहळू वाढत गेला.

"तुम्ही मद्यपानाचा बार सांभाळणारा माणूस बुक केलाय की नाही? लोकांना लग्नाच्या तारखेची आठवण राहण्यासाठी पाठवायच्या निमंत्रणपत्रांचं काय? आतापर्यंत ती पत्रं पाठवायला हवी होती. लोकांना त्याप्रमाणे योजना कराव्या लागतात. आणि स्वयंपाक पुरविणाऱ्याचं काय? चांगला स्वयंपाक पुरविणारा माणूस आगाऊ म्हणजे एक वर्षभर आधीच बुक करावा लागतो." तिनं आपली पर्स उघडून पेन काढलं व यादी करायला सुरुवात केली. 'पोर्टा पॉट्टीज' तिनं लिहिलं आणि खाली महत्त्वाचं म्हणून रेघ मारली. ती थांबली आणि विचार करत टेबलावर पेनाची टकटक करत राहिली.

"खुर्च्यांचं तुम्ही काय करणार आहात?" तिनं विचारलं. "तुम्ही भाड्यानं खुर्च्या घ्यायला पाहिजेत."

मी खुर्च्यांचा विचारच केला नव्हता. आम्ही घरी पोहोचल्यावर आणि नीना झोपायला गेल्यावर मी काळजीनं मार्कला म्हटलं की आपल्याला भाड्यानं खुर्च्या आणाव्या लागतील. या वेळेपर्यंत लग्नाबद्दलचं बोलणं डेलियाचं दूध काढताना किंवा घोड्याच्या तबेल्यात शेणखत काढताना अगदी संदिग्ध आणि तुटक झालं होतं. व्यवस्थित बसून योजना आखायला वेळच मिळाला नव्हता. ऑक्टोबरच्या सुरुवातीला शेतावर अगदी साध्यासुध्या पद्धतीनं लग्नविधी हवा याबद्दल आमचं एकमत होतं. आम्हा दोघांनाही लग्नामुळं निर्माण होणारा वेडेपणा आणि ताण दोन्ही टाळायचं होतं. आमच्या शेतातून स्वत: पिकवलेलं उत्कृष्ट अन्न आम्हाला लोकांना वाढायचं होतं. इथून पुढं आमच्या प्रत्येकाच्या कल्पना बदलल्या होत्या. मी आटोपशीर विचार करत होते. म्हणजे फारतर ५० माणसं बोलवायची. मार्कच्या मनात साधारणपणे ३०० लोकांना बोलवायचं होतं. (त्यानं केलेल्या पाहुण्यांच्या पहिल्या यादीत माध्यमिक शाळेतील कला शिक्षक, भारतात ज्या कुटुंबात तो दोन आठवडे राहिला होता ते आणि त्याचे लहानपणीचे चाइल्ड स्पेशालिस्ट डॉक्टरही होते.) मला गावरान वैशिष्ट्ये दाखविणारा ठसकेबाज ग्रामीण समारंभ हवा होता. माझ्या शहरी वातावरणाच्या पार्श्वभूमीवर त्यामुळं कदाचित उपरोध निर्माण झाला असता. पण शेतवाडीतील सर्व गोष्टींचं मिश्रण मात्र मला त्यात हवंच होतं. मार्कला प्रत्येक गोष्ट रिअल - अगदी खरीखुरी म्हणजे त्याला पाहुण्यांना 'शेत आणि खत' सुद्धा खरंखुरं दाखवायचं होतं. सगळं कमीत कमी, अगदी स्वस्त व्हायला हवं असं त्याला वाटत होतं. तो चीप - कमी दर्जाचा होता असा त्याचा अर्थ नव्हे. पण त्याला उधळपट्टीचा तिटकारा होता. शिवाय आम्ही नवा व्यवसाय सुरू करत होतो आणि आमच्या बँकेच्या खात्यातली रक्कम- किंमती आणि वस्तू यांच्या उत्तरोत्तर वाढत गेलेल्या चक्रामुळे- भोवळ येण्याइतकी कमी झाली होती, हा त्याचा मुद्दा अगदी बरोबर होता.

"गवताच्या गासड्या असल्या तर काय बिघडलं?" मार्कनं विचारलं. "लोकं गासड्यांवर बसू शकत नाहीत काय?" माझी आई आणि तिच्या मैत्रिणी छान छान कपडे घालून पार्श्वभागाला गवत टोचत असूनही गासड्यांवर बसलेल्या अशा अवस्थेतील चित्र माझ्या डोळ्यांसमोर तरळलं. माझं शहरातून अचानक निघून जाणं आणि आमची प्रियाराधनाचा एक्सप्रेस रस्ता यातून माझी आई अजून सावरली नव्हती. तिला अगोदरच आमच्या शेतावरच्या आयुष्यातील किस्से माहीत होते, त्यामुळं ती काळजीत होती. हे लग्न नकोच असं तिला वाटणं अगदी स्वच्छ, साहजिकच आणि परिस्थिती बघता नियमात बसणारं होतं. हाच मोठा अडथळा

होता. तेव्हा गवताच्या गासड्या तरी नकोत.

त्यानंतर उंच स्वरात बराच वेळ भांडण झालं आणि मग दोन्ही बाजूच्या संमतीनं मध्येच बंद केलं गेलं. शेवटी आम्हाला असं भांडायला वेळ नाही याबद्दल आमचं एकमत झालं. तेव्हा भविष्यात एखाद्यानं काहीतरी म्हणजे आम्ही ज्याला वेळकाढू म्हणतो तसा वाद काढून दुसऱ्याच्या माथी मारला तर दुसऱ्यानं 'खुर्च्या' असं म्हणायचं, आणि मग लगेच चर्चा झोपायच्या वेळेपर्यंत स्थगित ठेवायची असं ठरलं. त्यावेळी आम्हाला दमल्यामुळं भांडायला त्राणच नसायचं. त्यामुळं असं झालं की लग्न अगदी ढेंगावर येईपर्यंत आम्ही त्याविषयी काही बोललोच नाही.

मी एक देवघेव करणारी विद्यार्थिनी होते, अखेरीस माझ्या मातृभूमीकडं मी परतणं माझ्या दैवातच होतं, असं मी जोपर्यंत दाखवत होते तोपर्यंत मी ठीक होते - तशी बरीच होते. आम्ही प्रथम भेटलो तेव्हा मार्कविषयी माझ्या संमिश्र भावना होत्या तशाच शेतवाडीविषयीही होत्या. आकर्षण, वेड, राग आणि प्रेम. पण इथलं काम इतकं कष्टाचं होतं आणि मी सर्वस्वी वेगळ्या परिस्थितीतून आले होते. त्यामुळं मी फक्त वर्तमानात जगू शकत होते. एखाद्या दिवसापेक्षा जास्त पुढचा विचार सुरू केला की डळमळीत होत असे. बाहेरच्या जगात एखादी फेरी मारली तरी मी गोंधळत असे. मला माझी खात्री वाटत नसे. ख्रिसमसच्या वेळी मार्क डेलियाचं दूध काढण्यासाठी शेतावर राहिला आणि मी थोडे दिवस माझ्या कुटुंबाबरोबर राहण्यासाठी गेले. मी ख्रिसमसच्या दिवशी परतायचा बेत केला होता. म्हणजे मार्कला सुटी एकट्यानं घालवायची पाळी येणार नव्हती. माझ्या आई-वडिलांनी फ्लोरिडामध्ये एक घर भाड्यानं घेतलं होतं. माझा भाऊ, त्याची बायको, माझी बहीण आणि मी तिथं भेटलो. फ्लोरिडामधील हवामान स्वच्छ, उबदार आणि छान ऊन पडलं होतं. अगदी आरामशीर वाटत होतं. तिथं एक पोहण्याचा तलावही होता. रात्री आम्ही उशिरा झोपलो आणि सुपरमार्केटमधून आणलेल्या वस्तूंनी सोपं सुटसुटीत जेवण तयार केलं. आम्हाला शेतावरची कामं नव्हती की कुठची बंधनं नव्हती. संध्याकाळी आम्ही कॉकटेल पार्टी करत असू, ग्रिलवर टाकून काहीतरी भाजत असू, काहीतरी खेळ खेळत असू किंवा गप्पा मारत असू. अशा प्रकारे थोडे दिवस घालवल्यावर मला ताजंतवानं वाटलं, मी नवी व्यक्ती असल्यासारखं वाटलं. शेतवाडी व त्यातील अडचणी या पार्श्वभूमीवर पुसट झाल्यासारख्या वाटल्या. बर्फ पडलेल्या रस्त्यानं विमानतळावरून घरी परतताना मी माझ्या मनाला मोकळं सोडून मार्कबरोबरच्या भविष्याचा विचार केला. शेतावरच्या सगळ्या गोष्टींची नीट व्यवस्था लागून स्थिरस्थावर झाल्यावर आम्ही हास्यास्पद वाटेल अशा तऱ्हेने कष्ट करणार नाही असं वाटलं. मला ते जुनं उबदार तरीही मनाला वेदना देणारं कल्पनेतलं घर डोळ्यासमोर

तरळलं. मनात त्याची अभिलाषा धरत, त्याला स्वैर सोडत मी गाडीतल्या रेडिओवरची ख्रिसमसची गाणी ऐकत वेळ घालवू लागले.

घरी पोहोचेपर्यंत ऋतुमानाप्रमाणे बदलणारी भूतकालीन जीवनाविषयीची ओढ व औत्सुक्य मनात ठेवून मी स्वत:ला बदललं. स्वत:ला पूर्णपणे बांधून घेऊन ज्या वस्तू मिळतील त्यात मार्कबरोबर मला हवं असलेलं घर निर्माण करायचं मी आधीच निश्चित ठरवलं होतं. आम्ही काही सुटीतल्या परंपरा निर्माण करू आणि आज रात्रीच त्याची सुरुवात होईल असाही वेडा विचार केला होता. आम्ही दोघे ख्रिसमसच्या संध्याकाळचं अद्भुत जेवण एकत्र तयार करतोय आणि अशाच प्रकारे लग्नानंतर येणाऱ्या प्रत्येक ख्रिसमसला संध्याकाळी आम्ही बनवत असू, असं दृश्य माझ्या डोळ्यासमोर तरळलं. मी नवीन परंपरा सुरू करण्याच्या उद्देशानं दार ढकलून आत शिरले. पण घरात अंधार होता, शेकोटी पेटविलेली नव्हती आणि घरी कुणीच नव्हतं. दुधाची बादली अजून सिंकमध्ये होती आणि हॉलच्या वाटेवर घाणेरडे बूट पडलेले होते. त्यांना खताचा, शेणाचा वास येत होता. गाईच्या डोक्याला बांधायची एक दोरी जेवणाच्या खोलीत टेबलावर पडली होती. अचानक मला ही जागा आणि मी निवडलेलं आयुष्य संकुचित, घाणेरडं आणि ओंगळ वाटू लागलं. मला तिथं अजिबात राहवेना. मी मार्कसाठी भेट म्हणून आणलेली स्कॉचची बाटली उघडली आणि माझ्यासाठी एक कडक ड्रिंक ओतलं. माझं फरचं टोपडं असलेलं गरम जॅकेट घालूनच मी जे काही उरलेलं होतं ते खाल्लं. मला शेकोटी पेटवायचासुद्धा कंटाळा आला होता.

मी बिछान्यात शिरत असताना मार्क घरी आला. त्यानं ब्लँकेट पांघरलं होतं. ते छातीशी बांधलं होतं. किड्यांनी कुरतडलेलं बकरीचं एक ओंगळ कातडं आणि आकडा असलेली धनगरी काठी त्याच्या हातात होती. सेंट जॉन चर्चमध्ये अगदी शेवटच्या क्षणी त्याची प्रभू येशूच्या जन्माविषयीच्या सार्वजनिक कार्यक्रमात जोसेफची भूमिका करण्यासाठी नेमणूक केली गेली होती. न्यूयॉर्क मधल्या प्रयोगानंतर एखाद्या नटाला चढते तशी नशा त्याला स्पॉटलाइटमध्ये गेल्यापासून चढली होती. त्याला त्या भूमिकेत बोलणं नव्हतं. पण तो म्हणाला की त्यानं ती भूमिका हुबेहूब वठवली. त्याला वाटलं की त्याची भरघोस दाढी आणि अस्ताव्यस्त केसांमुळं सत्य असल्याचा आभास निर्माण झाला. त्याचा वेळ खूप मजेत गेला होता. त्यानं नवे मित्र जोडले होते. त्यानं माझ्यासाठी चिठ्ठी न ठेवल्यानं मी इतकी अस्वस्थ झाले यावर त्याचा विश्वास बसेना. आम्ही दोघांनी अंथरुणात बसून एक ड्रिंक थोडंथोडं घेतलं. चर्चच्या मनोऱ्यावरच्या घड्याळानं टोले देऊन मध्यरात्र झाल्याचं सांगितलं आणि मी मार्कच्या छातीवर डोकं ठेवून एका अनामिक भावनेनं रडले. का ते त्यालाही कळलं नाही, पण रडताना त्यानं मला आनंदानं जवळ घेतलं होतं.

नवीन वर्ष सुरू झालं आणि डेलियाचे कान कुजून घाण येऊ लागली. तिच्या एका कानाच्या मुळाशी एक मोठी पू भरलेली चीर पडली होती. मी ती बघण्यासाठी तिच्याजवळ गेले तेव्हा तिची घाण मला असह्य झाली. रोज सकाळी मी कोमट पाणी व आयोडीन घेऊन शेतावर जात असे. तिला तोंड बांधायच्या दोरीनं दावणीला बांधून कापसाच्या बोळ्यानं ती घाण मारणारी खपली स्वच्छ करून कापूस लावत असे. अर्थात तिच्यातून पू वाहून जाण्याइतकी जागा मोकळी सोडत असे. मला येताना बघून ती मान हलवत असे. पण तिचा विरोध एवढाच असे. हळूहळू जखमा खरबरीत होऊ लागल्या. कुरूप दिसणारं नवीन मांस येऊ लागलं. ही जखमा बरी व्हायची पहिली पायरी होती.

ज्या डेअरीमधून डेलियाला आणलं होतं, तिथून फोन आला की आणखी एक गाय ते आम्हाला स्वस्तात विकू शकतात. कारण ती त्यांच्या मुलीची आवडती होती. म्हणून त्यांना ती कत्तलखान्यात मांसासाठी विकायची नव्हती. तिला ठेवणं त्यांना कठीण झालं होतं कारण तिची कास झोळीसारखी लोंबकळत होती. तिच्या आचळांमधील अंतर कमी होतं. दूध काढताना तिची आचळं दुधामुळं घट्ट व्हायची आणि तिथं घाण अडकून राहायची. ती गाय भरपूर दूध देणारी जर्सी आणि होलस्टीन या मिश्र जातींची होती. तिचं नाव रेई. मी विशीत होते तेव्हा मेक्सिकोमध्ये एक वर्ष राहिले होते. मी तिथं गेले तेव्हा मला स्पॅनिश भाषा अगदी जुजबी येत होती. मी ती शिकायचा प्रयत्न करत होते. त्यावेळी एखाद्याशी बोलत असताना मी पूर्णपणे हरवून जायची. मग त्यांच्या तोंडून येणारा एखादा परिचित शब्द पकडून मी काहीतरी अर्थपूर्ण शब्द बोलायचा प्रयत्न करायची. माझे शब्द थांबले की माझ्याकडून काहीतरी प्रतिसाद मिळावा अशा अपेक्षेनं ते माझ्याकडे बघायचे. मग मी प्रत्येक वेळी हमखास म्हणायची, 'सी' (Si). या धोरणामुळे काही वेळा मी मजेशीर प्रसंगातही अडकले, पण त्यामुळं माझी वेळ निभावून गेली. मला वाटतं रेईला विकत का घेतलं याचं स्पष्टीकरण मी अशाच तऱ्हेनं देऊ शकते. आमच्याकडं आधीच भरपूर दूध होतं आणि वेळ मात्र कमी होता. पण आम्ही जरा गोंधळलो होतो आणि चटकन उतावीळही झालो होतो. आम्हाला त्याबद्दल कोणी प्रश्न विचारला तर आमचं चुकार उत्तर होतं 'सी' (Si).

डेलियाबरोबर तिची मैत्रीण गोठ्यात राहणार म्हणजे आता त्यांना मोठ्या जागेची जरुरी होती. पश्चिमेकडच्या कोठारात एक मोठी सरकत्या दाराची शेड होती. त्याची चौकट व भिंती बाहेरच्या बाजूनं चांगल्या होत्या. पण आतल्या बाजूला लावलेला कापडासारखा जाड कागद हवा, ऊन, पावसानं सुरकुत्या पडून वेडावाकडा झाला होता. तो फाडून खाली काढून ते मऊ तुकडे कचरापेटीत टाकण्यात एक दिवस गेला. दुसरा दिवस मोकळ्या झालेल्या भिंतींतून खिळे उपटून काढण्यात

गेला. लाइटच्या खोबणीतून तळल्यासारखं दिसणारं आणि वाळून शुष्क झालेलं वटवाघूळ काढलं. तिथं लाइट जेव्हा सुरू होते तेव्हा त्यानं तिथं मुक्काम ठोकायचा प्रयत्न केला असावा.

रेई आली. ती डेलियाच्या अगदी विरुद्ध म्हणजे मोठ्या हाडाची, काळीभोर आणि हट्टी होती. ती तुतारीसारख्या ट्यूबा वाद्याप्रमाणे हंबरत होती. दूध काढण्याच्या वेळी मी तिला वेसण घातली की पिसू चावल्यासारखी ती तिच्या दावणीतून बाहेर मुसंडी मारत असे. मी तिची कास धूत असे तेव्हा ती आपला खूर झटकत असे. माझ्या गुडघ्यात बादली तोलून ती जमिनीपासून कशी उंच ठेवायची हे शिकेपर्यंत एक आठवडाभर तिच्या खाली ठेवलेली प्रत्येक बादली ती लाथाडत राहिली. डेलियावर हल्ला झाला तेव्हा रेई तिथं असती तर कुत्र्यांना काही करायची संधी मिळाली नसती, असं मला निश्चितपणे वाटतं. शेडच्या या टोकापासून त्या टोकापर्यंत डेलिया कुठंही असली तरी तिच्यावर ती हुकूमत गाजवत होती. डेलिया मात्र कुणीतरी आपल्या बरोबर असल्यासारखी आनंदली होती. संध्याकाळी मी कोठारातून बाहेर पडत असे तेव्हा डेलिया आपल्या रबरासारख्या जिभेनं रेईचं थंडीतलं जाड केसाळ अंग लाजाळूपणे चाटत आहे, असं शेवटचं दृश्य मला दिसत असे.

जानेवारीमध्ये आम्ही विकू इच्छिणाऱ्या एका शेतकऱ्याकडून गोमांसासाठी लागणाऱ्या गाईंच्या कळपाची खरेदी केली. त्या रानटी भासणाऱ्या, रुंद शिंगांच्या, अंगावर लाटेप्रमाणे कुरळी, दाट लोकर असलेल्या लाल- काळ्या, रुपेरी रंगाच्या स्कॉटिश हायलँड जातीच्या गाई होत्या. त्यांच्या डोळ्यांवर कपाळावरून आलेले लांब केस लोंबत होते. आम्ही याक प्राण्यांची पैदास करत आहोत का अशी लोकांनी थांबून चौकशी केली. आम्ही हायलँड जातीच्या गाई खरीदल्या कारण अगदी जवळच त्या चांगल्या किंमतीला विकल्या जात होत्या. शिवाय आमच्या परिस्थितीला त्या अनुकूल असल्यानं त्या तऱ्हेच्या गाईंचे आम्हाला फायदे होते. अत्यंत कठोर परिस्थितीत ज्यांच्या उत्पत्तीत वाढ झाली आहे अशी सर्वांत जुनी नोंद असलेल्या जातीच्या या गाई होत्या. त्या अगदी कुरणाच्या कडेला चरूनसुद्धा चिवटपणे जगणाऱ्या, चटकन विणाऱ्या, वासरांचा चांगला सांभाळ करणाऱ्या आणि धान्याऐवजी गवतावर चरून चांगल्या पोसून तकाकी येण्याइतक्या पुष्ट म्हणून प्रसिद्ध आहेत. त्यांच्या अंगावरची जाड केसाळ कातडी आमच्याकडच्या तीव्र थंडीत फायद्याची होती. वसंतातील पावसाचं थंड पाणी त्या मेंढीसारख्या झटकत होत्या. त्यांची पडती बाजू ही होती की त्यांची वाढ सावकाश व्हायची. त्यांची कत्तल करण्यासाठी योग्य ते वजन व्हायला दोन वर्षं किंवा थोडा जास्त काळ लागत असे. शिवाय हा कळप रानटी होता. आम्ही त्यांना गाडीतून खाली उतरवलं तेव्हा एक पाडा ट्रेलर आणि कुंपण यामधल्या निसटायला अशक्य वाटणाऱ्या फटीतून सटकला आणि

संपूर्ण शेतात दुडक्या चालीनं धावत सुटला. त्यामुळं त्याची आई अस्वस्थ झाली व तिनं गेट पाडायचा प्रयत्न केला. त्याची लव बारीक व पांढरी होती. त्यामुळं तो मोठ्या कोकरासारखा दिसत होता. आम्ही त्याचं नाव 'विली' असं ठेवलं.

संपूर्ण शेतासाठी पुरणारं बियाणं फक्त एका खोक्यातून येऊन पोहोचलं. या शेतावर अकस्मात भेटणाऱ्या अनेक अनाकलनीय गोष्टींपैकी हे सर्वांत जास्त गहन असं गूढ होतं. कित्येक टन अन्नाचे उत्पादन माझ्या एका हातावर तोलू शकणाऱ्या या लहानशा आणि हलक्या पेटीतून निर्माण होतं याची मला कल्पनासुद्धा करता येत नव्हती. मार्क आणि मी हिवाळ्यातील अंधारे आठवडे कॅटलॉगप्रमाणे नावानिशी यादी पाहून बियाणं बाहेर काढून त्यांचा शेतकरी वाफ्यांजवळ करतात तसा ढीग केला.

मी मनाशी खूणगाठ बांधली की 'जॉन्नी' कंपनीचा चमकणारा, चाररंगी स्प्रे पेंटिंग केलेला कॅटलॉग ज्यांना फक्त बघून देखाव्यानं उत्तेजन मिळतं अशा शेतकऱ्यांसाठी मुद्दाम बनविलेला होता. 'फेडको' कंपनीचा तुकड्यातुकड्यांनी बनविलेला, बातमी छापल्यासारखा, रेषाचित्रं व सुंदर वर्णनं असलेला कॅटलॉग माझ्यासारख्या शब्दांनी उत्तेजित होणाऱ्यांसाठी बनविलेला होता. जर माझ्यावर सर्व जबाबदारी टाकली असती तर त्या कॅटलॉगमध्ये असलेलं प्रत्येकातील एक बियाणं आम्ही त्या वर्षी पिकवलं असतं. हिवाळी पेय तयार करण्यासाठीच्या एकाच विभागात कँडी रोस्टर, टर्कस टर्बन, पिक बनाना, गॅलेक्स इत्यादी बारा वेगवेगळ्या चक्रावून टाकणाऱ्या प्रकारांखाली मी खुणा केल्या. एका पेयाचं गॅलेक्स डी इसेन्सिस अशा काहीशा असलेल्या नावाचा अर्थ लिहिला होता, 'चपट्या दगडांनी सुशोभित केलेलं!' स्वयंपाकघरात वापरायच्या सुगंधी वनस्पतींनी मला अगदी भुरळ पाडली. सॉल्टवर्ट, स्नीझवर्ट, मदरवर्ट, सेंट जोन्सवर्ट आणि एखादा मॅडडॉग स्कलकॅप या सुगंधी वनस्पतींची एखादी नमुना म्हणून पिशवीची मागणी नोंदविल्याशिवाय कसं राहवेल? कॅटलॉगमध्ये मॅडडॉग स्कलकॅप ही वनस्पती पूर्वी रॅबीज या रोगावर गावठी औषध म्हणून वापरत असं लिहिलंय. एक डॉलरला ही अनपेक्षित भेट. तेव्हा विकत घेणार नाही असं कसं होईल? या सगळ्या कॅटलॉगच्या बाबतीत फसविण्यासाठी ही युक्ती केलेली असते की ते सगळं हिवाळ्यात तुमच्या घरी पोहोचवतात त्यावेळी तुम्ही सगळ्या गोष्टी करू शकता असं तुम्हाला वाटतं. शेतातलं वाढतं काम अजून स्पष्टपणे तुमच्या लक्षात आलेलं नसतं. नशिबानं मार्कला हे सर्व माहीत होतं. त्यामुळं माझी चूक त्यानं सुधारली. लोकांना आवडणाऱ्या खाद्याच्या अनेक तऱ्हेच्या बियाणांच्या पिशव्या अगदी आमच्या दारापर्यंत पोहोचल्या होत्या. पण कधीही न उगवणारं 'हे सुगंधी वनस्पतींचं बियाणं' मार्कनं फेकून दिलं. मग आम्ही त्या पाकिटांतून सरळ शेतात पेरायची बियाणं वेगळी केली. आणि हरितगृहात काही आठवडे

अगोदर पेरायच्या बीजांची पाकिटं वेगळी ठेवली. आमच्याकडं आता तयार हरितगृह नव्हतं. पण ते बांधायचं असं आमच्या आगामी कामांच्या यादीत होतं.

फेब्रुवारीच्या मध्यावर पेनसिल्व्हानियाला जाऊन मार्कनं स्टेट कॉलेजमध्ये जुन्या शेतावर काळजीपूर्वक ठेवलेली आपली साखर तयार करायची यंत्रसामुग्री आणली. त्यात एक बाष्पीभवनासाठी वापरायचं यंत्र - इव्हॅपोरेटर, सहा फूट बाय दोन फूट आकाराची धातूच्या शवपेटिकेसारखी दिसणारी जड लोखंडी अशी आर्च नावाची आगीची सूचना देणारी फायरबॉक्स होती. तिला स्टेनलेस स्टीलच्या चकाकणाऱ्या भांड्यांची टोपी होती. आम्ही ती शेतावरच्या रस्त्याजवळ पॅव्हिलियनच्या इमारतीच्या कोपऱ्यात उभी केली आणि तिच्या धातूच्या छपराला भोक पाडून चिमणी वर काढली. आम्ही थॉमस ला फाउंटनकडून दोनशे गॅलन रस राहील एवढी टाकी उसनी घेतली. प्लॅस्टिक नळी वापरण्याऐवजी पूर्वी जेव्हा तो बादल्या वापरायचा तेव्हा मेपलच्या झाडांचा रस साठविण्यासाठी तो ती उपयोगात आणायचा.

वेगवेगळ्या प्रकारच्या वस्तूंनी शेतवाडीला एकत्रितपणे आकार येऊ लागला होता. आमच्याकडे आता दूध देणाऱ्या गाई, मांसासाठी गुरं, डुकरं, कोंबड्या, बी-बियाणं आणि मेपलच्या झाडांपासून साखर करायची यंत्रसामुग्री एवढं होतं. आमच्यासाठी आणि आमच्या भावी सभासदांसाठी अन्न तयार करण्यासाठी लागणाऱ्या सर्व वस्तू आता योग्य जागी ठेवल्या गेल्या होत्या. आता ते फक्त सर्व अंमलात आणण्यासाठी भरपूर वेळ द्यायला लागणार होता. डेलियाच्या नाजूक लहानशा कासेपेक्षा रेईची मोठी कास दूध काढायला जरा कठीण होती. रेई दूधसुद्धा जास्त द्यायची. त्यामुळं कितीही लवकर दूध काढायला सुरुवात केली तरी दूध काढून बाजूला ठेवून दुधाची भांडी वगैरे धुवेपर्यंत सूर्य चांगलाच वर आलेला असायचा. मग शेतावरची इतर कामं असायची : घोड्यांना खाणं घालून झोपण्यासाठी नीटनेटकी जागा तयार करणं, डुकरांना अन्न घालणं, कोंबड्यांना खुराड्यातून बाहेर सोडणं, त्यांना दाणापाणी देणं इत्यादी. मांसासाठी पाळलेल्या गुरांना पूर्वेकडच्या शेडमध्ये सोडलं होतं आणि त्यांच्यासाठी वाळलेलं गवत साठवायची गंजी होती पश्चिमेकडील कोठारात. म्हणून रोज आम्ही गवताच्या गासड्या आधी जमिनीवर फेकून मग एक एक करून सहजपणे ओढत नेत होतो. कारण आमच्याकडं अजून छकडागाडी नव्हती. आमच्याकडं पुरेसे रबरी पाईपही नव्हते. त्यामुळं पुष्कळ पाणी वाहून न्यायला लागायचं. दिवस आता मोठे व्हायला लागलेले होते आणि प्रत्येक क्षण हा तातडीच्या कामाचा होता. प्रत्येक दिवसाच्या शेवटी उरलेल्या कामांची यादी त्या दिवसाच्या पहाटेपेक्षा वाढलेली असायची.

बचत करून साठविलेल्या पैशातून आम्ही सर्व खर्च केलेले होते. पैसा फक्त

एकाच मार्गानं आला होता. आम्ही शेकडो डॉलर्स किंमतीच्या इलेक्ट्रिक कुंपणाची ऑर्डर दिली होती. ते बसविण्याच्या खर्चात प्रवेशद्वाराचे खांब, कोंबड्यांच्या जाळ्या, हजारो फूट प्लॅस्टिकची इलेक्ट्रिक वायर ही गृहीत होती. ती वायर वापरून आम्हाला गुरांसाठी आणि घोड्यांसाठी फिरती कुरणं करायची होती. आम्हाला अवजारं आणि साधनांचीही गरज होती. फक्त छकडागाडी आणि पाईप एवढंच नव्हे तर आणखी काही मशीन, बादल्या आणि टाक्या, गवत साठवायचे माळे आणि गव्हाणी यांची सुद्धा जरुरी होती. आमच्या बँकेच्या खात्यात शून्य शिल्लक व्हायला आली. रोज रात्री आम्ही करायच्या कामांची यादी पुन्हा पुन्हा तपासून फक्त आत्यंतिक गरजेच्या वस्तू तेवढ्या ठेवल्या. सौंदर्याच्या सगळ्या कल्पना व इच्छा मी बाजूला ठेवून त्याऐवजी व्यावहारिक उपयोग लक्षात घेऊन त्याच करायच्या असे ठरवलं. ज्या शेतांवर कामं सुरू आहेत ती शेतं त्या कामांप्रमाणेच का दिसतात या गोष्टीचं मला यथार्थ ज्ञान झालं. तेव्हा शेतावर एकाच वेळी तीन बांधकामं चालू होती. जो कोणी शेतावर येईल त्याला कामाला लावलं जायचं. न्यू ऑर्लेन्सहून माझी मैत्रीण ॲलेक्सिस भेटायला आली. तिथं तिनं एका घराची पुनर्बांधणी नुकतीच संपविली होती. आम्ही तिच्यावर कोठारांचं वायरिंग बदलून नवीन करण्याची जबाबदारी टाकली. ती परत निघेपर्यंत आमच्याकडे लाइट आली सुद्धा. दिवस मोठे झाल्यावर आम्ही स्वच्छतेच्या कामाला पुन्हा सुरुवात केली. तीन इमारती पाडून ते सामान घोडागाडीनं दूर नेऊन टाकलं. आमच्या रोजच्या दिनक्रमाला नियमित ताल, सुसूत्रता उरली नाही. शेतावर नेहमीच काही निकडीचे प्रसंग असायचे - कधी जनावरं, गुरं निसटून गेलेली असायची तर कधी पाईप गोठून घट्ट झालेले असायचे - खरं म्हणजे आमच्या झोपेच्या वेळेतसुद्धा आमची ही कामं तासन् तास चालायची, तरीही आणखी कामं शिल्लक असायचीच.

हिवाळ्याच्या अखेरीला लीज करार संपायच्या काही महिने आधीच भाडेकरू शेत व शेतघर सोडून गेले. आम्ही तिथं राहायला गेलो जेव्हा ते उंदरांनी बुजबुजलंय हे लक्षात आलं. शेतीवाडीवर उंदरांच्या झुंडीच्या झुंडी होत्या. खरं म्हणजे आदल्या वर्षी धान्याच्या कोठारात ठेवलेल्या, असून न नेलेल्या टनावारी गव्हाची ही सगळी कृपा होती. आमच्याकडे अजून लाकडी सामान नव्हतं. त्यामुळं खालच्या मजल्यावरच्या अपार्टमेंटमधल्या झोपायच्या खोलीत जमिनीवर चटया टाकून आम्ही झोपत होतो. रात्री मध्येच भिंतीवर पळत असलेल्या उंदरांच्या आवाजानं मला जाग यायची. आम्ही घराच्या वरच्या टोकापर्यंत त्यांचा आवाजावरून माग काढला. मार्कनं तिथं वाकून पाहिलं तर विद्युतप्रवाह विरोधक उपकरणात त्यांची अनेक बिळं होती. रात्री ग्लासभर पाणी पिण्यासाठी स्वयंपाकघरात गेलं तर दिव्याच्या प्रकाशात उंदरांची मातकट

तुकतुकीत शरीरं आणि लांब हडकुळ्या शेपट्या शेगडीच्या वरच्या भिंतीतील भोकात अदृश्य होताना दिसायच्या. फोन 'डेड' झाला होता. आम्ही तपासणी केली तेव्हा उंदरांनी त्याची संपूर्ण वायर चावून टाकलेली आढळली. उंदरांचा आमच्या घरावरील हल्ल्याच्या योजनेत जगापासून आम्हाला तोडण्याचा हा बेत होता असं दिसलं. त्यानंतर ते इलेक्ट्रिक वायरसुद्धा चावून आमच्यासकट घर जाळून टाकतील अशी मला भीती वाटली. बाहेर त्यांना डुकरांबरोबर सुरक्षित वाटत असावं. आठ-दहा उंदरांची झुंड दिवसाढवळ्या नाक वर करून कचऱ्यात हिंडत असायची. माझ्या हिशोबाप्रमाणे आमच्या संख्येला शंभरानं गुणल्याइतकी त्यांची संख्या जास्त होती.

आम्ही उंदरांचे सापळे लावले. ते मोठ्या आकाराचे असून त्याची स्प्रिंग माणसाचं बोट मोडण्याइतकी समर्थ होती. आम्ही घराच्या भिंतीच्या आत जिथं उंदरांनी कपड्याच्या कपाटात बिळं केली होती तिथं रात्री अनेकवेळा सापळे ठेवले. अनेक दिवस रोज रात्री त्या सापळ्यांच्या चिमट्यांचा 'खट्क' असा आवाज आम्हाला ऐकू यायचा आणि सकाळी मेलेला उंदीर दिसायचा. माझ्या शहरी कुत्रीनं, निकोनं उंदीर मारण्यात रस दाखविला नाही. मी एका वेबसाइटवर वाचलं की जर तुमच्या कुत्र्यानं उंदीर पकडायला हवा असेल तर उंदीर तुमचे शत्रू आहेत हे त्याला पटवून द्यायला हवं. म्हणून मी रबरी हातमोजे घातले आणि सापळ्यातून एक नुकताच मेलेला उंदीर बाहेर काढून ठेवला. निको बघत असताना मी त्या उंदराच्या दिशेनं किंचाळले, त्याला जमिनीवर आपटलं, माझ्या बुटाच्या टाचेनं त्याला चेचलं आणि पुन्हा ओरडत किंचाळत राहिले. तरीही निको संशयानं बघत राहिली. नंतर तिनं आपली शेपटी आत घातली आणि गुपचूप निघून गेली. तिची नक्की खात्री पटली असावी की काही झालं तरी उंदरांच्या वाटेला जाऊ नये. पुढं उंदरांना खटक्याच्या सापळ्याची सवय झाल्यानं ते सावध झाले, त्यामुळं आम्ही सापळे लावायचे बंद केले. उंदरांची रहदारी जरासुद्धा कमी झाली नाही.

दुसऱ्या एका वेबसाइटवर पिंपाचा सापळा लावावा असं सांगितलं होतं. आम्ही पन्नास गॅलन पिंपाच्या तळाशी धान्य टाकलं. त्या पिंपात जाण्यासाठी त्याला दोन बाय चार असा बाहेरून टेकू दिला, ज्यामुळं उंदरांना आत उडी मारून जाता येईल. दुसरा टेकू आतून दिला. त्यामुळं त्यांना आतून बाहेर उडी मारता येई. काही दिवसांनी आम्ही आतील टेकूची काठी काढून टाकली. एक फूटभर पाणी पिंपात घातलं. त्याबरोबर धान्य पाण्यावर तरंगू लागलं. उंदीर आत जाऊ शकत होते पण त्यांना बाहेर पडता येणार नव्हतं. एका सकाळी आम्ही सहा उंदीर अशा पद्धतीनं पकडले. दोन आठवड्यात आम्ही दोन डझनावर उंदीर मारले. नंतर ते हुशार झाले आणि पिंपाकडे फिरकेनासे झाले.

शेवटी प्राण्यांच्या आसराघरात गेले. दोन रागीट आणि लवकर माणसाळणाऱ्या

प्राण्यांची चौकशी केली आणि मी तीन मांजरं घरी आणली. दोन आखूड शेपटी असलेल्या बहिणी आणि एक काळंपांढरं. परंतु माझ्या मनातल्या कल्पनेप्रमाणं ती निर्दयपणे मारणारी मशीन्स नव्हती. ती मोठ्या उंदरांपेक्षा आकारानं किंचित मोठी परंतु दुर्दैवानं वाढ खुंटलेली खुरटी मांजरं होती. मी त्यांना कोठारात सोडल्यावर ती माझ्या पायात घोटाळली आणि त्यांनी गुर्रर केलं. एक दिवस एक बाई एका पेटीत मांजरांची पिलं भरून घेऊन आली - कारण आम्ही मांजरं शोधतोय हे सगळीकडं माहीत झालं होतं - मी ती ठेवून घेतली. मी गणित केलं होतं त्याप्रमाणे आम्हाला सैन्याची जास्त कुमक आवश्यक होती.

मांजराच्या पाचही पिलांनी नुकतंच आईचं दूध प्यायचं सोडलं होतं आणि रात्री आपल्या लव असलेल्या अंगाचा लोकरीसारखा गोळा करून एकत्र अशी ती कोठारात झोपत होती. कोठाराच्या जमिनीवर ती दिवसभर जिकडेतिकडे कागदाच्या रुमालाबरोबर खेळत असायची, दबा धरून बसण्याचा अभिनय करायची, खोट्याखोट्या मारामाऱ्या करायची, उचलून घेण्यासाठी व लाड करून घेण्यासाठी म्याँव म्याँव करायची. ती आल्यापासून एक आठवडाभरानंतर सकाळी मी कोठारातला दिवा लावला पण मांजरांचा आवाज आला नाही. मला करड्या रंगाचं एक पिलू गाईच्या दावणीजवळ सापडलं - ते थंड आणि ताठर झालं होतं. नंतर आणखी दोन पिलं मिळाली. मी करड्या रंगाचं पिलू उचललं. मरण पावल्यावर ते जिवंत असताना दिसत होतं त्यापेक्षा लहान वाटत होतं. मऊ केसाळ कातड्यानं झाकलेली हाडांचा ती लहानशी मोळी होती. मार्क आत आला आणि त्यानं माझ्या हातातून पिलू घेऊन त्याच्या मानेवरील केस बाजूला करून तपासणी केली. व्हँपायरने भोक पाडल्यासारख्या अर्ध्या इंचाच्या अंतरानं दोन जखमा त्याच्या मानेवर आढळल्या.

"तो वीझल (तांबूस, तपकिरी लोकर असलेला हिंस्र प्राणी, हा उंदीर-ससे मारून खातो.) होता," तो म्हणाला "ते रक्त शोषून घेतात."

संपूर्ण जग म्हणजे खाणारे आणि खाल्ले जाणारे यांचा फक्त क्रूर नंगा नाच असतो का? मी त्या दुर्दैवी जिवांना कंपोस्ट खताच्या ढिगाऱ्यात पुरलं. दोन वाचलेली पिल्लं काही दिवसांनी त्यांच्या लपायच्या जागेतून बाहेर आली. आम्ही त्यांची नावं मिंक आणि मार्टीन अशी ठेवली. वीझलला सापळ्यात पकडायचे आमचे प्रयत्न निष्फळ ठरले. त्यानं एक लहान जातीची कोंबडी व तिची पिल्लं मारली. नंतर मात्र तो ज्या कुठल्या फटीतून आला होता तिथून नाहीसा झाला. आम्हाला पुन्हा त्याचा त्रास झाला नाही.

उंदीर मात्र हळूहळू नाहीसे व्हायला लागले. प्रथम घरातले, मग कोठारातलेही. मी कधी मांजरांना उंदरांची शिकार करताना पाहिलं नाही. पण मांजरांनी उंदरांच्या सगळ्या जागा ताब्यात घेतल्या होत्या. धान्य कोठारातल्या धान्याच्या पोत्यांवर सुद्धा

त्यांच्या आरामशीर डुलक्या व्हायच्या. कदाचित उंदीर परत गेले असतील किंवा कमी कोडगे झाले असतील. कदाचित मांजरं उंदरांची पिल्लं खात असतील. काहीही असो, त्यांच्यामुळं आमचा फायदा झाला एवढं खरं!

भाग तीन

वसंत ऋतू

तो एक विचित्र वाङ्‌निश्चय होता. अद्‌भुतरम्य होता, पण माझ्या पूर्वायुष्यात मात्र वाङ्‌निश्चय याचा पर्यायी शब्द म्हणजे जवळजवळ गुप्त प्रेमसंबंध असा होता. मार्कला असे संबंध म्हणजे काय हे खरोखर माहीत नव्हतं. तो तिसऱ्या ग्रेडमध्ये असताना त्यानं आपल्या वर्गातल्या अनेक मुलींना अगदी भावनेनं भारलेली लांबलचक प्रेमपत्रं लिहिली होती. मुलं त्याला खेळाच्या ग्राउंडवर गाठून झटापट करत त्याच्या खिशातून ती पत्रं चोरत आणि मंकी जिमच्या स्टीलच्या आडव्या बारवर चढून मोठ्यानं वाचत पण त्यामुळं तो मुलींना पत्र लिहायचा थांबत नसे. त्या वर्षी त्याचा सगळ्यात मोठा प्रेमभंग झाला तो क्लॉडिया नावाच्या मुलीशी. त्यानं आपला खाऊचा पैसा तिच्यासाठी झगझगीत चित्रं- किल्ला आणि इंद्रधनुष्य यांच्या पार्श्वभूमीवर पांढऱ्या काल्पनिक एकशिंगी घोड्याचं नजरेत भरेल असं- विकत घेण्यासाठी घालविला होता. तिनं चेहऱ्यावर औपचारिक भाव ठेवून त्याला सांगितलं की ती ते स्वीकारू शकत नाही, तेव्हा त्यानं ते दुसऱ्या एका मुलीला द्यायचा प्रयत्न केला. तिनंही ते नाकारलं. त्यानं 'ठीक आहे' अशा अर्थानं खांदे उडवले आणि घरी आणून ते चित्र आपल्या भिंतीवर टांगलं. तेव्हा त्याचं धैर्य मात्र अजिबात खचलं नव्हतं आणि तो तसाच अविचल राहिला होता. मुलींसमोर लाजावं हे त्याच्या कधी लक्षात आलं नव्हतं. त्याच्या मनात काही छुपे विषय नव्हते तसंच त्यात काही फरक करण्याचा बेत नव्हता. आमच्या पहिल्या भेटीत आपण कोण, कसे आहोत हे त्यानं स्पष्टपणे सांगितलं होतं. आपला हेतू सांगताना तो अजिबात लाजला नव्हता.

तेव्हा आता आमच्या दोघांचं ध्येय एकत्रित झाल्यानं आमच्यामधल्या प्रणयाचा उगम हा नवीन आणि निराळ्या प्रकारचा होता. आमच्या दोघांची घट्ट वीण असलेली जोडी तयार झाली होती. नेव्हीत भरती केलेल्या शिक्षणार्थींना सागरी लढाईचं शिक्षण देताना ठोकून घडवितात त्याप्रमाणे किंवा एखाद्या सुपीक निर्जन बेटावर दोघांनाच सोडल्यावर जे नातं निर्माण होतं, तसंच ते नातं होतं असं मला वाटतं. आम्ही रोज

सकाळी उठल्यापासून झोपेपर्यंत साठवण, बी- बियाणं, सांडपाण्याचे पाईप, अवजारं किंवा शेतावरील बारीकसारीक कामात सुसूत्रता आणून त्यातील एखादी पायरी कमी करून दिवसाच्या वेळेत एखाद्या मिनिटाची बचत करून भर कशी घालता येईल याबद्दल बोलत होतो. आमची शरीरं अतिशय थकलेली असत. काही वेळा बिछान्यावर पडल्यावर झोप लागेपर्यंत मधल्या थोड्या वेळात, आम्ही ज्याला उपहासानं 'शेतकरी प्रेम' असं म्हणतो, ते म्हणजे आमच्या बोटांच्या टोकांचा स्पर्श एकमेकांना करत होतो. आमच्या दैवात मुलं असतील तर जेव्हा रात्री मोठ्या असतात अशा भयानक हिवाळ्यातच ती गर्भरूपात येऊ शकतील, असा विचार केल्याचं मला आठवतं.

माझ्या सगळ्या आयुष्यात मी इतकी घाणेरडी कधीच नव्हते. मी पूर्वी ज्याला 'घाणेरडं' अशी संज्ञा लावत होते, त्याहीपेक्षा खूप घाणीतलं हे काम असायचं. त्यापासून स्वच्छ राहण्यासाठी खूप शक्ती खर्च करायला लागायची. ज्याला फक्त माती, चिखल, धूळमिश्रित 'घाण' म्हणतात त्यापेक्षा वेगळ्या 'घाणीशी' माझी सलगी असायची. त्यात रक्त, खत, दूध, पू, माझा स्वत:चा घाम, इतर प्राण्यांचा घाम, इंजिनाच्या वंगणाचं तेल, प्राण्यांची चरबी, उदर-आतडं इत्यादी अवयव आणि सगळ्या अवस्थेतील कुजणं या सगळ्यांचा समावेश होता. मला पूर्वी ज्यांची किळस वाटायची त्यांच्या सीमारेषा हळूहळू विस्तारू लागल्या. वसंत ऋतुतील गारठा असलेल्या दिवसांच्या शेवटी अंघोळ करायचा विचार कंटाळवाणा वाटायला लागला. बाथरूममध्ये फक्त लाकडावरच्या स्टोव्हची थोडी उष्णता मिळायची, बाकी काही सोय नव्हती. शिवाय पहाटेचं दूध काढणं जवळ आलेलं असायचं. कित्येक रात्री मी बिछान्यातील जाड, गरम, दुलईच्या आत घुसण्याआधी फक्त मी घातलेल्या कपड्यातला वरचा थर तेवढा काढून माझ्या कॉटच्या पायाशीच टाकत असे. म्हणजे पहाटे अंधारात मला ते चटकन सापडत असत. माझं शहरातील कपड्याचं कपाट जाऊन शेतावरून बाहेर जाताना घालण्यासाठी राखून ठेवलेले फक्त एक लहानसा कप्पाभर कपडे राहिले होते. त्याचा अर्थ ते कधीच विरले नाहीत. बाकीचे कपडे एक एक करून सर्वसामान्य वापरासाठी काढले गेले होते. सिल्कचा उष्णतेपासून दूर ठेवण्याचा गुण माझ्या लक्षात आला. त्यामुळे माझ्याकडच्या साठवलेल्या अंतर्वस्त्रांना एक नवीन उद्देश प्राप्त झाला. काही दिवस मी इंग्रजी व्ही आकाराचा गळा असलेला काळा काश्मिरी स्वेटर घालून शेतावर काम केलं. त्याला मी माझ्या 'पहिल्या भेटीचा स्वेटर' म्हणत असे. तो नवीन असताना मी त्याचे ड्रायक्लिनिंग, मऊ अस्तराचा हँगर असले लाड केले होते. आता त्यावर गवताचे डाग पडले होते आणि कोपराजवळ दोन भोकंही पडली होती.

मी माझे केस वाढू दिले ते विचारपूर्वक निवड करून नव्हे तर केस कापण्यासाठी अपॉईंटमेंट घेऊन; ती पाळणं ही गोष्ट माझ्या कामांच्या यादीत कधीच अग्रक्रमानं

नव्हती म्हणून. मी माझ्या भुवया नीटनेटक्या राखायचं विसरू लागले, क्वचितच आरशात डोकावू लागले. पण जेव्हा केव्हा मी बघत असे तेव्हा निसर्गात केलेल्या कामामुळं माझ्या डोळ्यांभोवती नवीन रेषांचं कोरीव काम दिसत असे. माझ्या कांतीवर हवेचा परिणाम होऊन त्यावर तांबूस छटा आणि पिंगट लहान ठिपके आले होते. माझ्या कातडीचं भुवयांवर आलेलं वजन आणि माझ्या तोंडाच्या दोन्ही बाजूला किंचित ओथंबलेले गाल मला जाणवू लागले होते. हे सगळं अगदी झटपट होत होतं. मध्येच कधीतरी विरोधी झटकेही यायचे. मग त्या काळात मी माझ्या भुवया कोरायची, मऊ क्रीम लावायची आणि त्वचेची काळजी घेण्यासाठी टाचांची जुनी त्वचा घासून काढून टाकायची. त्यानंतर कधीतरी माझ्या जुन्या अस्तित्वाच्या आठवणीनं दुःखपूर्ण काळ जायचा. अर्थात तोही क्षितिजाकडे सरकत सरकत नाहीसा होत होता आणि मी त्यातून स्वस्थ, शांत होत होते.

दोन झगडणाऱ्या देशात सीमारेषा असते तसा मार्च महिना हा तणावाचा आणि जरा धोकादायकसुद्धा होता. या काळात हिवाळ्यातील हानी नसते किंवा वसंतातील दमट हवाही नसते. नो मॅन्स लँड- शून्य रेषेजवळ असते तशी मधली अवस्था असते. त्यावेळी हवामानाचा अंदाज करणं शक्यच नव्हतं. काही रात्री शून्य तापमान तर काही रात्री चाळीस डिग्री. त्यावेळी सोसाट्याच्या भन्नाट वाऱ्यानं कोठारांची पत्र्याची छप्परं हलून सुटी होत होती. कुरणात चरणारे घोडे, आवाजानं चिडल्यासारखे होत होते. शेतात पडलेलं बर्फ कंटाळवाणं, नाऊमेद करणारं होतं. बर्फ हळूहळू कमी होऊन रोज अधिकाधिक जमिनीत चिखल व्हायचा. शेतावरच्या गाडीरस्त्याजवळ टाकून दिलेलं धातूचं टोकदार भंगार वितळलेल्या बर्फातून दिसायला लागलं. उन्हाच्या दिवशी कोठारासमोरचा चिखल बुटांना चिकटण्याइतका दाट झाला. पावसामुळं रस्त्यात पडलेले खड्डे धोकादायक झाले. बर्फ वितळल्यावर दोन लहान इमारती दिसायला लागल्या. छप्पर वेडंवाकडं होऊन खाली बसलं होतं. आम्ही थंड पडलेल्या पायात ओले बूट घालून चोरपावलांनी सगळीकडे सावकाश फिरलो.

आमच्या कुरणात चरणाऱ्या हायलँड जातीच्या गुरांच्या अंगावर बारीक किडे झाले होते. ती शिंगांनी आपलं अंग खाजवू लागली, झाडांना घासू लागली. त्यांच्या अंगाला चिकटलेले चिखलाचे लगदे पडून त्यातून त्यांची गुलाबी कातडी दिसू लागली. नंतर त्यांना अमांश हा पोटाचा विकार सुरू झाला. सर्वांत धिप्पाड, पांढऱ्याशुभ्र, लांब एक शिंगी वळूला प्रथम सुरुवात झाली. थोड्या थोड्या वेळानं तो शेपटी वर करून मातकट रंगाचा पातळ पाण्यासारखा फवारा आवाज करत बाहेर टाकायचा. दोन दिवासंनी मातकट पातळ पदार्थाला गर्द लाल छटा आली. त्यात लांबलचक चिकट पदार्थ आणि आतड्याचे कुजलेले भाग होते. त्या वळूची स्थिती खालावत होती. त्याची केसाळ कातडी निस्तेज, निष्प्रभ दिसू लागली.

फासळ्यांची हाडं उठून दिसू लागली. आम्ही ओवेन्सचा सल्ला घेतला. त्यांनी सांगितलं की त्याबाबतीत फारसं काही करता येणार नाही. पण आपोआप काही सुधारणा होते का याकडे लक्ष ठेवा. त्याप्रमाणे पाच दिवसांनी घडलं. तो वळू जितका चटकन आजारी झाला तितकाच झपाट्यानं बरा झाला. सुरुवातीला त्याचे डोळे थोडे बरे दिसायला लागले, मग थोडं गवत मधूनमधून चावायला लागला. सुरुवातीला त्याला जे पाण्यासारखे रेच व्हायचे ते कमी होऊन थोडे थोडे होऊ लागले. तोपर्यंत दुसऱ्या हायलँडला लागण झाली. आम्हाला वाटलं की त्यांना छप्पर असेल तर जास्त बरं होईल. म्हणून आम्ही त्यांना पूर्वेकडच्या कोठाराच्या बंदिस्त जागेत हलवलं. पहिल्या दिवशी आम्ही त्यांना गवतासाठी रेटारेटी करताना पाहिलं. दुसऱ्या दिवशी सकाळी दोन वर्षांचा एक लहान वयाचा वळू एकटाच बाजूला उभा होता. त्याच्या पाठीला जखम होती आणि तो थरथरत होता. त्याच्या बरगड्यात एक मोठी गोळी बंदुकीने झाडावी तसा तो दिसत होता. त्याला कोणीतरी शिंगं भोसकलं होतं.

आम्ही ओवेन्सना बोलावलं. नील आणि त्याचा भाऊ डोनाल्ड काय झालं हे बघण्यासाठी आले. ते म्हणाले की त्या जखमी वळूच्या आतड्याला शिंगानं फाडलं आहे की नाही यावर त्याचं भविष्य अवलंबून आहे. जर तसं नसेल तर बहुतेक त्याची जखम भरून येईल. पण तसं घडलं असेल तर मात्र आशेला जागा नाही. डोनाल्ड आणि मार्कनं त्याला भिंतीपर्यंत नेऊन घट्ट धरून ठेवलं. अजूनही तो वळू दोन मोठ्या माणसांना आव्हान देण्याइतका शक्तिवान होता. डोनाल्डनं त्याच्या जखमेतून इंजक्शनच्या सिरींजनं पाणी काढलं आणि त्याचा वास घेतला. त्याला स्पष्टपणे शेणाची घाण येत होती. याचा अर्थ त्याचं आतडं फुटून त्यातून शेण बाहेर येत होतं. म्हणजे त्या वासराला लगेचच मारणं एवढंच करता येण्यासारखं होतं. त्याचं कातडं सोलून टांगल्यावर आम्हाला त्याच्या जखमेभोवतालचा दूषित मांसाचा भाग दिसू लागला. पिवळट ठिपके असलेला निऑन लाइटमधून मिळणाऱ्या प्रकाशासारखा चकाकणारा तो भाग स्पष्टपणे दिसत होता. आम्ही तो कापून काढून जमिनीवर फेकून दिला. निकोने तो पटकन पकडला आणि ती दूर पळून गेली. काही दिवस ती मजेत दिसली. बाकीचं मांस कापून प्लॅस्टिक पिशव्यात भरून आमच्या फ्रिजरमध्ये गेलं.

ओलसर थंड हवा इतर प्राण्यांनाही सुखकारक नव्हती. घोडे त्यांच्या मागील भागावर चिखलात टेकले. शिवाय ते त्यांच्या गवतापासून लांब जात नसत. सगळ्यात जास्त त्रास डुकरांना झाला. आम्ही त्यांना कोठारातून कुरणात हलवलं होतं. मार्कनं त्यांच्यासाठी गोल फायबरग्लासची शेतीसाठी वापरली जाणारी पाण्याची टाकी अर्ध्यावर कापली आणि उपडी घालून डुकरांना राहण्यासाठी त्याचं पिगलू-खुराडं केलं. त्यात गवताच्या पेंढ्या पसरल्या. डुकरं आत एकमेकांच्या कुशीत

बसली तेव्हा तिथं उबदार झालं. त्याच्या छताच्या चिमणीसारख्या भोकातून वाफ बाहेर पडू लागली. पिगलूच्या बाहेर मात्र सगळं कुरण भिजलेलं होतं आणि डुकरांनी चिखल खोलपर्यंत सगळीकडं तुडवला होता. म्हणून त्यांना निरुपयोगी सामानामुळं कासवाच्या पाठीप्रमाणे उंच, ओबडधोबड झालेल्या भागाकडे नेलं. पण त्यांचे बारीक पाय पूर्णपणे चिखलात बुडायला लागले. मग आम्ही कुरणात जवळच उंचावर कुंपण घातलं. नुकतेच जहाजातून उतरलेले, पाण्यात पाय बुडालेले खलाशी अधिरतेनं स्थिर जमिनीवर येतात त्याप्रमाणं ती डुकरं आली. फक्त एक तपकिरी सोनेरी रंगाची काळे ठिपके असलेली डुकरीण मागं रेंगाळली. तिला तिच्या जुन्या कुरणाच्या इलेक्ट्रिक सीमारेषेच्या पलीकडे न जाण्याचं चांगलं शिक्षण मिळालं होतं. त्यामुळं जरी इलेक्ट्रिक वायर काढली तरी ती ते ओलांडायला तयार नव्हती. इतर डुकरं गेल्या वर्षीचं गवत, मुळा, गाजर इत्यादी वनस्पती खात असताना ती अस्वस्थ होऊन फिरत आणि डुरकत राहिली. आम्हाला दूध काढायला उशीर होत होता म्हणून आम्ही तिला तिथंच एकटी सोडून निघालो. दोन दिवसांनी तिच्या एकटेपणावर भीतीनं मात केली आणि तिनं सीमा ओलांडली.

मजा म्हणजे इथल्या अगदी वैतागवाण्या आणि कठोर ऋतुतून या नॉर्थ कंट्रीतील वर्षाचा सगळा गोडवा वाहतो. आम्हाला आणखी एका वादळाला तोंड द्यावं लागलं. एक फूटभर उंचीचं बर्फ पडलं. नंतर ढग पांगले आणि रात्री गोठून गेल्या. दुसऱ्या दिवशी सूर्य नवीन चैतन्य घेऊन वर आला. मार्क आणि मी दुपारचं जेवण घेत असताना शेतघराच्या छपरावरील बर्फाची जाड लादी तुटून खाली पडल्याचा आवाज आला. पाठोपाठ छपराच्या पागोळ्यातून वितळलेल्या बर्फाचं पाणी ठिबकायला लागलं. त्याबरोबर आमचं संपूर्ण विश्वच बदलून गेलं. आम्ही सीमारेषा ओलांडून अधिक मित्रत्वाच्या राज्यात आलो. मेपलच्या झाडांमध्ये गोड रस तयार होऊन अधिकाधिक वाढत होता.

रसासाठी बादल्या आणि जाड खांब यांची जय्यत तयारी होती. थॉमसची रसाची टाकी लहान वॅगनला जोडून वनराईतून घोड्यांनी ओढून आणायची असं आम्ही ठरवलं होतं. बाकी सगळं ठीक होतं, पण वनराईतील बर्फ खूप जाड असल्यानं चाकं त्यातून फिरत नव्हती. त्यामुळं आम्हाला बर्फावरच्या घसरगाडीची गरज होती. ओवेन्स कुटुंब त्याला जंपर म्हणत. नील आणि डोनाल्ड ओवेन्सचे वडील तरुण होते त्यावेळी शेती करणारे परिवार घोड्याच्या शक्तीचा वापर करत असत आणि प्रत्येक जण साखर तयार करत असे. त्यामुळं जंपर कसा तयार करायचा हे माहीत असणारे श्री. ओवेन्स हेच एकमेव होते.

श्री. ओवेन्स हे नीलबरोबर आले. ते बांध्यानं सडपातळ असून, सत्तरीतले

गृहस्थ होते. त्यांच्याकडे पाहिल्यावर असं वाटत होतं की ते पूर्वी नीलसारखे जाडजूड, आकारानं मोठे असावेत आणि काही काळानं ते आपल्या मूळ आकारात पुन्हा बदलले असावेत. देहानं ते दणकट होते आणि गोलसर नाक आणि स्पॉडच्या चिनी मातीच्या चहाकपाच्या रंगाच्या निळ्या भेदक डोळ्यांमुळं ते एखाद्या टोळाप्रमाणे वाटत होते. पशुखाद्य कंपनीची कॅप व टी शर्ट घातलेल्या व आतापर्यंत आम्हाला भेटलेल्या इतर वयस्कर शेतकऱ्यांपेक्षा श्री. ओवेन्स यांचा पोशाख अगदी वेगळा होता. त्यांनी काउबॉय हॅट, उंच उतरत्या टाचांचे टोकदार बूट आणि रुबाबदार पाश्चात्त्य पद्धतीचा टीशर्ट घातला होता. त्यांच्या जीनच्या मागच्या खिशात असलेलं पैशाचं पाकीट एखादा ट्रकमालक वापरतो तशा कमरेच्या पट्ट्याच्या हुकाला एका चेननं अडकवलं होतं. त्यांना मार्क, नील आणि मी मशीनशॉप आणि पूर्वेकडचं कोठार यांची सफर घडविली. त्यांनी अगदी शांतपणे बारीकसारीक गोष्टीसुद्धा खूप काळजीपूर्वक पाहिल्या. आमच्यापासून तीन मैलांवर असलेल्या शेतावर ते वाढले होते. त्यांच्या आयुष्यात त्यांनी हजार वेळा तरी नक्कीच आमचं शेत पाहिलं असणार. त्यामुळं त्यांना त्याचा कोपरानकोपरा आमच्यापेक्षा चांगला माहीत होता. नंतर आम्ही सगळे पश्चिमेकडच्या कोठारात गेलो. तिथं सॅम आणि सिल्व्हर त्यांच्या तबेल्यात गवत खात होते. मार्क आणि नील पोटमाळ्यावर किती गवताच्या गासड्या मावतील याची चर्चा करत असताना श्री. ओवेन्स त्या जमावातून बाहेर पडून उत्साहानं निघालेले मी पाहिले. श्री. ओवेन्सनी खुंटीवर लोंबकळत असलेला घोड्यांचा सरंजाम घेतला आणि ते घोड्यांकडे गेले. तबेल्यात पाऊल ठेवतानाच ते 'हा...हा...सबुरीने' असं खालच्या आवाजात पुटपुटले. सिल्व्हरच्या पाठीवरून व नंतर पुढच्या दोन पायावरून त्यांनी हात फिरविला. नीट दिसावं म्हणून थोडं मागं पाऊल टाकून घोडा त्याच्या जोडीदाराबरोबर कसा दिसतो हे पाहिलं. मग त्यांनी मान हलविली. तबेल्यात डाव्या बाजूला असलेल्या उंच सॅमकडे आणि उजव्या बाजूच्या ठेंगू पण सशक्त सिल्व्हरकडे बोट दाखवत त्यांनी विचारलं, "अशा पद्धतीनं तो त्यांना जुंपतो का?"

मी होकारार्थी मान हलविली.

"ही कॅनडाची पद्धत कशाला?" ते रागानं उद्गारले, "आम्ही आमचा उंच घोडा नेहमी जवळच्या बाजूला जोडत होतो."

एक हात सिल्व्हरच्या कुशीवर ठेवून त्यांनी मला सांगितलं की, ते दहा-अकरा वर्षांचे असताना त्यांना घोड्यांची स्वत:ची अशी पहिली जोडी मिळाली होती. त्यांच्या वडिलांचे घोडे पूर्ण वाढीचे ओझी वाहणारे ड्राफ्ट जातीचे घोडे होते. परंतु त्यांची स्वत:ची जोडी म्हणजे पर्चेरॉन व मॉर्गन यांच्या संकरातून तयार झालेल्या जातीचा एक खच्ची केलेला घोडा व एक घोडी होती. ते घोडे आकारानं लहान

असले तरी दणकट पायांचे, उमदे व बुद्धिमान होते.

"त्यांच्यातील मॉर्गन जातीचा तो विशेष असतो." ते म्हणाले. त्या जोडीबरोबर अगदी कडक उन्हाळी दिवशीसुद्धा आपल्या वडिलांच्या घोड्यांच्या बरोबरीनं न थकता गवत कापण्याचं काम ते करू शकत. ते लहान असताना त्यांच्यावर सोपवलेलं पहिलं काम म्हणजे त्यांच्या घोड्यांच्या मदतीनं वॅगनमधून सुट्या गवताची ओझी काढून घट्ट पकडणाऱ्या हुकाचा वापर करून कोठारातील मोकळ्या जागेत ते भरणे. घट्ट पकडणारा हूक एका कप्पीवर बसविला होता. त्यांची लहानशी टीम एवढी चलाख होती की लाकडी खुंटीला घोड्यांचे दोर त्यांनी गुंडाळले तरी ते आपले आपण जात असत. घोड्यांना कुठं थांबायचं हे माहीत होतं. श्री. ओवेन्स यांना लहान असताना डोनाल्ड म्हटलं जायचं. तेव्हा घोडे थांबल्यावर डोनाल्ड हुकाला अडकविलेली गवताची गंजी कोठारातील योग्य जागी ठेवायचा. तोपर्यंत घोडे परत फिरून जिथून निघाले होते तिथं येऊन पुन्हा निघण्याच्या उद्देशानं थांबायचे. श्री. ओवेन्स ही गोष्ट मला सांगत होते तेव्हा, आपल्या हरविलेल्या पहिल्या प्रेमाविषयी बोलल्यासारखा त्यांचा चेहरा अगदी चैतन्यमय झाला होता. हे सांगून झाल्यावर ते पुन्हा गप्प झाले आणि त्यांचा चेहरा पुन्हा निर्जीव झाला.

आम्ही पश्चिम कोठाराजवळच्या वनराईकडे निघालो. नील सगळ्यात पुढं चालून वाट काढत होता. त्याच्यामागं मार्क साखळीला अडकविलेली करवत ओढत चालला होता. श्री. ओवेन्स गप्प राहून शांतपणे पण अतिशय चपळाईनं चालत होते. त्यांनी आपली काउबॉय हॅट काढून त्याजागी विणलेली टोपी घातली होती. आम्ही हॉप हॉर्नबीम नावाचं जड, घट्ट, पांढरं लाकूड असलेलं झाड शोधत होतो. त्या झाडाचं स्थानिक नाव होतं हार्डहॅक. श्री. ओवेन्स यांच्या मते ते लाकूड जंपर बनवायला सर्वांत उत्कृष्ट व टिकाऊ होतं. अर्ध्या टेकडीवर साखरी मेपलची झाडं लागल्यावर ग्रीक देवतेनं कौल द्यावा तसा त्यांनी आपला हात वर केला. धावपटू होण्याची उत्कट इच्छा असलेल्या माणसाप्रमाणे ते कमरेत किंचित वाकले आणि त्यांनी दोन बारा फुटी झाडांकडं बोट दाखविलं.

मी सिल्व्हरला आणण्यासाठी कोठाराकडे धावत गेले. त्याचवेळी मार्कनं साखळी जोडलेली करवत घेऊन काम सुरू केलं. मी पुन्हा टेकडीवर आले तेव्हा त्यानं तीन झाडं कापली होती. दोन लहान हार्डहॅकची झाडं, शिवाय एक सरळसोट बुंधा असलेलं ॲशचं झाड. त्या झाडाच्या नशिबात आमच्या वॅगनच्या ॲक्सलला आणि घोड्यांना जोडणारा लांब लाकडी बार व्हायचं होतं. मार्कनं ॲशचं झाड पाडून त्याच्या फांद्याही छाटल्या होत्या. आम्ही त्या झाडांना एक जाड साखळी गुंडाळली आणि सिल्व्हरला जोडली. मी तीन टूथपीक घरी न्याव्यात तशा सहजतेनं त्यानं ती तीन झाडं बर्फातून घरी वाहून आणली.

मशीन शॉपमध्ये आम्ही हार्डहॅकचे ओंडके आडव्या लाकडी बारला बांधले आणि सहा फूट बाय आठ फूट असा भक्कम प्लॅटफॉर्म बनविण्यासाठी पाइनच्या फळ्यांचा उपयोग केला. कित्येक वर्षे आमच्या शेजारीपाजारी कोणीही जंपर बांधला नव्हता. त्यामुळं ही बातमी पसरल्यावर आमचे शेजारी ते बघायला आले. काहींनी आपली सुतारकामाची हत्यारं आणली तर काही जण बाजूला उभे राहून बघत राहिले. ज्या झाडांपासून जंपर तयार होत होता त्याच्यासारख्याच नैसर्गिक रेषा असलेला खडबडीत पण सुरेख जंपर हळूहळू मुळापासून आकार घेऊ लागला. श्री. ओवेन्स लाकडी बारचा आधार आणखी कुठं द्यायचा, निमुळत्या पट्ट्या सरळ आणि योग्य तऱ्हेनं कशा बांधायच्या हे दाखवत मार्गदर्शन करत होते. आम्ही वॅगनच्या ॲक्सलला जोडणारा लाकडीबार जोडणार होतो. तेवढ्यात श्री. ओवेन्सनी आग्रह धरलेल्या तपशिलावरून मतभेद झाले. मशीनशॉप आता तरुण मंडळींनी भरलं होतं. मार्क, श्री. ओवेन्सचा मुलगा व ती तरुण मंडळी यांना तो तपशील तर्कशास्त्राला सोडून असल्यासारखा वाटला. श्री. ओवेन्स रागावले पण काही बोलले नाहीत. ते ट्रकच्या दिशेनं निघून गेले. उरलेला दिवस ते तिथंच बसून राहिले. त्यातील अत्यंत वाईट गोष्ट म्हणजे ते जंपरच्या उद्‌घाटनाला नव्हते. मी सॅमला ॲश वृक्षापासून केलेल्या जिभेच्या लांब पुढं आलेल्या भागाला जोडलं आणि गाडी समपातळीवर राहावी म्हणून ओढायच्या साखळ्या मार्कनं तरफेला जोडल्या. निसर्गाचा हिरवा सुवास येणाऱ्या लाकडी फळ्यांवर हातात लगाम घेऊन मी बसले होते आणि गळपट्ट्यात अडकलेली घोड्यांची शरीरं पुढं झुकलेली मी पाहिली. जंपर चालविताना काही यार्ड त्रास झाला. कारण झाडांच्या खोडांचा खालचा भाग घासून तासला जात होता. एकदा आम्ही बर्फावर आलो आणि मग आरामात कोणत्याही अडथळ्याशिवाय छान फिरू लागलो.

आजपर्यंत मी घोड्यांबरोबर बरेच तास घालविले होते. अर्थात सगळाच काळ सुखाचा नव्हता. घोड्याला सरंजाम घालणं हे माझ्यासाठी अजून कठीण काम होतं. तो सत्तर पौंडाचा चामड्याचा गुंतावळा, घोड्याच्या गळ्याला असलेल्या कड्या उचलून घोड्यांच्या पाठीवर टाकण्यासाठी मला दिवसेंदिवस आटोकाट प्रयत्न करावा लागायचा. रोज मला अपयश यायचं. मी माझा हात ब्रिटचेन आणि खोगिराच्या खाली घुसवून एक हात खालच्या बाजूनं धरून ते घोड्यापर्यंत नेऊ शकत असे. जिमी कूपरला तसं करताना मी पाहिलं होतं. सरंजाम घोड्यापर्यंत नेऊन सर्वांत लांबची कडी त्याच्या डोक्याच्या उंचीवर ठेवून मी ती उचलू शकत असे. नंतर इंच इंच सरकवत घोड्याच्या पाठीच्या सर्वांत उंच भागापर्यंत नेत असे. परंतु तसं करताना बाकीचा सरंजामाचा भाग माझ्या गळ्यात विचित्रपणे अडकत असे.

त्यामुळं माझ्या मेंदूचा रक्तपुरवठा बंद होऊन मला चक्कर यायची. मग पुन्हा सुरुवात करायला लागायची. प्रत्येक प्रयत्नाच्या वेळी माझे हात आणखी दमलेले असायचे. मार्कला मदतीसाठी विचारणं मला नको वाटायचं. त्याची शक्ती आणि उंची यामुळं तो चामड्याचा सरंजाम सुतळीचा असल्यासारखा सहज उचलून घोड्याच्या पाठीवर ठेवू शकायचा. मी आधी अर्धा तास माझ्या मेंदूच्या पेशींना दुखापत करून स्वत:ला दमविल्यावर मग मार्कला शोधायला जायची. तो मला सतत पटवत राहायचा की ते फक्त एक तंत्र आहे.

सरंजाम घातल्यावरही कटकट संपायची नाही. माझी स्वत:ची आत्यंतिक महत्त्वाकांक्षा मला पुन्हा पुन्हा टोचत होती. माझ्या आयुष्यात मी अनेक वेळा घोडेस्वारी केली होती. माझ्या वाढीच्या वयात घोड्यांविषयी बोलले, वाचलं आणि त्याचा साधक बाधक विचार केला होता. ते सगळं कौशल्य आणि ज्ञान एकसंधपणे आता लगेच माझ्यात येईल आणि मी घोडेस्वारीची एकूण एक सगळी कामं जाणणारी, जोत हाकणारी टीममास्टर होईन असंच मी गृहीत धरलं होतं. माझ्या दृष्टीनं बघितलं तर मार्कला शेतीचा अनुभव होता आणि मला घोड्यांचा. आम्ही परस्परावलंबी तरीही एकत्रित परिपूर्ण 'पॅकेज' होतो. त्यामुळं आत्ता लगेच एकदम सर्व गोष्टी करण्यापासून परावृत्त होण्याचं काहीच कारण नव्हतं. अगदी पहिल्याच ऋतुत शून्यापासून साठापर्यंत सगळ्या गोष्टी करायला हरकत नव्हती. पहिल्या हिवाळ्याच्या अखेरीला आम्ही भाज्यांचे वाफे करायचं ठरवलं होतं. दोन रांगांमध्ये- सरींमध्ये- चाळीस इंच अंतर ठेवायचं ठरवलं होतं. हे सहज जाता जाता सांगते. आम्ही तसं ठरवलंय म्हणजे संपूर्ण सीझनभर आम्हाला फक्त घोड्यांचाच वापर करणं भाग होतं. कारण ट्रॅक्टरची चाकं दोन सरींमधल्या या कमी मोकळ्या जागेत मावू शकली नसती.

आपल्याला हे जमेल असं तुला वाटतंय का, असं मार्कनं मला विचारलं तेव्हा मी होय म्हटलं. पण भीतीची सणक माझ्यातून गेली. अगोदरच माझ्या बाबतीत काही बारीकसारीक दुर्घटना घडल्या होत्या. मी एकदा सॅमच्या अंकुशाला बाहेरून लगाम जोडायला विसरले होते आणि तशीच कोठाराच्या बंदिस्त अंगणातून गेले. त्याला वॅगनच्या पुढच्या दांड्यावरून वळवणं शक्य झालं नाही तेव्हा मला ते कळलं. दुसऱ्या एका वेळी मी घोडे त्यांच्या तबेल्यातून हळूहळू बाहेर काढले. त्यांना कोठारातून बाहेर आणण्यापूर्वी मी हातमोजे चढवत होते. तेवढ्यात सिल्व्हरनं आपलं मोठं तोंड फिरवून सॅमच्या नाकाला नाक लावलं. सिल्व्हरच्या अशा अनैसर्गिक वागण्यानं सॅम माझ्या दिशेनं मागं मागं येऊ लागला. हे सगळं मी केविलवाणेपणानं पाहत राहिले. या सगळ्या जुळवाजुळवीत माझ्या हातातील दोर निरुपयोगी ठरले. माझं नशीब चांगलं म्हणून त्यांच्या तोंडाला जखमा होण्याआधी

किंवा ते दोरात गुरफटण्यापूर्वी किंवा घाबरून गोंधळ घालण्याआधी वेळेत मी त्यांच्या डोक्याजवळ पोहोचून त्यांना सरळ रेषेत आणू शकले. या घटनेनंतर आम्ही एक साखळी दोन्ही घोड्यांच्या मागच्या बाजूला हुकानं अडकवून मग सैलसर अशी एकत्र बांधली. अशा प्रकारचा सुरक्षिततेचा उपाय आम्ही आधीच करायला हवा होता.

एकदा घोडे अडकवले की, पूर्वी गॅरीकडे मी त्यांना हाकलं होतं तेव्हापेक्षा आता मला ती जोडी उत्तेजित वाटायची. सकाळच्या वेळी सॅम आपले लगाम एवढे जोरात खेचायचा की माझे दंड थकायचे. वॅगनमध्ये सामान भरताना त्यांना शांत करून एका जागी उभं राहायला लावणं मला कठीण व्हायचं. त्यावेळी घोडे नवीन घराशी, वातावरणाशी जमवून घेत असल्याने तसे वागत आहेत असा समज करून घेऊन मी त्यांना दोष दिला. पण माझा स्वत:चा अननुभव हाच त्याला कारणीभूत होता. असं मला आता कळतंय. शिवाय निर्णय घेण्यात चटकन न उमजणाऱ्या बऱ्याच चुका- काही मोठ्या- काही गंभीर व बऱ्याच मूर्खपणामुळं केल्या. त्यामुळं घोड्यांचा माझ्यावरचा विश्वास उडाला आणि प्रत्येक वेळी थोडा कमीकमी होत गेला. मी त्यांची जबाबदारी घ्यायला समर्थ नाही असं त्यांना वाटू लागलं असावं. खरं सांगायचं तर मलाही तसंच वाटू लागलं. त्यावेळी मी या घोड्यांबरोबर काम करायचा प्रयत्न थांबवून एक-दोन वर्ष कुणा जोत हाकणाऱ्या अनुभवी माणसाकडे शिक्षण घ्यायला हवं होतं. परंतु त्यावेळी तो विचार करणं शक्य नव्हतं. आमच्याकडचे पैसे संपले होते आणि या मोसमात शेतातून पीक घेण्यासाठी आम्ही स्वत:ला बांधून घेतलं होतं. तो मोसम अगदी जवळ आला होता. म्हणून मी बहाणा करत राहिले आणि सगळं चांगलं होईल अशी आशा करत राहिले.

घोडे शेतावर आल्यापासून मी त्यांना रोज अडकवत होते. कधी लाकूड वाहून नेण्यासाठी, कधी गवताच्या गंजा वाहण्यासाठी तर कधी खत ओढण्यासाठी. पीक पाण्याचा हंगाम सुरू होण्याआधी जास्तीतजास्त अनुभव मिळेल असं कोणतंही काम मी करत होते. घोड्यांच्या हालचालीचा, त्यांच्या आवडीनिवडींचा, त्यांच्या काम करण्याच्या कुवतीचा अभ्यास केला. उंच मस्तक असणारा, अंकुश दिल्यावर उसळी मारणारा, जास्त महत्त्वाकांक्षी सॅम काही इंच तरी सिल्व्हरच्या पुढं राहण्याचा प्रयत्न करायचा. मी सॅमला कचरा वाहून खड्ड्यात टाकण्यासाठी वॅगनला जोडत होते. आम्ही रस्त्याला लागलो की लगेच तो परेडमध्ये असल्यासारखा पाय उंचवून आपली मान कमानीसारखी बाकदार करत असे. मला वाटतं त्यानं आपली स्वत:ची प्रतिमा हलका, चपळ आणि स्वाभिमानी असा- अरबी किंवा उत्तम वंशावळीतला- अरुंद छातीचा वयस्क, कामसू घोडा अशी मनात दृढ धरली होती. पण तो नेहमी उत्साही असायचा आणि काम कितीही हलक्या दर्जाचं असलं तरी कर्तव्यनिष्ठेनं

करायचा. सिल्व्हर हा सॅमच्या विरुद्ध म्हणजे मजबूत, दांडगा होता. त्याचे स्नायू जाडजूड होते. त्याची मान स्टीरॉइड घेतल्यामुळे गोंधळलेल्या व बचावात्मक पवित्रा घेऊन खेळणाऱ्या एखाद्या फुटबॉलपटूप्रमाणे होती. तो थोडा आळशीही होता. मी जर सॅमला मागं खेचण्याची आणि सिल्व्हरला पुढं ढोसण्याची काळजी घेतली नसती तर सिल्व्हर मागं पडून त्याच्या बाजूचा ईव्हनर- त्यांना समपातळीवर ठेवणारा भाग- छकड्यावर टेकला असता, त्याच्या कड्याच्या साखळ्या सैल पडल्या असत्या आणि सगळं ओझं सॅमलाच ओढायला लागलं असतं. सिल्व्हर नेहमी अगदी उदासपणे चालत असायचा. पण त्याला पाहिजे तेव्हा मात्र तो अगदी सगळ्या विश्वाचंसुद्धा वजन खेचू शकत असे. एकदा आम्ही जुनी वॅगन जोडून पाहिली. तो पावसाळी दिवस होता. लाकडं भरलेली वॅगन घट्ट-पातळ चिखलाच्या डबक्यात रुतली आणि जवळजवळ ॲक्सलपर्यंत बुडाली. मी काही आठवड्यांपूर्वीच घोडाजोडी हाकायला सुरुवात केली होती. ते किती वजन ओढू शकतात याची कल्पना नव्हती. अशा बाबतीत सिल्व्हर तरबेज आहे, अशाच कामासाठी तो जन्मला आहे हे मला अजून कळायचं होतं. आपले कान मागे हलवत तो लक्षपूर्वक ऐकत राहिला. मी त्यांना वॅगन 'खेचा' असं सांगितलं. तेव्हा सिल्व्हरनं आपलं देखणे स्नायू एकवटले, आपले शक्तिशाली खांदे गळपट्ट्यातून पुढं झुकवून, लक्ष एकाग्र करत, पाय घट्ट रोवत वॅगन चिखलातून बाहेर येईपर्यंत तो खेचत राहिला. सिल्व्हर आमच्याबरोबर असेपर्यंत आम्हाला वॅगनमधलं ओझं कधी उतरवावं लागलं नाही किंवा दुसरी काही योजना करावी लागली नाही.

जंपर तयार झालेल्या दुसऱ्या दिवशी साखर तयार करण्यायोग्य हवेपेक्षा ती अतिशय थंड झाली. जमिनीवर ताजं बर्फ पडलं. मग ऊन पडलं आणि हवा स्वच्छ झाली. घोडे विशेष उत्साही व चपळ दिसू लागले. आम्हाला रानटी झुडपात पडलेली एक तुटकी फुटकी वॅगन मिळाली होती. ती बाहेर काढून ठाकठीक केली होती. मी आणि मार्क घोड्यांना ती वॅगन जोडेपर्यंत ते अस्वस्थपणे हालचाली करत राहिले. आम्ही शेतातून खाली जाणाऱ्या रस्त्यानं निघालो तो त्यांनी पळायला सुरुवात केली. त्यांची डोकी लयबद्ध हलू लागली. शेताच्या मध्यावर जाऊन कुजका पालापाचोळा, गवत भरून आणण्यासाठी आम्ही निघालो होतो. एका मोठ्या लोखंडी कोठाराच्या छपराखाली कित्येक वर्षं त्याचा ढीग पडलेला होता. मी वॅगनमध्ये फळ्यांच्या प्लॅटफॉर्मवर बसले होते. वॅगन पश्चिमेकडील कोठाराला वळसा घेऊन खडखडत आपल्या चाकोरीतून उंच व सपाट जागी जात होती. या जागेवरून सगळं शेत दिसत असे. त्याचं नाव आम्ही 'लाँग पाश्चर' असं ठेवलं होतं. तो रस्ता टेकडीवरून खाली येऊन अर्धवट गोठलेल्या खोलगट दलदलीच्या भागाजवळून जात होता. तिथं हरणांचे माग दिसत होते. त्यानंतर पुढं पन्नास एकर

जमीन पसरली होती.

गवत, पालापाचोळा पडलेलं कोठार दोन्ही बाजूंनी खुलं होतं. त्याच्या लोखंडी बाजू सुटल्यानं सोसाट्याच्या वाऱ्यामुळं त्या फडफडत होत्या. मी घोड्यांची जोडी एका बाजूला आत घातली आणि लगाम हातात धरून वॅगनवर बसून राहिले. तोपर्यंत मार्कनं गवताच्या पेंड्या लाकडी प्लॅटफॉर्मवर टाकून त्याचा ढीग केला होता. त्या फडफडत्या लोखंडाच्या आवाजानं घोडे अस्वस्थ झाले होते. मार्कनं रचलेल्या ढिगाकडं माझं लक्ष जाईपर्यंत तो स्टेडियममधल्या खुर्च्यांच्या पाच रांगांच्या उंचीचा झाला होता. एवढं सगळं वजन घेऊन घराच्या वाटेनं जाताना पुन्हा ते टेकडी चढतील अशी मला खात्री नव्हती.

''ते कळण्याचा हाच एक मार्ग आहे'' आणखी एक मजला गवत वाढवताना मार्क म्हणाला.

माझ्या बहुतेक नातेसंबंधी माणसात मी मला स्वत:ला जोखीम पत्करणारी मानत होते. आधी भरपूर काही करू पाहणारी, नंतर बाजूला होणारी आणि पुन्हा दुसरा काहीतरी धोका पत्करणारी अशी मी होते. माझ्या लक्षात आलं की मी ज्याच्याशी लग्न करायचं ठरवलं होतं त्याला नेहमी आधी कड्यावरून उडी मारून, मग नखाने पकडून, त्याच नखाच्या आधारानं पुन्हा वर चढायची सवय होती.

कोठाराकडे परत जायचा रस्ता एक मैल तरी होता. मार्क जवळजवळ जमिनीपासून बारा फूट उंचीवर गवताच्या गंजीवर बसला होता. मार्कनं गवताचा वापर करून वॅगनच्या पुढच्या भागात एक कोपरा तयार केला होता. तिथं बसून मी घोडे हाकत होते. माझ्या मागं गवताचा उंच मनोरा रचला होता. गोठलेल्या सपाट जमिनीवर सॅम आणि सिल्व्हरनी ओझं सहज वाहून नेलं. आम्ही टेकडीजवळ पोहोचलो तेव्हा मात्र त्यांनी वेग वाढवला. त्यांना गती वाढविण्यासाठी आणि ओझं ओढणं सोपं जावं यासाठी दुडकी चाल धरायची सवय होती. जमीन निसरडी होती. म्हणून त्यांनी चालावं असा मी प्रयत्न करायला हवा होता. पण मलाही त्याची जास्त माहिती नव्हती. म्हणून मी त्यांना दुडकी चाल घेऊ दिली. त्याबरोबर त्यांनी आपली शक्ती एकवटली. अर्धी टेकडी चढल्यावर आम्ही पावसामुळं झालेल्या खड्ड्यात धडकलो. मला माझ्यामागं गवताचा ढीग कलंडलेला कळला आणि माझ्या डोक्यावरून आलेली मार्कची आरोळी मी ऐकली. मी मागं पाहिलं तर गवताचा ढिगारा एकदा इकडं तर एकदा तिकडं कलत होता. मागं बघताना माझं घोड्यावरचं लक्ष विचलित झालं होतं आणि त्यांनी वेग वाढविण्याची संधी उचलली होती. सॅम आता थोडासा तर्र झाल्यासारखा आणि सिल्व्हर तर वेडपटासारखा दौडत होता. रस्त्यात आणखी एक दणका आणि संपूर्ण गवताचा ढिगारा मार्कला बरोबर घेऊन उलटा झाला. मी घोड्यांना 'हो.....हो ...थांबा...सावकाश' असं म्हणून थांबवलं. त्यांचं ओझं अचानक

कसं कमी झालं हे त्यांना कळेना. सिल्व्हर त्याचं डोकं गर्रकन वळवून टक लावून बघू लागला. आणि सॅम आपले कान एका जागी स्थिर ठेवून काळजीनं बघू लागला. सगळीकडं शांत होतं. मार्क गवताखाली आहे की खड्ड्यात आहे, गंभीर जखमी झालाय की मरण पावलाय याची मला खात्री नव्हती. एवढ्यात गवताच्या ढिगाऱ्याच्या दुसऱ्या बाजूनं मी त्याचं हसणं ऐकलं. बर्फात बुडालेला मार्क वर डोकावला आणि सिल्व्हरनं विनोद समजल्यासारखी मान वरखाली हालविली.

शुगरबुश- साखरेची राई हे शब्द सुद्धा सुंदर आणि गोड आहेत. टेकडीवर उभं राहून झाडांमधून एका मैलावरच्या तळ्यापर्यंत मला प्रत्येक शेत, कुरण त्यांच्या कुंपणांच्या चौकटीमुळं स्वच्छ दिसू शकत होतं. जर्सी गाईसारखं उबदार रंगाचं शेतघर, निळ्यापांढऱ्या हिमाच्या पार्श्वभूमीवर, वयस्क स्त्रीच्या मेणबत्तीच्या प्रकाशातील सौंदर्याप्रमाणे सगळे दोष लपवून सुंदर दिसत होतं. साखरेच्या झुडपात गेल्यावर बीच वृक्षाच्या पानांची सळसळ, घोड्यांच्या सरंजामांचा खणखणाट आणि आमचे आवाज जणू बर्फात मूक झाले होते. घोड्यांबरोबर तिथं स्तब्ध उभं राहिल्यावर मला निसर्गाच्या शयनगृहात लुडबुड केल्यासारखं वाटत होतं.

सूर्य उबदार होता पण बर्फ खूप खोलवर पडलं होतं. घोडे पुढचे पाय उंचावत मागच्या पायांवर वजन उचलून धरत त्यातून वाट काढत होते. त्यांच्या अंगावर अजून हिवाळ्यातली लव होती. त्यामुळं थोड्याच वेळात ते घामाने न्हाऊन निघत होते. आम्ही वाऱ्यानं वाहून आलेल्या बर्फातून वाट काढली तेव्हा गलबताच्या नाळेवर लाटा उसळाव्या त्याप्रमाणे बर्फ वर उधळून जंपरवरील माझ्या बसण्याच्या जागेसमोर साठलं. बादल्या, त्यांची झाकणं आणि धातूच्या बारीक सळया असलेली पेटी यांनी जंपर भरलेलं होतं.

साखरी मेपलच्या झाडांची राई तयार करणं ही एक काढून टाकण्याची प्रक्रिया आहे. कित्येक वर्षे आणि कित्येक पिढ्या ॲश, पाइन, बर्चची मध्येच वाढलेली झाडं तोडून सूर्यप्रकाश आणि जमिनीतील पौष्टिक सत्त्व ही फक्त शुगर बुश म्हणजे मेपलच्या झाडांची मक्तेदारी मानली जाते. अनिर्बंध वाढल्यानं जुन्या झाडांचे बुंधे एवढे वाढतात की तुम्ही आपले हात अर्ध्यापर्यंतसुद्धा लपेटू शकत नाही. मग झाडांचे शेंडे मोकळ्यावर फुलदाणीचा आकार घेऊन शोभिवंत दिसतील असे मोहक पसरतात – अगदी लहान मुलं बालवाडीत असताना झाडांचं चित्र रंगवतात त्याप्रमाणे. १९८०पर्यंत या शेतवाडीचे मालक असणाऱ्या स्प्रिंग कुटुंबानं ही मेपलची राई शेवटची उपयोगात आणली होती. राईच्या मध्यावर उत्तर-दक्षिण विभागणारा एक चांगला रस्ता त्यांनी केला होता. दुसरा एक टेकडीवर जाणारा पूर्व-पश्चिम रस्ता होता. त्यामुळं लांब हात असलेला क्रूसचा आकार तयार झाला होता. त्या क्रूसच्या आकाराच्या मध्येच एक वळणावळणाचा

खडबडीत रस्ता अग्नेय दिशेच्या चतकोरातून जात होता. त्या भागात मेपलची घनदाट झाडं होती आणि चढाव अगदी उभा होता. पाच वर्षांपूर्वी कायम लक्षात राहील, अशा आठवडाभर चाललेल्या बर्फाच्या भयानक वादळाने हा उत्तर प्रदेश व मेपलची राई उद्ध्वस्त झाली होती. मेपलचे कित्येक वृक्ष शेंड्याजवळ काडकन मोडले होते. किंवा त्यांच्या मोठ्या फांद्या खाली पडल्या होत्या. घोड्यांना चाबूक न फटकारता जाता येईल या हेतूनं रस्त्यात पडलेले ओंडके हलविण्यात, वाटेत पडलेल्या फांद्या तोडण्यात मी आणि मार्कनं कित्येक संध्याकाळी घालविल्या होत्या. मार्क झाडांच्या बाबतीत अगदी विकृत वाटावा इतका वेडा आहे. तो लहान होता तेव्हा त्यानं पानं आणि काटक्या गोळा करून त्यांना नावं दिली होती आणि त्यांचे फोटो अल्बममध्ये लावले होते. मेपलना त्याने गडद गुलाबी रंगाची रिबन बांधली होती आणि प्रत्येक काटकी, पानं, फांदी विरुद्ध दिशेला बरोबर तशीच जुळ्यासारखी उगवलेली असते हे दाखवून दिलं होतं. फक्त ॲश आणि डॉगवूड या वृक्षांमध्येच हे गुणवैशिष्ट्यं दिसून येतं असं तो म्हणाला. साखरी मेपलच्या लहान झाडांच्या खोडांची सालं हत्तीच्या चामडीसारखी गुळगुळीत, करड्या रंगाची असतात. नंतर एकावर एक सालींचे थर चढून जुन्या झाडांची साल जाड होते.

गुडघ्यापर्यंत साचलेल्या हिमवर्षावातून मार्क प्रत्येक झाडापर्यंत गेला. त्यानं पाच सोळांश इंच आकाराचं भोक झाडात मारलं. त्यातून रस बाहेर येण्यासाठी भोकाला किंचित उतार दिला. नंतर त्यानं धातूची एक लहान सळी त्या भोकात ठोकली. ते भोक आधीच रसानं ओलं झालेलं होतं. त्यानं एक बादली सळीवर अडकविली आणि त्यावर पत्र्याचं छोटं छप्पर केलं. आणखी बादल्या आणि सळया घेण्यासाठी मार्क जंपरपासून टेकडीवर आणि टेकडीवरून जंपरपर्यंत अशा खेपा मारत होता तर मुख्य रस्त्यावर जंपर हाकत मी बर्फातून वाट काढत होते. साखरी मेपल राईतील आग्नेय दिशेच्या रस्त्याजवळील खडबडीत फाट्याच्या कोपऱ्यात जास्त बर्फ साचलं होतं. तिकडं जायचा धोका पत्करायचा नाही असं आम्ही ठरवलं.

अर्ध्या झाडांना सळ्या ठोकेपर्यंत घोड्यांच्या पाठीतून वाफा निघू लागल्या. ती दोघं धापा टाकू लागली. माणसं जरी बरोबरीनं कष्ट करत असली तरी सिल्व्हरची मन:स्थिती बदलून तो चिडखोर झाला. संध्याकाळपर्यंत आम्ही १७० बादल्या अडकविल्या आणि सिल्व्हर संपावर गेला- त्याचे कान त्याच्या मोठ्या डोक्याला ताठ चिकटले होते आणि मागचा खूर बांधून ठेवणाऱ्या साखळ्या लाथाडण्यासाठी तो वारंवार उचलत होता- घराकडे जाताना 'टेकडीवरून जंपर खाली ओढण्यासाठी' सुद्धा त्याची खुशामत करावी लागली.

मेपलचा रस म्हणजे बरंचसं पाणी. त्यात साखरेचा अंश सर्वसामान्यपणे चार टक्क्यांच्या आसपास असतो. चाळीस गॅलन (१ गॅलन - ३.७९ लीटर) रसाचा एक गॅलन गोड पाक बनतो. रसातील पाण्याचा थेंब अन् थेंब वाफेच्या स्वरूपात

बाहेर घालवावा लागतो. ही स्थिती आणि ती स्थिती यात बरंच जळण असतं. मार्क आणि मी घोड्यांना त्यांच्या बंदिस्त जागेत ठेवलं, त्यांच्या ओल्या पाठीवर गरम ब्लँकेट घातली आणि आम्ही लाकडाच्या राशीवर हल्लाच केला. पाणी खाल्लेले ॲशच्या झाडाचे ओंडके एकामागोमाग एक फोडत त्यांचे विस्तव पेटवण्याजोगे इंधन करत आम्ही त्यांचा उंच ढिगारा आपोआप गडगडेपर्यंत रचला. नंतर आम्ही थकून कसेबसे अंथरुणावर पडलो. झोपण्यापूर्वी मी ऐकलेला शेवटचा आवाज म्हणजे रेडिओवरील हवामानाचा अंदाज. अंदाज असा वर्तविला होता की खूप गोठणारी रात्र असेल पण येणारा दिवस उबदार, भरपूर सूर्यप्रकाशाचा असेल. दुसऱ्या दिवशी सकाळी आम्ही घाईघाईनं टेकडीवरील बर्फ वितळलेल्या जवळच्या झाडाकडे गेलो. आम्ही अपेक्षा केली त्याप्रमाणे थेंबथेंब नव्हे तर खरोखर रसाची बारीक धार झाडातून वाहत असलेली आम्हाला दिसली.

संध्याकाळपर्यंत झाडांना लावलेल्या बादल्या पाऊण भरल्या होत्या. आम्ही पट्ट्यानं जंपरला टाकी बांधली आणि साखरी मेपलच्या राईकडे निघालो. सिल्व्हरला विश्रांती मिळाली होती आणि त्यानं मकाही पोटभर खाल्ला होता. त्यामुळं काहीतरी कारण आहे हे ओळखून तो पुन्हा कामाला लागला. टेकडीवर कालचाच माग धरून मार्क प्रत्येक झाडाजवळ गेला आणि पाच गॅलनची बादली दोन्ही हातात धरून बर्फातून डुलत डुलत परत आला. त्यानं जंपरवरच्या टाकीत रसाच्या बादल्या ओतल्या. टाकीला एक गाळणं बसविलेलं होतं. या ऋतुत पुढं जेव्हा हवा उबदार असते तेव्हा बादल्यातील रस मळकट पिवळा होतो. त्यात प्राणघातक गोडव्यामुळं खेचले गेलेले मृत किडे आणि पतंग असतात. पण पहिला रस मात्र झऱ्याच्या पाण्यासारखा नितळ आणि स्वच्छ होता. मार्क थांबला आणि रसाची मोठी बादली सरळ तोंडाला लावून तो अवघडून रस पिऊ लागला. मेपलचा रस त्याच्या गालांवरून ओघळून त्याच्या स्वेटरमध्ये आणि त्याच्या मानेमागूनही गळत होता. मी माझ्या हातातले लगाम त्याच्याकडे टाकले आणि जंपरवरच्या बसायच्या जागेवरून खाली उडी मारून रसानं भरलेल्या बादलीत सरळ तोंड बुडवलं. थंडगार, गोड आणि लाकडाचा सुगंध येणाऱ्या पहिल्याच बहाव्याच्या स्वादाबद्दल पुष्कळ कविता लिहिता येण्यासारख्या आहेत.

तीन तासांनी आम्ही रसानं पूर्ण भरलेली टाकी घेऊन टेकडीखाली उतरलो. तो रस आम्ही शेतावरच्या बंद पडलेल्या पूर्वीच्या डेअरीच्या भंगारातून शोधलेल्या २५० गॅलन क्षमता असलेल्या एका स्टेनलेस स्टीलच्या टाकीत बादल्यांनी भरला. ती टाकी आम्ही मोठ्या इमारतीच्या तिरक्या वाशांना साखळीनं टांगली.

रसापासून गोड पाक तयार करणं ही काही गुंतागुंतीची प्रक्रिया नाही. फक्त

तुम्हाला रस उकळत ठेवावा लागतो. रस उकळता उकळता ६६ टक्के साखर असलेला दाट पदार्थ तयार होतो आणि तोच गोड पाक पसरट भांडं आणि अग्नी वापरून कोणीही तयार करू शकतो. परंतु ही प्रक्रिया लवकर व्हायला हवी असेल आणि २५० गॅलन रस एकदम आटवायचा असेल तर तुम्हाला विशिष्ट उपकरणांची गरज असते.

बाष्पीभवन होण्यासाठी जे उपकरण वापरलं जातं त्याचे दोन मुख्य भाग असतात. जिथे विस्तव पेटतो ती कमान आणि वर बसविलेलं पसरट भांडं. त्यात उकळता रस असतो. आमची विस्तवाची कमान सहा फूट लांब आणि दोन फूट रुंद आहे. पसरट भांडं स्टेनलेस स्टीलचं असून त्याच्या तळाच्या भागाला खाचा पाडल्या आहेत. त्यामुळं विस्तवाशी संपर्क येणारा भांड्याचा पृष्ठभाग मोठा होतो आणि बाष्पीभवन लवकर होतं. त्या भांड्याबरोबर बऱ्याच तरंगणाऱ्या बॉलसारख्या वस्तू आणि झडपा बसविलेल्या असतात. वाफेच्या रूपानं बाहेर पडणाऱ्या पाण्याची जागा सतत वाहणारा थंड रस घेत असते. पसरट भांड्याला आतून खाचा पाडलेल्या असल्यानं उकळता रस भांड्याच्या मागच्या भागातून पुढच्या भागाकडं आपोआप वाहतो आणि अधिकाधिक घट्ट होतो व आटतो. जेव्हा तो पसरट भांड्याच्या पुढच्या भागात पोहोचतो तेव्हा तो वेगळ्या विभागात म्हणजे शेवटच्या टप्प्यात आणला जातो. त्या ठिकाणी त्यावर लक्षपूर्वक देखरेख केली जाते. शेवटच्या टप्प्यातील थर्मामीटरवर पाण्याच्या बॉईलिंग पॉईंटच्या- उत्कलन बिंदूच्या वर सात डिग्री तापमान दाखवायला लागलं की तुमच्यासाठी गोड पाक तयार. तुम्ही पुन्हा एकदा पाकाची घनता हायड्रोमीटरवर तपासू शकता. इथं फारशी चूक व्हायला जागाच नसते. जर पाक पातळ राहिला तर तो आंबेल. जर तो जरुरीपेक्षा जास्त दाट झाला तर भांड्यात त्याचे स्फटिकाच्या स्वरूपात तुकडे होतील. तयार झालेला गोड पाक ओतताना तुम्ही लोकरीच्या जाड कापडासारख्या गाळण्यानं गाळा. त्यामुळं रवाळ असा खनिजासारखा दिसणारा वाळूसारखा पदार्थ बाजूला काढता येतो. त्याला शुगर सॅन्ड म्हणतात. तो चवीला भयानक असून, गोड पाकावर तो मळीसारखा साठतो.

तो आठवडा साखर करायला अगदी योग्य होता. रोज रात्री तापमान अगदी गोठणबिंदूच्या बऱ्यापैकी खाली जात होतं आणि दिवसा जवळजवळ ३० डिग्री सेंटिग्रेड इतकं गरम असायचं. आम्ही दुपारी घोड्यांना सरंजाम घालून खेपा मारत होतो. त्या आठवड्याच्या शेवटी बर्फ जवळजवळ वितळून गेलं आणि आम्ही जंपरवरची टाकी काढून वॅगन जोडली.

मला बाष्पीभवनाची भट्टी चालवायला आवडायचं. मार्क बियाण्यांसाठी लाकडी सपाट फळ्या एकत्र जोडून खिळे ठोकण्याच्या गडबडीत होता. म्हणून पहाट होण्यापूर्वी दोन तास अगोदर सगळीकडे शांत असताना मी एकटी कामाला लागत

असे. शहरात असताना मी सकाळी लवकर उठत नसे. पण शेतावर आल्यावर दिसू लागण्यापूर्वी बाहेर पडायला मला आवडायला लागलं. झाडीत अजून पक्ष्यांचा किलबिलाट सुरू झालेला नसताना, जमिनीवरील मातीत कोणतीही हालचाल नसताना माझ्या भोवतालच्या कोणत्यातरी अमानवी गूढ गोष्टींबरोबर माझा काही सहभाग आहे असं मला वाटू लागलं. अंगात ताकद राहण्यासाठी मी काही अन्नपदार्थ बरोबर घेतले. फ्रेंच एक्स्प्रेसो कॉफी पावडर, फक्त ती पाण्यात नव्हे तर उकळत्या मेपल रसात टाकायची. अशी कॉफी अंगातून विजेसारखी चमक उठवते आणि ती छोटे छोटे घुटके घेत प्यायची असते. त्याचबरोबर डझनभर अंडी आणि भोकं असलेली मिठाची बाटलीसुद्धा बरोबर घेतली. अंडी एक एक करत पसरट भांड्याच्या शेवटच्या टप्प्यात टाकायची म्हणजे ती उष्णतेने तडकून त्यात दाट होत आलेला रस त्यांच्या भेगात शोषला जातो. अंड्यांचा रंग काळपट होऊन आतील पिवळा व पांढरा भाग अगदी घट्ट होतो. अंडी गोडसर होतात. मग ती लांब चमच्याने बाहेर काढायची, सोलायची आणि भरपूर मीठ शिंपडून गरमागरम खायची. हे सगळं मला थॉमस ला फाउंटननं शिकवलं होतं. मी एका थाळीत थोडं लोणचंही बरोबर घेतलं होतं. म्हणजे गोडाचा अतिरेक झाला तर त्यावर रामबाण उतारा बरोबर असावा म्हणून.

गुणगुणत मी बाष्पीभवन होणाऱ्या भांड्याच्या झडपा सोईच्या करून घेतल्या. विस्तव पेटवलेल्या भट्टीतील राख काढून टाकली. तिथं कागदाचे बोळे आणि त्या दिवसातील पहिले इंधन आणि लाकडाचे हलके तुकडे रचले. मी काडेपेटी घेण्यासाठी वळले तोच अचानक एक पक्षी विस्तवाच्या भट्टीतून फर्रर्र करून उडाला. माझ्या चेहऱ्याच्या इतक्या जवळून तो उडाला की त्याच्या पंखांच्या फडफडाटामुळं निर्माण झालेल्या हवेच्या लाटा माझ्या गालांना स्पर्श करून गेल्या. मला फक्त काळा पंख ओझरता दिसला आणि धोक्याची सूचना देणारा कर्कश आवाज तेवढा ऐकला. तो झपाट्यानं उडून गेला. 'नशीबवान आहेस बाबा!' मी मागून ओरडले आणि कागदाच्या बोळ्याला काडी लागली.

विस्तव चटकन फुलला आणि दोन-तीन मिनिटांतच रसानं पूर्ण भरलेल्या पसरट भांड्यातून वाफा वर येऊ लागल्या. गोड धुकं उठू लागलं. आणखी काही मिनिटांनी रसाचा पृष्ठभाग हलायला लागला. वाफेचे दाट लोटच्या लोट वर उठले. भरपूर साठल्यानं ते छपरावरच्या भोकातून बाहेर जाईनात. मग वाफ छपरांच्या वाशांमध्ये या टोकापासून त्या टोकापर्यंत पसरून छपराखाली तिच्या दाट ढगांनी गर्दी केली. ते ढग घट्ट होऊन तुळयांना चिकटले आणि सूर्योदयाबरोबर माझ्या डोक्यावर थेंब थेंब पडू लागले.

शेवटी शेतावर मला काहीतरी असं सापडलं की मी ते स्वाभाविकपणे,

सहजपणे करू शकले. घरात मार्क नेहमी तक्रार करायचा की मी फार विस्तव जाळते. त्याच्या बोलण्यात तथ्य होतं. मी लाकडी स्टोव्हच्या आतल्या जाड स्टीलच्या भागाला जाळून जाळून भोकं पाडली होती. एकदा मी खोली इतकी गरम केली की स्टोव्ह जवळच्या फळीवरची मेणबत्ती वितळून वाकली. मार्कला कधी थंडी वाजत नाही. उधळेपणानं जळाऊ लाकडाचा उपयोग केल्याबद्दल तो नेहमी माझ्यावर चिडतो. लाकडी स्टोव्हपासून तो शक्यतो दूर बसतो आणि टी शर्ट काढून टाकतो. मला जेव्हा हवा आरामशीर वाटते तेव्हा त्याला घाम येत असतो. मग तडजोड म्हणून घरी मी थोडं आत्मसंयमन करायला शिकले. रसाचं बाष्पीभवन करण्याच्या बाबतीत महत्त्वाचा मुद्दा हा की मला पाहिजे तसं म्हणजे अग्नीचं विलक्षण तांडव चालवण्यासारखी ती भट्टी मी चालवू शकत होते. थोड्या थोड्या मिनिटांनी मी लाकडाच्या लांब, पातळ पट्ट्या इंधन म्हणून आत टाकत होते आणि त्या चॉपस्टिकसारख्या भुर्रकन जळत होत्या. माझ्या मांड्यांची पुढची बाजू आगीमुळं भाजून गुलाबी झाली होती.

माझा स्वत:चा असा एक चित्तवेधक ताल तयार झाला. इंधन घाला. पसरट भांड्यातील रसावरची घाणेरडी फेसासारखी मळी काढा. ओटचं जाडंभरडं पीठ शिजवताना उकळल्यावर भांड्यात बुडबुडे उठतात तसा खूपच फेस आला तर त्यात थोडी डुकराची स्वयंपाकात वापरायची रुपेरी चरबी टाका म्हणजे फेस नाहीसा होतो. मग पसरट भांड्यातील रसाची पातळी तपासा. शेवटच्या टप्प्यातील थर्मामीटर बघा. इंधन घाला, मळी काढा. एकदा विस्तव पेटवला की तुम्ही बाष्पीभवन करणाऱ्या यंत्रणेपासून एक क्षणसुद्धा दूर जाऊ शकत नाही. रस संपला किंवा एखादी झडप अडकली आणि रस नसल्यानं पसरट भांडं करपलं तर त्याचा पातळ पत्रा ज्वाळांमुळं खाक होईल आणि तुमची किंमती साधनसामग्री मोडूनतोडून निरुपयोगी होईल. असं घडताना मी कधी बघितलेलं नाही पण मला अनेक वेळा तशी धोक्याची सूचना देण्यात आली होती. दुपार होण्याआधीच साठवणीच्या टाकीतील रसाची पातळी कमी होऊ लागली. मी लगेच इंधन टाकायचं बंद केलं आणि विस्तव विझू दिला. चार गॅलन मेपलचा ताजा गोड पाक एक लीटर मापाच्या उभट रुंद तोंडाच्या बरणीत अगदी सुखरूप होता. सकाळची कामगिरी काही वाईट झाली नाही.

एप्रिलच्या सुरुवातीला साखरी मेपलच्या झाडांना कळ्या आल्या. त्यामुळं झाडं धुरकट लालसर दिसू लागली. कळ्या आल्यावर रसाला झणझणीतपणा येतो. म्हणजे साखरेचा हंगाम संपला असं समजायचं. आम्ही सर्व सभासदांसाठी मिळून पन्नास गॅलन एवढा गोड पाक तयार केला होता. या शेतावर तयार झालेला

गोडपणा देणारा हा पदार्थ आम्हा सर्वांना उपभोगायला पुरेसा होता. आता थंड रात्रीची अपेक्षा न करता आम्ही उबदारपणाकडून हिरवाईकडे वळणाऱ्या दिवसांची वाट पाहू लागलो. आमच्या शेतघराच्या तळघरात रॉबनं दिलेली, अन्न म्हणून उपयोगी घट्ट गाजरं, बटाटे आणि कांदे अशी कंदमुळं संपत येऊन उरलेली चिवट झाली होती. शक्तिवर्धक अशा हिरव्या भाज्या येण्यासाठी जमीन पुरेशी उबदार व्हायला अजून काही आठवडे शिल्लक होते. रात्रीच्या जेवणासाठी मी स्वयंपाकघर धुंडाळलं. मला फक्त खारवून वाळवलेल्या डुकराच्या मांसाचा— बेकनचा तुकडा तेवढा घ्यावासा वाटला. मागं एकदा आम्ही डुक्कर मारलं होतं तेव्हा ते धुरावर वाळवून ठेवलं होतं. घरात ब्रेड नव्हता. फक्त दुकानातून विकत आणलेले अर्धी पिशवी तांदूळ होते.

"विशेष काही उरलंसुरलं नाहीये," मी मार्कला म्हटलं, "तुला सुद्धा त्यातून काही छानसा स्वयंपाक करता येणार नाही."

तो लगेच शॉटगन घेऊन बाहेर गेला आणि मी एक बारचा धमाका ऐकला. मग तो शेतातील वाटेवरून चार मेलेली कबुतरं घेऊन परत आला.

मी एक हातात धरलं. ते अजूनही गरम आणि नरम होतं. मला वाटतं कबुतरं शहरात सगळीकडं विपुल आढळत असल्यानं त्यांचं सौंदर्य मला कधी दिसलं नाही. ती जर दुर्मीळ असती तर मला वाटतं आम्ही त्यांची चित्र रंगविली असती. दगडी पाटीच्या रंगाची, फिक्कट जांभळ्या रंगाची झाक असलेली पिसं आणि मानेवरचा इंद्रधनुष्याचा पट्टा, असं आम्ही त्यांच्या रंगांचं कौतुक केलं असतं. मी शहरात असते तर कबुतरं पाळायला तुम्ही मला पैसे दिले नसते. खाण्याची तर गोष्टच सोडा. आता मात्र कामाच्या झालेल्या नवीन जाणिवेमुळं मांसासाठी प्राण्याचं उत्पादन करायचं असतं हे कळलं. निसर्गानं कबुतरांचं उत्पादन आमच्यासाठी केलं आहे याबद्दल आज मी कृतज्ञ आहे. शिवाय ही कबुतरं काय खात होती हे मी पाहिलेलं आहे. ती घाण-कचरा किंवा एखाद्या भीतीग्रस्त म्हाताऱ्या स्त्रीच्या भंगार पिशवीतील शिळा ब्रेडचा चुरा खात नव्हती. आम्ही डुकरांना आणि कोंबड्यांना खायला घालत असलेला अतिशय महागडा सेंद्रिय मका व गहू यांवर दिवसभर ती चरत असलेली मी बघितली होती. ती इतकी लठ्ठ झाली होती की त्यांना नीट उडता येत नव्हतं. त्यांचा थवा इतका मोठा वाढला होता की तो कोठाराच्या छपरावर उतरत असे तेव्हा छप्पर पूर्ण झाकलं जात असे. कबुतरं पूर्वेकडच्या कोठाराच्या घुमटाकार छपरात घरटी करत असत. त्यामुळं शेपट्या वेड्यावाकड्या करत खालून त्यांच्याकडे बघणाऱ्या मांजरांपासून ती सुरक्षित असत.

कबुतरांच्या छातीवरची पिसं कशी उपटून काढायची, शेपटीची पिसं एका पायाखाली दाबून धरून दोन बोटं कातडीत घुसवून छातीच्या हाडाच्या खाली कशी घालायची आणि कसं ओढायचं हे मला मार्कनं दाखवलं होतं. छातीचा भाग

शरीरापासून बाजूला होताना श्वास जोरानं आत ओढावा तसा थोडा आवाज आला. त्यामुळं शरीराचा आतील भाग दिसायला लागला. आम्ही हृदय आणि यकृत काढून एका वाडग्यात ठेवली. मार्कनं पायांवरची पिसं साफ केली आणि ते शरीरापासून कापून दूर केले. आम्ही त्यांची कातडी काढून टाकल्यानं त्यावरची पिसं काढायला लागली नाहीत. डोकी, आतली आतडी व पंख तिथं घिरट्या घालणाऱ्या उतावीळ मांजरांसमोर टाकली.

घरात जाऊन मग आम्ही त्यांची हाडं काढली आणि त्यांच्या छातीचे मांसल भाग पाण्यानं स्वच्छ धुतले. ते अक्रोडाच्या आकाराचे, लाल भडक रंगाचे आठ तुकडे होते. मी एका भांड्यात भात शिजायला टाकला. पायांची इकडंतिकडं राहिलेली पिसं काढून टाकली व त्यांचे तुकडे केले. ते पाय, लहानशी हृदयं, पाठीचे भाग, यकृत, कांद्याचे काप, अर्धे गाजर आणि स्वयंपाकात वापरायच्या टाइम या सुगंधी वनस्पतीच्या वाढलेल्या फांदीचा पानांसकट तुकडा टाकून सगळ्यांवर पाणी घालून स्टोव्हवर त्या रसात मंद शिजत ठेवलं. एका दांड्याच्या पसरट उथळ पॅनमध्ये मी कांद्याच्या काचऱ्या चांगल्या करपण्याइतक्या परतल्या. तोपर्यंत मार्कनं कबुतरांच्या छातीचे तुकडे कागदाइतक्या पातळ बेकनमध्ये गुंडाळले. ते तुकडे मग विस्तवावर भाजायला ठेवले. तुकडे भाजले जात असताना लगोलग बेकन विरघळून त्यात मुरलं. मी लोणी आणि पीठ एकत्र परतलं. त्यात कबुतरांच्या मांसाचा स्टॉक टाकून ते पातळ केलं. त्यात कबुतरांच्या आतील भागातले तुकडे, मीठ, मिरी, मूठभर वाळलेली सुगंधी सेज वनस्पती, कोठाराच्या मागं असलेल्या ज्युनिपरच्या झाडाची उरलीसुरली गोळा केलेली बोरफळं कुस्करून टाकली. शिवाय बर्बन गुलाब आणि मेपल यांचा थोडा पाक शिंपडला. आमचं जेवण अगदी काटकसरीनं साठविलेल्या साहित्यातून तयार झालं असलं तरी उत्कृष्ट अभिरुचीचं व अप्रतिम होतं. मार्कनं आमच्या थाळ्यात आधी भात, मग त्यावर करपलेल्या कांद्याचा थर, त्यावर प्रत्येकी चार छातीचे तुकडे, वर सढळ हातानं वाढलेलं चकचकीत काळसर चॉकलेटी रंगाचं चमचा भरून सॉस असा ढीग रचला. छातीचे ते तुकडे कोंबडीसारखे दिसत असले तरी त्यांचा रंग गोमांसाचा होता. तुकडे भरीव असून, प्रत्यक्ष खाताना त्यांना विशिष्ट चव, रानाचा स्वाद होता. आम्ही रानपक्षी खात होतो. कित्येक माणसं जेवणातल्या वाईन ऋतुप्रमाणे बदलतात त्याप्रमाणे साखरेच्या हंगामाची अखेर साजरी करण्यासाठी त्या ऋतुला योग्य अशी सुंदर मेजवानी झाली हा सगळ्याचा सारांश. गोड पाकाचा सपकारा आणि धुरावरचं बेकन यामुळं लाकडाच्या विस्तवावर वाफ येऊन दरवळ सुटला आणि बर्बन गुलाबामुळं हिवाळा संपून वसंत ऋतुचं आगमन साजरं झालं.

शेतवाडी वसवणं म्हणजे एक कौशल्यपूर्ण निर्मिती असते. सर्व काम संपलं असं कधी नसतंच. काम एखाद्या प्रवाहाप्रमाणे सतत वाहणारं असतं. त्याला अंत नसतो. काही गोष्टी लगेच करायच्या असतात, काही नंतर केल्यातरी चालतात एवढंच. शेतवाडी सांभाळण्याच्या बाबतीत एक धोका असतो. तो म्हणजे तुम्हाला अगदी झेपेनासं होईपर्यंत सतत धावावं लागतं. त्यामुळं काही गोष्टी आताच केल्या नाहीत तर कोणीतरी रोगग्रस्त होईल किंवा त्याला दुखापत होईल किंवा तो मरण पावेल असं घडतं. असं काही घडेल ही भीती खरोखर असते.

साखर तयार करण्याच्या ऋतुमध्ये जी कामं बाजूला टाकली होती ती पुन्हा सुरळीत करताना आम्ही एक आठवडाभर मेटाकुटीला आलो. मांसासाठी पोसलेला तरुण बैल कापायचं आमचं काम अजून व्हायचं होतं. पण आम्ही शारीरिक कष्टानं खलास व्हायच्या मार्गावर होतो. म्हणून आम्ही बैल मारून त्याचं मांस टांगल्यावर अर्ध्या दिवसाची सुट्टी घेऊन फेरी बोट ओलांडून व्हरमाँटला जायचं आणि तिथं जेवण घ्यायचं ठरवलं. मी आरामात बसलेय आणि कोणीतरी मला वाढतंय अशी चैनीची आकर्षक कल्पना करत मी माझ्या मनाला स्वैर सोडलं. आमचं जेवण अकरा वाजेपर्यंत संपलं तर आम्ही संध्याकाळचं दूध काढायला वेळेवर येऊ शकलो असतो.

पहाटे जरा दिसू लागताच मार्क आणि मी गोमांसासाठी बाळगलेल्या गुरांचा कळप इलेक्ट्रिक वायर बांधून केलेल्या तात्पुरत्या बंदिस्त जागेत हाकत नेला. आमचा बैल त्या बंदिस्त जागेच्या परिघावर हुंगत, हवेचा वास घेत, डरकाळ्या फोडत फिरला. तपकिरी रंगात इतर रंगांचं मिश्रण असलेला आकारानं प्रचंड असा तो रूपर्ट नावाचा हायलँड जातीचा बैल होता. त्याचे डोळे झोपल्यासारखे मिटलेले होते आणि त्याची शिंगं मुळाशी एखाद्या लहान झाडाच्या खोडाइतकी जाड होती. पाऊस सतत पडत होता आणि त्या दिवशी तर रात्रभर कोसळत होता. तीस एक गाईंचा कळप गोलगोल फिरल्यावर ती बंदिस्त जागा लगेच चिखलमय झाली. मार्क बंदूक आणायला घराकडे गेला आणि मी रेनकोट, बूट वगैरे घालून रिपरिपणाऱ्या पावसात गाईंचा कळप निरखत होते. त्यातील पार्कर नावाची हिसके देणारी, आडमुठी गाय माजावर येऊ लागली होती. पांढरा पट्टा आणि रंगानं काळी असलेली ती गाय नेदर्लंडच्या डच आणि हायलँड या मिश्र जातीची होती. तिच्यात बहुतेक करून अनुवंशिकतेनं दोन्ही वंशातील मज्जातंतूतले गुणधर्म उतरले असावेत. त्यामुळं ती एखाद्या घोड्यासारखी उसळ्या मारू शकत होती. आम्ही कळप बंदिस्त जागेत टाकला तेव्हा बाकीची गुरं शांतपणे बाजूनं धावत होती. पार्कर मात्र दुसऱ्यांना ढकलून लाथा मारत जोरानं धावत होती. कधीकधी ती कुंपणालासुद्धा डोक्यानं धडकत होती. तिला बंदिस्त जागेत नेल्यावर लगेच एके दिवशी सकाळी तिची अर्धी शेपटीच गायब झाली होती. उरलेल्या शेपटीचा तुकडा पाठीवर आपटून ती हिसके

देत होती तेव्हा त्यातून अजूनही रक्ताचे मोठे फवारे उडत होते. मला तिच्या शेपटीचा टोकाचा केसाळ गोंडा गवतात सापडला. या बाबतीत आम्ही एवढाच तर्क करू शकलो की ती झोपलेली असताना तिच्या एखाद्या शेजारणीनं तिच्या शेपटीवर पाय ठेवला असावा. हे अचानक घडल्यानं ती घाबरली असावी. तेव्हा हीच ती शेपटी अर्धवट तुटल्यानं मज्जातंतू क्षीण झालेली गाय आमच्या चिखलमय अशा लेच्यापेच्या बंदिस्त जागेत माजावर येऊ पाहत होती आणि ही काही बरी गोष्ट नव्हती. रूपर्ट बैलानं तिचा मागून वास घेतला. त्याचे अर्धवट उघडे ओठ, मागं वळवलेलं तोंड एखाद्या कसायाच्या प्रतिक्रियेप्रमाणे अर्धवट कामांध व अर्धवट विनोदी वाटत होतं. तो बाकीच्या गाई आणि वासरांना ढुश्या देऊन वाटेतून दूर सारू लागला. पार्कर अजून त्या बैलाच्या आक्रमकतेला सामोरी जाण्याइतकी माजावर आली नव्हती. उलट ती आपला माग मागं ठेवत कण्हल्यासारखा आवाज करत बंदिस्त जागेत या टोकापासून त्या टोकापर्यंत वेगानं पळत राहिली. तिच्या डोळ्यातील भाव नेहमीपेक्षा अधिक वेडसर, थोडे भयानकही वाटत होते.

मी कोठाराकडे जाऊन गवताचा एक भारा आणायचं ठरवलं. मला वाटलं काही खाणं टाकलं तर सगळी शांत होतील. मी अर्ध्या वाटेवर गेले न गेले तोच एक काडकन आवाज आला. बघितलं तर दोन आडवे उभे ओकच्या झाडाचे खुंट लावून केलेला कोपऱ्यातला खांब काडकन मोडून इलेक्ट्रिक वायरच्या कुंपणाचा काही भाग खाली पडला होता आणि ओल्या जमिनीतून ठिणग्या उडत होत्या. पार्कर त्या खिंडाराजवळ होती आणि रूपर्ट बैल तिच्या मागं होता. तिनं क्षणभर परिस्थितीचा अंदाज घेतला आणि ती 'पार्कर' असल्यानं तिनं उडी मारली. आपलं जड शरीर खांबासारख्या पायांवर तोलत रूपर्टनंही तिच्या पाठोपाठ हवेत उडी मारली. कळपात राहणाऱ्या प्राण्यांची अनुकरण करण्याची सहजप्रवृत्ती असल्यानं दोन वयस्क गाई आणि त्यांच्या वासरांनीही रूपर्टच्या पाठोपाठ उडी मारली. त्यापैकी एका वासराचा मागील पाय कुंपणाला अडखळला आणि प्लॅस्टिक वायर ताणली जाऊन खाडकन तुटली. तो बारीकसा अडथळाही गेल्यानं सगळा कळप मोकळ्या जागेत सहजपणे घुसला. काही सेकंद त्यांना त्यांच्या स्वातंत्र्याचं काय करायचं हेच कळेना. मला वाटलं की त्या खिंडारातून मी त्यांना बंदिस्त जागेत परत हाकलू शकेन आणि मार्क येईपर्यंत त्यांना तसंच अडवून धरू शकेन. परंतु गुरांनी आपल्या इच्छाशक्तीचा वापर केला. त्यांचे केस आणि शिंगं यांचा जणूकाही नदीचा प्रवाह बनला आणि शेतावरच्या वाटेवरून रस्त्याकडे वाहू लागला.

आम्ही त्यांना घराच्या जवळपास गाठलं. गाई मार्कच्या दिशेनं मुसंडी मारत असताना तो गन घेऊन बाहेर आला. त्याला बघून त्या उजवीकडे म्हणजे पुढच्या बाजूच्या हिरवळीवर गेल्या. एका बाजूला भक्कम असं कुरणाचं कुंपण, घर आणि

ओढा अशा तीनही बाजूंनी त्या साधारणपणे कोंडल्या गेल्या होत्या. कुरणाच्या कुंपणाला एक गेट होतं आणि ते उघडं होतं. त्यामुळं आम्हाला त्यांना वळवून त्या दिशेला फक्त आत ढकलायचं होतं. आम्ही दोघं त्या वसंतऋतुत सगळीकडं दूरवर पसरलेल्या एका घटनेच्या वृत्तान्ताचा विचार करत होतो. आमच्या दक्षिणेला सरोवरानजीक असलेल्या वेस्टपोर्ट गावात असाच एक कळप मोकाट सुटला होता. ती गुरं पुष्कळ दिवस घरांच्या अंगणात आणि फुलांच्या बागेत धुमाकूळ घालून अनर्थ घडवीत होती. दिवसेंदिवस ती अधिकाधिक लहरी झाल्यानं त्यांना अडवणं कठीण झालं होतं. शेवटी त्यांच्या मालकानं एका शिकाऱ्याला बोलावलं आणि त्यानं त्यांना गोळ्या घातल्या. त्या गुरांची कातडी पूर्ण फाटून चिंध्या झाल्यानं त्यांना मातीतच गाडावं लागलं. त्यामुळं पूर्ण नुकसान झालं. ती गुरंसुद्धा हायलँड जातीची होती.

म्हणून आम्ही त्यांना हळुवारपणे हाकलं. घराजवळचा त्यांचा पळून जाण्याचा मार्ग अडवून धरून त्यांच्या म्होरक्यांच्या नजरेला कुरणातलं लुसलुशीत गवत पडेल असा प्रयत्न केला. गुरं हंबरली आणि गोलगोल फिरली आणि आमचा प्रेमळ रूपर्ट घाबरत घाबरत गेटमधून प्रथम आत गेला. त्याच्या पाठोपाठ पार्कर, काही गाई आणि त्यांची वासरं गेली. लगेच सगळा कळप गेटजवळ गोळा झाला. त्यांच्यामागं राहून मार्क आणि मी एकमेकांकडे पाहून गालातल्या गालात हसलो. गुरं शांतपणे कुरणात इकडं तिकडं पसरत होती. आम्ही तिथं अगदी जवळ पोचलो न पोचलो तोच पार्करनं गोंधळाला सुरुवात केली. ती ढुशा देत लाथा मारत कुंपणाबाहेर येत सगळ्यांना त्रास देऊ लागली. तिच्या मागून आणखी काही गाई उधळत आल्या. परिस्थिती गंभीर नसती तर ते बघणं नक्कीच विनोदी होतं. पोक्त, मध्यमवयीन स्त्रियांच्या घोळक्यानं तिजुआना हे उत्तेजक घेऊन मौजमस्ती करावी तसं ते दिसत होतं. पाच बैलांचा कळप अजूनही एकत्रितपणे गेटजवळ आमच्या बाजूला बाहेर होता. आत जाण्याचा रस्ता अरुंद असल्यानं ते आत जाऊ शकले नव्हते. आता कळपामागं धावण्याची त्यांची मूळ वृत्ती उफाळून आली आणि ते गाईंमागं धावत सुटले; अर्थात कुंपणाच्या बाहेर व रस्त्याच्या दिशेने.

मार्कनं आणि मी धापा टाकत एकमेकांशी विचारविनिमय केला आणि ठरवलं की त्यानं कुरणातल्या गुरांमागं जावं. त्यानं त्यांना ताज्या कुरणात हलवलं होतं तेव्हा त्याच्या आवाजामागं जायची त्यांना सवय झाली होती. तेव्हा गुरं त्याच्यामागं येतील आणि त्याचबरोबर मोकाट सुटलेल्या बैलांना परत कोठारात नेता येईल असं आम्हाला वाटलं. बैलांना वेढा घालून त्यांच्या आणि रस्त्याच्या मध्ये राहून, त्यांना वळवून गेटमधून कुंपणात हाकणं अशा 'ब' कामगिरीवर मी होते. तिथं चर्चा करायला वेळच नव्हता. मी एक मोठी काठी घेऊन धावले. ते तरणे बैल ओढ्यात आणि झाडीत घोटाळत असल्यामुळं गाई थोडा वेळ त्यांच्या दृष्टिआड झाल्या.

त्यामुळं मला त्यांच्यापलीकडे जाऊन कुंपणापासून काही यार्ड अंतरावर भक्कम उभं राहायला वेळ मिळाला. तेवढ्यात त्यांना पुन्हा कुरणाच्या कोपऱ्यावर गाई वळताना दिसल्या. त्याबरोबर ते वळू माझ्या दिशेनं जोरानं धावत सुटले.

इतक्या दिवसांत मीसुद्धा गुरांना कसं हाताळावं, कळप का आणि कशा हालचाली करतो अशा गोष्टी शिकले होते. त्यांना तुमचा धाक वाटायला हवा असेल तर शक्य तेवढं तुम्ही मोठं दिसायला हवं आणि मांसावर उपजीविका करणारा प्राणी शिकारीच्या दोन्ही डोळ्यांत नजर रोखतो तशी सरळ नजर रोखायला हवी असं मी वाचलं होतं. ते तुमचं ऐकतीलच असा तुम्हाला पूर्ण विश्वास वाटायला हवा. कोणत्याही परिस्थितीत तुम्ही त्यांना कोणतीही शंका किंवा भीती दाखविता कामा नये. तुम्ही 'व्होआ...आरामसे...सावकाश' असं खालच्या पट्टीत मोठ्या आवाजात बोलू शकता. पण त्यांच्यावर किंचाळलं तर काम बिघडेल. मी असा विचार करत असतानाच ते वळू माझ्या दिशेनं धावत आले. सर्वांत धिप्पाड बैल पुढं होता. बाकीचे सगळे त्याला चिकटून एखाद्या बाणासारखे सुसाट सुटले होते. मी दोन्ही पायात अंतर ठेवून हात व काठी पसरून 'व्होआ... सावकाश... सावकाश' असं मोठ्या पण खर्जातल्या आवाजात बोलत आत्मविश्वासानं घट्ट उभी राहिले, तेवढ्यात सर्वांत पुढं असलेल्या वळूनं आपलं मस्तक खाली केलं आणि मला तडाखा देऊन जोरानं उडवलं.

माझं शेतकी जीवन सुरू झाल्यापासून पहिल्यांदाच मला हायस्कूलमध्ये खेळाडूंना प्रोत्साहन देणाऱ्या टीमची प्रमुख म्हणून काम केल्याच्या अनुभवाचा फायदा झाला. त्या तरण्याबांड वळूनं मला किंचित कमरेखाली धडक दिली आणि त्यानं डोकं वर उचलून मला हवेत उडवलं. त्याबरोबर मी माझी हनुवटी आत घेतली आणि मला वाटतं, मी पोहताना हवेत कोलांटी उडी घेऊन सूर मारतात तसा अर्धवट सूर मारताना हातातली काठी त्याला भोसकली असावी. कारण मी बसलेल्या स्थितीत जमिनीवर आदळले. मी थोडी घाबरले होते पण पूर्ण सुरक्षित होते. कोणतीही जखम झाली नव्हती. बाकीचे वळू एकदम थांबले आणि बघायला लागले. मी अजून जमिनीवरच असताना, एकदम पसरलेल्या शांततेतून मला मार्कचा कळपाला हाकारण्याचा आवाज ऐकू आला. 'या...इकडे या....मालक! इकडे या.' त्या वळूंनीसुद्धा ती हाक ऐकली आणि त्याचप्रमाणे कुंपणाच्या आतल्या कळपानंही. आश्चर्य म्हणजे त्यांनी आज्ञा पाळली. मी अंगावरची धूळ झटकली आणि त्यांच्या पाठोपाठ पुन्हा खड्डा ओलांडून गेट उघडायला गेले. लगेच ते वळू ओढीनं कळपात परतले.

आम्ही बंदिस्त जागा तयार करण्यात तासन्‌तास घालविले. कोपऱ्यात ओल्या जमिनीत तीन खांब रोवले. इलेक्ट्रिक वायरच्या कुंपणातून बाहेर पडण्यासाठी लहानसा रस्ता काढला आणि पुढं मागं करत त्यातून गुरांच्या कळपाला आत

टाकलं. आम्ही अंथरुणात कलण्यापूर्वी कसंबसं दूध काढलं आणि घोड्यांना चारा दिला. परंतु त्या दिवशी आम्ही एका वळूची मांसासाठी कत्तल करायची ठरविलं होतं ते काम आठवडाभर पुढं ढकललं. आमचं रेस्टॉरंटमधलं जेवण हे पूर्णपणे आभास ठरलं. त्या दिवसासारखंच ते विरून गेलं.

एकसारखं काहीतरी घडतंच होतं. आमच्या टर्की पक्ष्याची पिल्लं आली आणि प्राणघातक मांसभक्षी केसाळ रॅकून पिल्लांच्या बंदिस्त जागेचं दार उघडायला शिकला. नंतर एका डुकरानं खाणं सोडलं आणि त्याचा शक्तिपात होऊन पिगलूत बसून राहिलं. त्याच्या अंगावर चौकटच्या आकाराचे चट्टे उठले. त्याला एरिसिपीलस म्हणजे धावरं झालं होतं. हा रोग आमच्या प्रदेशात खरं म्हणजे होत नाही. तो मध्य पश्चिमेतून जहाजातून आणलेल्या टर्कीच्या पिल्लांमुळं इकडे आला होता. या तातडीच्या गरजा, आपल्या क्षुद्र मानवी गरजा- लाँड्री, फर्निचर पुसणं किंवा तुमच्या भावी लग्नासाठी योजना आखणं वगैरे- समोर ठेवा. त्यांची चढाओढ होऊच शकत नाही. परंतु तुम्ही काळजी घेतली नाहीत तर शेतवाडी मात्र मानगुटीवर बसून तुम्हाला विचार करायला भाग पाडील. तुम्ही पिकविलेलं अन्नधान्य शिजवायला तुम्हाला वेळ मिळणार नाही इतके तुम्ही गुंतून जाल. मार्कचे आणि माझे त्या वसंतातले कित्येक आठवड्यातील दिवस खूप उशिरापर्यंत संपत असत. आम्ही इतके थकून जात होतो की गावात जाऊन चिप्सची पाकिटं आणि एखाद दुसऱ्या गुबगुबीत आणि बेचव सॉस घातलेल्या पिझ्झ्यावर भागवत होतो. मी घाणेरडे कपडे घालून राहू शकत होते. लग्नाचे बेत तर मी टाळतच होते. आणि खरं सांगायचं तर मी पूर्वीही कधी फर्निचर पुसण्याची तसदी घेतली नव्हती, परंतु आम्ही पिकवलेलं अन्नधान्यसुद्धा आम्हाला खाणं शक्य नसेल तर पुढं जाण्यात काही अर्थ नव्हता. आमची- जीझस व इतर माणसांची मीटिंग झाली त्याप्रमाणे- झटपट मीटिंग झाली आणि एका मुद्यावर एकमत झालं. त्यानंतर दिवसातून एकदा तरी, बहुधा दुपारी, आम्ही आमच्यासाठी व्यवस्थित जेवण तयार करायला प्राधान्य द्यायला लागलो. 'रविवारी शेताला सुट्टी' असा नियम करून तो अमलात आणला. तरीसुद्धा शेतातली बारीक सारीक कामं होतीच. सकाळ- संध्याकाळ दूध काढणं होतं. परंतु मधले तास तरी मानवी वापरासाठी म्हणजे दोघांनी एकमेकांच्या सहवासासाठी द्यायचे असं आम्ही ठरवलं

काही रविवार मी शेतापासून दूर जाण्यासाठी आणि काहीतरी ओळखीचं आणि सोपं काम करण्यासाठी अगतिक व्हायची. माझे जुने सुखाचे प्रसंग आता दुर्मीळ झाले होते. गावात छोटी उपहारगृहं नव्हती. पुस्तकांची दुकानं नव्हती, मजा म्हणून लहानसे मद्यविक्रीचे बार धुंडाळायचे नव्हते. शहरात असताना मी आठवड्याला दोन

सिनेमे बघत होते. इथं सर्वांत जवळचं चित्रपटगृह जवळजवळ एक तासाच्या अंतरावर, एका मॉलच्या टोकाला, खाण्याच्या पदार्थांच्या तेलकट दुकानाशेजारी होतं. त्यात दाखविले जाणारे चित्रपट आळीपाळीनं कधी भिकार भयानकपट तर कधी अगदी पोरकट विनोदी तर कधी मुलांसाठी असायचे. तरी काही रविवार तसेच गेल्यावर मला मनोरंजनाची इतकी ओढ लागायची की माझ्या बुटांवरचं शेण पुसून, मार्कला जबरदस्तीनं गाडीत घालून वेगानं मी उत्तर दिशेला जायची. मार्कला स्वभावत:च गाडी चालविण्याची आवड नाही. मग आपण अगदी सहनशील असल्याचा खोटा मुखवटा धारण करून आपल्या त्यागाला पुष्टी देण्यासाठी तो माझ्या प्रश्नांना एकाक्षरी 'हो' किंवा 'नाही' अशी उत्तरं द्यायचा. आम्ही चित्रपटगृहात बसल्यावर पुढं येणाऱ्या चित्रपटाच्या जाहिराती, ट्रेलर सुरू झाल्याक्षणीच कितीही भयानक प्रकार पुढं चालला असला तरी तो तोंड उघडं टाकून विचारात गुंग होऊन बसायचा. माझ्या लक्षात आलं की तो चित्रपटातील हलत्या प्रतिमांच्या बाबतीत आमच्या सगळ्यांसारखा मुक्त नाहीये. कारण त्याच्या आई-वडिलांकडे टीव्ही नव्हता. त्यानं स्वत:ही नंतर फारसे चित्रपट पाहिले नव्हते. तुम्ही त्याला पॉपकॉर्नच्या दुकानासमोर उभं करून पॉपकॉर्न तयार करायचं भांडं सुरू केलंत तर मात्र त्याचं लक्ष तिथं केंद्रित होतं. त्याच्या या वृत्तीमुळं आपण चित्रपट बघण्याचं पावित्र्य नष्ट करतोय अशी माझी भावना झाली. शेवटी मीच चित्रपटांना कंटाळले. त्यामुळं त्या लांबलचक रस्त्यावरून घरी परतताना माझं मन मला रितं रितं वाटू लागलं.

माझी दुसरी जुनी सवय सुटली ती खरेदीची. दर आठवडाभराच्या काळात अगदी खाज सुटावी तशी खरेदीची तीव्र इच्छा मला झालेली आहे हे मला जाणवायचं. मी कपडे, बूट किंवा नेहमी खरेदी करणाऱ्या त्या इतर मनोरंजक वस्तूंबद्दल बोलत नाहीये. आपल्या डोळ्यांसमोरून नवीन, चकचकीत व्यापारी— पैसे देऊन माल भराभर दिला-घेतला जातो या विलक्षण समाधान देणाऱ्या- अनुभवाबद्दल फक्त मी बोलतेय. शहरात विक्रीच्या वस्तूंची रचना मनाला भुलवणारी केलेली असल्यानं तुम्ही 'काहीतरी'— वर्तमानपत्र, एक कप कॉफी, कोरयिन फुलांचा चमकदार रंगांचा गुच्छ— विकत घेतल्याशिवाय सहसा मॉलमधून परतत नाही. कित्येक दिवसांत मी काही खरेदी केली नाही, कुठलाही व्यापारी माल डोळ्यांखालून घातला नाही, अगदी थोडं तरी पेट्रोल जळावं म्हणून गाडीही सुरू केली नाही, त्या त्या वेळी माझ्याकडून काहीतरी काढून घेतल्याची वेदना मला सतत होत राहिली. शेतापासून दहा मैलांच्या आत शॉपिंगसाठी दोनच पर्याय होते. एक म्हणजे अन्नधान्याचं दुकान आणि भांडीकुंडी, कुऱ्हाडी वगैरे लोखंडी सामानाचं दुकान. रविवारी मी अन्नधान्य आणि घरगुती वस्तूंच्या दुकानात जाऊन कार्ट फिरवत तिथल्या फ्लुरेसन्ट प्रकाशात आणि रेडिओवर लागणाऱ्या संगीतात नाहत असे.

आम्हाला खरोखर कसली आवश्यकता आहे किंवा मला एखादी वस्तू हवी आहे असं मला वाटेनासं झालं आणि हे वारंवार होऊ लागलं. दुकानातली कार्ट अगदी बाहेर पडतानासुद्धा रिकामी राहू लागली. मग मी 'पीपल' किंवा 'संडे न्यूयॉर्क टाइम्स'ची जाड उशीसारखी थप्पी विकत घेऊ लागले. रविवारीसुद्धा शेतावरच राहण्यात मला अधिकाधिक मजा वाटू लागली. मग मी मार्कबरोबर कुरणात भटकत असे आणि नंतर आमचा स्टोव्ह, टेबल आणि बिछाना या जुन्या विश्वासू त्रिकुटाकडे परतत असे.

एक मोठी आणि अवघड गोष्ट सिद्धान्तातून प्रत्यक्षात आणण्यासाठी, लोकांच्या मनावर ठसण्यासाठी आम्ही पुन्हा पुन्हा सांगत होतो. आम्ही मनात घट्ट धरून ठेवलेली कल्पना अशी होती- अनिश्चित संख्या असलेल्या वार्षिक वर्गणीदारांना परिपूर्ण- समग्र आहार पुरविता येईल अशी शेतवाडी तयार करायची. मधल्या काळात या जुन्या शेतवाडीचं पुनरुज्जीवन करायचं- ही कल्पना धीटपणाची आहे की मूर्खपणाची आहे हे तुमच्या धोका पत्करण्याच्या कुवतीवर अवलंबून होतं. त्यासाठी कल्पक गुंतागुंतीच्या योजना असलेलं शेत चटकन निर्माण करणं आवश्यक होतं. अशा शेताच्या वेगवेगळ्या पायाभूत घटकांची कायम स्वरूपाची जोडणी करण्यासाठी खर्च करणं भाग होतं. भाजीपाल्याचं उत्पादन करण्याचा मार्कचा अनुभव मोठा होता. परंतु आमचं पशुपालनातील कौशल्य जवळजवळ शून्य होतं. आमच्याकडे ओझी वाहणारे ड्राफ्ट घोडे नवीन होते. घोड्यांनी ओढल्या जाणाऱ्या यंत्रांच्या बाबतीत काहीच माहिती नव्हती आणि आम्ही तर त्यांच्यावर अवलंबून राहण्याची मर्यादा आमच्यावर घालून घेतली होती. आमच्या माहितीप्रमाणे तरी परिपूर्ण आहाराचा अशा तऱ्हेचा आदर्श नमुना कोणी तयार केला नव्हता. त्याच्या किंमती कशा ठरवायच्या किंवा आम्ही ते विकू शकतो का हे आम्हाला माहीत नव्हतं. आमच्याकडे आता माघार घेण्यासाठीसुद्धा काही शिल्लक नव्हतं. आमची सगळी बचत संपली होती. इतकी कमी रक्कम शिल्लक होती की त्याचा हिशोब आम्ही सहज लक्षात ठेवू शकत होतो. हवेतील थंडपणा कमी होऊन जमीन गरम व्हायला लागेपर्यंत हिशोब अगदी दोन आकडी म्हणजे साधारण पन्नासच्या दरम्यान चालला होता. आम्ही शेतावर जे काम करत होतो ते केवळ दूरस्थ कल्पित गोष्टीसंबंधी असून विविधरंगी लोभसवाणं होतं. पण आम्ही दोघंही त्याच्या प्रेमात गुंतत होतो, बाळ जन्मायच्या अगोदर आई- बाप त्याच्या प्रेमात गुरफटतात तसंच. खरं म्हणजे मी इथं नवीनच आले होते, काहीही माहीत नव्हतं. पण माझ्या आयुष्यात या गोष्टींइतकी कोणत्याच गोष्टीची मी कधीही चिंता केली नव्हती.

कधी कधी त्याचं ओझं जास्त झालं तरीसुद्धा मी कामाच्या- श्रमाच्या प्रेमात

पडले होते. हे जग म्हणजे मला त्रासदायक गोंधळ वाटायचा. माझी निवडसुद्धा मती गुंगवणारी असायची. अत्यंत महत्त्वाचं म्हणजे मी शेतजमिनीवर लक्ष केंद्रित केल्यानं मनापासून अधिक सुखी व समाधानी आहे असं मला आढळलं. माझ्या कृती आणि त्यांची निष्पत्ती यांचा कार्यकारण संबंध मला स्पष्ट दिसू शकला, असं पहिल्यांदाच घडलं. मी हे का करतेय आणि काय करतेय हे मला कळलं आणि मी त्यावर विश्वास ठेवला. प्रत्यक्षात मी अशी आहे असं मला वाटलं होतं. ती 'मी' आणि अस्सल गोष्टींच्या दिशेनं हळूहळू सरकून त्याप्रमाणे वागणारी 'मी' यात मला खूप अंतर जाणवलं. मला जे खरोखर हवं होतं त्याप्रमाणे जुळवून घेण्यासाठी माझं शरीरही बदलत होतं. मी माझा श्वास न रोखता घोड्याचा सरंजाम उचलून सॅमच्या पाठीवर टाकू शकत होते. पाच गॅलन वजनाच्या भरलेल्या दोन बादल्या सहज उचलून एखाद्या चिनी शेतकऱ्याप्रमाणे खांद्यावरून लटपटत वाहून नेऊन कोठारातल्या रिकाम्या जागेत टाकत होते. पूर्वी मी नेहमी निरर्थक, पोकळ, नखरेबाज, चटकन समाधान देणाऱ्या गोष्टींकडे ओढली जायची. आता असीम आव्हानातील मुक्तस्थिती मला हळूहळू समजू लागली होती.

उत्कट भावनांचा उद्रेक हीच भयानक संघर्ष उद्‌भवण्याची जागा नेहमी का बरं असते? जसजशी शेतवाडी आकार घेऊ लागली तसतशी मार्कमध्ये आणि माझ्यात प्रत्येक गोष्टीवरून जोरदार भांडणं होऊ लागली. आमच्या लक्षात आलं की आमच्या दोघांच्याही शेताबद्दलच्या इच्छा, चिंता वेगवेगळ्या आणि सर्वस्वी भिन्न दृष्टिकोन असलेल्या आहेत. आम्ही दोघंही एकमेकांबाबतीत हट्टी होतो. त्यामुळं डुकरांसाठी कुंपण कसं घालायचं किंवा घोडे रात्रीच्या वेळी आत असतील की बाहेर, यावरून आम्ही अमूल्य असे सूर्यप्रकाशाचे तास फुकट घालविले. आम्ही दोघंही निराश होऊन रडायच्या घाईला येत होतो तेव्हा तो म्हणायचा, ''पण कृषिकर्म हे माझं कौशल्य आहे.'' सुरुवातीला ते बोलणं मला हास्यास्पद आणि बढाईखोर वाटायचं. घाम गाळणं आणि अशा प्रकारे चिखलमातीत लोळणं यापलीकडे आम्ही कौशल्य असं काय दाखवू शकणार होतो? नंतर आम्ही जेव्हा पुष्कळ शेतवाड्या पाहिल्या आणि पुष्कळ शेतकऱ्यांना भेटलो, तेव्हा हा मुद्दा मला मान्य करावा लागला. शेत म्हणजे शेतकऱ्यांच्या अभिव्यक्तीचं माध्यम आणि अंत:स्थ चैतन्याचं शारीरिक प्रकटीकरण होय. तुम्ही कोण आहात हे तुमचं शेतंच उघड करील. मग ते तुम्हाला आवडो वा नावडो, तेच तर कौशल्य म्हणायचं. तरी देखील हुकमाचं पान म्हणून ते निरुपयोगी आहे. जर कृषिकर्म हे कौशल्याचं काम असेल तर दोन तुल्यबळ व्यक्तींनी सहकार्यानं केलं तरच शक्य होणार होतं.

मी निष्क्रीय पण आक्रमक वादपटू आहे. परंतु सरळसरळ संघर्ष टाळण्यात मी आनंद मानते. त्यामुळं येणारा आकस मी हळुवारपणे हाताळते. मार्क मात्र निर्भिड,

मुरब्बी वादविवादपटू आहे. तो मतभेदाचा मुद्दा घट्ट धरून ठेवील, त्याचा पिच्छा पुरवेल आणि त्यातील बिकट प्रश्न सोडविला जाईपर्यंत तो पुढं वारंवार घोळवत राहील. सगळे वादविवाद नेहमीच आमच्या दोन भिन्न मूलभूत भीतीविषयी होते, हे मला माहीत आहे. मी मुख्यत: पैशाच्या बाबतीत घाबरलेली असायची. -अर्थात दारिद्र्य आणि कर्जाच्या बाबतीत. आमचा उत्पादन खर्च आणि विक्रीतून मिळणारा पैसा यातील फरक अगदी अपुरा असायचा आणि मला वाटायचं की व्याज भरण्यात आपलं स्वातंत्र्य नष्ट होईल. या बाबतीत अपयश आलं तर जुन्या बिलांचा ढिगारा उपसत बसणं मला नको होतं. मला कर्जाचा थोडा अनुभव होता आणि पुन्हा तोच अनुभव घेण्याची मला भीती वाटत होती. उलट मार्कचे पैशाशी अगदी मित्रत्वाचे व आनंदी संबंध होते. त्याचं मुख्य कारण असं होतं की त्याला पैसे असणं आणि नसणं याबद्दल फारच कमी प्रेम होतं. एखाद्या बागेतील बाकावर सुद्धा तो मजेत राहील असं मी त्याला सांगितलं. त्याबद्दल दुमत नाही असं त्यानं स्पष्टपणे सांगितलं. अर्थात पैशाविषयीचा त्याचा पूर्वीचा इतिहास माझ्यापेक्षा खूप चांगला होता. त्यानं पेनसिल्व्हानियात शेती करण्यासाठी कर्ज घेतलं होतं आणि ते खूप लवकर परत फेडलं होतं. त्यानं आपल्या शेतावर मिळणाऱ्या अगदी नगण्य पगारातून पुरेसे पैसे साठविले होते आणि न्यू पॉल्टझला येताना मी शहर सोडलं तेव्हा माझ्या कर्जाचा शेवटचा हप्तासुद्धा त्यानं त्यातूनच फेडला होता. कर्जाची त्याला भीती वाटत नव्हती तर अतिश्रम करण्याने आमचाच नाश होईल की काय अशी त्याला भीती होती. त्यानं इतर लोकांचं तसं होताना पाहिलं होतं. शेतावरचं उत्पन्न एवढ्या मोठ्या प्रमाणात आणि इतक्या वेगानं वाढतं की ते शेतकऱ्यांच्या आवाक्याबाहेर जाऊन त्याला चिरडून टाकतं. कामाच्या रेट्यामुळं आम्ही जेरीला येऊ आणि मग त्यातील मजा निघून जाईल किंवा त्याला पाहिजे तशी शेती करण्याचं त्याचं स्वातंत्र्य तो गमावून बसेल, ही त्याला काळजी होती. ते स्वातंत्र्य, ती मोकळीक त्या तथाकथित सुरक्षिततेपेक्षा त्याच्या दृष्टीनं जास्त मोलाची होती असं तो म्हणायचा. ज्या शेतकऱ्यांच्या हाताखाली त्यानं शिकाऊ उमेदवार म्हणून काम केलं होतं, त्याचं म्हणणं पुन्हा सांगायला त्याला फार आवडायचं. तो शेतकरी म्हणायचा की बहुतेक सेंद्रिय शेती- निसर्गशेती- अयशस्वी ठरते ती दिवाळं निघालं म्हणून नव्हे तर सगळी शारीरिक, मानसिक शक्ती संपते म्हणून किंवा घटस्फोट होतो म्हणून. पहिल्या कारणाची मला खात्री नव्हती. पण आम्ही असंच भांडत राहिलो तर घटस्फोटाच्या दिशेनं आम्ही अगोदरच वाटचाल सुरू केली होती हे मात्र नक्की. लग्न तर अजून व्हायचंच होतं.

एका गोष्टीबाबत आमचं एकमत होतं, ते म्हणजे काही सभासद मिळविण्याची हीच वेळ होती. आम्ही एक जाहिरात तयार केली आणि टाउन हॉलसमोर समाजमंदिराच्या

फलकावर लावली. आम्ही परिपूर्ण- समग्र आहारातला वाटा देऊ करत होतो. त्यात गोमांस, पुष्ट अशा डुकराचं मांस, कोंबड्या, अंडी, दूध, भाज्या, वेगवेगळी पिठं, धान्यं आणि वाळलेला घेवडा समाविष्ट होता. शिवाय आमचा सुंदर असा मेपलचा पाक होताच- ऑगस्टच्या पहिल्या आठवड्यात सुरुवात होणार होती. त्यावेळेपर्यंत आम्ही शेतवाडीतील सगळी उत्पादनं एकत्र आणू शकलो असतो आणि भाज्याही भरपूर प्रमाणात पिकवू शकलो असतो. ऑगस्टच्या अगोदर सभासद म्हणून सही करणारे सर्व जण आठवड्याला एकदा येऊन मांस व दूध यांचा वाटा तसेच भाज्या व जसजसे मिळतील तसतसे इतर जिन्नस नेऊ शकणार होते. मेपलचा पाक करायच्या सीझनचा शेवट आणि शेतकामाला प्रत्यक्ष सुरुवात या मधल्या काळात श्वास घ्यायला फुरसत मिळाली तेव्हा आम्ही पूर्ण लक्ष विक्रीच्या व्यवस्थापनाकडं वळवलं.

विक्रीच्या आघाडीवर काही शक्ती आमच्या विरुद्ध एकत्र आल्या होत्या. एक तर या लहानशा पुराणमतवादी गावात आम्ही नवे होतो. त्या गावानं गेल्या काही दशकांत चांगली चालणारी शेतवाडी अयशस्वी ठरून धुळीला मिळालेली बघितली होती. शिवाय आम्ही परिपूर्ण आहार देणारी किंवा कदाचित काहीच न देणारी योजना वार्षिक सभासदत्वाच्या तत्त्वावर रुजवायचा प्रयत्न करत होतो. अशा प्रकारची योजना अगदी देशातील सर्वांत जास्त शेतकीविषयक प्रगती झालेल्या प्रदेशातसुद्धा राबविली गेली नव्हती. आम्ही लोकांना हजारो डॉलर्स किंमत द्यायला सांगून त्या बदल्यात फक्त परत फेडीचं वचन देत होतो. शिवाय या परताव्याबद्दल मुळीच खात्री नव्हती. आम्ही ज्या किंमतीला शेतमाल विकू पाहत होतो ती किंमत आमच्या समाजातल्या कित्येकांना त्यांच्या नेहमीच्या मॉलला जोड म्हणून परवडणारी नव्हती. मॉलच्या रिकाम्या जागेत ढकलगाडी घेऊन फिरण्याचा आश्वासक आणि नेहमीचा अनुभव माझ्यासारखाच त्यांनीही सोडणं आवश्यक होतं. स्वयंपाकघरातला मुख्य प्रश्न 'मला काय पाहिजे' पासून 'काय उपलब्ध आहे' असा बदलायला हवा होता. स्वयंपाकघरात घालवायला लागणारा वेळ - योजना करणं, तयारी करणं आणि प्रत्यक्ष अन्न शिजविणं या सगळ्यांसाठी— स्पष्टीकरण देण्याइतका वाढणार होता. शिवाय आमच्याकडे पदार्थ गोठत नाहीत असा पिकाऊ मोसम फक्त शंभर दिवसांचा असतो. तो मोसम संपल्यावर ते पदार्थ खायला हवे असतील तर ते ताजे व उपलब्ध असताना हवाबंद किंवा गोठविण्यासाठी वेळ काढणं भाग असतं. तुम्हाला त्यासाठी पुरेसा वेळ असेल तर या. योजना मौजेच्या आणि समाधानकारक वाटतात. पण तुम्ही मुलांच्या गरजा भागविण्यासाठी पूर्ण वेळ काम करत असाल तर तीच कामं तुम्हाला मेहनतीची व कंटाळवाणी वाटू लागतात. शेतावरच्या अन्नाच्या बाबतीत सर्वांत महत्त्वाचं हे की, पुष्कळ लोकांच्या मनातील 'अन्न' या संज्ञेपेक्षा ते मूलतः सर्वस्वी भिन्न आहे. म्हणजे तिथं रंगीबरंगी खोकी नाहीत, पिशव्यात ठेवलेली

उत्पादनं नाहीत, कापून ठेवलेलं, आधीच उकडलेलं, खायला तयार असलेलं अन्न नाही. म्हणजे आपल्या मूलभूत इच्छा- आवडींना योजनाबद्ध आकर्षित करणं तिथं नाही. आम्ही अगदी उलट म्हणजे हवाबंद न केलेलं, उघडं, कोणतीही प्रक्रिया न केलेलं आणि धूळ, मातीपासून अगदी दोनच पायऱ्या दूर असलेलं अन्न विकणार होतो.

माझ्या स्वयंपाकघरातील अनुभवावरून मला एक गोष्ट कळली होती. जर लोकांना चव दिली तर आम्ही पिकविलेल्या काही वस्तू आपोआपच विकल्या जातील. तुम्ही एकदा आमच्या कुरणात पोसलेल्या डुकराच्या मांसाचा कापलेला तुकडा खाल्लात तर फॅक्टरीत टिकविलेलं डुकराचं मांस परत खाणार नाही. गर्द केशरी रंगाचा बलक पसरट भांड्यात अगदी उठून दिसला की तीच गोष्ट आमच्या अंड्यांच्या बाबतीत घडते. बाकीच्या वस्तूंची विक्री मात्र जरा जडच जाते. आमच्या गवतावर पोसलेलं मांस चविष्ट, पण मक्याच्या कणसांवर पोसलेल्या व अमेरिकन लोकांच्या सवयीच्या गोमांसापेक्षा जरा चिवट असतं. आम्ही गाईच्या पुठ्ठ्याचे तुकडे करण्यापूर्वी शीतगृहात चार-पाच आठवडे टांगून ठेवण्याचा प्रयोग केला. त्यामुळं त्याचा पोत लोण्यासारखा ओशट झाला. शिवाय त्याला तीव्र अशी सुगंधयुक्त चव आली. मला त्याची चव फार आवडली. पण काही लोकांना ती अजिबात पसंत पडली नाही. शिवाय संपूर्ण प्राण्याविषयी विचार केला तर नैतिक आणि आर्थिक दृष्टीनं आम्ही प्राण्याच्या जिभेपासून वृषण- वीर्योत्पादक ग्रंथींपर्यंत प्रत्येक अवयवाचा वापर करणं आवश्यक होतं. आम्ही लोकांना प्राण्यांचे न ओळखता येणारे व न शिजवता येणारे अवयव खाण्याची विनंती करणार होतो. लोकांना प्रत्यक्ष नमुने दिल्यावर आमच्या लक्षात आलं की मला अतिशय आवडणारं कसदार आणि चविष्ट असं जर्सी गाईचं दूध हे दुकानात मिळणाऱ्या दुधापेक्षा खूपच वेगळं होतं. विशेषत: कमी मलईयुक्त किंवा पूर्ण मलई काढलेल्या दुधाची ज्यांना सवय असते त्यांना ते स्वीकारणं कठीण होतं. शिवाय अन्नधान्याच्या दुकानात जिन्नस मिळण्यात एक प्रकारचं सातत्य असावं अशी गिऱ्हाइकांची अपेक्षा असते. ती ठेवणं आम्हाला शक्य नव्हतं. म्हणजे लोकांनी आपल्या सवयी पूर्ण बदलाव्यात आणि त्याबद्दल आम्हाला चांगली किंमत द्यावी अशी अपेक्षा करणं खरोखर शक्य होतं का?

आमच्या बाजूनं मार्क होता. मला ठाऊक असलेलं सगळं सोडून त्याच्याबरोबर यावं हे फक्त त्यानंच आपल्या निश्चित मताच्या बळावर मला पटवलं होतं. आम्ही निर्माण करत असलेल्या शेतवाडीवर निदान आमच्या नात्याइतक्याच दृढ शक्तीनं तो विश्वास ठेवत होता. आणि तो जेव्हा एखाद्या गोष्टीवर विश्वास ठेवतो तेव्हा ती संसर्गजन्य असते. ही देणगी सगळ्या कुशल विक्रेत्यांजवळ असते. पेनसिल्व्हानियातील त्याच्या शेतावर त्यानं एक पद्धत अवलंबिली होती. आता तिला आम्ही त्याची मादक पदार्थ विक्रेत्यासारखी व्यापाराची पद्धत असं नाव ठेवलंय. म्हणजे लोकांना

पुष्कळ गोष्टी दाखवायच्या, त्यांना कसला तरी एखादा तुकडा खायला लावायचा. हे करताना माहीत असतं की त्याची चव छान असल्यानं ते गळाला लागणार आणि परत येणार. शेतातील पिकं वाढत असताना तो गावातील नाक्यावर शेतातल्या उत्पादनाची टोपली हातात घेऊन उभा राहायचा आणि येणाऱ्या-जाणाऱ्या मोटारचालकांकडे लेट्यूसचा पाला सरकवायचा.

नशिबानं आम्हाला अगदी अनुकूल असा काळ मिळाला. आम्ही 'एसेक्स' मध्ये आलो त्याच काळात एखाद्या प्रदेशातील वैशिष्ट्यपूर्ण खाद्यपदार्थांना महत्त्व प्राप्त झालं होतं. स्थान वैशिष्ट्यांची लाटच आली होती. 'अन्नपदार्थांचा ढाबा' असा शब्दप्रयोग पहिल्यांदाच ऐकायला मिळत होता. मुख्य स्वयंपाकी आणि अन्नपदार्थविषयी लिहिणारे तज्ज्ञ लेखक याचं लक्ष लहान सहान शेतकरी काय दर्जाचं अन्न पिकवतात याकडे गेलेलं होतं. याआधीच सेंद्रिय अन्नाच्या कल्पनेचा खाद्याविषयीच्या मुख्य प्रवाहात समावेश झाला होता. फक्त किनारपट्टीवरच नव्हे तर अगदी आतल्या प्रदेशातसुद्धा. आमच्याकडे आता थोड्या प्रमाणात पण सतत चौकश्या सुरू झाल्या. चौकश्या करणाऱ्या लोकांना हे अन्नधान्य कुठून येतं, ते उत्तेजकांपासून आणि अँटिबायोटिक्सपासून मुक्त आहे की नाही, त्यांचा मूळ आरंभ जिथून होतो तो त्यांच्या डोळ्यांनी बघू शकतात काय हे त्यांना जाणून घ्यायचं होतं. आजच्या समाजातील दुसऱ्या विभागाला- काही ठरावीक वयाच्या स्थानिक लोकांना- अशा चौकश्यांची फारशी फिकीर नव्हती. कारण शेतावर पिकवलेल्या स्थानिक अन्नधान्याची चव त्यांच्या आधीच परिचयाची होती. ते त्याच अन्नावर पोसले होते आणि ते गमावल्याची जाणीव त्यांना होती.

हे सगळं आमच्या लहानशा गावातल्या लोकांमुळं शक्य झालं. मला वाटतं पानगळीच्या ऋतुत आणि हिवाळ्यात ते आमच्यावर लक्ष ठेवून होते. आम्ही तळमळीनं काम करत आहोत की नाही हे ते बघत होते. ते अगदी मित्रत्वानं वागत होते. परंतु आपलं मत त्यांनी राखून ठेवलं होतं. त्या वसंत ऋतुत आमचं खणणं, धडपडणं त्यांनी बघितलं. आम्ही मूर्खासारखा इकडेतिकडे वेळ फुकट घालवत नाही हेही त्यांनी पाहिलं. स्वत:ला ते स्पर्धेत सदैव हरणारे, खूप कामात गुंतलेल्या शक्तिमान जगातील ठिकाणांपासून लांब राहणारे, विसरून जायला लायक इतके नगण्य समजत असत. आम्ही त्यांच्यातलेच एक झालो तेव्हा आम्हाला आधार देणं हे त्यांचं कर्तव्य होतं असं त्यांना वाटलं असावं. पराभूतांनी पराभूतांना दिलेला आधार. काही जण आमचे सभासद झाले. बाकीच्यांनी आम्हाला वेगवेगळ्या प्रकारे मदत केली. काही जण हत्यारं घेऊन काही तास शेतातलं बारीकसारीक काम करून गेले. काहींनी सल्ला दिला. काही जण तर नियमित येऊ लागले. दर शुक्रवारी लिझ विल्सन दुधाची भांडी धुण्यासाठी आणि आमच्यासाठी स्वयंपाक करायला येऊ

लागली. आमचे शेजारी जॉन आणि कॅथरीनसुद्धा आठवड्यातून एकदा यायला लागले. ते कोठार स्वच्छ करायचे किंवा गवताच्या गंज्या हलवायचे. आमच्या यादीतील सर्वांत कष्टाचं काम ते करून जायचे. आम्हाला जनावरांची मांसासाठी कत्तल करायच्या कामात थॉमस ला फाउंटन आम्हाला मदत करायचा. त्याचवेळी खरं म्हणजे त्याचं स्वत:चं शीतगृह त्याच्या सुरीची आणि करवतीची वाट पाहत अनेक मृत जनावरांच्या शरीरांनी गच्च भरलेलं असायचं. प्राणी आजारी किंवा जखमी असतील तेव्हा ओवेन्स कुटुंब यायचं. गेल्या पानगळीच्या ऋतुत आम्ही प्रथम इकडं आलो होतो तेव्हा चर्चमध्ये जेवणाच्या वेळी आम्हाला नेऊन स्वागत करणाऱ्या पिकलेल्या केसांच्या माणसांपैकी एक होता डॉन हॉलिंग्जवर्थ- तो लाकूड कामातला कुशल कारागीर होता. तो आमच्या मोडक्या लाकडी वस्तू त्याच्या दुकानात घेऊन जायचा. आणि त्या दुरुस्त करून नव्यापेक्षा चांगल्या करून परत आणायचा. आमच्या मशीन शॉपमध्ये जेव्हा अडचणी यायच्या तेव्हा शेन शार्प एकटा किंवा ल्यूकला बरोबर घेऊन यायचा आणि आम्हाला मार्गदर्शन करायचा. सगळं दुरुस्त होऊन व्यवस्थित चालायला लागल्यावर त्याला त्या बदल्यात एखादी बीअर आणि प्यायला बरोबर कोणाची सोबत हवी असायची.

श्री. लार्सनी पहिले दोन शेअर्स खरेदी केले. आम्हाला सगळ्यांनाच माहीत होतं की हे शेअर्स अगदी दयनीय आहेत आणि त्याला त्याच्या पैशाइतक्या किंमतीचा मोबदला मिळणार नाही. नंतर बार्बरा कुंझी आमच्याकडे आली. ती आमच्यापासून काही मैलांवर असलेलं शेत सोळा वर्षं कसत होती. नंतर सतत पडलेल्या दुष्काळानं तिची विहीर आटली आणि शेत विकून तिला गावात राहायला यावं लागलं. शेती करण्याचा तिला अनुभव असल्यानं अयोग्य व्यक्तीवर बळेच विश्वास ठेवणं म्हणजे काय हे तिला माहीत होतं. त्यामुळं तिला आमच्या साहसाच्या खरेपणाबद्दल शंका घेण्याचा अधिकार होता. तरी ती आमच्या स्वयंपाकघरातल्या टेबलाजवळ बसली आणि तिनं आमच्यासाठी चेक लिहिला. बर्फ वितळून जमीन मऊ होईपर्यंत आमचे सात सभासद झाले. आम्ही बँकेत 'ठेव' म्हणून ते पैसे ठेवल्यानं आमच्या बँकेच्या खात्यात अगदीच खडखडाट नव्हता.

लहानशीच का होईना पण थोडीफार शिल्लक जमा झाल्याने मार्क आणि माझ्यातले ताण कमी झाले. सभासदांना अन्नधान्य पुरवायचं असल्यानं आम्हाला एक तरी दिशा मिळाली व जोडीनं काम करायला एक हेतू मिळाला. दर शुक्रवारी चार ते सातपर्यंत आमचे सभासद आपला वाटा न्यायला येणार होते. त्या आठवड्यात बाकी काही घडलं असलं तरी- म्हणजे जखमा, चेंगराचेंगरी, अरिष्ट वगैरे- दर शुक्रवारी आम्हाला सगळं अन्नधान्य, भाज्या वगैरे एकत्र करावं लागे आणि सभासदांना बाहेर आणून द्यावं लागे.

पहिल्या आठवड्यात आम्ही शेतातल्या पुढच्या भागातच, त्यातल्या त्यात नवीन बांधकामात शेतातले अगदी आवश्यक तेवढे जिन्नस मांडले. त्या इमारतीला तीनही बाजूंनी चांगली कॉंक्रीटची जमीन होती व प्रेक्षकांना बसायला असतो तसा स्टेडियमसारखा पुढं आलेला इमारतीचा भाग होता. त्यावेळी आम्हाला दूध, मांस, अंडी व पहिला वहिला मेपलचा लीटरभर पाक एवढं देणं शक्य होतं. पाक अतिशय नावाजला गेला. स्वयंपाकात वापरायची डुकराची चरबी- लार्ड-च्या पांढऱ्या उभट बरण्यांना कोणी हात लावला नाही. मार्कनं लार्डची पुन्हा वेगळी जाहिरात करायची ठरविलं. तो लार्डचा कट्टर पुरस्कर्ता झाला. पुढच्या आठवड्यात तो लार्डचे आरोग्यविषयक फायदे आणि त्याच्या स्वयंपाकातील गुणांविषयी बोलत राहिला. नंतर त्यानं मुख्यत: लार्ड वापरून तयार केलेलं, वरचा थर कुरकुरीत असलेलं पाय हे पक्वान्न आणि लार्डमध्ये परतलेल्या भाज्यांचे नमुने लोकांना वाटायला सुरुवात केली. वसंतऋतु संपायच्या आतच लार्डला भरपूर मागणी येऊ लागली.

सुरुवातीच्या काळात शेतावरचं उत्पादन वाटताना किती नियम मोडले गेले याचा विचारसुद्धा मला नकोसा वाटतो. आमच्याकडे अजून ताजं दूध साठविण्यासाठी खास खोली नव्हती. डेअरीचा परवाना नव्हता किंवा केवळ दुधासाठीच वापरायचा फ्रीज नव्हता. मार्क मागणीप्रमाणे गोमांस किंवा डुकराच्या मांसाचे तुकडे कुऱ्हाडीनं उघड्या जागेत तोडायचा. ते करताना तो जीर्णशीर्ण झालेल्या 'बेसिक बुचरिंग ऑफ लाइव्हस्टॉक अँड गेम' या पुस्तकाच्या पाठकोऱ्या प्रतीत दाखविलेली उदाहरणं चटकन बघायचा. तरीसुद्धा आमचे सभासद आपल्याबरोबर आनंदी, उत्साही वातावरण आणि रिकाम्या टोपल्या, खोकी आणि पिशव्या तिथं आणायचे. परत जाताना सगळं भरून घेऊन जायचे. त्यातले पुष्कळ जण तयार केलेल्या स्वयंपाकाच्या गोष्टी, पदार्थांच्या कृती आणि साठवणीसाठी खास सूचना एकमेकांना सांगत चटकन मित्र झाले. ही सगळी मजा जगातील अप्रगत देशातील बाजारात- तिसऱ्या जगातील बाजारात- एखाद्या आठवडी कॉकटेल पार्टीचं यजमानपद स्वीकारावं तशी होती.

यात चटकन सुधारणा झाल्या, त्या आमचे सर्वांत जवळचे शेजारी जॉन आणि डॉट एव्हरहार्ट यांच्यामुळे. कित्येक दशके ती दोघं आमच्या दक्षिणेकडे असलेल्या सरोवराजवळ पसरलेल्या सुंदर जागेत डेअरी चालवत होती. ते आता 'सुटीतलं घर' म्हणून विकलं गेलं होतं. आम्ही गावात ऐकलेली गोष्ट अशी होती की नवीन मालकांनी एव्हरहार्ट कुटुंबाला, ते खूप वर्षे तेथे राहत होते म्हणून, त्याच शेतावर राहायला जागा देण्याची तयारी दाखविली होती. पण त्यात गोम अशी होती की जॉनला बंदूक त्यांच्या स्वाधीन करावी लागणार होती. एव्हरहार्टनी मुकाट्यानं आपलं सामान उचललं आणि ते आमच्या समोर रस्त्याच्या पलीकडे एका नवीन सुंदर विशिष्ट रचना असलेल्या घरात राहायला गेले.

दर थोड्या दिवसांनी जॉन कुठंही नेता येणाऱ्या ट्रकच्या हौद्यात डॉटला बसवून शेतातल्या रस्त्यावरून किंवा शेतातूनच येत असे. एकाच ठिकाणी आयुष्यभर शेती केल्यानं जॉन म्हणजे शेतीविषयक समृद्ध ज्ञानकोशच होता. मार्क त्याला सारखा रोपं लावण्याचा आणि नांगरण्याचा काळ, हवाबदलाची तऱ्हा, माती आणि चरण्याचे प्रकार, इथले मांसभक्षी प्राणी इत्यादीं विषयी टोकत असे. शेप शील्ड्सप्रमाणे जॉनसुद्धा तरुण असताना घोड्यांच्या मदतीनं शेती करत असे. पण शेपसारखे त्याला घोड्यांचे वेड नव्हते. त्यामुळं एक बाई घोडे हाकत आहे हे बघून तो घाबरायचा. मला काही दुखापत होईल अशी त्याला काळजी वाटायची.

"तुमची जोडी अगदी तिखट आहे." तो ते न आवडून म्हणायचा. विशेषतः त्याला आमचा सॅम आवडायचा नाही. "तुम्हाला माहीत आहे, अशा संतापी घोड्याला गोळी घालणं चांगलं."

आमच्या वरच्या बाजूला असलेल्या निरुपयोगी वस्तूंच्या डेपोत जॉन काम करायचा. जवळजवळ प्रत्येक जण आठवड्यातून एकदा त्या डेपोला भेट देतो. आमच्या जवळची सामाजिक केंद्र असलेली अशी ती जागा आहे. जॉननं आमच्यासाठी लक्ष ठेवून आम्ही वापरू शकू असं वाटून वस्तू बाजूला काढून ठेवल्या. त्यानं आमच्यासाठी एक उभा फ्रीजर आणि चांगला मोठ्या आकाराचा फ्रीज आणला. दोन्ही दिसायला एवढे चांगले नव्हते पण फार जुने नसून वापरण्यासारखे मात्र होते. त्यानं आमच्यासाठी इतकी टेबलं आणि उतरत्या फळ्यांची फडताळं आणली की शेवटी मार्क आणि मी ठरवलं की आमची ओसरी ही आता तिसऱ्या जगातील बाजारपेठेसारखी न दिसता दुसऱ्या जगातील बाजारपेठेसारखी नक्की दिसते.

एप्रिलच्या अखेरीला भरपूर सूर्यप्रकाश असलेल्या शेतघराच्या काचबंद खोलीत मातीने भरलेल्या रांगात- सरींमध्ये आमचं पहिलं बियाणं रुजून वर आलं. मेपलच्या रसाचा हंगाम सुरू असताना मार्चमध्ये आम्ही कांदे लावले होते. आता आमच्याकडे गवताच्या पात्याप्रमाणे दिसणारे दहा हजार हिरवे कोंब वाढण्यासाठी धडपडत होते. त्यानंतर रुजून आली लीकची कांद्यासारखी फळभाजी. मग स्वयंपाकातील सुगंधी वनस्पती, ब्रोकोली, मिरी, टोमॅटो, फुलझाडं, लेट्यूसचा पाला, पाच प्रकारचा कोबी आणि केल कोबी हे सर्वच रुजून वर आले. मला फार्मस्केल- शेताची मोजणीची पद्धत- म्हणजे काय ते हळूहळू उमगायला लागलं. बियाणांची पेरणी म्हणजे एक लहानशी चिखलमय फॅक्टरी चालवणे होय. आम्ही वापरत असलेली कुंडीत घालायची माती एक टनाच्या पोत्यातून यायची. (माझी मैत्रीण ॲलेक्सिस हिनं जेव्हा ते ऐकलं तेव्हा ती उदगारली, "याचं वजन एक टन आहे, तरीही त्याला 'पोतं' म्हणता?") आम्ही ती माती थोडं थोडं पाणी घालून कालवली. ती योग्य झाल्याची

खूण म्हणजे ती हातात घेऊन दाबल्यावर एकदा किंवा दोनदा त्यातून मूठभर पाणी गळलं पाहिजे. आम्ही मातीचे ठोकळे करण्यासाठी धातूचा काठी लावलेला एक सुरेख साचा शेजारच्या शेतकऱ्याकडून उसना आणला. तो वापरून ओल्या मातीचे चौकोनी ठोकळे बनविले. प्रत्येक चौकोनी ठोकळ्याच्या मध्यभागी आम्ही बियाणं पेरलं. त्यातील काही इतकं आकारानं लहान होतं की ते बघण्यासाठी डोळे किलकिले करावे लागले. नंतर त्या ठोकळ्यांच्या सपाट भागावर आणखी थोडी माती पसरली आणि त्यांना पाणी घातलं. वसंतातल्या सौम्य सूर्यप्रकाशात मला असं लहान प्रमाणातलं छोटंसं काम करायला आवडतं. या सूक्ष्म बीजांचं काय होईल याची कल्पना करायला मला मजा वाटते. भरपूर जड ओझी उचलायला लागणाऱ्या नेहमीच्या शेतकामाच्या विरुद्ध असणारं हे काम मला आवडतं.

त्या लहानशा कोवळ्या अंकुरांसाठी रात्री अजून धोकादायक ठरतील एवढ्या थंड होत्या. रेडिओवर हवामानाचा अंदाज सांगताना गोठविणाऱ्या तापमानाची सूचना दिली गेली तेव्हा घर आणि पोर्च यामधील खिडक्या उघडल्या आणि लाकडांवरचा स्टोव्ह पेटविला. गरम हवा खेळविण्यासाठी लहान पंखे विकत घेतले. त्या चौकोनी ठोकळ्यांनी पोर्च इतकं भरून गेलं होतं की त्यावर पाणी घालताना नागमोडी पळण्याचा ट्विस्टर खेळ खेळताना पळावं लागतं तशी युक्तीनं हालचाल करावी लागायची. नंतर ती जागा पूर्णपणे भरून गेली. पोर्चच्या कोपऱ्यात ठेवलेल्या टोमॅटोंना नीट सूर्यप्रकाश मिळत नव्हता. त्यामुळं ते उंचीनं वाढत होते पण मरतुकडे झाले होते. मग आम्ही शेतघराच्या बाहेर हिरवळीवर गवताच्या पेंड्या आयताकृती रचल्या आणि जॉननं आमच्यासाठी टाकलेल्या वस्तूतून आणलेली तावदानं त्यावर ठेवली- गरिबाचं शीतगृह- आम्ही आमचे ताडमाड वाढलेले टोमॅटो बाहेर ठेवले आणि स्वस्थ बसलो.

मार्कला अशा तऱ्हेच्या एखाद्या विशिष्ट हेतूनं काम करण्याची सवय नव्हती. त्याच्या पेनसिल्व्हानियाच्या शेतावर सुरुवातीच्या तयारीला वीस हजार डॉलर कर्ज मिळत असे. त्यामुळं तो आवश्यक ती साधनसामग्री व हत्यारं विकत घेऊ शकत असे व हरितगृह बांधू शकत असे. कर्जाची मला असलेली भीती आणि परिपूर्ण आहार देणारी शेती हे साहस नवीन व कधी न केलेलं असल्यानं पहिल्या प्रायोगिक वर्षी कर्ज न घेता बचतीवरच भागवायचं यावर आमचं एकमत झालं. ते पैसे लागवडीच्या वेळेला अगोदरच संपलेले असल्यानं आम्ही काटकसर करत होतो. कधी कधी तर आम्ही अतिरेकच केला. शेतावरील जड सामान वाहून न्यायला आणि रोजचं जरुरीचं काम करायला आवश्यक असलेली २५० डॉलर किंमतीची छोटी ढकलगाडी आम्ही आमच्या दुसऱ्या सीझनच्या मध्यावर विकत घेतली. त्या गाडीशिवाय पूर्वी कशी कामं केली याची मी आता कल्पना करू शकत नाही. आमच्याकडे पुरेसे

रबरी पाईप नव्हते. त्यामुळं आधीच कमी असलेला वेळ पाइप सोडवून दुसऱ्या जागी ओढून नेण्यात किंवा जड टोपल्यातून वाहून नेण्यात घालवायला लागायचा. ती टाकून दिलेली तावदानं वापरून आम्ही अतिशय चुकीचा अंदाज केला. रोपं चांगली वाढल्यावर एका रात्री तापमान अचानक खाली उतरलं. दुसऱ्या दिवशी सकाळी त्यांची कोवळी पानं आणि मधले देठ बर्फाच्या माऱ्यानं गडद हिरवे होऊन मरायला टेकलेले आढळले. पुन्हा सुरुवात करायची तर आता उशीर झाला होता. आणि रोपं विकत घेऊन लावणं आमच्या अंदाजपत्रकात बसत नव्हतं.

आमच्या बेथ स्पाघ नावाच्या एका शेतकरी सहकाऱ्यानं आम्हाला वाचवलं. खूप वर्षांपूर्वी तिनं 'काउंटी एक्सटेंशन एजंट' म्हणून करत असलेली नोकरी सोडली होती. त्याचं कारण ती म्हणायची की परमेश्वरानं तिला शेती करायला सांगितलं होतं. तिच्या घराभोवतालची एकरभर जागा तिनं बाजारात विकल्या जाणाऱ्या भाज्यांची बाग व कोंबड्याच्या खुराड्यासाठी वापरली. तिचा दृढ विश्वास, भरपूर मेहनत आणि निखालस हट्ट यातून तिनं आपलं घर साकारलं होतं आणि भाज्या व अंडी ती शेतकऱ्यांच्या स्थानिक बाजारात विकू लागली. आमच्या गोठून गेलेल्या टोमॅटोच्या रोपांविषयी तिनं ऐकलं तेव्हा एक ट्रक भरून लहान, सशक्त, तजेलदार टोमॅटोची रोपं घेऊन ती आमच्या शेतावर आली. ती म्हणाली की तिनं जास्त बी पेरलं होतं आणि तिनं लावूनसुद्धा ती रोपं शिल्लक होती. आमच्याकडे पैसे नाहीत हे तिला माहीत होतं. त्यामुळं तिनं ती आम्हाला फुकट दिली.

पहिल्या वर्षी अशा तऱ्हेचा उदारपणा आम्ही वारंवार अनुभवला. त्याशिवाय आमची शेती झाली असती की नाही कोण जाणे! भेटीसुद्धा अगदी शांतपणे, अगदी गप्प राहून दिल्या जायच्या, म्हणजे उगीच आम्हाला संकोचल्यासारखं होऊ नये म्हणून. बिली शील्ड्स आमच्या रेई गाईचं कृत्रिमरीत्या गर्भबीजारोपण करायला आला त्यासाठी त्यानं पैसे घेण्याचं नाकारलं. आम्ही त्याला आग्रह केला तेव्हा तो तिसरीकडे बघायला लागला. ''नवी सुरुवात करणाऱ्या शेतकऱ्यांना मदत करायला मला आवडतं.'' एवढंच तो म्हणाला आणि त्या चर्चेचा शेवट झाला. थॉमस ला फाउंटन आमच्याकडचं मांस अगदी कमी किंमतीत आपल्या शीतगृहात ठेवत होता हे मला माहीत होतं. आमचे गुरांचे डॉक्टर गोल्डवॉसर त्यांच्या शेतावरील व्हिजिटचे पैसेसुद्धा आमच्याकडून कमी घेत होते असा मला संशय आहे. पुढच्या वसंत ऋतुतही आमच्याकडे हरितगृह नव्हतं. तेव्हा आमच्या उत्तरेकडे राहणारे आमचे शेजारी माईक आणि लॉरी डेव्हिस यांनी आपलं हरितगृह आम्हाला वापरायला दिलं. खरं म्हणजे त्याच वर्षी त्यांनी स्वत:ची सीएसए सुरू केली होती. म्हणजे आम्ही त्यांचे उघड प्रतिस्पर्धी होतो.

बेथ स्पाघची टोमॅटोची रोपं आमच्या तावदानांच्या थंड जागेत जोमानं वाढली.

अतोनात थंडी आणि हिमवर्षाव यांची शक्यता संपेपर्यंत ती छोट्या छोट्या पिवळ्या फुलांनी बहरून गेली. तिच्या शेतापासून आमच्या शेतावर येईपर्यंत रोपांवरचे खुणेचे चिटोरे पडून गेले होते. त्यामुळं आम्ही जेव्हा शेतात ती लावली तेव्हा सगळ्या प्रकारच्या रोपांची एकमेकांत सरमिसळ झाली होती. काप करायचे मोठे टोमॅटो लहानशा चेरी टोमॅटोमध्ये मिसळले होते. भरले टोमॅटो करण्यासाठी वापरायचे पोकळ टोमॅटो, पीचसारख्या पिवळ्या जर्द रंगाच्या टोमॅटोत वाढत होते. आमच्याकडे असा विविध रंगी, सुंदर टोमॅटोचा पट्टा पुन्हा कधी झाला नाही. त्यापासून उत्पन्नही चांगलं मिळालं. जणू काही रोपंच आम्हाला आपणहून शक्य तेवढी मदत करायला तयार झाली होती.

भाज्यांचं उत्पादन करणं ही वेदनामय कृती नाहीये असं तुम्हाला कोणी सांगू लागलं तर त्याचं ऐकू नका. जमिनीतील मुळं फाडत जाताना येणारा नांगराचा अनुच्चारित आवाज बीभत्स वाटतो. शरीरावर कोणीतरी घट्ट मुठीचा ठोसा मारल्यासारखा तो आवाज वाटतो. रोपं लावण्याआधी आम्हाला जमीन उकरावी लागते.

नांगरणं म्हणजे प्राथमिक अवस्थेतलं खणणं. बी पेरणीसाठी पहिली आणि ढोबळ पायरी म्हणजे जमीन तयार करणं. त्याला अतोनात शक्ती लागते. नऊ इंच रुंद, सहा इंच खोल आणि अकरा मैल लांब असा एक चर खणताय अशी कल्पना करा. एवढं सगळं एक एकर जमीन नांगरताना होतं. नांगराचं काम म्हणजे जमीन फाडणे आणि उलटून टाकणे. त्यामुळं जमिनीचा पृष्ठभाग आत जाऊन झाकला जातो. नवीन जमीन फाडण्यासाठी नांगर आहेत, कापणी नंतरचे रोपांचे खुंट मोडणारेही नांगर आहेत, टेकडीसाठी तसेच मऊ चिखल, शेणखत आणि वाळू फाडणारेसुद्धा नांगर आहेत. सगळ्यात साधा म्हणजे एक तळाचा, चालत व घोड्यानं ओढायचा नांगर. त्याला जड, टोकदार स्टीलचा फाळ असून दुसऱ्या बाजूला मागच्या टोकाला मुठी असतात आणि क्लेव्हिस म्हणजे इंग्रजी यू आकाराची पिन व बोल्ट असलेला धातूचा तुकडा- पुढे असलेल्या घोड्यांना हिसका देतो. अशा तऱ्हेचा चालत वापरायचा नांगर नीट तयार केलेला असून, बरोबर जुळविलेला असेल, घोडे शरीराने धडधाकट व शिकवलेले असतील तर नांगरणे ही शुद्ध मजा आहे. नांगर मातीतून घुसून अक्षरश: तरंगत जातो आणि मग तुमच्यामागे लांब काळ्या लाटेसारखा एक खाचेसारखा चर उमटतो. आमचा नांगर म्हणजे शेप शील्डसने उसना दिलेला जुनापुराणा अवशेष होता. त्याला त्याच्या कोठारात तो अगदी अडगळीत कुठंतरी सापडला. त्याची मूठ चिरफाळली असून तो गंजला होता. त्याचा जमीन फोडणारा वाकडा धातूचा फाळ झिजला होता. त्या फाळाच्या पुढं अडकविलेलं, गवताळ जमीन चिरणारं, धारदार सुरीसारखं पातं- कल्टर-

कुठंतरी हरवलं होतं. हा राक्षस वापरायचा आमचा पहिला प्रयत्न अगदी दुर्दैवी ठरला.

साखरी मेपलचा सीझन संपल्यापासून जवळजवळ तीन आठवडे सॅम आणि सिल्व्हर यांनी खूप कष्टाचं काम केलं नव्हतं. मधल्या काळात ते धान्य आणि भरभर वाढणारे गवताचे पहिले वहिले हिरवेगार तुरे खात होते. त्यामुळं शिशुविहारात जाणाऱ्या मुलांना भरपूर केक खाल्ल्यावर ऊर्जा मिळते तशी त्यांना मिळाली होती. आम्ही आमचा केविलवाणा दिसणारा नांगर घसरगाडीवर (स्टोन बोट) ठेवला आणि शेताच्या मागच्या भागाकडे निघालो. आदल्या वर्षी तिथला दहा एकराचा तुकडा एका शेतकऱ्याला मका पेरण्यासाठी दिला होता. त्यामुळं तिथली माती जरा मोकळी झालेली होती. ती जमीन यावर्षी वापरण्याचा आमचा विचार नव्हता. तेव्हा भाजी लागवडीसाठी ठेवलेली गवताळ जमीन नांगरण्याचा प्रयत्न करण्याआधी या जमिनीवर सराव करणं चांगलं असं आम्हाला वाटलं.

जुन्या पेंटिंगमध्ये शेत नांगरणारा शेतकरी नेहमी एकटाच दाखवितात. तो एकेक हातात एकेक नांगराची मूठ धरतो आणि कासऱ्याच्या दोऱ्या खांद्यांना बांधून घोड्यांना मार्गदर्शन करतो. आम्ही हात व खांदे यांनी नाहीच, पण दोन्ही हातांनी घोडे हाकायला असमर्थ होतो. म्हणून आम्ही हे काम दोघांत वाटायचं ठरवलं. मी घोड्यांना हाकलं आणि मार्कनं नांगर चालविला. माझं काम जरा त्याच्यापेक्षा बरं झालं असावं, कारण मी नांगर धरण्याच्या मुठींमध्ये तडमडत नव्हते. मार्कला मात्र घोड्यांकडून मधूनच रट्टे मिळत होते. खास नांगरणीचा घोडा समजल्या जाणाऱ्या सॅमला उजव्या बाजूला जोडलं होतं. त्यानं नांगरलेल्या चरातून उडालेल्या मऊ मातीमुळं तो अगदी भारल्यासारखा होऊन अगदी सरळ रेषेत चालत होता. त्याचं काम त्याला माहीत होतं आणि तो बरोबर आपली जागा धरून होता. परंतु नांगर मात्र नीट चालत नव्हता. तो सैल जमिनीत खोलवर घुसत असल्यानं घोड्यांचे गळपट्टे ताणले जाऊन त्यांना ओढ बसत असे. नंतर नांगर वर येऊन मातीतून पूर्णपणे बाहेर येत असे. ओढायला काहीच नसल्यानं मग घोडे पुढं झोकांडी खात. शेतात अजिबात खडक नव्हते पण एकदा दुर्दैवानं एक लागला तेव्हा नांगर पूर्णपणे थांबला. मग आम्हाला जड नांगर हातानं ओढत घोड्यांना मागं खेचत चराच्या न खणलेल्या शेवटच्या टोकापर्यंत न्यावा लागला. नाहीतर चरातून नांगर पूर्ण उचलून खडकाला वळसा घालून पुन्हा नांगरायला सुरुवात करावी लागली असती.

जे काही चुकीचं घडत होतं तो माझा अपराध होता याची मार्कला खात्री होती. घोडे जास्त जलद जात होते आणि त्यांना मी सावकाश हाकावं असं त्याला वाटत होतं. पण धान्यावर पोसले गेल्यानं त्यांची ऊर्जा जास्त होती. म्हणून असं सावकाश काम करणं त्यांना मान्य नव्हतं. त्यामुळं त्यांनी लगामाचे अंकुश इतक्या जोरात ओढले की, माझे हात एप् माकडासारखे लांब ताणले गेले. घोड्यांना मी इंचभर

उजव्या बाजूला सरकवायला हवं असं मार्कला वाटत असे, तेव्हा तो म्हणत असे 'उजवी' पण तो हे पुन्हा म्हणण्यापूर्वी मला प्रतिक्रिया म्हणून उजव्या बाजूला जाण्यासाठी जराही वेळ देत नसे. आणि मी जेव्हा चांगलीच उजव्या बाजूला घोड्यांना सरकवत असे, तेव्हा तो एकदम 'डावी' म्हणून ओरडत असे. तो चर पूर्ण करण्यापूर्वीच मला त्याचा गळा दाबावा इतका राग आला होता. (मी जर भविष्यातील झलक बघू शकले असते तर मी हे चित्र पाहिलं असतं- वसंत ऋतू संपत आलाय, स्वच्छ सूर्यप्रकाश असलेली दुपार उलटली आहे, मी आमच्या मुलीच्या वेळी सात महिन्यांची गरोदर असून, मार्क नांगरत असताना मी घोडाजोडी हाकतेय. म्हणजे आता नांगराला दोन माणसांची जरुरी आहे म्हणून नव्हे तर फक्त निर्मळ आनंदासाठी ते करतोय, जाणते घोडे आपलं काम करताहेत, ...नांगर जमिनीत सहजगत्या पुढं जातोय आणि आम्ही दोघं या सगळ्याचा आनंद लुटतोय... इतर जोडपी वाल्झ नृत्याचा आनंद एकत्र लुटतात त्याप्रमाणे. पण हे सगळं खूप पुढं भविष्यात घडणार होतं. त्या मधल्या काळात फक्त प्रयत्नांची पराकाष्ठा करायची होती.)

अर्धी सकाळ आम्ही हट्टीपणानं प्रयत्न करत घालविली. आणि मग कबूल केलं की यात काही आशेला जागा नाही. आम्हाला वसंत ऋतुतील सुरुवातीची कोरडी हवा अगदी थोडा वेळ मिळाली. ज्या वेगानं आम्ही काम करत होतो त्या वेगानं आम्हाला आवश्यक पाच एकर जमीन नांगरायला जवळजवळ एक वर्ष लागलं असतं.

आम्ही आमचा शेजारी पॉल आणि त्याचा पाच नांगरांचा मोठा ट्रॅक्टर मेहनताना देऊन कामाला लावला. केवळ दोन तासात त्यानं आमचं भाज्यांचं शेत नांगरून दिलं. ही सुपीक पाच एकर जागा पाच वेगवेगळ्या शेतात असून, ती रस्त्याला समांतर होती. मी ट्रॅक्टर मागोमाग चरातून चालत होते. त्याचे अजस्त्र टायर्स, त्याच्या इंजिनाची गंभीर धडधड ऐकून मी चकित झाले. मागे जोडलेल्या नांगरांची विध्वंसक शक्ती पाहून मी संमोहित झाले. प्रत्येक चराच्या शेवटच्या टोकाला पॉल नांगर उचलत असे. त्याबरोबर मातीमुळे घासून पुसून लख्ख झालेले तलवारींसारखे फाळ तळपायला लागायचे. तो वळायचा आणि ते फाळ पुन्हा मातीत बुडायचे. पृथ्वीचा तो मऊ गवताळ पृष्ठभाग- त्याच्यावरचे सगळे प्राणी आणि वनस्पतीसुद्धा नाहीशा होऊन त्या ठिकाणी अनाघ्रात मातीच्या लाटाच्या लाटा दिसू लागल्या. गल समुद्रपक्षी- केगो पक्षी- ट्रॅक्टरचा परिचित आवाज ऐकून हेतुपुरस्सर तिथं थव्यानं जमले. नांगरामुळं तयार झालेल्या सरींच्या तळाशी किडे तडफडत होते आणि लपण्यासाठी वेगानं झेप घेऊन बाजूला जात होते.

आम्ही नवीन जागांना सुसंस्कृत नावं दिली- शेतघराजवळच्या शेताला 'होम फिल्ड', दोन वनराईंमध्ये असलेलं 'पाइन फील्ड', शेतावरच्या लांबलचक रस्त्याच्या टोकाला असलेलं ते 'मेलबॉक्स फील्ड', 'मॉन्युमेंट फील्ड' म्हणजे सर्वांत सुपीक

माती असलेलं. त्याचं हे नाव होतं कारण त्याच्यालगत प्राचीन इजिप्तमधल्या स्तंभस्मारकाप्रमाणे दिसणारा एक खडक तिथं होता. 'स्मॉलजॉय' एक गवताळ कुरणातून आकाराला आलं होतं. त्याच्या बाजूला एक झरा वाहत होता. प्रत्येक शेत थोडं कमी-जास्त- एक एकर होतं. माडीवरच्या खिडकीतून संध्याकाळच्या शेवटच्या रेंगाळत्या सूर्यप्रकाशात ताज्या सरी लालेलाल दिसायच्या.

दुसऱ्या दिवशी सकाळी मार्क आणि मी, अजून नांगरणी व्हायची असलेल्या कुंपणाजवळच्या भूशिराजवळ पायऱ्या मोजत, मोजणी करत गेलो. जमीन उलगडली होती. पण पूर्णपणे मोकळी झाली नव्हती. नांगरल्यानं वरची माती सैल होते आणि गवताचे पुंजके गाडले जातात. त्यामुळं जमिनीचा पृष्ठभाग खडबडीत होतो. आमच्या या नव्या शेतात गवताचे गड्डे आणि माती न मोडता वेगवेगळी तशीच राहिली होती. ते गड्डे आणि ढेकळं एकमेकांवर पडून लहानशा ढिगाऱ्यांच्या काळसर नागमोडी लाटा उसळल्यासारख्या उभ्या उठून दिसत होत्या. त्यातून मधूनमधून गवताचे झुबके बाहेर डोकावत होते. गुठळ्या मोडून बियाणांचे वाफे सपाट करण्याचं काम पुढं दात असलेलं हॅरो- दंताळं करतं. हॅरो या प्राचीन वाटणाऱ्या शब्दाचा गर्भितार्थ 'दु:खदायक भावना निर्माण करणे' असा आहे.

शेतावर एक वर्तुळाकार आकाराचं दंताळं होतं. पण ते आधुनिक प्रकारचं असून आकारानं प्रचंड व मोठ्या ट्रॅक्टरनं ओढायचं होतं. नशिबानं शेन शार्पनं आम्हाला त्याचं घोड्यानं ओढायचं वक्राकार दंताळं उसनं दिलं होतं. नांगरट केल्याच्या दुसऱ्या दिवशी मार्क आणि मी मिळून ते शेतातल्या रस्त्यावर गडगडत आणलं आणि सॅम व सिल्व्हरना त्याला जोडलं. ते दंताळं म्हणजे पेल्याच्या आकाराच्या डझनभर धातूंच्या वर्तुळाकार तुकड्यांबरोबर एक सहा फूट लांबीची गडगडत फिरणारी चौकट असून ते एक साधंसं मशीन होतं. पेल्याच्या आकाराचे तुकडे दोन गटात विभागलेले होते. त्यांची रचना एकमेकांशी अशी जुळवून घेणारी होती की त्यामुळं ते शेतावरच्या रस्त्यावर सरळ रेषेत गडगडतील पण शेतात मात्र एकमेकांकडे कोन करून इंग्रजी व्ही आकार तयार करतील. ते तुकडे जमिनीच्या पृष्ठभागाच्या आतील माती फोडून आणखी मोकळी करतील आणि ढेकळं फोडतील. प्रत्येक वर्तुळाकार तुकडा गुठळ्या मोडण्यासाठी आणि चर भरण्यासाठी थोडी माती आत ढकलेल आणि नको असलेलं रान मारील. त्या चौकटीवर, ट्रॅक्टरवर बसायची एक धातूची ओबडधोबड फळी होती.

मी वक्राकार दंताळ्याचा लगेच ताबा घेतला. मला ज्याचा अनुभव होता त्या घोडाजोडीला नांगरताना हाकण्याच्या कामापेक्षा दंताळं वापरून माती सारखी करणं हे अधिक वाजवी काम होतं. ते करताना घोडे आणि मी अगदी सरळ रेषेत जाऊ

शकले नसलो तरी आमच्यामागं जमिनीत कुतूहलजनक खुणा मागं राहिल्या एवढंच. पण संपूर्ण कामाची वाट लागणार नव्हती. त्यामुळं मी जरा विसावले आणि घोडेसुद्धा. कारण धिम्या गतीनं दंताळं ओढल्यानं तेही शांत झाले होते. 'स्मॉल जॉय'मध्ये सारं कसं शांत होतं. फक्त गाणारा बॉबलिंक पक्षी सू...सू...करत वेड्यासारखा गात होता. लांबून कुठूनतरी अस्पष्ट असा पाळीव कोंबड्यांचा आरव कानावर येत होता. आमच्या मागोमाग आलेली निको, माझी कुत्री आपल्या धनगरी कौशल्यानं घोड्यांच्या वेगाबरोबर आपला वेग जुळवून घेत होती. प्लोव्हर जातीचा एक किलडियर पक्षी जिवावर उदार होऊन आपले पंख पसरत जमिनीलगत फडफड उडत निकोला आपला पाठलाग करायला भाग पाडत होता. त्यामुळं निको कान उभारून टवकारून बघत होती. बहुतेक आम्ही त्याचं घरटं आदल्या दिवशी नांगरानं उद्‌ध्वस्त केलं असावं. ज्यामध्ये कोणालाही दुःख सहन करायला लागत नाही अशा एखाद्या खाण्याच्या पद्धतीची एक मिनिटभर मी कल्पना केली. तळ्याच्या पलीकडे असलेल्या थोरोच्या घेवडा लावलेल्या लहानशा शेताजवळ मी खाली उतरले. मग मला आठवलं की तो रोज दुपारी जेवणासाठी गावात आपल्या आईच्या घरी जातो.

आम्ही पुढं जात असताना मागं सगळी ढेकळं मोडून चर सपाट झाले होते. दंताळ्याच्या धातूच्या वाट्यांमधल्या सळया स्वच्छ करण्यासाठी मी थांबले तेव्हा माझ्या पायांखालची जमीन सर्कसपटू उड्या मारतात त्या अजस्र कॅनव्हासच्या कापडाप्रमाणे उसळी मारण्याजोगी वाटू लागली. हा घोड्यांना चांगलाच व्यायाम होता. कारण काम संपल्यावर त्यांची चांगलीच दमछाक झाली होती. प्रत्येक चराच्या शेवटी आम्ही विश्रांतीसाठी थांबलो की ते उभे राहून जोरानं श्वास सोडत होते. खालच्या उलगडलेल्या जमिनीवर त्यांच्या पोटांवरून ओघळणारा घाम एखादं वेदनाशामक मलम ओघळावं त्याप्रमाणं गळत होता. किंवा तो ईश्वरी कृपाप्रसाद तरी असावा.

मे मध्ये मला वाटतं, वाढत्या उन्हाचा परिणाम म्हणून वसंत ऋतु अधिकाधिक बहरत होता. सामाजिक भेटी द्यायला-घ्यायला आता वेळ नव्हता. उदाहरणार्थ आलेल्या फोनला उत्तर देणं राहून जात होतं. आमचं सगळं लक्ष फक्त शेतजमिनीवर आणि तिच्या बदलत्या तालावर एकवटलं होतं. मी सॅमवर स्वार होऊन त्या संध्याकाळी शेताच्या दुसऱ्या टोकाला गेले आणि गोमांसासाठी बाळगलेल्या गाई कुठं आहेत ते बघून त्यांची संख्या मोजली. प्रत्येक खेपेत कोणत्यातरी नवीन जातींच्या वनस्पतींना फुलं बहरलेली, मोहोर आलेला किंवा नवीन कोंब फुटलेले दिसत होते. वनराईत प्रथम ट्रिलियमची झाडं गुलाबी, पिवळ्या, पांढऱ्या फुलांनी, त्यानंतर ट्राउट लिलीची पिवळ्या, जांभळ्या फुलांनी, त्यानंतर रानटी स्ट्रॉबेरीजची व नंतर व्हायोलेटची निळी- जांभळी फुलं बहरली होती. आमच्या शेजारच्या

फळबागेतील प्लमची झाडं एका रात्रीत पांढऱ्या कळ्यांनी फुलून गेली होती. खोडांवर गाठी झालेल्या मेपलच्या झाडीतल्या सफरचंदाच्या झाडांना कोवळी पालवी फुटली होती. ती रोपं म्हणजे पूर्वीच्या शेतकऱ्यांनी लावलेल्या बागायतीचे अवशेष होते.

वक्राकार दंताळ्याचं काम संपलं न संपलं तोच आकाशात काळसर ढगांची दाटी झाली. थंडी व सतत पाऊस पडू लागला. आम्ही शेतांच्या मेरेवरून चालत गेलो तेव्हा पावसामुळे छोटे छोटे ओढे वाहिल्यानं मातीचा वरचा थर धुपून उंचवट्याच्या तिन्ही बाजूंना पाणी साठल्यानं चिमुकली त्रिकोणी बेटं तयार झालेली दिसली. बी-बियाणं पेरण्याची आणि लावणीची वेळ आली होती. पण शेतात इतकं पाणी असताना आम्ही तिथं जाऊ शकत नव्हतो. आम्हाला मातीतील तण काढायचे होते. तण वाढायला उत्तेजन देणाऱ्या मातीतल्या पोकळ्या बंद करायच्या होत्या आणि बियाण्यांचे वाफे काँक्रिटसारखे घट्ट करायचे होते. न्याहरी तयार करताना मी हवा कधी निवळेल याची वाट पाहत निराश होऊन खिडकीतून बाहेर बघत होते.

माझा जुना मित्र जेम्स सुंदर मुलगी दिसली की तिला 'फॉक्सी' म्हणतो. अप्रतिम सुंदर मुलीला 'फॉक्स फॅक्टर फाइव्ह' म्हणतो. मी स्वयंपाकघराच्या खिडकीतून मे मधला पाऊस बघत असताना कुरणातून एक कोल्हीण धावत गेली, तेव्हा हे सगळं मला आठवलं. मला तिचं खूप कौतुक वाटलं. कोल्ह्यांच्या विशिष्ट सवयीप्रमाणे जमिनीवर हलकी पावलं टाकत मजेत तुरुतुरु चालत तिनं कुरण ओलांडलं. तिची शेपटी एखाद्या बावट्याप्रमाणे फडकत होती. आपली केसाळ कातडी धुऊन स्वच्छ करून, त्याची निगा करून मग वाऱ्यानं फुलवून ती एखाद्या ब्युटी पार्लरमधून आताच बाहेर पडलीय की काय असं वाटत होतं. मी तिला निरखत पुढच्या खिडकीकडे धावले. मग माझ्या लक्षात आलं की कोंबड्या ओली माती उकरत अळ्या शोधत कुरणात लांबपर्यंत गेल्या आहेत. आणि खरंच ती कोल्हीण तिच्या अर्ध्या वजनाइतकं काहीतरी गवतात हिसका देऊन ओढत होती. काळी लठ्ठ कोंबडी आमच्या सगळ्यात जास्त अंडी देणाऱ्या कोंबड्यांपैकी एक होती. कदाचित त्या कोल्हिणीला आपल्या पिलांना खाऊ घालायचं असेल. जातिवंत शेतकरी बंदुकीसाठी धावला असता. मला ते कळत होतं पण तिला गोळी घालायचा विचारसुद्धा मला सहन झाला नाही. मी कुत्र्याला बोलावलं. स्लीपर्स घालूनच घराच्या बाहेर धावले आणि मोठमोठ्याने आरोळ्या ठोकल्या. त्याबरोबर निकोच्या पाठीवरचे केस रागानं उभे राहिले आणि ती शेतात धावली. ती तेरा वर्षांची होती आणि तिचा पाय कमरेत अधू होता. त्यामुळं ती अर्थात तितपतच वेगानं धावली. कोल्हीण शेतजमिनीतच कुठंतरी अंतर्धान पावली. मी मात्र पावसात ओले कच्च पाय आणि मेलेली कोंबडी घेऊन तशीच मागं राहिले.

तो पावसाळी ओला दिवस आम्ही आमच्या नवीन शेतांचे नकाशे आणि आम्ही

पिकवणार असलेल्या पिकांची यादी घेऊन स्वयंपाकघरातल्या टेबलाशी काढला. आम्ही जरुरीपेक्षा तीन-चार पट जास्त पेरणीचं बियाणं मागवलं होतं. हवामान वाईट झालं, पिकं नुकसानीत आली, सभासद वाढले किंवा हे तिन्ही घडलं तर तो आमचा विमाच असल्यासारखा होता. लोकं ज्या गोष्टी नियमित खातात त्याच पिकांचं आम्ही जास्त उत्पादन करायचं ठरवलं. विशेष मेहनत घेऊन केवळ मोहक दिसणारं उत्पादन घ्यायचं टाळलं. शिवाय आम्ही उत्तर भागातील दीर्घकाळ चालणाऱ्या हिवाळ्यात लोकांना खाऊ घालणार होतो. तेव्हा आम्हाला अन्न म्हणून उपयोगात येणाऱ्या कंदमुळांची भरपूर जरुरी होती. त्यांचं पीक चांगलं आलं आणि जरुरीपेक्षा उरलं तर गाई आणि डुकरांना आम्ही खाऊ घालू शकणार होतो.

आम्ही नकाशावरची 'मॉन्युमेंट' शेताची जागा बटाटा, कोबी, केल कोबी, कांदे, लीक कांदे, कोलार्ड कोबी, गाजर, बीट यांच्या रांगांनी- सरींनी भरून टाकली. वाळवलेले घेवडे, पेय तयार करायची थंडीतली फळं, पॉपकॉर्न ही सगळी खरबूज आणि टोमॅटोच्या पुढं 'पाईन' शेतात एकत्र नांदतील असं ठरवलं. लवकर येणारी पिकं म्हणजे वाटाणा, स्पिनिज पालेभाजी, मुळा व लेट्यूसचा पाला यांची पहिली लागवड 'स्मॉल जॉय' या शेतात करायची ठरवली. त्यातील पहिली पिकं घेतल्यावर त्याच शेतात हिवाळी गहू पेरायचं आम्ही ठरवलं. 'होम' हे शेत मात्र फुलं आणि स्वयंपाकात वापरायच्या वनस्पतींसाठी राखून ठेवलं.

नकाशावर तरी ते खरंखुरं शेत वाटू लागलं होतं. प्रत्यक्षात बाहेर मात्र पेरणी करण्याच्या दृष्टीनं जमीन जास्त ओली होती. पावसामुळं हिरवीगार कुरणं तयार झाली होती. दूध देणाऱ्या गाई कोवळं गवत आवडीनं खात होत्या. डेलिया आमच्याकडे आली तेव्हाच गाभ होती. तिची शील्ड्सच्या शेतावर कृत्रिमरीत्या गर्भधारणा करण्यात आली होती. मे महिन्याच्या शेवटी ती विणार होती. तिला विश्रांती देण्यासाठी विण्याआधी आठ आठवडे आम्ही तिचं दूध काढणं बंद केलं होतं. आम्ही ते बंद करण्यापूर्वी ती खूप हडकुळी दिसत होती. तिच्या कमरेच्या हाडांची टोकं बाहेर आली होती आणि फासळ्या दिसत होत्या. वासरू तिच्या आत वाढत होतं. शेवटच्या दिवशी दूध काढलं तेव्हा मी माझा गाल तिच्या कुशीला लावला. पोटातील वासराची हालचाल मला जाणवली. ती जे खात होती त्यातून मिळणाऱ्या ऊर्जेपेक्षा जास्त शक्ती ती आपल्या वासरासाठी आणि दुधासाठी वापरत होती. नील ओवेन्स तिला पाहिल्याबरोबर म्हणाला, "ती दूध निर्माण करण्यासाठी अगदी आपली पाठीकडची शक्तीसुद्धा वापरतेय." काही गाई आपलं भलं व्हावं यासाठी स्वत:चं शरीरही उपयोगात आणण्याइतक्या उदार असतात. दोन महिन्यांची विश्रांती आणि कोवळं गवत यामुळे तिच्यात चांगली सुधारणा झाली. ती चांगली गुबगुबीत दिसू लागली. वासरू जन्मायच्या वेळेपर्यंत गाय जशी असायला पाहिजे

तितकी ती सशक्त दिसू लागली, फक्त ती होती बिनकानाची. मी कॅलेंडरवर तिच्या विण्याची तारीख लाल अक्षरात लिहून ठेवली होती. गाय विण्याविषयी लिहिलेलं 'द फॅमिली काउ' या पुस्तकातलं प्रकरण मी पुन्हा पुन्हा वाचलं. तिची विण्याची वेळ जवळ आल्याची लक्षणं काळजीपूर्वक बघू लागले. फुगलेली कास, फुगवटा आलेला बाह्य जननेंद्रियाचा भाग, तिच्या शेपटीच्या मुळाशी दोन्ही बाजूंनी शरीरात तयार झालेला खोलगटपणा इत्यादी लक्षणांचा असा अर्थ होता की वासरू जन्म होण्याच्या मार्गाकडे सरकत होतं.

डेलिया व्याली त्या रात्रीही पाऊस पडत होता. संध्याकाळी मी रेईचं दूध काढायला गेले होते तेव्हा डेलिया आपल्या पायांनी कुरणात इकडं तिकडं हिंडत होती. पण चरत मात्र नव्हती. तिची कास एवढी फुगली होती की एखाद्या रबरी हातमोज्यात हवा भरावी त्याप्रमाणे तिची चारही आचळं फुगून उभी राहिली होती. जड झाल्यानं तिला हालचाल करणंही कठीण दिसत होतं. म्हणून तिला तिथंच सोडून मी रेईला हाकत आत आणलं.

डेलिया कुठं आहे हे मध्यरात्री उठून मी पाहिलं. ती कुरणाच्या कडेला शांतपणे विसावली होती. मी तीनचा गजर लावला पण तो वाजण्याआधीच उठले आणि मार्कला कोपरानं ढोसलं. तो चकटन उठला आणि त्यानं कपडे चढवले. (सध्या मात्र आमच्यापैकी कोणीही एवढं जागरूक नाही. झोप ही खूप अमूल्य गोष्ट आहे. आमच्या गाई न अडता वितात. त्यांना जास्त करून एकांत हवा असतो. पण हा मात्र आमच्याकडचा पहिला वहिला जन्म होता.) आम्ही उत्सुक होतो आणि थोडी काळजी पण होती / बाहेर पाऊस पडत होता. पण वारा नसल्यानं थंडी नव्हती. हवा स्तब्ध होती. मांजरांपैकी दोघं आमच्याबरोबर कोठारात येऊन एखाद्या वनदेवतेसारखी आमच्यासमोर इकडून तिकडे बागडू लागली.

कुरणात शिरल्याबरोबर खालच्या सुरातला हंबर ऐकू आला. नुकतीच आई झालेल्या गाईनं प्रेमळपणे केलेला हळुवार हंबर आता माझ्या परिचयाचा झालाय. माझ्या हातातल्या उंच दिव्याच्या अर्धवट प्रकाशात मांजरांचे डोळे चमकत होते. आवाज कुठून येतोय म्हणून मी सगळीकडे निरखून पाहिलं. पुन्हा दोन डोळे चमकले. ती रेई होती- नंतर पुन्हा दोन डोळे- डेलिया- नंतर शेवटी जमिनीवर तिसरी डोळ्यांची जोडी. जवळ गेल्यावर आम्हाला डेलिया दिसली. आपलं डोकं खाली वाकवून ती तिची अनमोल छोटीशी भेटवस्तू उत्सुकतेनं चाटण्यात गुंगून गेली होती. वासरू उभं राहण्यासाठी धडपडत होतं आणि डेलिया त्याला उत्तेजन देण्यासाठी हंबरत होती. रेईसुद्धा खालच्या पट्टीत हंबरत होती. कदाचित तिला गाईच्या जन्मजात अधु स्मृतीमुळं आपल्या शेवटच्या वासराची अंधुकशी आठवण येत असेल. लहानसं वासरू आपल्या पायांवर झोकांड्या खात उभं राहिलं. त्याला

कुठं तरी जायचं होतं. पण त्याचे नवीन पाय काम करत नव्हते. डेलियालासुद्धा काहीतरी करायचं असतं हे माहीत असावं. पण त्याचा संबंध तिच्या खालच्या भागात असलेल्या दुखऱ्या, हळव्या, सुजलेल्या कासेशी परमेश्वराच्या दयेनं नसावा अशी तिची इच्छा असावी. प्रत्येक वेळी वासरू अडचणीत कासेजवळ गेलं की डेलिया तोंड फिरवायची. त्यामुळे ती दोघं झिंगल्यासारखी गोल गोल फिरत होती. रेई कुतूहलानं बघत होती. पण शिष्टाचार म्हणून ती त्यांच्यापासून जरा अंतरावर उभी राहिली. मी जवळ जाऊन वासराच्या शेपटीखाली डोकावून पाहिलं. तिथं बाह्य जननेंद्रियाच्या जागी एक छोटीशी उभी भेग होती. म्हणजे कालवड झाली तर! मार्क आणि मी अंधारातच एकमेकांकडे बघून गालातल्या गालात हसलो.

गुरांच्या गोठ्याचं दुष्ट गणित माणसांच्या संस्कृतीप्रमाणेच असतं. नर वासरू बहुमूल्य मानली जातात. आणि मादी वासराचं अवमूल्यन केलं जातं. शेतवाडीवर एका नराचं वीर्य शेकडो किंवा अधिक माद्यांच्या उपयोगासाठी पुरं ठरतं. जास्त वीर्य असणं कटकटीचं ठरतं. त्यामुळं फक्त त्रास वाढतो; झुंजी, प्राण्यांच्या जखमा, माणसांना जखमा, मोडकी कुंपणं, नको असताना वासरं होणं इत्यादी. दुधासाठी पोसलेल्या गाईंच्या कळपाचे नियम सहसा बदलत नाहीत. बहुतेक नर वासरं त्यांच्या मांसासाठी लहानपणीच मारली जातात. दुधासाठी पोसलेल्या जनावरातील नर हे गोळी घालून सज्ज ठेवलेल्या बंदुकीप्रमाणे धोकादायक असतात. ते कसे वागतील हे सांगता येत नाही. मांसासाठी त्यांना वाढवलं तर त्यांचे स्नायू बळकट होतात. पण ते धष्टपुष्ट होत नाहीत. शेतांवर त्यांना मांसासाठी वाढवलं तरी त्यांची किंमत फारशी मिळत नाही. डेअरीसाठी - दुधासाठीच्या गाईंच्या कळपात नर वासरांचा जन्म हा नेहमीच दु:खानं झाकोळलेला असतो.

या उलट कालवड झाली तर मात्र वेगळी गोष्ट असते. तिचा जन्म उत्सवाचे कारण बनतो. सगळं काही ठाकठीक पार पडलं तर ती कालवड बरीच वर्षे आपल्याबरोबर राहणार असते. ती अगदी आपली जिवलग, अक्षरश: आपल्या कुटुंबातील एक बनते. तिला वाळवलेलं उत्कृष्ट गवत, ओला चारा आणि सर्वांत सुखकारक असं थंडीतलं घर मिळतं. तिला विकताना मात्र अशी अट घातली जाते की, ती आपल्या आईसारखीच वासराला जन्म देऊन त्याला चाटेल, पण आपलं वासरू मात्र तिला कायमचं मिळणार नाही.

या वासराला दिवसाला फार तर गॅलनभर दूध आवश्यक होतं. डेलिया त्याच्या अनेकपट दूध देणार होती. आम्ही तिला आणि वासराला एकत्र ठेवलं असतं तर वासराला दूध अति झालं असतं आणि आम्हाला अगदी कमी मिळालं असतं. काही शेतवाडींवर आई आणि वासराला दिवसातून काही वेळ एकत्र ठेवतात आणि दूध काढायच्या आधी बराच वेळ वेगळं करतात. आम्हाला मात्र तसं करण्यासाठी पुरेसा

वेळ नव्हता आणि तशा मूलभूत सोई आम्ही केलेल्या नव्हत्या. आम्ही डेलियाला रेईबरोबर ठेवून वासराला बाटलीनं दूध पाजायचं ठरवलं. आम्ही त्यांना वेगवेगळं ठेवणार होतो. तेव्हा त्यांच्यामध्ये मायेचा बंध निर्माण होण्यापूर्वीच ते केलेलं बरं असं ठरवलं.

मार्कनं कालवडीभोवती एक टॉवेल गुंडाळला, तिला आपल्या खांद्यावर उचललं, पुढचे पाय डाव्या हातात व मागचे पाय उजव्या हातात धरले आणि तो कोठाराकडे निघाला. आम्हाला वाटलं की डेलिया मागोमाग येईल, पण तिला आपलं वासरू कुठं गेलं हेच कळलं नाही. जिथं तिनं वासरू जन्माला घातलं तिथल्या गवताचा वास ती घेऊ लागली. आपलं वासरू अदृश्य झालंय की अजून तिथंच आहे, हे तिला कळत नव्हतं. ती आतुरतेनं हंबरली आणि त्या जागेवरून हलेना. पण रेईला बहुधा वाटलं की दूध काढायची वेळ आलीय. त्यामुळं ती आनंदानं कोठाराकडे जायला निघाली. तिच्या मागोमाग डेलिया निघाली आणि पाठोपाठ मीसुद्धा. रात्रीच्या वेळी आमची तिघांची एक लहानशी मजेदार मिरवणूक पावसातून निघाली. डेलियाचे मागचे पाय तिची कास फुगल्यानं फताडे पडत होते आणि तिच्यामागं रक्ताची एक सूक्ष्म धार पडत होती.

डेलिया चालायला लागल्याबरोबर ती वासरासाठी हंबरायची थांबली. त्यानंतर ती वासरू कधी नव्हतंच अशा तऱ्हेनं वागली किंवा तिनं स्वत:च त्याला विसरायचं ठरवलं असावं.

गाई त्यांच्या नेहमीच्या बांधायच्या दावणीकडे गेल्या. मार्कनं त्या दोघींसमोर ताजं, लुसलुसीत गवत टाकलं होतं. डेलियासाठी त्यानं थोडे मीठ टाकलेलं बादलीभर कोमट पाणी ठेवलं होतं. ती ते पाणी मोठे मोठे घोट घेत प्याली. उजेडात मी तिची कास नीट बघू शकले. तिच्या आचळांच्या टोकाशी दुधाचे मोती चिकटले होते. तिथं मांस आणि लोखंडासारखा, जन्माच्या वेळी येणारा दर्प सुटला होता. तो रक्ताच्या वासापेक्षा जास्त तीव्र होता. मांजरं तिथल्या रिकाम्या जागेत काहीतरी मिळेल या आशेनं इकडंतिकडं नाचत होती. नंतर ती दूर गेली. डेलियानं थोडं गवत चावल्यासारखं केलं आणि ती थांबली. तिच्या मागील भागातून साकळलेल्या रक्तासारखा लहान तुकडा लोंबकळत होता, तिकडं ती मागं वळून बघू लागली. जन्मानंतर शरीरातून बाहेर येणाऱ्या त्या तुकड्याला नील ओवेन्स 'साफसफाई' म्हणतो. वासरू झाल्यावर तासा- दोन तासांनी तो बाहेर येणं अपेक्षित असतं.

घराशेजारी असलेल्या रोपवाटिकेच्या छपरीत आम्ही गवताचा जाड थर घातला होता. त्यावर मार्कनं वासराला ठेवताच ते लगेच झोपी गेलं. मी डेलियाची कास धुतली आणि तिची आचळं हातात घेतली. ती इतकी फुगली होती की माझी दोनच बोटं त्यांच्याभोवती बसली. तिच्या आचळातून सस्तन प्राणी व्यायल्यावर येणारं प्रोटीनयुक्त द्रव येत होतं. अंडी, ब्रँडी, दूध व साखर घालून केलेल्या दाटसर

पिवळट रंगाच्या 'एगनॉक' पेयासारखं ते दिसत होतं. हे पहिलं दूध होतं. त्यात आईच्या रक्तात उत्पन्न झालेला, उपद्रवकारक जंतूंचा नाश करणारा पदार्थ- अँटीबॉडीज- भरपूर होता. वासराची स्वत:ची सुरक्षा रचना शरीरात निर्माण होईपर्यंत आईच्या अँटिबॉडीजमुळे त्याला रोगांपासून संरक्षण मिळते. कुतूहल वाटून मी त्याची चव बघितली. ती खारट व किंचित कडवटही होती. दुधासारखी नक्की नव्हती आणि पुन्हा चव घ्यावी असं वाटेना. बादलीत मी साधारणपणे लीटरभर दूध काढल्यावर मार्कनं बाटली भरली आणि ती कालवडीला पाजण्यासाठी घेऊन गेला. वासरू जन्मल्यावर पहिल्या चोवीस तासातच ते आपल्या आतड्यात अतिशय महत्त्वाच्या अँटिबॉडीज शोषून घेऊ शकतं. त्यामुळं कालवड लहान व असुरक्षित असताना तिला जेवढं जास्त आणि लवकर पहिलं पिवळट दूध मिळेल तेवढी तिची रोगप्रतिकारक शक्ती अधिक वाढते. तिला ते मिळालंच नाही तर ती मरून जाण्याची शक्यता असते.

मी दूध काढल्यावर डेलियाची तट्ट फुगलेली कास थोडी मऊ पडली. तिला जरा बरं वाटलेलं दिसलं. तिनं मी म्हणजे तिचंच हरवलेलं वासरू असल्यासारखं शांत डोळ्यांनी माझ्याकडे पाहिलं. तिचं थरथरणारं अंग मला जाणवलं आणि तिच्या पोटातून जन्मानंतरची सगळी घाण अर्धवट बाहेर येऊन मागे लोंबकळायला लागली. डेलियाच्या गर्भाशयाला जोडणारी वार जिथं जोडलेली होती ती मांसल दलं आणि वासरू ज्या पिशवीत होतं त्या पारदर्शक पिशवीचे थर मला दिसत होते. पुन्हा एकदा डेलियानं थडथडल्यासारखं वरखाली केलं आणि सगळं बाहेर पडलं. त्याचं वजन साधारण पंधरा पौंड होतं. डेलियानं दावणीला ओढ देत त्याच्याकडे जाण्याचा प्रयत्न केला. मी तो ठिबकणारा ढिगारा तिच्या डोक्याजवळ सरकवला आणि तो ती खाऊ लागली. चावून खात आवाज करत तिनं तो सगळा ढिगारा गिळून टाकला. एरवी शाकाहारी असणाऱ्या डेलियाचं रक्ताळलेलं तोंड माझं मानसिक स्वास्थ्य बिघडवणारं होतं. नुकत्याच आई झालेल्यांना हे असं करायला शरीरातील होकायंत्र का भाग पाडतं ते कळत नाही. लांडग्यांना दूर ठेवण्यासाठी की नुकतंच पोटात रिकामं झालेलं आतडं भरण्यासाठी त्या हे करतात कोणास ठाऊक. पण कुणीतरी या विषयावर भीतीदायक भयपट बनवावा असं मात्र वाटतं.

डेलियाचं दूध काढून दोन्ही गाई कुरणात परत जाईपर्यंत सूर्य तर वर आला होता. खरा कामाचा दिवस सुरू होण्यापूर्वी थोडा वेळ विश्रांती घेण्यासाठी मार्क झोपायला गेला. मी कालवड काय करतीय हे बघायला गेले. ती अंगाचं मुटकुळं करून गवतात पडली होती. कालवड पिवळसर बदामी रंगाची असून, तिच्या खुराच्या मागच्या बाजूला वर थोडासा तुकडा पांढऱ्या रंगाचा होता. तिच्या व्यवस्थित अंघोळीमुळं ती अगदी स्वच्छ आणि मऊमऊ होती. नवीन रबरी बुटाचा तळवा मऊ तरीही खरखरीत असावा त्याप्रमाणं तिचं तलम बूड अजून सुरकुत्या पडलेलं होतं.

तिच्या कुशीवरचे पांढरे डाग आईसारखेच होते. परंतु उपखंडांची रचना वेगळी केलेली होती. ऑस्ट्रेलिया तिच्या उजव्या बगलेवर तर ग्रीनलँड तिच्या डाव्या बगलेवर होता. तिच्या हरणासारख्या सुंदर डोक्यामागे पारदर्शक असे कान होते. तिनं आपले पुढचे पाय ताणले आणि शांत पडून राहिली. त्याबरोबर भविष्यात मोठे होऊन आचळं होणारे चार गुलाबी उंचवटे मला दिसले. मग तिनं पुढचे पाय सावधपणे एकेक करून सरळ केले आणि डुगडुगत उभी राहिली. तिचं लक्ष कधी या नव्या जगात तर कधी आतल्या शांततेत केंद्रित होत असावं. अजूनही ती फक्त प्रकाश आणि वेळ, हवा आणि गुरुत्वाकर्षण या सर्वांद्वारे आपल्या या जगाला अत्यंत सूक्ष्मपणे जोडली गेलेली होती. मला वाटतं जन्माच्या वेळी प्रसूतीनंतर या जगात येणं किंवा भावना चेतविणारं काही घडणं असं काही होत नसून याच गूढ गोष्टीचं आपल्याला क्षणिक ओझरतं दर्शन घडत असावं. त्यामुळंच नवीन जन्मलेले जीव 'आधीच्या जगातील' आश्चर्यकारक शांतता आपल्याबरोबर घेऊन येतात. कित्येक मिनिटं किंवा कित्येक तास ते त्या शांततेत असतात. तुम्ही त्यांच्याजवळ असता तेव्हा तुम्हालासुद्धा ती जाणवते.

मी तिचं नाव 'जून' असं ठेवलं. कित्येक आठवडे मी थकून बिछान्यावर पडले की मार्क मला सांगत असे, "हे म्हणजे खूप काम असं वाटतं का तुला? तू फक्त जून महिन्यापर्यंत थांब." रात्री जेवताना मी दमल्यामुळं नीट जेवत नसे तेव्हा तेव्हा तो माझे ताट माझ्यासमोर हलकेच सरकवत असे. "हे खा बरं," तो समजवायचा, "तुला जूनमध्ये याची खूप जरुरी आहे." व्हेन आलेखावरून (वर्तुळे व त्रिकोण यांचा आलेख) वर्षभरातील कामाच्या संदर्भात जून महिन्याचं महत्त्व माझ्या लक्षात आलं. हा अवधी असा असतो की सगळी कामं एकमेकांना छेदून जातात. अजून पेरणी, लावणी व्हायची असते आणि दुसरी कसली तरी कापणी चटकन उरकायला हवी असते. त्याच वेळी सूर्यप्रकाश जास्त वेळ असल्यानं तण वेड्यासारखे वाढलेले असतात. खाद्यगवताचासुद्धा जूनमध्येच विचार करावा लागतो. नाहीतर कुरणं तणांनी माजतात. त्या लहानशा वासराचं नाव मी 'जून' असं ठेवलं याचं कारण कदाचित मला त्या जून महिन्याची कल्पना मनाला पटवायची असेल किंवा त्याची भीती कमी करायची असेल. वर्षातील सर्वांत मोठ्या दिवसाची जगण्याला आवश्यक अशी ऊर्जा मला त्या कालवडीला द्यायची असेल हेही ते नाव ठेवण्यामागं कारण असू शकतं.

सकाळी दूध काढताना डेलिया अर्धवट गुंगीत दिसली. मी मार्कचा सल्ला घेतला. आम्हाला वाटलं की विताना येणाऱ्या वेणांमुळे ती दमली असेल. आम्ही तिच्यावर लक्ष ठेवायचं ठरवलं. त्याच दिवशी सकाळी थोड्या वेळानं मी गाईंसाठी घातलेलं कुंपण सरकवायला गेले, तेव्हा ती सकाळपेक्षाही वाईट अवस्थेत दिसली. मी तिचा

गळपट्टा धरला आणि तिला कोठाराकडे नेण्याचा प्रयत्न केला. पण ती लटपटली आणि खाली पडली. तिला पुन्हा वर उठता येईना. ती इतकी विचित्र थंडगार पडली होती की जवळजवळ मरून गेली आहे की काय असं वाटत होतं. मी घरात धावले आणि डॉ. गोल्डवॉसरना फोन केला. ते डॉक्टरी सल्ल्यासाठी कुठल्यातरी शेतावर गेले होते. पण शक्यतोवर लवकर येणार होते.

मी पुन्हा कुरणात जाऊन डेलियाबरोबर बसले. ती आपल्या वासरासारखीच पुढचे पाय दुमडून पोटाशी घेऊन डोकं आपल्या कुशीकडे वक्राकार वळवून पडली होती. तिचं नाक जमिनीला टेकलं होतं. ती परत अंधारमय प्रवासाच्या तयारीला लागल्यासारखी वाटत होती. मी तिचा श्वासोच्छ्वास तपासला. तो इतका सावकाश आणि हलका होता की मला नीट कळेना. अशा वेळी काय करायचं या विषयीच्या हजार गोष्टी माझ्या यादीत होत्या. पण तिला सोडून जाणं माझ्याच्यानं होईना. मी घरात जाऊन 'न्यू यॉर्कर'चा ताजा अंक आणला आणि मोठ्यानं त्यातील लेख तिला वाचून दाखवू लागले.

जवळजवळ एक तासाने, डॉ. गोल्डवॉसर आपली जादूची बॅग घेऊन कुरणाकडे आले.

''तिला दुधाचा ताप आलाय,'' त्यांनी सांगितलं. त्यांनी तिच्या डोळ्यांच्या बुबुळांना स्पर्श केला. पण तिनं पापणीची उघडमीट केली नाही. ''ती बरीच आजारी आहे.''

दुधाचा ताप म्हणजे खरा तापच नव्हे. परंतु दुधासाठी वाढविलेल्या काही गाईंमध्ये विताना चयापचय क्रियेत त्यामुळं भयानक असंतुलन निर्माण होतं. जर्सी गाईंना तर बहुतेक वेळेला होतचं होतं. त्या पुष्कळ दूध देतात. ते तयार करताना त्या जास्त वेगानं रक्तातील कॅल्शियम शोषून घेतात. ते रक्त मात्र त्याला लागणारं कॅल्शियम आपल्या साठवणीतून म्हणजे हाडातून ज्या वेगानं कॅल्शियम घेते, तो वेग मात्र कमी असतो. त्यामुळं रक्तातील कॅल्शियमची मात्रा कमी होते. रक्तातील पुरेशा कॅल्शियमच्या पातळीशिवाय स्नायू काम करत नाहीत. अवयव, फुप्फुसं, हृदय या सगळ्यांना पक्षाघात होऊ शकतो.

डॉ. गोल्डवॉसरनी शांतपणे आणि सहजपणे आपल्या वाकवलेल्या गुडघ्यांवर डेलियाचं वजन तोललं. त्यामुळं तिचं डोकं वर उचलून डोक्याभोवती दोरीचा फास घालणं त्यांना शक्य झालं. त्यांनी तिच्या मानेवरची जाड नस शोधली. त्यातून अजूनही मंद गतीनं रक्ताचा ओघ वाहत होता. डॉक्टरांनी त्यात सुई खुपसली. त्यांनी रबरी नळी एका कॅल्शियमच्या प्लॅस्टिक बाटलीला अडकवली आणि उलटी धरली.

''भरभर नको,'' ते म्हणाले. ''भरभरं दिलं की तुम्ही त्यांचं हृदय बंद पाडता.''

डेलिया थरथरलेली मला जाणवलं. मला वाटलं ती आता मरतेय.

''नाही. ते चांगलं लक्षण आहे.'' डॉ. गोल्डवॉसर म्हणाले, ''म्हणजे याचा उपयोग होतोय.''

बाटली रिकामी होईपर्यंत तिचं थरथरणं खूपच वाढलं. तिला अगदी हुडहुडी भरली. डॉक्टरांनी दुसरी बाटली अडकवून कॅल्शियम तिच्या शरीरात अगदी सावकाश सोडलं. दुसरी बाटली रिकामी झाल्याबरोबर डेलिया गोंधळलेल्या लाझारससारखी (मेरी आणि मार्थाचा भाऊ. त्याला जीझसनं मेलेला असताना जिवंत केलं.) धडपडत आपल्या पायांवर उभी राहिली. आपल्या स्नायूंना चैतन्याची ऊब देऊन पुन्हा कामाला लावण्यासाठी ती तासभर थरथरत राहिली. तरीही थरथरणं थांबण्यापूर्वीच ती आपल्या जन्मजात समतोल वृत्तीनं पुन्हा पूर्वीसारखी चरायला लागली. मृत्यूच्या अगदी समीप जाऊन तिनं काही पाहिलं असेल तर ते तिची भूक नाहीशी होण्याइतकं निश्चितच भीतिदायक नसणार.

रात्रभर पश्चिमेकडून वारे वाहत होते. दुसऱ्या दिवशी सकाळी ढग नाहीसे होऊन तपकिरी, पिवळ्या, पांढऱ्या स्वच्छ आकाशात तेजस्वी सूर्य वर आला. उगवल्यावर तो आणखी प्रखर झाला. त्यामुळं शेतांच्या काळसर पृष्ठभागांवरील पाणी त्यानं शोषून घेतलं. शेतं घट्ट आणि उबदार झाली आणि हवा तशीच राहिली. दोन दिवसांनी मार्क आणि मी आमच्या पाच एकर नांगरलेल्या शेतात फेरफटका मारला. शेतातील उंचवटे वाळले होते. पण खोलगट भागात आमची पावलं बुडतील इतक्या पाण्याची डबकी साठली होती. रेडिओवरील हवामानाचा अंदाज 'आठवड्याच्या शेवटी आणखी पाऊस पडेल' असा होता. पोर्चमधील व शीतगृहातील रोपं त्यांच्या लहानशा कोंदट बंदिस्त जागेत कोंडली गेल्यानं कशी तरी जगत पिवळी पडायला लागली होती. आम्ही स्प्रिंगची अणुकुचीदार टोकं असलेलं दंताळं वापरून बियाणं पेरण्यासाठी वापरल्या जाणाऱ्या वाफ्यातल्या गुठळ्या फोडण्याचा धोका पत्करायचं ठरवलं. ही ओळींच्या- सरींच्या खुणा करण्यापूर्वीची आणि रोपं लावण्याच्या आधीची शेवटची पायरी होती.

अशा सकाळी घोड्यांची जोडी घेऊन कोठाराच्या बाहेर पडताना तुमच्यात अशी एक उत्साही व विशिष्ट भावना दाटून येते की तिला काहीतरी नाव दिल्याशिवाय राहवत नाही. मी सॅम आणि सिल्व्हरला स्प्रिंगच्या टोकदार दंताळ्याला अडकवलं. ते दंताळं म्हणजे इंग्रजी सी च्या आकाराची अणकुचीदार टोकं असलेली साधी चौकट होती. ती टोकं मातीत घुसून मातीची ढेकळं फोडून जमिनीचा वरचा थर मोकळा करून सपाट करतं. या प्रकारच्या स्प्रिंगच्या दंताळ्याला बसायला जागा नसते. तुम्हाला त्याच्या मागून चालावं लागतं.

आम्ही शेतावरच्या रस्त्यावरून निघालो. 'होमफील्ड' शेत आणि 'मेलबॉक्स' शेत मागं टाकलं. वेगवेगळी शेतं आपापली वैशिष्ट्यं दाखवत होती. त्यांचं अस्तित्व जोपर्यंत आहे तोपर्यंत ती तशीच राहणार होती. 'होम' शेतावरच्या पाण्याचा चांगला

निचरा व्हायचा. त्याची छान चिकणमाती होती. पण त्याला अगदी लागून, एक वनराई असल्यानं त्याची रचना गैरसोईची होती. त्यामुळं सरींच्या शेवटी टोकाला घोडे वळवणं कठीण व्हायचं. 'मेलबॉक्स' शेत मशागत करायला थोडं सोपं होतं. पण त्यात एक मोठा पट्टा चिकट मातीचा होता. पावसानंतर घोड्यांच्या खुरांवर माती लपेटायची. ती बराच काळ जड आणि ओली राहायची. काही वेळा अचानक ती चिनी मातीच्या भांड्यासारखी तडकायची आणि मग अतिघट्ट व कोरडी पडायची.

आम्ही जिथं बटाटे लावायचे ठरविले होते त्या 'मॉन्युमेंट' शेताकडे गेलो. आमचा शेजारी रॉननं आम्हाला सांगितलं होतं की त्या शेताच्या कडेला पूर्वी एक घर होतं. तिथं नांगरल्यावर त्याच्या बऱ्याच फुटलेल्या विटा बाहेर आल्या होत्या. ही जमीन अमेरिकन क्रांतीच्या पूर्वीपासून कसली गेली होती. गाई- गुरं, पिकं, कुंपणाच्या तारा, इमारती हे सगळं तिथं होतं. अनेक शेतकरी तिथं आले आणि दिवसाच्या गतीमुळं सावल्या बदलतात त्याप्रमाणे शेतं दुसऱ्याच्या हातात देऊन गेले. खरं सांगायचं तर तुम्ही शेताचे खरे मालक कधीच होऊ शकत नाही. मग खरेदी खतात काहीही लिहिलेले असो. शेताला स्वत:चं असं आयुष्य असतं. तुम्ही त्याच्यावर मनापासून प्रेम करू शकता आणि तुम्ही त्याची जबाबदारीही घेऊ शकता. फार तर तुमची त्याच्याशी सोयरीक होऊ शकते. मी तरफेच्या साहाय्यानं अणकुचीदार टोकं मातीच्या पृष्ठभागात घुसवली. घोड्यांनी आपल्या गळपट्ट्यातील माना पुढं ताणल्या आणि जोमानं पुढं सरकले. वसंतऋतूतले सुपीक, ओलसर मातीचे आणि उबदार घोड्यांचे गंध घेत घोड्यांच्या मागोमाग चालताना मला अगदी मस्त वाटू लागलं.

आम्ही अर्ध शेत संपवलं इतक्यात दंताळ्याची अणकुचीदार टोकं कसल्यातरी धातूच्या वस्तूला आपटल्याचा आवाज आला. मी घोड्यांना चुचकारून थांबवलं आणि ती वस्तू उचलली. तो गंजलेला आणि चिखलात माखलेला घोड्याचा नाल होता. हातानं तापवून, ठोकून बनविलेला एक वाकडा खिळा त्याला जोडलेला होता. माझी पाच बोटं पसरलेल्या तळहाताच्या आकाराचा तो नाल होता. जर एवढ्या आकाराचे नाल त्या घोड्यांना लागत असतील तर सिल्व्हर आणि सॅमना रात्रीच्या जेवणाच्या थाळ्यांच्या आकाराचे नाल आवश्यक ठरले असते. जुन्या काळी शेतावरचे घोडे लहान आकाराचे, मजबूत व नीटस असत. त्यांचं वजन एक हजार पौंडाच्या आसपास असे. आमचे आताचे घोडे दोन हजार पौंडांचे राक्षस आहेत. ज्या दिवशी त्या पूर्वीच्या जुन्या घोड्याचा नाल हरवला त्या दिवशी तो काय करत असेल याचं मला कुतूहल वाटलं. कदाचित तो दिवस या ओल्या दिवसासारखाच असेल. शेताच्या टोकाच्या सखल भागात अजून ओल असल्यानं तेव्हा काम करणं कठीण झालं असेल. तरीसुद्धा ते काम करत राहिले असतील कारण रोपांची लागवड करणं आवश्यक असेल. किंवा शेतात तण माजण्याची भीती असेल. माझ्या मनात तो

घोडा हाकणाऱ्या शेतकऱ्याचा विचार आला. तो वयानं मोठा पुरुष असेल किंवा एखादा पोरगा असेल. त्यानं खडकाळ नसलेल्या आणि काहीच अपेक्षा न करता सदैव देणाऱ्या क्षमाशील जमिनीची योग्यता माझ्याप्रमाणे नक्कीच ओळखली असेल. ज्या जमिनीची बरेच शेतकरी नुसती स्वप्नं बघतात तसली ती माती होती हे मी जाणलं होतं. आपल्या घोड्याचा नाल पडला आहे हे समजल्यावर त्या मातीत मिसळून गेलेल्या लोखंडी पट्टीसारख्या नालासाठी इकडंतिकडं शोधाशोध करणारा तो शेतकरी माझ्या डोळ्यासमोर तरळला. नंतर ती शोधाशोध सोडून तो जेवणासाठी गेला असेल. त्याच्या घोड्याचा हा नाल इतकी वर्षे माझ्याकडून शोध लागण्यासाठी आणि कल्पना करण्यासाठी मातीच्या पृष्ठभागाखाली पडून राहिला असेल. तो शेतकरी आणि मी यामध्ये जे शेतकरी इथे आले असतील त्यांचा त्याच्याशी काही संबंध आला नसेल.

मार्क अजून माझा अनुनय करतच होता. त्याचं प्रेम आणि बांधिलकी कधीही तसूभरसुद्धा अस्थिर नव्हती. माझं प्रेम व बांधिलकी मात्र इकेजी यंत्रावरचा आलेख (हृदयस्पंदन दाखविणारे यंत्र) वरखाली होतो तशी होत होती. त्या वसंतऋतूत त्यानं मला भेटीदाखल दिलेल्या वस्तू अतिशय साध्यासुध्या पण खूप आनंददायक होत्या. आमचं त्यावेळचं कठोर, कष्टदायक आयुष्य आणि नाजूक भावना उत्पन्न होतील अशा लहानसहान कृती यातील विरोधाभास धक्कादायक होता. उदाहरणार्थ- रानफुलांचा एखादा लहानसा गुच्छ संध्याकाळी माझ्या उशाशी ठेवणं, घरामागं पाणथळ कुरणात आम्ही निरखलेल्या, अगदी खालून उडणाऱ्या बहिरी ससाण्याचं काढलेलं चित्र. आम्ही लावणी उरकल्यावर मला ताप भरून मी बिछान्यावर झोपले तेव्हा तो माझ्यासाठी थाळी भरून रानातल्या स्ट्रॉबेरी घेऊन आला. त्या स्ट्रॉबेरी पानाफुलांनी सजवल्या होत्या. मी त्या खात असताना बिछान्याच्या कडेला बसून त्यानं गप्पा मारल्या, विनोद सांगितले पण स्वतःला मात्र मूर्ख ठरवून विनोद केले नाहीत.

माझा ताप गेला पण त्याच्या जागी प्रचंड भूक आली. मशागत केलेल्या शेतात अजून हिरवं काही उगवलेलं नव्हतं. पण माझ्या शरीराला ते हवंहवसं वाटू लागलं. आधी थोडं हळुवारपणे, मग मात्र ते उघडपणे मागू लागलं. आमच्या शेतावर अतिथंड आणि उजाड हिवाळा नसतो. उलट स्वच्छ सूर्यप्रकाश असल्यानं काही तुटवडा नसतो. आम्ही एक टोपली व स्वयंपाकघरातील मोठी कात्री घेऊन कुरणात हिंडलो. या ऋतुत हिरवी कोवळी रानभाजी धुमारली होती. मार्कनं कोठाराच्या अंगणाच्या कुंपणाला असलेल्या समृद्ध जमिनीतून उगवलेल्या खाजकुयलीचे अगदी कोवळे, टोकाचे, थोडी खाज असलेले अंकुर कापले. तसेच त्यानं डॅण्डिलाइनच्या रानफुलांचा ढीग त्यांच्या कडवट, शक्तिवर्धक पानांसकट कापला. मला ती अगदी

खावीखावीशी वाटत होती.

प्रत्येक ऋतुचं एक वैशिष्ट्य असेलेलं मिष्टान्न असतं. अगदी ऋतुनं हात आखडता घेतलेला असला तरीसुद्धा आमचं वसंतऋतुच्या अखेरीस काढलेलं लोणी वर्षातील सर्वोत्कृष्ट लोणी असतं. त्यावेळी आमची कुरणं समृद्ध असतात आणि गाई भराभर वाढणाऱ्या गवतात पोटभर चरतात. हवा थंड असते, मंद वारा वाहतो, अजून माशा छळत नसतात आणि त्यामुळं गाई जणू काही स्वर्गात असतात. त्यावेळी गाईंपासून मिळणारं लोणी मऊ, स्वादिष्ट आणि जुन्या सोन्याची झळाळी असलेलं गडद रंगाचं असतं.

मार्कनं त्या तजेलदार लोण्याचा एक मोठा लपका गरम भांड्यात टाकला. त्यात कांद्याच्या चकत्या टाकल्या. त्या मऊ झाल्यावर गडद हिरव्या खाजकुयल्यांचे अंकुर टाकले. ते उष्णतेनं लगेच वेडेवाकडे झाल्यावर त्यांची खाज गेली. त्यांचा वास व रंग पालकासारखा हिरवा होता. पण त्याला तिखटपणा नव्हता. तीक्ष्ण, वेडावणारा रानाचा वास मात्र होता. त्यात थोडी लसूण, थोडा चिकनचा स्टॉक आणि काही मुठी तांदूळ त्यानं टाकले. पालेभाजी आणि तांदूळ मऊ होईपर्यंत ते उकळू दिलं. मग त्यात थोडं मीठ, मिरी आणि थोडं जायफळ टाकून नीट एकजीव केलं. थाळीत ते वाढताना त्यानं त्यावर थोडी आंबट विरजलेली साय घालून बाजूला त्यानं बनविलेला छान ब्रेड ठेवला. डॅण्डिलाइनची पानं त्यानं अजून गरम असलेल्या भांड्यात अगदी थोडा वेळ टाकली. थोड्या वेळात ती घोळवून बाल्समच्या वासाच्या व्हिनिगरचा सपकारा त्यावर मारला. सकस खाजकुयलीच्या दाटसर खिचडीबरोबर त्याचं आंबट, झणझणीत असं लोणचं तयार झालं.

आमच्या सभासदांनासुद्धा हिरव्या पालेभाज्या हव्याहव्याशा वाटत होत्या. खरं म्हणजे त्या रानभाज्या होत्या. आम्ही शेतावरच्या चांगल्या जमिनीत उगवलेली खाजकुयली आणि लॅम्बज क्वार्टर नावाची पालेभाजी शोधून काढली आणि खूप बुशेल भाजीची तोडणी केली.

मध्यंतरीच्या काळात डुकराचं मांस आणि मक्याचं पीठ एकत्र शिजवून केलेला केकसारखा स्क्रॅपल हा पदार्थ करण्याच्या कल्पनेचा प्रसार करून विक्रीसाठी मी मोहीमच उघडली होती. स्क्रॅपल या पदार्थाचा मार्कला त्याच्या पेनसिल्व्हानियातल्या ॲमिश मित्रांनी परिचय करून दिला होता आणि मग मार्कनं मला. सकाळच्या नाश्त्यासाठी हा पदार्थ मी खाल्लेल्या पदार्थांत सर्वांत कल्पक आणि रुचकर ठरेल असं मला वाटलं. आम्ही शेवटचा डुक्कर मारला तेव्हा मी जवळजवळ शंभर पौंड स्क्रॅपल बनवलं होतं आणि ते चटकन संपत नव्हतं. कदाचित आमच्या सभासदांना तो पदार्थ काय आहे किंवा तो कसा तयार करायचा हे माहीत नसेल असं वाटून आमच्या सभासदांमध्ये त्याच्या विक्रीच्या दृष्टीनं प्रसार करण्यासाठी त्याचं वैशिष्ट्य

दाखविणारं एक टाचण मी तयार केलं :

> ‘स्क्रॅप’ आणि ‘ऑफल’ या शब्दांच्या सारखा ‘स्क्रॅपल’ हा शब्द वाटला तरी तसं काही नाही. स्क्रॅपल हे मस्त जेवण आहे. एका डुकराची हाडं आणि तुकडे किंवा सॉसेजसाठी न वापरलं जाणारं मांस घ्या. मांस हाडापासून सुटं होईतो उकळा. हाडं काढून टाका. शिजविलेलं पाणी आणि मांस ग्राइंडरमधून भरडून काढा. त्याला उकळी आणून त्यात चांगलं दळलेलं पीठ (मका, गहू किंवा पिठाचा गहू), काळी मिरी, मीठ आणि सेज ही सुगंधी वनस्पती टाका. साच्यात ओता. थंड झाल्यावर त्याचे तपकिरी, सुंदर, चिकट असे विटांचे आकार तयार होतात.
>
> आता स्क्रॅपल तयार करण्यासाठी त्याचे पातळ काप करा. पाय असलेल्या एका तिवईसारख्या पसरट भांड्यात थोडं लोणी किंवा डुकराची चरबी टाकून चांगली गरम करा. काप पिठात घोळवून भांड्यात टाका. तुम्हाला योग्य वाटतं त्यापेक्षा जास्त वेळ मध्यम आचेवर शिजवा. काप एकदाच उलटून दुसरी बाजू शिजवा. ती चुरचुरीत काळपट झाली पाहिजे. ती नाश्त्याला अंड्याबरोबर खा. किंवा पेनसिल्व्हानियातील ॲमिश लोक खातात तसा स्क्रॅपल सँडविच करून खा!

माझा उत्साह आणि वसंत ऋतुमुळं मला चढलेल्या उन्मादामुळं मला वाटलं ‘तपकिरी, सुंदर, चिकट विटा’ वाचून लोकांची खाण्याची इच्छा वाढेल. यावरून तुम्हाला कळेल की मार्कच्या ताब्यात विक्रीचा विभाग का आहे ते.

आम्ही शिकत होतो, पण सावकाश. परंतु प्रत्येक गोष्ट आमच्या हातून भरभर होणं आवश्यक होतं. बटाट्याची लागवड करताना त्या आठवड्यातील एक क्षण मोठ्या सफलतेचा होता. बटाट्याचे— ते हजारभर पौंड तरी होते- गोल्फ बॉलच्या आकाराचे तुकडे आधीच कापून तयार होते. प्रत्येक तुकड्यावर किमान एक तरी डोळा होता. त्यातून पांढरेशुभ्र कोंब बाहेर उगवायला आधीच सुरुवात झाली होती. तो शुक्रवार होता. संपूर्ण सकाळ आणि दुपार आम्ही आणखी खाजकुयलीची काढणी करण्यात, पुढं सभासदांना वाटण्यासाठी दूध साठवणीच्या फ्रीजमध्ये ठेवण्यात आणि गोमांसाचे तुकडे कापण्यात घालविली. संध्याकाळी मी सभासदांसाठी त्यांचे वाटे मांडून ठेवण्याचं काम संपेपर्यंत मार्कनं दंताळ्याला घोडे जोडले. दंताळ्याच्या बरोबर मध्यभागी एक मोठं फावडं जोडलेलं होतं. त्याचा उपयोग त्यानं चर- सरी- मारण्यासाठी केला. त्या सरी अगदी सरळ रेषेत आणि मध्ये चाळीस इंच

अंतर सोडून समांतर असतील अशी त्यानं काळजी घेतली होती. त्या जर वेड्यावाकड्या मारल्या असत्या तर त्या ऋतुत आम्ही लावलेल्या बटाट्यांची मशागत करताना आणि त्यांच्या मुळाशी मातीचा ढीग करताना ते बटाटे उकरावे लागले असते. मार्क सुरुवातीपासूनच सरळ सरी मारण्यात पटाईत होता. मला तर ती त्याच्या प्रामाणिक व्यक्तिमत्त्वाची खूण वाटली.

संध्याकाळ झाली तशी मी मार्ककडून घोड्यांच्या जोडीचा ताबा घेऊन त्यांना त्यांच्या तबेल्यात बांधलं. त्यांच्या पाठीवरचा सरंजाम तसाच ठेवला. त्यानंतर काढलेले बटाटे दर दहा इंचाच्या अंतरानं सरीत टाकायला मार्कला मदत करण्यासाठी शेताकडे धावले. आमचं काम संपायच्या आतच सूर्य मावळला होता आणि अजून बटाटे मातीनं झाकायचे होते. दुसऱ्या दिवशी सकाळपासून 'थोडे दिवस पाऊस पडेल' असं भाकीत होतं आणि बटाटे लावणीचा हंगाम अगदी संपत आला होता. आम्ही अतिशय थकलो होतो, पण वर्षभर बटाटे हवे असतील तर आम्हाला ते काम संपवणं भाग होतं.

मार्क आखलेल्या सरींजवळून भरभर धावत बटाटे पेरत राहिला आणि मी परत कोठाराकडे गेले. त्यानं घाईघाईनं दिलेल्या सूचनांवरून मी दंताळ्यापासून फावडं सुटं केलं. त्याजागी दोन वर्तुळाकार धातूचे तुकडे इंग्रजी व्ही च्या आकारानं जोडले. त्यामुळं सरीत असलेल्या बटाट्यांवर मोकळी माती ओढली जाणार होती. मग मी अर्धवट डुलकी घेत असलेल्या घोड्यांना आणायला गेले आणि त्यांना दंताळ्याला जोडलं. आमच्याप्रमाणेच त्यांनीही आधीच त्या दिवशी नेहमीपेक्षा जास्त काम केलं होतं. त्या रात्री मी त्यांना कुरणात मोकळं सोडीन अशी त्यांची बहुतेक अपेक्षा असावी. त्यांच्याकडून पुन्हा कामाची अपेक्षा करणं हेच मला दु:खदायक वाटलं. पण आम्हाला फारसा पर्याय नव्हता. त्यावेळेपर्यंत मानवी भावभावना प्राण्यांना बहाल करणं यावरचा माझा विश्वास उडायला लागला होता. मला असं वाटतं की मानवी भावनांची प्राण्यांवर योजना करणं म्हणजे पशूंची योग्य किंमत न समजणं, त्यांना कमी लेखणं- परंतु त्या रात्री सॅम नक्कीच दृढनिश्चय मनात धरून अंकुशाला ताण देत शेताकडे जाणाऱ्या वाटेवरून पावलं उचलत, आळशी म्हाताऱ्या सिल्व्हरला आपल्याबरोबर अक्षरश: ओढत निघाला.

मी कधीही दंताळं हाताळलं नव्हतं. परंतु मार्क खूप वेगानं बटाटे पेरत होता. म्हणून मी जोत हाकण्याचं काम घेतलं. त्याची चाकं आणि चकत्या पायाजवळच्या दांड्यानं जुळवून घेता येतात. त्यातलं कौशल्य असं की एकाच वेळी घोडे कुठं जातात ते बघणं आणि तुमच्या बैठकीखालील जमीन काळजीपूर्वक बघणं. ती आखलेली सरी दोन घोड्यांच्या बरोबर मध्यावर असली तरच ते उघडे पडलेले बटाटे मातीनं पूर्णपणे झाकले जातात. मी सरळ रेषा मारण्याबाबत तितकीशी

चांगली नाही हे माझ्या लक्षात आलं होतं. म्हणजे माझ्या व्यक्तिमत्त्वाबाबत त्याचा काय अर्थ होतो याचा मी अचंबा करत राहिले.

दोघांपैकी सॅम मात्र आमच्या लहानशा वर्गातला शिक्षकांचा आवडता विद्यार्थी होता. एकतर त्यानं अशी सरळ सरींतल्या पिकांची पूर्वी मशागत केली असणार किंवा तो फार चटकन शिकणारा विद्यार्थी असणार. एखादी सरी संपल्यावर मी घोडाजोडीला 'हा...हा...' करून थांबवून त्यांना जोडलेल्या जड चकत्या काढत असे. त्यावेळी सॅम आपला एक कान मागे फडकवत वळण्यासाठी सूचना मी कधी देते ते काळजीपूर्वक ऐकत असे. कुरणात असताना सिल्व्हर हा निर्विवाद 'राजा' होता. पण सरंजाम घालून जुंपल्यावर काय करायचं हे माहीत असेल तर सॅम ते स्वत: ठामपणे करायला कधी घाबरत नसे. काही वेळा आपले कान मागे खेचून आणि सगळं वजन आपल्या शरीरावर घेऊन आपल्या वागण्यानं तो सिल्व्हरचं लक्ष आपल्याकडे वेधून घेत असे.

चंद्र उगवला पण त्याची काही मदत झाली नाही. वसंतातल्या ठळक शुक्रताऱ्याजवळ त्याचा काचेतून पडावा तसा मंद प्रकाश एका बाजूनं पडला होता. आम्ही तीन चतुर्थांश पेरणी संपवेपर्यंत खूपच अंधार झाला होता. मार्क बटाटे टाकत शेवटी राहिलेल्या सरींजवळून अक्षरश: वेगानं पळत होता. मी ओरडून मार्कला सांगणार होते की आपल्याला काम सोडून घरी जायला लागणार. इतक्यात माझ्या लक्षात आलं की आम्हाला काय करायचंय हे सॅमच्या बरोबर लक्षात आलंय, शिवाय अंधारात माझ्यापेक्षा त्याला छान दिसतंय. मग जेव्हा आम्ही सरी बदलण्यासाठी वळणावर येत होतो तेव्हा मी त्याचा कासरा सैल सोडत असे आणि तो आपणहून दुसऱ्या सरीच्या सुरुवातीला योग्य जागी जाऊन उभा राहत असे. त्यानंतर सिल्व्हर लोहचुंबकानं ओढल्यासारखा त्याच्याबरोबर जाऊन उभा राहत असे. मी त्यांना वेग घ्यायला सांगत असे तेव्हा बटाटे जिथं असायला पाहिजेत तिथं योग्य जागी असत. गडद सावल्यातून पुढं जाताना माझ्या दोन पायांमधून बटाट्याचे पांढरे गोल चंद्र मला अस्पष्ट दिसत. पण मला त्यांच्याशी काही देणं घेणं नसे. अशा प्रकारे आम्ही संपूर्ण शेत संपवलं आणि रात्रीच्या त्या थंड हवेत घोड्यांच्या पाठीतून वाफा येऊ लागल्या. त्यांनी आमच्यासाठी इतक्या आनंदानं काम का केलं ते आजतागायत मला समजलं नाही. खरं म्हणजे ते 'नाही' म्हणण्याइतके समर्थ होते. पण ते होकारच देत राहिले, दिवसभर खूप काम करून दिवस मावळल्यानंतर आणि अंधार पडल्यावरसुद्धा काम करतच राहिले.

भाग चार

उन्हाळा

उन्हाळ्याचे सुरुवातीचे उष्ण दिवस सुरू झाले आणि त्याच्याबरोबर माशा आल्या. हिरव्या डोक्याच्या मोठ्या माशा घोड्यांना छळायला लागल्या आणि (ब्लॅक) काळ्या माशा व रक्त शोषणाऱ्या सोनेरी हिरव्या डोळ्यांच्या (डियर) माशा आम्हाला त्रास द्यायला लागल्या. गाईंच्या डोळ्यांच्या कोपऱ्याशी घरमाशीसारख्या दिसणाऱ्या फेस माशा जन्मल्या. जनावरांच्या अंगातून बाहेर सांडलेलं रक्त पिण्यासाठी टपून बसलेल्या हिरव्या निळ्या चकाकणाऱ्या कॅरियन माशा सगळीकडे लपलेल्या दिसू लागल्या. शेतातली कामं आटोपल्यावर माशा जास्त घोंघावण्याआधी आम्ही पहिलं काम केलं ते म्हणजे 'कॅथलिन' असं जिला नाव ठेवलं होतं, त्या गाईची कत्तल केली. मांसासाठी वाढविलेल्या गाई गाभ आहेत का याची आम्ही तपासणी केली होती. बैलानं खूप प्रयत्न करूनसुद्धा कॅथलिन फळली नव्हती. डॉ. गोल्डवॉसरना तिच्या बीजकोशात काहीतरी दोष जाणवला होता. म्हणून आम्ही निकृष्ट दर्जाची अशी तिच्यावर खूण केली होती. गडद तपकिरी रंगाच्या या गाईच्या केसाळ कपाळावरील पुढील केसांच्या पांढऱ्याशुभ्र पट्ट्यामुळे ही गाय दिसायला खूप छान वाटायची. तिला पाहिल्यावर मला सूझन सोन्टॅग या अमेरिकन लेखिकेची आठवण यायची. काळ्या केसातील एका पांढऱ्या पट्ट्यामुळं ती वैशिष्ट्यपूर्ण दिसायची.

प्राण्यांची मांसासाठी कत्तल करण्यासाठी योग्य टप्पे ओलांडावे लागतात, त्यातून मार्क आणि मी सफाईदारपणे पुढं सरकलो. आमचा दोघांचा परस्परांना अनुकूल असा एक संघ तयार झाला. कॅथलिन शांतपणे चरत होती. मार्कनं तिचे डोळे आणि कान यांच्या रेषांचा जो इंग्रजी एक्स होतो त्या बिंदूवर नेम धरून गोळी मारली आणि ती खाली पडली. गुरं मारल्यावर पडतात तेव्हा ती केवळ गुरुत्वाकर्षणामुळं नसून एक प्रकारच्या पूर्वनियोजित प्रेरणेमुळं फार वेगानं आणि अधिक जोरानं पडतात असं वाटतं. मेंढ्याही तशाच प्रकारे पडतात. याउलट कोंबड्या घाबरून फडफडत

बेफाम होत मरणाला सामोऱ्या जातात. डुकरं शांतपणे न मरता चिडून पळतात. आयुष्यातील शेवटच्या क्षणांमधील हा फरक त्यांच्या त्यांच्या स्वभावाचा अर्क असून, तो शेवटी बाहेर दिसतो की काय असं वाटून मी चकित व्हायची. उदाहरणार्थ प्रयत्नवादी डुक्कर, गरीब गाय, झटका देणारी कोंबडी- आता मात्र मला वाटतं की ते फक्त शरीरचनेतील कौशल्यामुळं म्हणजे कवटीची जाडी किंवा मज्जातंतूच्या रचनेमुळं ते घडत असावं.

मार्कनं माझ्या हातात बंदूक दिली आणि मी त्याच्या हातात सुरा. त्यानं चटकन कॅथलिनची मान कापली आणि गरम रक्त बाहेर गवतावर ओतलं. तिच्यातून रक्त वाहिल्यावर तिनं हवेत उडल्यासारखे पाय झाडले. तिचे डोळे बेशुद्धीच्या पलीकडे गेल्यानं भावनाशून्य झाले होते. जेव्हा तिच्या प्रतिक्षिप्त क्रिया मंदावल्या तेव्हा मी तिच्या मागच्या एका पायाला साखळी गुंडाळली. त्याबरोबर तिनं हेतुपूर्वक पण सावकाश लाथ झाडली. जरी तो पाय मेंदूशी संलग्न नव्हता तरी त्याला जणू माहीत होतं की मी काय करतेय आणि तो आता शेवटचा प्रतिकार करत होता. मी क्षणभर तो पाय हातात धरला. त्याच्या पुष्ट स्नायूतून त्याची शक्ती, मजबूतपणा पाझरतोय असं मला जाणवलं. जिवंत प्राण्यातून चैतन्य पूर्णपणे बाहेर पडून निचरायला वेळ लागतो, जणू काही चैतन्य हेच सारसर्वस्व असतं. ते रक्तापेक्षासुद्धा मंद गतीनं वाहणारं, घट्ट आणि चिकट असं काहीतरी द्रवरूप असतं. किंवा दुष्ट चेटकिणीच्या वाळूच्या घड्याळातील कधीही न संपणाऱ्या वाळूसारखं ते असतं.

दुसऱ्या प्राण्याचा मृत्यू तुम्ही स्वत:च्या मृत्यूचा खोल, गंभीर विचार केल्याशिवाय बघू शकत नाही. मी मार्कजवळ मृत्युमुळं होणाऱ्या संवेदनांबद्दल माझ्या मनातल्या शंका बोलून दाखविल्या, "तिला शारीरिक यातना जाणवल्या असं तुला वाटतं का? तिनं दु:ख सोसलं असं वाटतं का?" तो म्हणाला की तिला भीती वाटली असेल असं वाटत नाही. पण मी योग्य प्रश्न विचारत होते की नाही याची त्याला खात्री नव्हती. मृत्यू हा संपूर्णत्वाचा एक लहानसा हिस्सा आहे. तो म्हणाला की त्याच्या स्वत:पुरतं बोलायचं तर मृत्यूसमयी भव्य आणि अन्तहीन शून्यापेक्षा काहीतरी भावना वाटणं, अगदी काहीही वाटणं जास्त बरं. मी त्याला सांगितलं की आम्ही एकत्र असताना मी मरण पावले तर त्यानं माझं खत बनवावं. मी म्हणाले, "माझं हृदय आणि यकृत कोणीतरी खाईल अशी मला आशा आहे." इतर पुष्कळ प्राण्यांचं हृदय आणि यकृत खाल्ल्यावर मी किमान एवढं तरी करू शकते. आम्ही रस्त्यालगतच्या शेतावर काम करत होतो आणि त्याचवेळी रस्त्यावरून एक जोडपं सकाळच्या नाश्त्यापूर्वी व्यायाम करण्यासाठी फिरायला चाललं होतं. त्या बाईनं चमकदार निळ्या रंगाचा जॉगिंगचा लहानसा शर्ट आणि घट्ट काळी पँट घातली होती. या खुणेवरून हे लोक शहरातले असून, उन्हाळी सुट्टीमध्ये इथं आले आहेत

हे कळलं. आम्ही गाईचे धड एका पायाला धरून ट्रॅक्टरवरच्या टोपलीत वर चढवलं होतं. अर्धवट कापलेलं गाईचं मुंडकं हवेत लोंबकळत हलत होतं. त्या जोडप्यानं प्रथम कुतूहलानं आणि नंतर भयभीत हाऊन आमच्या दिशेला पाहिलं. ''मला वाटतं याविषयी तू लिहून ठेवावसं.'' मार्क म्हणाला.

आतापर्यंत मी प्राण्यांच्या आतील भागांशी पुरेशी परिचित झाले होते. प्राण्यांच्या स्नायूंचे सर्वसामान्यपणे जे तुकडे खाल्ले जातात त्यापेक्षा वेगळ्या उरल्यासुरल्या आतील भागांबद्दलची मळमळ थोडीफार कमी होऊन मी ते खाऊ लागले होते. एखाद्या प्राण्याचा टाकाऊ भाग तेच दुसऱ्याचं मिष्टान्न. सुरुवातीला मार्क आणि मी असे नेहमीपेक्षा वेगळे तुकडे आमच्या वाट्यापेक्षा जास्त खात होतो. कारण ते सभासदांमध्ये अजून फारसे लोकप्रिय झालेले नव्हते. आता परिस्थिती बदलली आहे. कारण यकृताचा एखादा तुकडा जरी आमच्या हाती लागला तरी आम्ही नशीबवान ठरतो. अर्थात त्यावेळी आमचं स्वयंपाकघर म्हणजे स्वयंपाकासाठी वापरायचं क्रीडांगण होतं. मार्क चव बघायचा आणि शिजवायचा. पुन्हा चव बघायचा आणि पुन्हा शिजवायचा. शेवटी त्यानं आश्चर्य वाटावं असं किडनी पाय— मांस व फळांचं मिश्रण करून भाजलेलं पक्वान्न— तयार केलं. त्यात क्रीम आणि बेकनचे तुकडे खुपसले. माझा स्वत:चा विशेष पदार्थ म्हणजे समृद्ध, मांसल, प्रेमाचं प्रतीक असलेलं हृदय. पिकं वाढण्याच्या काळात घाईगर्दीच्या वेळी मला त्याचे पातळ काप करून ते परतून त्यावर पसरट भांड्यात केलेला दाटसर रस्सा चमचाभर घालून, थाळीत ते तयार ठेवायला आवडायचं. हिवाळ्यात कामाची गडबड थोडी कमी असायची. त्यामुळं ओव्हनची मंद आच दिवसभर सुरू असली तरी कोणी काही म्हणायचं नाही. वाळलेल्या सुगंधी वनस्पती, अळंबी, लोणी लावलेला ब्रेडचा चुरा अख्ख्या हृदयात भरून ते भांड्यात झाकून ओव्हनमध्ये मंद आचेवर मी भाजत असे. मी यकृताच्या पुन्हा प्रेमात पडले. यकृताचे अगदी बारीक तुकडे करून, त्याच्याबरोबर मसाले व सुगंधी वनस्पती घालून चटण्या केल्या आणि चिनी मातीच्या वाडग्यात ठेवलेल्या सॉससारख्या तोंडी लावण्याबरोबर मी यकृताचे वेगवेगळे प्रकार करून बघितले. असल्या विशेष प्रकारांबद्दल माहिती मिळणारी स्वयंपाकावरील उपयोगी पुस्तकं मी शोधून काढली- जेन ग्रिगसनचं 'शार्केटरी अँड द फ्रेंच पोर्क कुकरी' या पुस्तकात डुकराचा पाय आणि कान याविषयी विलक्षण लहानसहान तपशील एखाद्या लेखकाप्रमाणे आणि अतिशय जाणकारीनं दिला होता. मी मायकेल रूलमन आणि ब्रायन पॉल्सिनचे 'शॉर्कटेअर' वाचलं. खूप बारीकसारीक तपशिलावर जोर देणारं, फारच तोलून मापून सांगणारं ते असल्यानं मी एखादी रसायनशास्त्रज्ञ

असल्यासारखं मला वाटायला लागलं. मग माझं चिरकाल आवडतं असं ह्यूग फर्नले व्हिटिंगस्टॉलचं 'द रिव्हर कॉटेज मीट बुक' मला मिळालं. या पुस्तकात स्वयंपाकाची अगदी इत्थंभूत माहिती दिल्यानं तो सुटसुटीत आणि सोपा झाला आणि त्यात मजाही आणली.

आम्ही मारलेल्या बैलाच्या, फ्रिजमध्ये ठेवलेल्या अंडकोशांवर ह्यूगमुळे मी पहिला प्रयोग केला. त्यांचा आकार किंचित लांबट, सॉफ्टबॉलसारखा होता. त्यांची वरची कातडी पांढरट असून, त्यावर जांभळ्या रक्तवाहिनीच्या शिरा बेडौलपणे उठून दिसत होत्या. हात लावला तर ते लिबलिबीत वाटत होतं.

''ते शिजवलेले नसताना भूक प्रदीप्त करणारे वाटत नाहीत. '' ह्यूग दिलासा देताना म्हणतो, ''पण एकदा का ते तयार केलं की त्याचं भीतिदायक स्वरूप बदलतं. मेंदूप्रमाणेच मला वाटतं, बऱ्याच जणांना ते काय आहे हे माहीत नसलं तर अतिशय स्वादिष्ट वाटेल.''

ह्यूगच्या सूचनांप्रमाणे मी अंडकोश दोन मिनिटं पांढरट होईपर्यंत उकळत्या पाण्यात ठेवले. नंतर त्यांची वरची त्वचा काढून टाकली. ऑलिव्ह तेल, व्हिनेगर, हिरवा कांदा आणि सुगंधी वनस्पती यात ते मुरत ठेवलं. कोशाच्या वरची कातडी काढताना अचानक एक अडचण आली. कारण अंडकोशावरची त्वचा कोणती आणि त्वचा सोडून 'बाकीचं' म्हणजे काय हे मला सांगता आलं नसतं. मी त्वचेचा वरचा थर काढला तो आत दुसरा थर दिसला. मला वाटलं अंडकोश हा कांद्यासारखा असावा. मी थरावर थर काढत राहिले तर हातात काहीच उरणार नाही. म्हणून मी काही पांढरट आणि जांभळा वेडावाकडा भाग तसाच ठेवला. मी जेव्हा त्याच्या गोल चकत्या काढायला लागले तेव्हा अंडकोशाचा खरा आतील भाग मला सापडला. तो फिक्कट तपकिरी रंगाचा असून, त्याचा पोत रवाळ होता. उत्तर अमेरिकेत वासराचा अंडकोश शिजवून मिळणाऱ्या त्या पदार्थापेक्षासुद्धा हा चांगला होता. स्वादिष्ट बनविण्यासाठी मी त्याच्या चकत्या पिठात घोळवल्या. आणि पसरट भांड्यात लोण्यावर परतल्या. अंडी, लोणी व दुधापासून बनविलेल्या स्क्रँबल अंडी व टोस्टबरोबर त्या सकाळच्या नाश्त्यासाठी वाढल्या. त्याची जवळपास ताज्या समुद्री कालव्यासारखी आवडावी अशी चव होती. त्या चकत्या आकारानं आणि मापानं कालव्यासारख्याच दिसत होत्या. मला त्या आवडल्या आणि मार्कला तर खूपच आवडल्या. ह्यूग म्हणतो, ''रचनेमध्ये अंडकोश हे फार मोठं वैशिष्ट्यपूर्ण मिष्टान्न तसंच पौरुषत्व वाढविणारं मानलं जातं.'' मी त्याला एक चाहती म्हणून पत्र पाठवलं.

आता राहिलं रक्त. प्राण्यांच्या शरीरातील घट्ट, भरीव भाग ही वेगळी गोष्ट. पण द्रवपदार्थ मी हाताळू शकेन की नाही याची मला तितकी खात्री नव्हती. ती म्हणजे

शिकायची शेवटची गोष्ट. मी ह्यूगच्या अभिप्रायासाठी पुस्तक वाचलं आणि त्याची 'ब्लॅक पुडिंग' ही पाककृती मिळाली. त्यात तो म्हणतो- ''तुमच्या डुकराचा अगदी शेवटचा छोटासा तुकडासुद्धा तुम्ही चांगल्या प्रकारे उपयोगात आणणं म्हणजे तुमच्या मनातील गोष्टीला पुष्टी मिळणं.''

मार्क आणि मी जेव्हा डुक्कर कापायला गेलो तेव्हा शेतावर जाताना मी एक भांडं माझ्याबरोबर नेलं आणि अर्धा गॅलन रक्त त्यात जमा केलं. पाककृती बघून ते गरम असतानाच ढवळलं आणि माझ्या चमच्याजवळ तरंगणारे दोरासारखे तुकडे बाहेर काढून उडवले. त्यात राहिलेला द्रव लालभडक होता. मी अन्न म्हणून याआधी पाहिलेल्या कोणत्याही पदार्थापेक्षा तो लालजर्द होता. मी कांदा परतला, त्यात शेरी, क्रीम, सुगंधी वनस्पती, ब्रेडचा चुरा आणि डुकराच्या चरबीचे चौकोनी तुकडे टाकले आणि हे सर्व रक्तात मिसळलं. मार्कनं खाली गाठ मारलेला अभ्रा उभा धरला आणि मी ते मिश्रण त्यात ओतलं. आता माझ्याकडे बरेच लांबट आकाराचे लाल पाणी असलेले फुगे होते. पण अजून ते अन्न या स्वरूपात तयार झालं नव्हतं. मी एक उथळ पसरट भांडं स्टोव्हवर ठेवलं. त्यातील पाण्याला मंद उकळी आल्यावर मी त्यात ते अभ्र्याचे फुगे ठेवले. त्यातले काही फटकन फुटले. जे न फुटता तसेच लिबलिबीत राहिले होते ते चटकन घट्ट झाले आणि लाल रंग बदलून जांभळा रंग झाला. तात्त्विकदृष्ट्या ते खाण्यायोग्य दिसत होते. थंड झाल्यावर त्याचे काप करता येत होते आणि चरबीच्या तुकड्यांमुळं त्यावर पांढरे ठिपके पडले असून ते रसदार झालं होतं. ते अतिशय पौष्टिक व समृद्ध असून, पुस्तकात लिहिल्याप्रमाणे त्याचे लहान लहान तुकडे करून खायचे होते. तरीसुद्धा त्याच्या चवीत आकर्षक असं काहीच नव्हतं. जी काही चव होती ती शेरी आणि त्या स्वयंपाकातल्या सुगंधी वनस्पतीची होती. मात्र त्याचा पोत अतिशय नाजूक व अंडी, फळे, मलई यांचं मिश्रण असलेल्या मूस पदार्थासारखा आकर्षक होता.

उन्हाळा वाढला आणि शेत खूप प्रमाणात भाज्या देऊ लागलं. शुक्रवारी पहाटेच्या थंडगार अंधारात आम्ही बिछान्यातून बाहेर पडून लेट्यूस, पालक, चार्ड बीट, आर्ग्युला आणि स्नॅप वाटाणे शिवाय कोवळे बीट आणि गाजरं, वाटाण्याच्या शेंगा अशा भाज्यांची तोडणी करून ढिगावर ढिग रचत होतो. मी याआधी शेतातून परस्पर मिळालेल्या वाटाण्याच्या शेंगा कधी खाल्ल्या नसल्यानं त्यांचा हिरवा गोड करकरीतपणा मला माहीत नव्हता. थॉमस ला फाउंटननं मला उत्तर भागातील खेड्यापाड्यातील पद्धतीप्रमाणे त्या शिजवायला शिकवलं. बाहेरील सालासकट वाटाण्याच्या शेंगा दुधात घालून त्यांचा रंग चमकदार होईपर्यंत मंद उकळायच्या. पण त्या फार मऊ होऊ द्यायच्या नाहीत. त्यात मीठ, मिरी आणि थोडसं लोणी टाकायचं आणि अगदी

शेवटी एक दोन पुदिन्याच्या काड्या पानांसकट टाकायच्या. दुधात शिजविलेल्या वसंत ऋतुतील अशा वाडगाभर वाटाण्यासाठी शेतात तण काढणं, ते उचलण्याचं काम कितीही वेळ केलं तरी चालेल. त्या दोघांचं मोल एकच आहे.

आम्ही पहिले वहिले नवीन बटाटे खणले. त्यांचा आकार अंड्याएवढा असून, साल पातळ, लालसर गुलाबी आणि चमकदार होती. एक आठवडाभर मार्क आणि मी दुपारच्या जेवणाला लोणी आणि मिठाबरोबर नवीन उकडलेल्या बटाट्यांची आणि भरपूर वाडगे भरून ताज्या हिरव्या पालेभाज्यांची मेजवानी केली. घरासमोरच्या दगडी बाकावर बसून खाता खाता आमच्या शेतावरून नजर फिरविताना, शेतवाडीला हळूहळू आकार यायला सुरुवात झाली होती हे मला दिसत होतं. इमारती अजून कललेल्या होत्या, शेतघराची खिडकी अजून मोडकी होती. परंतु त्याला आता एक दृढनिश्चय दाखविणारा दृश्य अर्थ होता, चैतन्याचं स्फुल्लिंग फुलत होतं. 'शेतवाडीनं आपला आत्मा पुन्हा परत मिळवलाय' असं माझ्या मनात आलं.

सभासदांना आतापर्यंत पुरेसं मांस, दूध आणि खाजकोयली मिळत असल्यानं ते समाधानी होते. आता भाज्या मिळायला सुरुवात झाल्यावर त्यांना अत्यानंद झाला. आमच्या शेतवाडीचं नाव सगळीकडे झालं आणि उन्हाळा पुढं सरकला तशी आमची सभासदसंख्या दुप्पट, नंतर तिप्पट झाली.

दिवस उगवल्यापासून मावळेपर्यंत माझ्या जीवनाचं एकच ध्येय होतं. ते म्हणजे नको असलेल्या रानटी झुडपांची, तणांची हत्या करणं. त्या पहिल्या वर्षापूर्वी विशिष्ट क्रमानुसार केलेल्या माझ्या मनाच्या कॅटलॉगमध्ये मी 'निसर्ग' या सर्वसामान्य रकान्यात 'शेती' असा शब्द लिहून भरला होता. इतर अनेक गोष्टींप्रमाणेच याही बाबतीत मी चुकीची ठरले. शेती म्हणजे निसर्ग नसून एक मोठं सतत चालणारं युद्ध आहे असं मला आढळलं. शेतकरी निसर्गाला आपल्या कुंपणाबाहेर ठेवण्यासाठी सतत लढत असतात आणि निसर्ग सातत्यानं शेतावर आक्रमण करून त्याचा ताबा घेण्यासाठी लढत असतो. भरमसाठ वाढणाऱ्या वनस्पतीत असतात सटीव्हा म्हणजेच मादक पदार्थ निर्माण करणारी मारीजुआनाची रोपं. उलट जोपासून वाढविलेली रोपं नाजूक व अरक्षित, लढा देण्यासाठी नको इतकी उच्चकुलीन आणि सुसंस्कृत असतात. निसर्गात त्याच्याच जवळ असतात. युद्धासाठी विकसित झालेले पायदळातले चिवट सैनिक म्हणजे रानटी झुडपं आणि नको असलेले तण. वर्षातील सर्वांत मोठ्या दिवसाकडे आम्ही जसजसे जात चाललो तसतसा दोन्ही बाजूंनी त्यांचा जोरदार हल्ला झाला. त्यात पाऊस आणि भरपूर उन्हानं इंधनच घातलं. रोज दिवस उगवताना मार्क आणि मी शेताकडं दृष्टी टाकत होतो तेव्हा धुक्याप्रमाणे पसरलेले नवे हिरवे हिरवे तण

दिसायचे. आम्हा प्रत्येकाच्या वाट्याला ते असायचे शेकडो, हजारो, एवढंच नव्हे तर त्यांच्या न संपणाऱ्या लाटांमागून लाटा उसळायच्या.

सेंद्रिय भाजीपाल्याची किंमत जास्त का असं तुम्हाला कधी वाटलं तर तण, रानटी झुडपांना दोषी धरा. नेहमीच्या पारंपरिक शेतावर एका औषधी रसायनाच्या फवाऱ्यानं जे काम होतं तेच काम सेंद्रिय शेतीत अगदी बियाण्यातून कोंब फुटण्यापासून पीक काढणीपर्यंत सतत तण हातानं मुळासकट उपटून करावं लागतं. जेव्हा तण, रानटी झुडपं नुकतीच जमिनीतून वर येतात त्या सुरुवातीच्या अवस्थेला व्हाइट थ्रेड म्हणजे पांढरा दोरा असं म्हणतात. कारण तणाचं पहिलं मुख्य बारीक मूळ तसं दिसतं. त्यावेळी ती नुसती उकरून टाकली की त्यांची नाजूक मुळं हवेत वाळून जातात. किंवा त्यांची नवी पानं मातीत गाडून त्यांना सूर्यप्रकाश मिळू दिला नाही तर त्यांना मारणं सोपं जातं. त्यांना अधिक वाढू दिलं- त्यांचं मुख्य मूळं वाढून मुळांची छान पांढरी जाळी तयार होते, जाड होत जाणाऱ्या खोडावर पानं फुटू लागतात- तर त्यांना मारण्यासाठी अधिकाधिक प्रयत्न करावे लागतात. त्या पांढऱ्या दोऱ्याला उत्तर म्हणून आमचं पसंतीचं हत्यार आहे फावडं. तण आणखी मोठे वाढू दिले तर फावडं निरुपयोगी ठरतं आणि पेरणी केलेल्या सरींतील तण हातानं काढावे लागतात.

आम्ही ज्याला आता सेंद्रिय शेती म्हणतो तीच निसर्गशेती, एके काळी सगळे शेतकरी करत होते आणि आमचं नशीब चांगलं की तण काढण्यासाठी आम्ही घोड्यांनी ओढायची हत्यारं वापरत होतो. ती नेमकी अचूक आणि परिणामकारक होती. आमच्या कारखान्यातील सर्वांत चांगलं हत्यार म्हणजे अॅमिशच्या लिलावात घेतलेलं जुनं पुराणं, गंजलेलं, दोन घोड्यांनी ओढायचं इंटरनॅशनल कल्टिव्हेटर-मशागतीचं यंत्र. मार्कनं ग्रीन अॅशच्या झाडापासून त्याच्या पुढचा नवीन भाग बनविला होता आणि त्याचे मोडलेले भाग बदलले होते. त्या वर्षी इतर वस्तूंप्रमाणेच ते सुस्थितीत नव्हतं- त्याचे बेअरिंग चांगले नव्हते, त्यामुळं त्याची चाकं वेडीवाकडी झाली आणि टेकडीवर व वळणावर ते खाली आपटलं— तरी ते वापरता येत होतं. ते शर्यतीतल्या एखाद्या दोन चाकी हलक्या घोडागाडीप्रमाणे दिसत होतं. पण त्याला खूप तरफा, गिअरची चक्रं तसेच जुळणी होणारे भाग जोडलेले होते. 'विली वोंका' ('विली वोंका अँड द चॉकलेट फॅक्टरी' मधील काल्पनिक पात्र) हा चॉकलेट बनविणारा नसून मातीत राबणारा शेतकरी असता तर अशा तऱ्हेचं यंत्र त्याला वापरायला नक्की आवडलं असतं.

मी त्या सुंदर अवजाराशी एकरूप झाले. माझी शेतातली, घरातली बारीकसारीक कामं झाली आणि घोड्यांचा खरारा, खाणं-पिणं होऊन सरंजाम चढवून त्यांना जुंपलं की मी त्या मशागतीच्या यंत्रावर- कल्टिव्हेटरवर- बसत असे. तोपर्यंत सूर्य वर

येऊन दव नाहीसं झालेलं असे. शेतात गेल्यावर मी जमिनीसरशी सरकणाऱ्या खुरप्यांची खोली आणि कोन यावर नियंत्रण ठेवणाऱ्या अनेक तरफा जुळवून घेत असे. रोपाच्या शक्यतो जवळची माती, रोपाला जराही न मारता, मोकळी करणं हा त्याचा उद्देश होता. घोडे सरींच्या दोन्ही बाजूंना चालायचे आणि मी पायांनी दोन्ही बाजूंची खुरपी चालवत सरींच्या थोडी वर बसलेली असायची. तणांचा पांढरा दांडा तयार होतो त्या अवस्थेत हे हत्यार म्हणजे जादू होती. शेकडो, हजारो लहान रानटी मोहरी आणि शेतात अनेक ठिकाणी उगवलेले लॅम्बज क्वार्टर नावाचे तण ते नष्ट करतं. त्यामुळं एखादी रांग- सरी- पूर्ण करून मागं वळून वर उखडलेले व वाळलेले तण बघणं हे प्रचंड समाधानकारक असायचं.

हे सगळं यथार्थ दर्शन घडविणारं शेतवाडीचं चित्र पाहिल्यावर मला आमचे शत्रू कोण, त्यांच्या वेगवेगळ्या शक्ती आणि कमकुवतपणा हे माझ्या लक्षात आलं. शेतात अत्यंत धूर्त, काही बेत घडविण्याइतके बुद्धिमान असे 'स्मार्ट' तण आहेत. पर्सलेन नावाचं पिवळ्या लहान फुलांचं, जाड पानांचं हे रान 'ट्रोजन' घोड्यासारखं 'आतील शत्रू' आहे. (ग्रीक लोककथेतील लाकडी घोडा. त्याच्या पोटात ग्रीक सैनिक लपून बसले व रात्री बाहेर पडून त्यांनी ट्रॉयच्या सैन्याला हरवलं. त्यामुळं त्यांना 'आतील शत्रू' म्हटलं जायचं.) ते आमच्या अवजारांबरोबर शेतात आलं आणि महाभयंकर असा शक्तिशाली शत्रू होऊन बसलं. 'थिसल' हे काटेरी पानांचं वाऱ्याबरोबर बी वाहून नेणारं नको असलेलं रान हे सावकाश वाढणारं, उघडपणे दिसणारं परंतु भक्कम चिलखत घातल्याप्रमाणे अभेद्य, क्रूर व आपला अधिकार गाजवणारं असं आहे. ते पिकाजवळ उगवतं ते अगदी हुशारीनं, पीक अगदी जोमानं असताना. त्यावेळी आम्ही नेमके इतर कामं पूर्ण करण्यात गर्क होतो आणि मग थिसलच्या फुलांचा जांभळा रंग बदलून पांढरा मऊ कापूस वाऱ्यावर पसरत असताना आम्ही असाहाय्यपणे बघत राहिलो. याशिवाय सुंदर दिसणारं 'बाइंडबीड'- इतर झाडांना गुरफटणारं, तडतडीचं रान- होतंच. ते 'मॉर्निंग ग्लोरी' तणाचंच चुलत भावंडं होतं पण त्याला निसर्गातील 'माताहारी' (ब्रिटिशांसाठी काम करणारी स्त्री-गुप्तहेर) म्हणता येईल. ती माझी 'नेमिसीस'- 'सूडाची देवता' होती.

सुरुवातीला तडतडीचं रान तसं निरुद्रवी वाटलं. मंद रंग, जाड पानं, अरक्षित वाटणाऱ्या त्याच्या लांब सोंडेसारख्या अवयवातून हृदयाच्या आकाराची लहान पानं बाहेर पडायची. ती सुरुवातीला सावकाश वाढली. मग मात्र स्फोट झाल्याप्रमाणे दिवसाला इंचभर देठ वाढून इतर कोवळ्या पिकांना दोऱ्याप्रमाणे गुंडाळून त्यांना गुदमरवून मारायला निघाली. इतर रानटी तणांना मारण्यात परिणामकारक ठरलेल्या कल्टिव्हेटरनं हूट मारताना त्याच्या खुरप्यातून बऱ्याच प्रमाणात तडतडीचं रान वाचायचं. ते मुळासकट उपटून किंवा माती टाकून पुरून टाकलं तरी मरायचं नाही.

त्यातलं काही रान कल्टिव्हेटरच्या खुरप्यांना अडकायचं आणि जमिनीतून तुटून यायचं आणि जर ते पिकांपर्यंत पोचलं असेल तर त्याच्याबरोबर पिकांची धाटं पण तुटून यायची. पिकाची धाटं उन्हानं वाळून जाऊन मरून जायची. पण तडतडीचं निरुपयोगी रान स्वत:च्या रसावर तग धरून पुन्हा मूळ धरायचं आणि वाढायचं. तडतडीच्या तणांनी आमच्यावर मात केली त्याचवेळी बारीक देठांचे द्राक्षासारखे वेल चटईसारखे जमिनीवर पसरले. पिकाच्या सरींतून कल्टिव्हेटर चालवताना सुरुवातीला काही फूट हे वेल कल्टिव्हेटरच्या काही भागांना गुंडाळले गेले. त्यामुळं जमीन खोदून मोकळी करणारी त्याची खुरपी निरुपयोगी ठरली आणि कल्टिव्हेटर ओढून ओढून घोडी घामानं निथळली. तडतडीच्या बाबतीत आपण एकच गोष्ट करू शकतो ती म्हणजे एक बादली बरोबर घेऊन पिकांच्या सरींजवळून रांगत जाऊन हातानं ती पूर्ण तोडून शेतापासून दूर नेणं आणि फेकून देणं आणि खरोखर त्यांच्यावर थुंकणं. 'स्मॉल जॉय' हे शेत स्वच्छ करण्यासाठी आम्हाला पूर्ण दिवस लागला. पण काम संपता संपता बघितलं तर वेलीची रसरशीत टोकं मातीच्या पृष्ठभागातून पुन्हा डोकं वर काढत होती.

जनावरांना खाण्यासाठी गवत कापणी सुरू झाली. सगळे कान रेडिओवरच्या हवामानाच्या अंदाजाकडे लागले होते आणि डोळ्यांना फक्त गवत दिसत होतं. आम्ही त्यावर्षी गवत कापणी व त्यांचे गठ्ठे करण्यासाठी ओवेन्स कुटुंबाला म्हणजे वयस्कर श्री. ओवेन्स आणि नील व डोनाल्ड या तरुण मुलांना मेहनतीचे पैसे देऊन कामाला बोलावलं होतं. संध्याकाळच्या वेळी मशीन दुरुस्तीच्या कारखान्यात पुरुष वाळलेल्या गवताच्या गासड्या बांधण्याच्या यंत्रावर- बेलरवर काम करत असताना किरकोळ कौटुंबिक भांडणांचा आवाज आम्हाला ऐकायला यायचा. त्या बेलरची गासड्यांना गाठ मारण्याची पद्धत अगदी चमत्कारिक असल्यानं आमच्या शेजारपाजारच्या अनेक चांगल्या मेकॅनिकचा त्यामुळं गोंधळ झाला.

आमच्या जनावरांना संपूर्ण हिवाळाभर गवत पुरवण्यासाठी पाच हजार गवताच्या गासड्यांची आम्हाला जरुरी होती. गासड्या चांगल्या होणं हे हवेवर अवलंबून असतं. तुम्हाला सलग काही दिवस कोरडे मिळावे लागतात. गवत कापून, वाळवून, मऊ करून, पुन्हा वाळवून नंतर दंताळ्यानं गोळा करून त्याच्या नीट गासड्या बांधाव्या लागतात. हे सगळं करताना पाऊस पडला तर त्या गवताचा दर्जा कमी होतो. जर गवत खूप ओलं असताना तबेल्यातल्या पोटमाळ्यावर ठेवलं तर ते वाळतं आणि त्याचे तुकडे तुकडे होतात. वाईटात वाईट असंही घडायची शक्यता असते की गवत तापून तापून एक दिवस आपोआप पेटतं आणि कोठार जळून खाक होतं.

सतत चांगली हवा पडली असताना ओवेन्स शक्य तितक्या गवताच्या गासड्या करण्यासाठी गडबडीनं धावले. त्यामुळं मार्क आणि मी त्यांना इतर मदत करण्यासाठी काहीतरी करत होतो. माझं अजून ट्रॅक्टर चालवणं शिकायचंच होतं. ते कौशल्य शिकण्याचं मी आतापर्यंत टाळत होते. त्याचा तिटकारा वाटण्यापेक्षा मला त्याची भीती जास्त वाटत होती. माझा पाय क्लचवरून घसरेलं आणि कोणतीही दयाक्षमा नसणाऱ्या त्या टायरच्या खाली मी कोणालातरी घालीन असा एक मानसिक आजार मला झाला होता. पण भीती वाटते वगैरे लाड पुरवायला या गवताच्या गासड्या करण्याच्या ऋतुत वेळच नसतो. त्या संध्याकाळी मी त्या राक्षसी, केशरी रंगाच्या 'सेम' कंपनीच्या ट्रॅक्टरच्या केबिनमध्ये चढले. ते इटालियन मशीन असून त्याची शक्ती शहरं जमीनदोस्त करायला समर्थ होती. पुरुष मंडळींनी ट्रॅक्टरच्या मागच्या वॅगनमध्ये गवताच्या गासड्या रचल्या आणि मी ट्रॅक्टर चालविला. एकदा मी तो चालविल्यानंतर वारंवार आजारी पडल्यावर बरं व्हावं तसं मला वाटलं. हातात बंदूक धरल्याप्रमाणे मला धैर्य आलं. ओवेन्स कुटुंबातील सर्वांत धिप्पाड नील पन्नास पौडांची गासडी आपल्या जाड बोटांनी दोरीला धरून उचलत असे आणि सुंदर कमानीच्या आकारात वॅगनमधल्या योग्य जागेत उडवत असे. एखाद्या मुलीनं गुलाबाच्या पाकळ्या हवेत फेकाव्यात त्याप्रमाणं तो ही कृती विनासायास, नाजूकपणे फेकल्यासारखं करतोय असं वाटायचं. संध्याकाळच्या उन्हामुळं शेतं सोनेरी आणि प्रत्येकाची कांती तपकिरी-पिवळी भासत होती.

काही वेळा गवत कापणी व गासड्या बांधणं रात्री उशिरापर्यंत चालायचं. ओवेन्स कुटुंब शेतातून गासड्या आत आणून टाकत होते आणि मार्क व मी, त्या कोठारात जागच्या जागी रचून ठेवत होतो. एका रात्री मी पोटमाळ्यावर एकटी होते. आकाश स्वच्छ होतं आणि त्यात मोठा चंद्र होता. पण पोटमाळ्यावर गडद अंधार होता. फक्त एक बल्ब धुळीच्या पडद्यातून प्रकाशाचं क्षीण वर्तुळ दाखवत होता. मार्क बाहेर उभा राहून गासड्यांचा डोंगर गवतासाठीच्या लिफ्टमध्ये चढवून नंतर खिडकीतून आत टाकत होता. गासड्या पोटमाळ्याच्या जमिनीवर धपकन टाकल्याचा आवाज ऐकून मी त्या उचलून जागच्या जागी ठेवत होते. पोटमाळा अर्धा भरला होता. संपूर्ण संध्याकाळभर गवताचे विस्कळीत पुंजके लिफ्टच्या खाली पडत होते. आणि त्यामुळं खूप बर्फ पडल्यावर आवाज येत नाही तसं लिफ्टखेरीज बाकीचे आवाज अजिबात येत नव्हते. अचानक माझ्याजवळ अगदी मोठ्यानं धापा टाकण्याचा, ओरखडण्याचा आवाज आणि कसली तरी सळसळ ऐकू आली. माझ्या थकलेल्या मनानं चटकन विचार केला, 'अस्वल!' मी फक्त अणीबाणीच्या प्रसंगी वापरायच्या आवाजात किंचाळले. तो आवाज धुळीनं भरलेल्या शांत पोटमाळ्यावर घुमला आणि पोटमाळ्याबाहेर जाऊन खणखणाट करणाऱ्या लिफ्टपर्यंत आणि मार्कपर्यंत

पोहोचला. त्यानं लगेच लिफ्ट बंद केली. नंतर लगेच मी खोल, हलका असा धापा टाकल्यासारखा हा... हा... हा... असा आवाज ऐकला. तो नील होता. दणकट नील पोटमाळ्याची शिडी अगदी प्रयत्नपूर्वक चढून गासड्या ठेवण्याच्या कामात मला मदत करण्यासाठी कसाबसा वर चढून आला होता आणि अंधारात तो खो खो हसत सुटला.

या 'स्टोरी' ला बरेच पाय फुटले. बरेच आठवडे शेताजवळून जाताना माणसं उघड्या ट्रकच्या खिडकीतून डोकं बाहेर काढून हसत विचारत, ''तुम्ही नीलला अस्वल समजलात असं ऐकलं.'' जणू काही ते दुधाच्या किंमतीची खात्री करून घेत होते.

उन्हाळ्याचा सर्वोच्च बिंदू म्हणजे वेड्यासारखी धावण्याची शर्यत. या निकडीच्या कामाच्या वेड्या संघर्षाची मार्कनं सूचना दिली होती. गवत कापून, वाळवून त्याच्या गासड्या बांधणं! कुंपण घालणं! कापणी! तण काढणं! पानगळीत मिळणारं गाजर आणि बीट यांची उशिरा झालेली लागवड साधण्यासाठी आम्ही धावपळ करत होतो. आम्ही कोवळ्या कोबीला लागवडीच्या वेळी अगदी वाईट वागवलं. एका मोठ्या सपाट थाळीत कोबी भरून दुडक्या चालीनं रांगत जाऊन ते जमिनीवर ओतलं. आमच्या गुडघ्यांवर रांगत आणि एक एक कोबी मातीत गाडत त्याची विशेष काळजी न घेता तसंच पुढच्याकडे सरकलो. पहाटे पावणेचारला दिवस सुरू व्हायचा. घरातली लहानसहान कामं पहाटेपूर्वी उरकून सूर्य पूर्ण वर उगवताना घोड्यांबरोबर शेतात हजर होत होतो. नंतर काम, काम, काम. हवामान, नको असलेले रानटी तण आणि ऋतु यांच्याबरोबर शर्यत सुरू होती. एका संध्याकाळी सरीच्या टोकाला कल्टिव्हेटरवरच मी झोपी गेले. आणि मी बोटीवर आहे असं मला स्वप्न पडलं. संध्याकाळचं दूध काढणं साडेचारला सुरू व्हायचं. मग झाडणं, स्वच्छता आणि बारीकसारीक कामं सात वाजेपर्यंत संपायची. पण कोंबड्या नऊ वाजेपर्यंत खुराड्यात जायच्या नाहीत. तेव्हा त्यांना बंदिस्त जागेत घालवावं लागायचं. नाहीतर घुबडांनी त्यांना खाऊन टाकलं असतं. नंतर अगदी थोड्या तासांतच या सगळ्या गोष्टींना पुन्हा सुरुवात व्हायची.

मार्क कोणाकडून तरी गुप्त आणि बहुतेक अघोरी स्रोतापासून ऊर्जा मिळवत असावा. मी त्याला आतापर्यंत इतकं आनंदी, अतिशय उत्साही कधीही पाहिलेलं नव्हतं. तो थाळ्या धुताना किंवा वाटाणे तोडताना स्पॅनिश गाणी गायचा. आम्ही शेतात एकत्र काम करत असलो की त्याला अजिबात माहीत नसलेल्या विषयांमध्ये तो रस घ्यायचा. तो मला पॉप संस्कृती— तरुण पिढीचे लोकप्रिय संगीत व कला या विषयी— व चित्रपट तारकांच्या अद्‌भुतरम्य, स्वैर, मुक्त जीवनाविषयी विचारायचा.

त्या तारे-तारकांनी आमच्या शेतात येऊन त्याच्या डोक्यावर फावड्याच्या दांड्यानं टोकलं असतं तरी त्यानं त्यांना ओळखलं नसतं. त्यानं मला 'नवमतवादी' याचा नेमका अर्थ काय आणि आम्ही भेटलो तेव्हा मी त्यातली होते किंवा नाही याबद्दल प्रश्न विचारले. ते आठवडे माझ्या दृष्टीनंसुद्धा अतिशय आनंदाचे होते. तो उत्साह सभासदांसाठी लिहिलेल्या माझ्या आठवडी टाचणातही मी नोंदवला,

'या आठवड्यात तुम्ही सूर्योदय पाहिलात का?' आणि

'होम फील्डमध्ये झिनियाच्या फुलांची मुक्त उधळण चालली आहे.'

संध्याकाळी आम्ही पुन्हा शेतात जाऊन आमची नवी बियाणं किती रुजली आहेत, कोणत्या भागातले तण लगेच काढायला हवेत हे पाहत होतो. आम्ही कोणत्या कामाची किती तातडी आहे यानुसार यादी केली होती. लांब पट्टे असलेल्या काकडीवरच्या किड्यांचा खूप जाड थर भोपळ्याच्या वेलावर येऊन बसला होता. त्यांनी नवीन लावलेली पिवळ्या फुलांची बटरकप रसाच्या फळांची रोपं खाल्ली होती. तिथून सखल भागात गेल्यावर एका संध्याकाळी आम्हाला त्यांचा नेलपॉलिश आणि काख स्वच्छ करणाऱ्या ॲसिडसारखा जहाल दुर्गंधी वाटणारा वास वाऱ्याबरोबर आला. त्यांचं नाव आमच्या यादीत पाहिलं गेलं. दुसऱ्या दिवशी सकाळी ते किडे निष्क्रीय आणि उडू शकत नसतानाच आम्ही शेतात जाऊन ते काढून साबणाच्या पाण्यात टाकले आणि शेतातल्या रस्त्यावर येऊन त्यांचे मोठे पुंजकेच्या पुंजके टाचेखाली चिरडून टाकले.

शेतकरी खूप काबडकष्ट करतात. निसर्ग मात्र हसतो. शेतकरी रडतात. तुमचा शेतीचा इतिहास अत्यंत संक्षिप्त आहे. आम्ही हंगामाची परिसीमा गाठली असताना आणि आम्हाला सिल्व्हरची अतिशय आवश्यकता असतानाच तो जखमी झाला. मी एका सकाळी घोडाजोडीला सरंजाम चढवून त्यांना शेतातल्या रस्त्यावरून स्प्रिंगच्या टोकादार दंताळ्याजवळ नेत होते तेव्हा ते माझ्या लक्षात आलं. त्याचा डावा खूर जमिनीला टेकत होता तेव्हा प्रत्येक वेळी त्याचं मोठं डोकं किंचित वर हिसका देऊन ओढलं जायचं आणि उजवा खूर टेकला की, किंचित खाली वाकायचं. मी त्यांना पुन्हा कोठारात आणलं, सॅमला त्याच्या गवाणीत बांधलं आणि धुळीनं भरलेल्या रस्त्यावर सिल्व्हरला पुन्हा आणलं. त्यानं दुडक्या चालीनं चालावं म्हणून त्याच्या कासऱ्याला धरून खुशामत केली. मी त्याला धीर यावा म्हणून त्याच्याबरोबर धावू लागले. त्याच वेळी त्याच्या चालीत काहीतरी गंभीर लंगडेपणा आहे असं मला दिसलं. दुपारी जेव्हा डॉ. गोल्डवॉसर आले तेव्हा बिचारा सिल्व्हर एखाद्या जखमी सैनिकासारखा खूर फारसा जमिनीला टेकता न आल्यानं लंगडत होता. त्याच्या खुराच्या तळव्याला एक इंचभर खोल अशी जखम झाली होती. मी त्याला आम्ही

पाडलेल्या जुन्या इमारतीजवळून कोठाराच्या मोकळ्या अंगणातून हाकत नेलं तेव्हा कदाचित ती झाली असावी. एखादा जुना खिळा किंवा धातूचा धारदार तुकडा किंवा टोकदार जाड काच लागली असावी- नशिबानं त्याच्या खुरातील मऊ स्नायूला तरी जखम झाली नव्हती. तो बहुतेक बरा होईल असं वाटत होतं. तरीही त्याला विश्रांती द्यायला हवी होती. शिवाय अँटिबायोटिक्सचा कोर्स, मलमपट्टी, रोज गरम पाण्याच्या बादलीत इप्सम सॉल्ट घालून पाय बुडविणं हे सर्व आलंच. पाय बुडविणं आणि मलमपट्टी करणं हे काम अतिशय दमविणारं होतं. कारण सिल्व्हरला बादलीत पाय बुडविण्याऐवजी बादलीवर पाय ठेवायला मजा वाटायची. शिवाय त्याला हा मूर्खपणा पुरे असं वाटलं तेव्हा त्यानं आपला मोठा पाय घट्ट रोवला आणि उचलायला साफ नकार दिला. आणि विश्रांतीचं काय? तो जर स्वारीचा घोडा असता तर सक्तीची विश्रांती नुसती तापदायक ठरली असती. पण तो म्हणजे आमची खेचून नेण्याची अर्धी शक्ती असल्यानं हंगामाच्या अगदी गडबडीच्या वेळी ते एक अचानक उद्भवलेलं संकट होतं.

प्रयत्न करत राहणं एवढंच आमच्या हातात होतं. आम्ही ते संकट भरून काढत होतो आणि त्याचबरोबर प्रयत्नही करत होतो. मला आठवतंय की, भूतकाळातील जीवनाविषयी ओढ लागण्याऐवजी मला भविष्यातील गोष्टींची ओढ लागली होती. एखाद्या गोष्टीचं मर्म जाणणारा नियम केव्हा बरं प्रस्थापित होईल किंवा एखाद्या गोष्टीची केव्हा आणि काय अपेक्षा करायची व त्याला तोंड देण्यासाठी काय तयारी करायची असते, हे सर्व पुढं घडणारं आधीच कळावं असं वाटत होतं.

एखादी भक्कम जड वस्तू कोसळावी त्याप्रमाणे कडाक्याची थंडी भरून काढण्यासाठी कडक उन्हाळा आमच्या अंगावरच आला. त्याच्या वेगाची वाढ पुन्हा दुपटीत झाली. उत्तर भागात वनस्पती दिवसावर ताबा मिळवितात. तुम्ही त्या प्रत्यक्ष वाढताना बघू शकता. बीजाचे दोन भाग होणं, मग वेड्यासारखे पुन्हा दोन लहान भाग होणं, उदंड प्रकाश, उष्णता आणि पाऊस यांचे इंधन असल्यानं त्यांचा अन्नात अंतिम रूपांतर करण्याचा वेग या सगळ्यांची मी कल्पना करू शकते.

भरभर वाढणाऱ्या क्वॅक गवताचे बारीक लांब एखाद्या कोळ्यासारखे कोंब नवीन गाजर आणि बीटच्या रोपांना गुंडाळतील अशी भीती वाटत होती. खांबांच्या कोठारातील मागच्या बाजूला ठेवलेलं एका घोड्यानं हाकायचं मशागतीचं यंत्र- कल्टिव्हेटर आम्ही बाहेर काढलं. दोन घोड्यांच्या यंत्रापेक्षा ते बोथट, लहान आणि कमजोर होतं. पुढच्या दांड्यांना जोडणारा खालीवर होणारा इंग्रजी 'व्ही'चा आकार, तळाला दात आणि लहान टोकाशी इंग्रजी 'यू' आकाराचा धातूचा क्लेव्हिस हा तुकडा घोडा जोडण्यासाठी, शिवाय माणसाला हातानं धरायला मागे दोन हँडल,

एवढं ते साधं यंत्र होतं. नांगराप्रमाणेच ते एका माणसानं काम करायचं यंत्र असून, खांद्याच्या मागं बकलेनं दोऱ्या घट्ट करता यायच्या आणि हातानं हँडल्सना दिशा देता यायची. मी सॅमला त्या यंत्राला जोडलं आणि शक्यतो उत्कृष्ट कौशल्यानं त्याला हाकलं. पण पहिल्याच फेरीत मी रानटी तणांपेक्षा गाजराची रोपं जास्त मारली. मार्कनं प्रयत्न केला पण शेवटी माझ्याप्रमाणेच घडलं. संकटाच्या वेळी तुम्हाला जे माहीत आहे त्याचा तुम्ही आधार घेता. सॅमच्या लगामाला जोडलेल्या लांब दोऱ्या मी काढून टाकल्या. त्याच्या पाठीवर उंच उडी मारून बसायला मार्कनं मला मदत केली. मी त्याच्यावर स्वार झाले आणि त्यानं डोकं खाली करू नये म्हणून खोगिराला बांधलेल्या लहान पट्ट्याचा लगाम म्हणून वापर केला. मार्क कल्टिव्हेटर योग्य प्रकारे चालवत मागं चालू लागला. दोन घोड्यांच्या कल्टिव्हेटरला प्रत्येक सरीसाठी एक खेप करावी लागली असती. हे एक घोड्याचं कल्टिव्हेटर वापरून दोन खेपा माराव्या लागल्या. शिवाय दोन माणसं, चौपट काम लागलं. पण भरभर वाढणारं क्वॅक तण मुळापासून काढण्यासाठी ते उपयोगी होतं. मी सॅमच्या पाठीवर अगदी एवढीशी दिसत असणार. कारण एका शेजाऱ्यानं घराजवळ थांबून विचारलं की मशागत करताना घोड्यावर कोण मुलगा बसला होता. ''मी लहान असताना ते माझं काम होतं.''तो म्हणाला.

सिल्व्हरशिवाय युद्धाचा डाव आमच्या विरुद्ध उलटला. अवेळी पाऊस आला आणि आम्हाला शेतात जाता येईना. रानटी तणांना त्याचा फायदा झाला. 'पांढऱ्या दोऱ्याच्या' अवस्थेपलीकडे त्यांच्या मुळांची वाढ झाल्यानं सगळी शेतं वाया गेली होती. आणि रानटी तण हातानं उपटून काढणं आवश्यक होतं. तातडीनं काय वाचवायचं याचा निवाडा करण्यासाठी आम्ही पावसातच शेतावर गेलो. आम्ही लांब, पांढरट मूळ असलेली भाजीसाठी उपयोगी अशी कोवळी पार्सनिप आणि शेवटी शेवटी लागवड केलेल्या कोबीचा बळी द्यायचं ठरवलं. त्यांची शेतं तणांनी भरून गेली होती आणि ती वाचविण्यासाठी खूप वेळ द्यावा लागला असता. शिवाय तणांचं बी तयार व्हायला आता फारसा अवधी नव्हता. एका दुधी जांभळट पिवळ्या फुलात दोनशे हजार बी तयार होतं. ते मातीत पडून कित्येक दशकं कोंब फुटायची वाट बघतं. जर त्यांना तसंच पडू दिलं तर आपणच आपल्या भविष्यातल्या समस्या पेरतो असं होईल. पाऊस थांबल्यावर सर्व पेरलेल्या सरींवर मी दंताळं फिरविलं आणि तण व रोपांचा एकच शेवट केला. घाणेरडं काम करून संपल्यावर सुटका झाल्यासारखी वाटतं तसं मला त्या वेळी वाटलं.

आमच्या मित्रांनी आणि शेजाऱ्यांनी मदत केली. त्यांनी आम्हाला वाचवलं. माईक आणि लॉरी डेव्हिस आपल्या तीन मुलांना घेऊन आले आणि त्यांनी पूर्ण शनिवारचा दिवस आमच्याबरोबर कांद्यातले रानटी तण काढण्यात घालविला. खरं

म्हणजे त्यांच्या स्वत:च्या शेतातही त्याच वेळी तातडीची कामं होती. आम्ही काय करतोय हे बघण्यासाठी लार्स आला आणि लगेच कामाला लागला. त्यानं धान्य कोठारातील इकडं तिकडं पडलेला जुना गहू आणि मेलेले उंदीर काढून टाकून ते स्वच्छ केलं. त्यामुळं आम्ही त्यात नवं धान्य साठवू शकणार होतो. संपूर्ण हंगामात आणखी काहीतरी करण्यासाठी दर आठवड्याला तो येतच राहिला. त्याच्या व्यक्तिमत्त्वात असलेल्या उत्साहामुळं तो जे काही सर्वांत तातडीचं असेल त्यात झोकून द्यायचा. मार्कचा सर्वांत जवळचा मित्र मॅट न्यू जर्सीतील आपल्या शेतावरून आला होता. त्यानं आपला मुलगा जॅकलाही बरोबर आणलं होतं. मॅट आणि मार्क यांनी जेनेसिस येथे पुरोगामी ननंनी स्थापन केलेल्या बायोडायनॅमिक व्हेजिटेबल फार्मवर एकत्र काम केलं होतं. त्या दोघांची कापणी बघून चकित व्हायला व्हायचं. दोघं जण दोन जोड रांगेतली वाटाण्याच्या वेलांची तोडणी जेवढ्या वेळात करत तेवढ्या वेळेत माझी एक रांग कशीबशी संपत असे. शेतात तापलेल्या त्या शेंगांची उष्णता काढून टाकण्यासाठी मी त्या गार पाण्यात बुडवायचं काम करत होते तेव्हा तरुण बैलाची कत्तल करण्यासाठी मार्कच्या मदतीला मॅट गेला. (मला काळजी वाटली की ते बघून सहा वर्षांच्या जॅकचं मानसिक स्वास्थ्य बिघडेल. पण मोठ्या प्राण्यांच्या शरीरातल्या आतल्या अवयवांचे दृश्य बघण्याची त्याला सवय होती. ''ते बास्केट बॉलसारखं दिसतंय.'' तो बैलांच्या घट्ट मोठ्या पोटाच्या पहिल्या भागात (फस्ट स्टमक) बोट खुपसत शांतपणे म्हणाला.) मार्कची बहीण लिंडा ब्रुकही तिचं पहिलं मूल जन्मण्याआधी स्वत:च्या एका शेताची व्यवस्था बघत होती. ती आणि तिचं कुटुंब आम्हाला भेटायला आलं आणि लगेच त्यांनी बटाट्याच्या शेतात जाऊन तिथली बी पडायला आलेली पिवळी रानटी मोहरीची रोपं उपटून बाहेर टाकायला सुरुवात केली. माझे वडील दोन- तीन दिवस सलग गाडी चालवून आमच्याकडे आले. त्यांनी मार्कचं एक घोड्याचं कल्टिव्हेटर हाकायचं काम आपल्याकडे घेतलं आणि मी सॅमवर स्वार झाले. आम्ही अयशस्वी होणार हे स्पष्टपणे गृहीत असतानासुद्धा आमचे मरणाचे कष्ट बघून त्यांना झालेल्या दु:खाबद्दल ते अजूनही बोलतात. एका संध्याकाळी मेनेहून एक गाडी भरून तरुण टुरिस्ट आले आणि घोडा व कल्टिव्हेटरचे फोटो काढायला थांबले. मार्क त्यांना शेतात भेटला, भरभर काहीतरी बोलला आणि काय होतंय हे कळण्याच्या आतच त्यानं त्यांच्या हातात फावडी कोंबली आणि त्यांना गाजरात कामाला लावलं.

आमच्या संध्याकाळच्या शेतावरच्या फेरफटक्यानंतर कापणी करायच्या पिकांची यादी वाढत गेली. सूर्य मावळताना आम्ही वाटाण्यात मुठीमुठीने शेंगा खात फिरलो. त्या शेंगा इतक्या गच्च भरल्या होत्या की त्या फुटायला आल्या होत्या. त्यापलीकडे असलेल्या लेट्यूसमध्ये हरणं घुसली होती. शेकडो रोपांच्या टोकाच्या मधल्या

भागाचा त्यांनी चावा घेतला होता, पण एकही पूर्ण खाल्लं नव्हतं. मार्कला संध्याकाळच्या वेळी तसला लेट्यूससुद्धा चघळणं आवडतं. तो रोपाच्या वरचा भाग मुळापासून सुरीनं कापून आपलं तोंड त्यात खुपसून दातांनी त्याच्या मधल्या गोड भागाचा लचका तोडत असे आणि बाकीचं फेकून देत असे. टाकून देणं हा शेतकऱ्याचा विशेष अधिकार आहे आणि त्यामुळं आम्हाला आम्ही संपन्न आहोत असं वाटायला लागलं.

प्रश्न- शेती करणं हे एखाद्या नातेसंबंधांसारखं का आहे?

उत्तर- कारण तुम्ही जे पेरता तेच फळ तुम्हाला मिळत नाही. पण हे खोटं आहे. तुम्ही जे पेरता, ज्यासाठी मातीचा ढीग करता, मशागत करता, खतं घालता, कापणी करता, साठवता तेच पीक तुम्हाला 'फळ' म्हणून मिळतं.

सिल्व्हरची जखम भरून आली. गारांचं एक वादळ आमच्यापर्यंत पोहोचलं नाही. एक खूप वाईट संकट टळलं. टोमॅटो त्यांच्या नाजूक देठांवर भरगच्च लगडले होते. मका काही ठिकाणी चांगला दहा फूट उंच होऊन आपल्या पूर्ण वैभवानिशी पोसायला आला होता. 'मका!' त्याच्याकडे पाहून पानांची हिरवाई मनात भरून आश्चर्यानं असा उद्‌गार निघाला. कांद्यांनी आपल्या माना टाकल्या होत्या. त्यांची पाती जमिनीवर लोळत होती.

"काय झालंय त्यांना?" मी मार्कला विचारलं.

"काऽही नाही," तो म्हणाला, "त्यांचा वृद्धापकाळ सुरू झालाय. त्यांची वाढ थांबलीय."

गवताला त्याच्या इच्छेवर सोडलं असल्यानं ते माझ्या छातीपर्यंत वाढलं होतं. आम्ही कापणी केलेल्या शेताच्या बांधावरून संध्याकाळी फिरत होतो तेव्हा जहाजापुढं डॉल्फिननी उड्या माराव्या त्याप्रमाणं आमच्यापुढं काळे टोळ उड्या मारत होते. शेतघरामागचं तळं आटून आकारानं अर्ध झालं होतं आणि त्यात बेडूक भरले होते. रोज संध्याकाळी एक मोठा निळा बगळा- हेरॉन- तिथं यायचा. पक्ष्याच्या रूपातला तो संयमच. निश्चल आणि दिसणं अशक्य अशी चपळ हालचाल. बगळ्यानं एक बेडूक पकडला होता. चोचीच्या टोकाशी असलेला बेडूक धडपडत होता. मग बगळ्यानं आपलं चपटं डोकं आकाशाकडे वर केलं आणि त्याला गिळून टाकलं. पुन्हा आपला संगीतिकेत नृत्य करणाऱ्या मुलीप्रमाणं एक काटकुळा पाय गुडघ्यात मोडून ध्यानस्थ.

हवा बदलली. ती ओलसर दमट झाल्यानं तिला जडता आली. त्यामुळं शेत हे त्रासदायक वाटावं इतकं सुपीक झालं. काकडीसारखी फळं देणाऱ्या झुकिनीचे

वेल एका रात्रीत राक्षसासारखे वाढले. गरम गवतात आपल्या अंड्यांसकट लपलेल्या माशांचे बोटांच्या सांध्यांच्या हाडांवर थरच्या थर बसू लागले. फळ धरताना एखादा बारीक किडा गेला तरी फळ कुजायला पुरे.

त्या ऋतुतील गरमी कमी होण्याची खूण म्हणजे टोमॅटो हॉर्नवर्म. या प्राण्यांचं अस्तित्व कोणाला माहीत होतं? त्या अळ्या मार्कच्या अंगठ्याएवढ्या लठ्ठ व लांब होत्या. त्याची कातडी गुळगुळीत, मऊ आणि सफरचंदाच्या रंगाची बारीक पांढरं नक्षीकाम असलेली होती. एकीकडे पाहिलं तर त्या सुंदर होत्या. जिवंत कलेचे काळजीपूर्वक कोरलेले नमुने. प्रत्यक्षात मात्र उलट म्हणजे ह्या मऊ असल्या तरी भयानक, खादाड व विसंगत होत्या. काहीही असो, त्यांच्या निसर्गाशी एकरूप होऊन शत्रूला फसविण्याच्या युक्तीला दाद द्यायलाच पाहिजे. ती युक्ती इतकी बेमालूम होती की मी कितीही वेळ विद्ध्वंस झालेल्या रोपांकडे टक लावून पाहिलं तरी त्या दिसायच्या नाहीत. पानं गायब, मुळाच्या वरचा खोडाचा भाग खाल्लेला, अळ्यांनी टाकलेली ओली व काळी घाण या पुराव्यांमुळं अळ्यांचं अस्तित्व उघड होतं. काही वेळा मी अगदी जवळ जाऊनसुद्धा त्यांना बघू शकले नाही तेव्हा त्या अळीनं आपणहून अस्पष्ट, धोकादायक, 'क्लीक क्लीक क्लीक क्लीक' असा आवाज केला. मार्कनं मला सांगितलं होतं की त्या चावतात. तेव्हा मी त्या सगळ्यांना हत्यारानं वर उचललं आणि धुळीत माझ्या बुटांखाली चिरडून टाकलं. त्यांच्या आत चकाकणारा हिरव्या जेलीसारखा पदार्थ होता. आणि धुळीतसुद्धा त्याच्या सात कप्प्यांच्या हृदयाचं स्पंदन सुरूच होतं. मला ते बंद पडल्याशिवाय तिथून जाण्याचं धाडस झालं नाही.

जुलै महिना घाईगडबडीत गेला. पिकं हळूहळू हातात येण्याच्या मार्गावर होती. ऑगस्टमध्ये हिमाची लाट येणार होती. त्यामुळं नवीन तणांची चिंता कमी होती. तण आपलं बी टाकण्यापूर्वीच हिमवर्षाव त्यांना आमच्यासाठी मारणार होता. आम्ही अर्धी रात्र जागून लग्नाची निमंत्रणं नक्की केली आणि पोस्ट ऑफिसमध्ये एकदाचे त्यांचे गठ्ठे पडल्यावर मला खूप भीती वाटायला लागली.

ज्या माणसाशी मी लग्न करणार असं म्हणत होते तो वेडापिसा होता. मीही त्याच्याबरोबर वेडी झाले होते. आम्ही दोघांनी मिळून अचाट ऊर्जा निर्माण केली होती. मी बारा-चौदा वर्षांची असताना माझ्या दहा वर्षांनी मोठ्या बहिणीशी लग्नाच्या एकंदर स्वरूपाविषयी बोललेलं मला आठवतंय. त्यावेळी ती नुकतीच एका बंधनातून बाहेर पडली होती आणि शहाणी झाली होती. ती म्हणाली होती की लग्नाचे दोन प्रकार आहेत. दुःखापासून मुक्त सुखदायक असं एक व दुसरं म्हणजे सतत धगधगणारं. मार्क आणि मी भडक डोक्याचे होतो, ठिणगी पडायची वाटच बघत होतो.

मला त्याच्या काही गोष्टीचं पुष्कळसं गूढ कौतुक वाटायचं. त्यामुळं मला भुरळ पडून माझं मत ठाम झालं होतं. तो श्रद्धावान होता. पंधरा वर्षांचा असताना एके दिवशी शाळेतून घरी आल्यावर तो एकटा असताना 'जेहोव्हाच्या' साक्षीदारांनी (हा एक ख्रिश्चन पंथ) त्याचं दार ठोठावलं. त्यानं दार उघडलं आणि त्यांना आत बोलावलं. कित्येक तासांनी त्याचे आई-वडील घरी आले तेव्हा तो वैयक्तिक धर्मश्रद्धेवर अभ्यासपूर्ण स्पष्टीकरण देत असलेला त्यांना आढळला. त्यानं ते पाचपानी कागदांवर टाइप केलेलं होतं. कोचाच्या दुसऱ्या टोकाला बसलेले साक्षीदार मात्र स्तब्ध होते.

मी त्याला भेटले त्यावेळेपर्यंत त्याची धर्मश्रद्धा त्याच्या अभ्यासातून मिळविलेल्या माहितीवर आणि विकास पावणाऱ्या जगाच्या प्रवासावर आधारलेली होती. केनिया, इक्वाडोर आणि मेक्सिकोमधील खेड्यात आणि शहरात आपल्या कुटुंबाबरोबर त्यानं पुष्कळ काळ घालविला होता. कॉलेजनंतर व्हेनेझुएला व भारतात बराच काळ अखंडपणे राहून त्यानं काम केलं होतं. त्याच्या मताप्रमाणे तिथल्या माणसांना भिकेला लावणं, ग्रामीण संस्कृतीचा ऱ्हास आणि पर्यावरणाची अवनती या सर्वांचा जागतिक उत्पादन आणि उपभोग यांच्या चक्राची गती वाढण्याशी संबंध आहे. चांगल्या, स्वस्त वस्तूंची कोणाला तरी कुठंतरी भरपूर किंमत मोजावी लागते. परंतु त्या वस्तू हजारो मैल दूर मोठमोठ्या खोक्यात भरून मॉलमधल्या शेल्फमध्ये मांडल्या जातात तेव्हा त्या मोजलेल्या किंमती दृष्टिआड झालेल्या असतात हे तो स्पष्टपणे पाहू शकत होता. जी प्रक्रिया, कार्यपद्धती तो बघू शकत नव्हता, ज्याचे परिणाम तो मोजू शकत नव्हता त्याबाबतीत तो अस्वस्थ, त्रासलेला असायचा.

हे निष्कर्ष काही असामान्य नाहीयेत. जगातील सगळीकडच्या खूप माणसांनी ते पाहिले आहेत, त्यांची त्यांना जाणीव आहे. पण तरीसुद्धा त्यानंतर ते आपलं पूर्वीचंच आयुष्य कमी-अधिक फरकानं त्याच प्रकारे जगायला लागले आहेत. मार्क त्या लोकांपैकी एक नाही. अमेरिकेतील सर्वसामान्य राहणीतील उपभोगाच्या लाटेपासून शक्यतो दूर राहून जगण्याचा त्यानं प्रयत्न केला होता. अंडरवेअरपासून ते उपकरणांपर्यंत प्रत्येक वस्तू त्यानं नव्यापेक्षा अगोदर दुसऱ्यानं वापरलेल्या पसंत केल्या. दुसऱ्यानं वापरलेल्यापेक्षा स्वत:च्या हातानं तयार केलेल्या वस्तू त्याला जास्त पसंत असत. एकदा त्यानं मला बोलून दाखविलं होतं की एक ना एक दिवस तो अस्वलाच्या जाड, राठ केसांपासून स्वत:चा दात घासायचा ब्रश बनविणार आहे. त्याला प्लॅस्टिकचा तिटकारा होता. या जगात आणखी प्लॅस्टिक आणायचा विचारसुद्धा त्याला सहन होत नसे. त्याला काहीही फुकट घालवणं आवडत नसे. मी त्याला भेटले तेव्हा त्याच्याकडे एक मोठा, त्याच्याच दातांच्या

स्वच्छतेसाठी वापरलेला रेशमासारखा दोऱ्याचा गुंडा होता. तेव्हा तो अर्धवटपणे म्हणाला होता की तो उपयोगाचा आहे. कशासाठी असं त्याला पुन्हा पुन्हा विचारल्यावर तो म्हणाला की एखादे दिवशी फाटलेली पॅन्ट शिवायला तो उपयोगी पडू शकेल.

दररोजच्या प्रत्येक निर्णयाच्या बाबतीत त्यानं विचार केलेला असे. एकदा आम्ही न्यू पॉल्टझला राहत असताना विविध प्रकारचा माल विकणाऱ्या स्टोअरकडे चाललो होतो. वाटेत आमची चर्चा चालली होती की स्थानिक उत्पादन नसलेले पण सेंद्रिय असलेले पदार्थ विकत घ्यावेत की स्थानिक उत्पादन असलेले पण सेंद्रिय नसलेले पदार्थ घ्यावेत. अर्थात ही चर्चा एकाच बाजूनं होती, खरं म्हणजे स्वगतच. शिवाय ते बराच काळ चाललं होतं. कारण, माझी जुनी होंडागाडी शेवटी बंद पडली होती. त्यानं ती पूर्वी बदलायला विरोध केला होता. अर्थात काही काळ मी ती कशीबशी चालविली होती. त्यामुळं आम्ही दोघं लाल रंगाच्या सायकलवरून स्टोअरकडे निघालो होतो. ती सायकल मार्कच्या पूर्वीच्या नातेसंबंधांमुळं तिथं उरलेली होती. आम्ही स्टोअरमध्ये गेल्यावर मी एक कडू कॉफीची बाटली उचलली. त्यावेळी मी मूर्खपणा वाटावा इतकी कॉफी पीत असल्यानं ती कमी करण्यासाठी दुसरी कडू कॉफी मला वापरून बघायची होती. मार्कनं मला दाखवून दिलं की ती 'स्थानिक' ही नाही आणि सेंद्रियही नाही म्हणून ती घेऊ नये. मला आश्चर्य वाटलं आणि मूर्खपणाचंही. मी ती विकत घेतली.

माझ्या मित्र-मैत्रिणी आणि मी असे काही मोठे श्रद्धाळू नव्हतो. त्याबद्दल उपरोधिक बोलणंसुद्धा आम्ही पूर्णपणे बंद केलं होतं. कशावर विश्वास ठेवायचाच असेल तर पूर्व मेक्सिकोच्या खालच्या प्रदेशात बेकायदेशीर विकल्या जाणाऱ्या, झिंग येणाऱ्या मार्गारिटाच्या शीतलतेवर ठेवलेला बरा. माझ्यासाठी नियम हे साथीदारासारखे होते. ते असणं चांगलं होतं पण नको तेव्हा वेगळे करता येत होते. शेतावर काहीतरी करण्याच्या बाबतीत योग्य पद्धत कोणती याविषयी आमचे मतभेद होत असत तेव्हा मार्क मला विचारत असे, ''नैतिकदृष्ट्या तुला काय वाटतं?''

'मला कोणतीही नीतिमत्ता नाही. मी न्यूयॉर्कची आहे आणि सुख हेच अंतिम उद्दिष्ट मानणारी, विलासवादी आहे.' असं मी त्याला उत्तर देत असे.

त्याच्या सगळ्या श्रद्धा कठोर आणि धार्मिक नव्हत्या. काही प्रभावामुळं त्या नवीन गोष्टीत बदलल्या होत्या. जगाच्या आणि माणसांच्या चांगुलपणावर आणि नि:स्वार्थीपणावर त्याचा विश्वास होता. या जगानं त्याला सर्वसाधारणपणे चांगुलपणानं आणि नि:स्वार्थीपणानं प्रतिसाद दिला होता. जेव्हा तो मिळाला नाही तेव्हा त्यानं तिकडं बऱ्याच प्रमाणात दुर्लक्ष केलं पण नाउमेद झाला नाही. माझी स्वत:ची जगाचा

चांगुलपणा आणि नि:स्वार्थीपणा यावरची श्रद्धा ही नेहमी मिळणाऱ्या सकारात्मक प्रतिसादावर अवलंबून असायची. त्यामुळं मला वाटतं ती श्रद्धा नसून जगाविषयी मी गृहीत धरलेली गोष्ट होती.

या सगळ्या श्रद्धांमुळं मार्कला न मोडणारं निश्चयी बळ प्राप्त झालं होतं. त्याच्याशिवाय आम्ही पहिल्या हंगामातून कधीही पार पडलो नसतो. सगळ्या अडचणींवर मात करून आम्ही घोडे वापरून शेती कशी करायची ते कधीही शिकलो नसतो. ज्या मूल्यांबरोबर मी वाढले त्यापेक्षा जास्त काही करण्याची क्षमता नसलेल्या तसेच स्वत:वर ताबा नसणाऱ्या माझ्यासारख्या व्यक्तीसाठी हे अतिशय मोहक होतं. परंतु लग्नाच्या आधीचे काही आठवडे मला तीव्रतेनं असं जाणवत होतं की ती बळकट, न मोडणारी शक्ती म्हणजे हट्टीपणा, दुराग्रह आहे आणि माझ्यासारख्या आत्मविश्वास नसणाऱ्या व्यक्तीकडे मार्क दुर्लक्ष करील.

त्याच्या दुराग्रही स्वभावाचा परिणाम म्हणून आलेल्या धैर्यामुळं कधी कधी तो जास्तच धीट व्हायचा तर कधीतरी मूर्खपणानं वागायचा. सुरुवातीच्या काही वर्षांनंतर आम्ही थोडी पगारी माणसं कामासाठी ठेवली. त्यापैकी जेम्स आणि पेगी या दोघांना मार्कनं, हिवाळ्यात गाईंचा कळप पन्नास एकर कुरणात सोडला होता तिथं, नवीन वासराचं खच्चीकरण करण्यासाठी पाठवलं. ती दोघं दमूनभागून परत आली आणि अंडकोश अजून वासराच्याच ताब्यात होता. ती दोघं सांगत होती की जेम्सनं वासराचा पाय पकडला तेव्हा त्याची आई खवळली. तेव्हा त्या दोघांनी ठरवलं की या कामासाठी तिघं जण असली तर सुरक्षितता येईल.

"असं होय, हॅं.." मार्क म्हणाला.

त्यानं आतापर्यंत वासरांची आई हंबरत असताना आणि त्याच्याकडे बघून डोकं हलवत असतानासुद्धा अनेक वासरांचं खच्चीकरण केलं होतं. 'तुम्ही फक्त चपळ आणि करारीपणा दाखवायला हवा, घाबरलेले वाटता कामा नये,' असा त्यानं उपदेश केला. जेम्स आणि पेगी यांनी पुष्कळ वर्षे आमच्याबरोबर काम केलं होतं, त्यामुळं आपल्या मालकांपुढं त्यांनी माघार घेतली नाही.

"मग तुम्हीच ते करा." जेम्स म्हणाला.

आता जिच्याविषयी बोलत होतो तिचं नाव होतं सिनेस्ट्रा. ती वयानं लहान आणि रंगानं काळी असून, तिचं एक शिंगं बोथट होतं. तिचं पहिलं वासरू मागल्या वर्षीच्या पाऊस व सतत पडलेल्या कडाक्याच्या गारठ्यानं मरण पावलं होतं. मार्क आणि मला ती शेताच्या अगदी कडेला केविलवाणी हंबरत उभी असलेली दिसली होती. सुरुवातीला शेतात एखादं जनावर झोपलेलं लांबून दिसलं तरी ते मला मेलेलं आहे असं वाटून विनाकारण काळजी वाटायची. मग मी इतका मोठा आरडाओरडा करायची की ते दचकून उठून उभं राहायचं. पण मृत प्राणी पूर्ण भुईसपाट आणि

अतिशय स्तब्ध असतात. तिथं तुम्हाला जाणवणारी आणखी एक सूक्ष्म गोष्ट असते ती म्हणजे ते प्राणी चटकन प्रतिक्रिया व्यक्त करत नाहीत. तुम्ही लांबून पाहिलंत तरी मृत्यू स्पष्टपणे दिसतो. ओल्या तपकिरी पानांचा ढीग असावा त्याप्रमाणे ते वासरू तर केव्हाच मरून गेलं होतं.

सिनेस्ट्राला मात्र ते कळलं नव्हतं. तिची कास तटतटली आहे आणि तिचं बाळ हालचाल करत नाहीये एवढंच तिला कळत होतं. आम्ही जवळ गेलो होतो तेव्हा तिनं त्याला चाटून चाटून त्याच्या मऊ केसांचे मध्येमध्ये झुबके केल्याचं आम्हाला दिसलं. आम्ही त्या शेतात जनावरांना खाऊ घालायला जात होतो आणि परत येताना वॅगन रिकामी होती. म्हणून आम्ही वासराचं मृत शरीर उचलायला तिथं गेलो. ते तिथंच ठेवलं असतं तर उगाचच मृतमांसभक्षी प्राण्यांना त्याचा वास लागून ते तिथं आले असते. आम्ही वासरू वॅगनमध्ये टाकलं आणि त्याला दूर नेलं. पण सिनेस्ट्रा कित्येक दिवस त्याच जागेच्या आसपास वासराला शोधत, हंबरत घोटाळत राहिली. मला वाटतं आपल्या मूक पद्धतीनं ती आपल्या नुकसानीबद्दल आम्हाला दोष देत असावी. तिनं जेव्हा मार्कला शेत ओलांडून हातात इलास्ट्रेटर (रक्त न सांडता बैलांना खच्ची करण्याचा पट्टा.) घेऊन तिच्या वासरावर नेम धरलेलं पाहिलं तेव्हा तिच्या डोक्यात तेच असावं.

खच्चीकरणातील सर्वांत कठीण भाग म्हणजे त्या खोंडाला पकडणं असंच नेहमी घडतं. खोंड जन्मापासून वेगवान असतात. ते चटकन बाजूला होतात, गोलगोल फिरतात. पण ते एका आठवड्याचे होण्यापूर्वी त्याला पकडणं अशक्य नसतं. थोडं अंतर जोरानं धावलं तर ते सापडतं.

त्याच्या पाठीवर थोडं थोपटा, मग दोन्ही बीजांडं हातात पकडली आहेत की नाहीत ही खात्री करून घ्या. चार टोकं असलेला इलास्ट्रेटरचा वापर करून जाड रबरी पट्टा त्याच्या अंडकोशांच्या मुळाभोवती घट्ट बसेल असा चटकन सरकवा. नंतर त्याला जाऊ द्या. त्या खोंडाची आई बहुतेक वेळा आपला केसाळ डोळा तुमच्यावर ठेवून आजूबाजूला घोटाळत असते. हे सर्व इतकं चटकन संपतं की तिला आपल्या काकवीसारख्या बुरसट विचारांप्रमाणे कृती प्रत्यक्षात आणायला वेळच मिळत नाही.

पण सिनेस्ट्रानं मात्र पुढचा विचार केलेला असावा. मी तिथं बघायला नव्हते. पण जेम्स आणि पेगी तिथं होते. मार्कनं त्यांना खच्ची कसं करायचं ते दाखवायला बरोबर नेलं होतं. ते सांगत होते की मार्कनं वासराला हात लावल्याबरोबर सिनेस्ट्रानं हल्ला चढविला. मार्कला ती काही त्रासदायक वागेल असं वाटलं नाही. म्हणून तो काम करत राहिला. सिनेस्ट्रानं त्याला जमिनीवर पाडलं आणि आपल्या मोठ्या शिंगांनी ती त्याला मातीत घुसळण्याचा प्रयत्न करू लागली.

जेम्स आणि पेगी सुरक्षित अंतरावर राहून सगळं बघत होते. पण हे प्रकरण गंभीर झाल्यावर हातवारे करत ते जवळ धावले आणि तिला त्यांनी दूर पिटाळलं. सिनेस्ट्रा आणि तिच्या मागोमाग ते काळं लहान वासरू सगळ्या बाजूंनी उघड्या असलेल्या लोखंडी कोठाराकडे मंद गतीनं गेले. तिथं बाकीचा कळप शांतपणे चरत होता.

अशा प्रसंगी बहुतेक लोकांनी, कोणतीही गंभीर दुखापत न होता आपण या अनुभवातून नशीबवान म्हणून पार पडलो असं मानलं असतं. घरी जाऊन नवीन काहीतरी मार्ग शोधला असता. पण मार्क हा मार्कच असल्यानं त्यानं आपलं अंग झाडलं आणि पुन्हा एक प्रयत्न करायचं ठरवलं. या खेपेला त्यानं वासराला धरायच्या आधीच सिनेस्ट्रानं त्याच्यावर हल्ला चढवला. पहिल्याच धडकेत तिनं आपला लहरीपणा प्रत्यक्ष दाखविला. यावेळी मात्र खरोखर गंभीर प्रसंग होता. मार्क लपण्यासाठी कोठाराच्या इंग्रजी आय आकाराच्या लोखंडी खांबामागं धावला. सिनेस्ट्रा थेट समोर अगदी नाट्यपूर्ण आवेशात धडकली. त्यामुळं संपूर्ण कोठार हादरलं. त्यानंतरच मार्कनं ठरवलं की सिनेस्ट्राचं वासरू आपले अंडकोश काही काळ तरी तशीच ठेवू शकतं.

या गोष्टीला छोटं उपकथानक आहे. मार्कवर आणि त्याचं ते जळ्ळं मेलं 'जादूचं वलय', त्यावर अन्याय होऊ नये म्हणून मला ते सांगायलाच हवं. सिनेस्ट्रा घटनेला काही दिवस उलटले होते आणि अजूनही आम्ही मार्कची त्याबद्दल टिंगल करत होतो. तोच आम्हाला एक फोन आला. एक जोडपं त्यांचा गाईंचा कळप वाढविण्यासाठी वासरांचा जनक म्हणून काळा हायलँड जातीचा नर खोंड शोधत होते. काळा हा त्या जातीत त्यामानानं क्वचितच असतो आणि सिनेस्ट्राचं हे नर वासरू- खोंड हा आमच्या कळपात एकमेव काळा होता. ते लोक जास्त किंमत द्यायला तयार होते. त्यामुळं काळा खोडं आणि त्याचे न खच्ची केलेले अंडकोश यांच्या विक्रीनं चांगला फायदा मिळवून दिला.

लग्न शेतावरच होणार होतं. माझ्या भूतकाळातील बरीच माणसं माझं नवं आयुष्य बघायला येणार होती. माझ्या आई-वडिलांच्या बऱ्याच मित्र-मैत्रिणींना निमंत्रण दिलेलं होतं. या सगळ्या माणसांनी मला माझ्या गावातून माझ्या उज्ज्वल भविष्याची अपेक्षा धरून या जगात पाठवणी केली होती. मला नशिबानं उत्तर अमेरिकेतील आयव्ही लीगमधील प्रसिद्ध युनिव्हर्सिटीत सुसंस्कृत शिक्षण मिळालं होतं, जिथून मी झगमगत्या, गूढ अशा शहरी जगात गेले आणि आता इथं. मला वाटलं की माझ्यासाठी त्यांच्या काही अपेक्षा होत्या. आणि त्यांचा तो अधिकारही होता. पण इथं इकडेतिकडे दुडदुड धावणारे उंदीर दिसल्यानं आणि डुकरांच्या शेणामुताचा वास

आल्यानं त्यांच्या त्या अपेक्षा धाडकन खाली आपटून चक्काचूर होणार होत्या. मला लग्नसमारंभाची खूप काळजी वाटत होती.

समारंभासाठी आम्ही फारसा चढउतार नसलेली, चारी बाजूच्या बाकी शेतांपेक्षा किंचित उंचवट्यावरच्या, शेतीवाडीच्या मध्यावर असलेल्या तीस एकर शेताची निवड केली. ती आमच्या सर्वांत उत्कृष्ट जमिनींपैकी एक असून, त्यावरून पाण्याचा निचरा व्हायचा. शिवाय तिथं तीन पाती क्लोव्हर गवत उगवलं होतं. आम्ही तिथं गुरं चरायला सोडली आणि मग ती तशीच ठेवली. नंतर त्या हंगामात उशिरा त्याची कापणी केली. त्यामुळं उन्हाळा कमी होऊन पानगळीचा ऋतु जवळ आला तेव्हा ती कित्येक एकर जमीन चांगली निगा राखलेल्या हिरवळीसारखी दिसू लागली. त्याच्या तीनही बाजू जुन्या मोठमोठ्या वृक्षांनी गच्च भरलेल्या होत्या आणि अगोदरच्या शेतकऱ्यानं बांधलेलं दगडी शोभिवंत सलग कुंपण होतं. चौथ्या बाजूच्या कुंपणाला लहान झाडं, खुरटी रानझुडपं, रोपं होती. त्यात मधोमध असलेलं वेडंवाकडं जुनं ओकचं झाड सगळ्यात उंच, वर डोकं काढत होतं. चित्रपटाच्या चित्रीकरणासाठी टेहळणी करणाऱ्या कोणालाही गावरान लग्नासाठी इतकी सुंदर जागा मिळाली नसती. आणि तो ओक वृक्ष- धट्टाकट्टा, पुरातन वस्तू— टिकाऊपणा आणि स्थैर्य याचं शुभ प्रतीक वाटत होता. कोठाराच्या अंगणापासून या जागेपर्यंत अर्धा मैल अंतर चालावं लागणार होतं. काही पाहुण्यांसाठी ते जरा जास्त होतं. म्हणून आम्ही घोडे आणि शेन शार्पकडून तात्पुरती आणलेली, बसायला बाकं घातलेली लांबट हिरव्या रंगाची वॅगन वापरून त्यांना आणायचं- पोचवायचं ठरवलं. आम्ही रिसेप्शनचं जेवण आणि नृत्य पश्चिमेकडच्या पोटमाळ्यावर ठेवलं. त्यासाठी काही कामं करावी लागणार होती. कोठारातलं गवत काढलं होतं पण त्यात कबुतरं भरली होती. लाईट नव्हते आणि पोटमाळ्यावर जायला फक्त शिडीचाच वापर करता येत होता.

मी पाहुण्यांच्या नजरेतून आमचं घर पाहायचा प्रयत्न केला. त्याला काही जमेच्या बाजू होत्या. ते चौकोनी आणि जहाजावर माल ने-आण करणाऱ्या माणसाप्रमाणे भक्कम होतं. १९०२ मध्ये त्याचा पाया घातला गेला होता आणि आतापर्यंतच्या इतक्या हिवाळ्यांशी व उन्हाळ्यांशी त्यानं टक्कर दिली होती. उपजीविकेसाठी घर बांधण्याचा व्यवसाय करणाऱ्या मार्कच्या वडिलांनी सांगितलं की हे घर नियोजनबद्ध आणि काळजीपूर्वक बांधलेलं होतं. त्याच्या खिडक्यांना मधोमध उभे दगडी खांब होते आणि घराला दोन चिमण्या होत्या. स्वयंपाकघराची जुनी चिमणी विटांनी बांधलेली असून, आतल्या बाजूनं ती मोडकळीला आली होती. आम्ही आमच्या स्टोव्हच्या वरच्या भिंतीतून चिमणीत शिरून तपास केला होता. त्यामुळं तिथं तयार झालेलं भोक टीनच्या पाय पक्वान्न भाजायच्या पत्र्यानं बंद केलं होतं. त्यातील नवीन

पूर्वेकडची चिमणी ओबडधोबड दगडांनी बांधलेली होती. परंतु ती चांगल्या स्थितीत होती.

मी या शेतघराचा आराखडा काढला तेव्हाची जुनी चित्रं पाहिली. त्यावेळी ते सुंदर दिसत होतं. घरापासून पुढं मोकळ्या भागात नेणारी नीटनेटकी दगडी पायवाट आणि पुढच्या दारावर सावली धरणारं खांबांचं पोर्च. आम्ही तिथं जाईपर्यंत ते पोर्च बेडौलपणे बंद केलं होतं, खांब लपले होते, पोर्चचं छप्पर वेडंवाकडं होऊन जरा खाली उतरलं होतं. दुसऱ्या मजल्यावरच्या प्रशस्त खिडक्या जाऊन तिथं लहान, स्वस्त खिडक्या बसविल्या होत्या. त्यामुळं तिरळं असल्याची कळा त्या घराला आली होती. आम्ही तिथं गेलो तेव्हापासून त्यातली एक खिडकी फुटली होती. पोर्चचं नूतनीकरण करताना ते अगदी निर्दयपणे केलं गेलं असल्यानं पुढचं आकर्षक दार वापरात नव्हतं. त्यामुळं ओबडधोबड व मातीच्या बांधणीच्या खोलीतून आम्ही घरात प्रवेश करत होतो. तिथं छपराच्या गळतीमुळं भिंतीवरील सपाट शीटवर मोठमोठे घाणेरडे डाग पडले होते आणि तिथं नेहमी कुबट वास यायचा. ज्या पद्धतीनं छप्पर जोडलं गेलं होतं त्याचा तो परिणाम असून ते डाग न जाणारे होते. कोरड्या असलेल्या भिंतीत अजूनही भोकं होती. आमच्या दारातून आत येताना लोकांच्या डोक्याला तिथलं वेडंवाकडं सामान लागू नये अशा बेतानं व चांगलं दिसावं म्हणून आम्ही एक चौकोनी जीर्ण कापड तिथं ठोकलं.

घराच्या आतला भाग म्हणजे थट्टाच होती. विशेषत: त्या प्रदेशात असणाऱ्या बारीकसारीक गोष्टी- प्लास्टर आणि लाकडी पातळ अरुंद भिंती, टणक जमिनी- त्यावर मात्र लिनोलियम, हिरवे गालिचे, हात पुसायला गुंडाळलेला पेपर, प्लायवूडच्या भिंती आणि दरवाजांची तावदानं (ठरावीक वादाचा मुद्दा असलेली म्हणजे खालच्या मजल्यावर तपकिरी आणि वरच्या मजल्यावर निसर्गात न दिसणाऱ्या रंगाची पांढरी- हिरवी) आणि स्वयंपाकघरात समोरच बघितल्यावर विचित्र असं विटांचा आभास निर्माण करणारं बांधकाम होतं. पण ते नवीन असतानासुद्धा कोणालाही फसवू शकलं नसतं. आमच्या समजुतीप्रमाणे या सगळ्या वस्तू त्या घराचं तीस वर्षांपूर्वी शेवटचं नूतनीकरण झालं तेव्हा आल्या असाव्यात. आणि त्यानंतर ते घर बेफिकिरीनं वापरलं गेलेलं होतं. आम्ही गावात असं ऐकलं होतं की एका ठरावीक काळात तिथं सोळा जण एकदम राहत होती. ती सगळी नुकतीच हायस्कूलमधून बाहेर पडलेली मंडळी होती. त्यांनी भिंतीवर लावलेल्या लाकडी पॅनलवर मुठीएवढी भोकं पाडून ठेवलेली होती, दारांच्या मागं रेसच्या गाड्यांचे स्टिकर्स चिकटवलेले होते आणि पांढऱ्या हिरव्या पट्ट्यांवर फोनचे आकडे पेन्सिलीनं खरडून ठेवलेले होते.

माझं घराचं एक स्वप्न होतं. माझं घर आनंदादायक, चांगल्या सोयी असलेलं छान असावं असं वाटत होतं. पण शेतवाडी वसवायच्या सुरुवातीच्या गोंधळात मी घर अगदी अव्यवस्थित ठेवलं, अगदी अगोदरच्या भाडेकरूंपेक्षाही घाणेरडं ठेवलं. ते निदान फरशी तरी झाडून, पुसून घेत होते. खालच्या मजल्यावरची फरशी तर शेतातून सतत बुटांबरोबर पुन्हा पुन्हा येणाऱ्या मातीमुळं नेहमीच चिखलमय असायची. एका उन्हाळी संध्याकाळी बिचारी बुद्धी निको वादळ सुरू असताना त्या मातीच्या भिंती असलेल्या खोलीत अडकली होती. ती गडगडाटाला घाबरली आणि काय करावं हे तिला सुचेना. मग ती बाहेर येण्यासाठी दारावर नखांनी ओरखाडायला व चावा घ्यायचा प्रयत्न करायला लागली. निको ठीक होती पण ते धातूचा पत्रा असलेलं दार झाझरलं, वाकलं होतं आणि खालून फाटलं होतं. पण ते बदलायला आम्हाला अजिबात वेळ नव्हता.

स्वयंपाकघरात आम्ही कारखान्यात लागतं तशा आकाराचं, तीन बाजू पुढं आलेलं स्टेनलेस स्टीलचं भांडी धुण्याचं सिंक बसवलं होतं. त्याच्यावर पाणी निथळून जाण्यासाठी नळ्या आणि वायरच्या जाळ्यांनी ओबडधोबड बनविलेलं खुंटाळं खिळ्यांनी ठोकलं होतं. आमची स्वतंत्र दुग्धशाळा तयार होईपर्यंत आम्ही त्यावर दुधाची झाकण असलेली उभट भांडी आणि स्टेनलेस स्टीलच्या बादल्या ठेवत होतो. आमचा खाटीकखाना तयार होईपर्यंत स्वयंपाकघराच्या छताला एक जाड स्क्रू ठोकून त्याला गोमांसाचे मोठे तुकडे अडकवून मग त्याचे लहान तुकडे कापत होतो. त्यामुळं स्वयंपाकघराला एक विचित्र घाणेरडी वाटावी अशी ओबडधोबड कळा आली होती. खिडक्यांना पडदे नव्हते आणि लाकडी सामान अगदी कमीतकमी, तात्पुरतं आणलेलं होतं. त्यातील बहुतेक आमच्या ओळखीच्या परिवारांकडून आलेलं होतं तर काही माझ्या न्यूयॉर्कमधल्या अपार्टमेंटमधील वाया जाणाऱ्या वस्तू आणलेल्या होत्या. आमच्याकडे कोच नव्हता. फक्त मोठ्या पाइन लाकडापासून बनविलेल्या एका जेवणाच्या टेबलाभोवती अगदी कडक, जराही न वाकणाऱ्या खुर्च्या होत्या. ते घर सांगत होतं की इथं बसायचं नाही. फक्त काम करायचं किंवा झोपायचं.

या गावात घरासमोरची हिरवळ न कापता, निगा न ठेवलेले असे फक्त आम्हीच होतो. या एसेक्स प्रांतात अगदी अधाशी, दारुडे, बायकांना मारहाण करणारे आणि नेहमी बेकार असलेले लोकसुद्धा आपल्या घराबाहेरच्या हिरवळीची निगा राखतात. गावाबाहेर काही ठिकाणी अंगणात विक्रीसाठी किंवा लिलावासाठी गाड्या कायमच्या ठेवलेल्या असतात. पण त्यांच्या घराभोवतीची हिरवळ आठवड्यातून एकदा तरी नीट कापलेली असते. आमचे वयस्कर शेजारी एव्हरहार्टस् त्यांची हिरवळ व्यवस्थित कापायचे, त्याला वेगवेगळे आकार द्यायचे. पक्ष्यांच्या

अंघोळीसाठी पाणी ठेवून बाजूला पॅन्सीची वाटोळ्या मखमली पाकळ्यांची जांभळ्या- पांढऱ्या- पिवळ्या फुलांची झाडं लावायचे. घराच्या पार्श्वभूमीवर रात्रीच्या वेळी चालणारा प्रोजेक्टर लावून त्यावर चार जुलैला झेंडा तर ख्रिसमसला बर्फाचा माणूस अशी प्रत्येक सुटीसाठी वेगवेगळी चित्रं दिसतील अशी ते व्यवस्था करायचे.

मधल्या काळात हिरवळ अगदी भरभरीत झाली होती. मी हातात खोकी, हत्यारं, काठ्या घेऊन तिथून जा-ये करताना ती बघत असे तेव्हा माझ्या मनात स्वत:बद्दल तीव्र तिटकारा उत्पन्न व्हायचा. कारण इथल्या समाजाच्या मनात आम्ही एक जबाबदार नागरिक म्हणून अयशस्वी ठरल्याबद्दल थोडी निराशाजनक अशी सामुदायिक भावना असावी हे मला कळत होतं. उन्हाळ्याच्या सुरुवातीला एका संध्याकाळी मी माझ्या आई-वडिलांनी आम्हाला दिलेलं लहानसं, इलेक्ट्रिसिटीवर चालणारं हिरवळ कापायचं यंत्र घेतलं आणि हिरवळ कापायचा प्रयत्न केला. परंतु तोपर्यंत गवत इतकं माजलं होतं की ते कापणं म्हणजे नाकातले केस उपटायच्या चिमट्यानं मेंढीचे केस कातरण्यासारखं होतं. परिघाभोवतालचा गवताचा एक पट्टा चिरडल्यासारखा, मध्येमध्ये चावल्यासारखा कसातरी मी कापला, पण मी अगदी पराभूत झाले. ऑगस्टपर्यंत हिरवळ इतकी वाढली होती की ती कुत्री आणि लहान मुलांनासुद्धा लपवू शकेल. आमचा समाज तसा म्हटलं तर विक्षिप्तच आहे. त्यांनी हे सगळं सहन केलं खरं, पण आमच्या शेजाऱ्यांना त्याचा त्रास व्हायचा हे नक्की. कारण ते आम्हाला हिरवळीच्या विषयावरून चिडवत नव्हते. परंतु इतर काही उपरोधिक टोमणे असे होते- मार्कनं शेन शार्पच्या मदतीने हायलँडची दोन शिंग होंडा गाडीच्या टपावर बोल्टने बसविली होती. सायकलच्या वर वळलेल्या दांड्यासारख्या मिशा तिला असल्यासारखं ते दिसत असे. त्यावरून मात्र ते आम्हाला कायम चिडवत असत. हिरवळीबाबत सगळ्यांचे अनिष्टसूचक मौन होतं.

अशा प्रकारच्या सामाजिक दबावापासून मार्क मुक्त होता आणि हिरवळीच्या बाबतीत तर निष्काळजी होता. त्याच्या मते गवत हे चरण्यासाठी असतं. आणि त्यातच प्रश्नाचं उत्तर दडलेलं होतं. आम्हाला कदाचित हिरवळ कापण्यासाठी कधी वेळच मिळाला नसता, पण ती हिरवळ सकस मात्र दिसत होती आणि गुरं भुकेली होती. हिरवळीला कुंपण घालायला आम्हाला वेळ काढता आला असता. आमच्या लग्नसमारंभाच्या आधी काही आठवडे आम्ही हिरवळीला सगळ्या बाजूंनी गोल असं इलेक्ट्रिक वायरचं कुंपण घातलं आणि मांसासाठी वाढवलेल्या गाईंच्या कळपाला आत सोडलं. दुधासाठी असलेल्या गाईंची नेमणूक शेतातील रस्त्यापलीकडे असलेल्या त्या मानानं लहानशा कुरणात केली होती.

तीन दिवस गुरांनी आमच्या हिरवळीची कापणी केली. रूपर्ट बैल गाईंना हाकारत असताना आम्ही स्वस्थ झोपलो. त्याच्या दुःखपूर्ण, गंभीर, खाली खाली येणाऱ्या सूरपट्टीतील डरकाळ्यांत प्रचंड लालसा होती. बैलातील हा उच्चतम पुरुषी आवाज काढत त्याचं उंच स्वरात चिडखोर डरकाळ्या फोडणं सुरू होतं. लालसेमुळं येणारा तो आवाज इलेक्ट्रिक कुंपणामुळं निष्फळ झाला होता. झोपायच्या खोलीच्या अगदी खिडकीखाली येणाऱ्या हलक्या खसखस अशा चरण्याच्या आवाजानं आम्हाला जाग आली. धुकंभरल्या पहाटे आपल्या वासरांना धुक्यातून शोधण्यासाठी त्यांच्या आया हंबरत असताना आम्ही न्याहरी केली. दात घासताना वरच्या बाथरूमच्या खिडकीतून मी त्यांना न्याहळत होते. तळ्याजवळ घरटं केलेल्या मॅलार्ड जातीच्या रानबदकाच्या शांततेचा त्यांनी भंग केला होता. परंतु ट्री- स्वॅलो- झाडपाकोळ्या मात्र भरपूर माशा मिळतील म्हणून आनंदित झाल्या होत्या. मी खिडकी उघडून गाई-गुरांना 'हॅलो, काय कसं काय?' असं म्हटलं. त्यांनी एकसाथ हंबरत मला उत्तर दिलं आणि आपलं डोकं वर उचलून रवंथ करत माझ्याकडे पाहिलं. ती सगळी गुरं नवीन कुरणात हलवेपर्यंत हिरवळ 'हिरवळ' झाली होती. जमिनीपासून इंचभर वर व्यवस्थित उगवून आली होती. शेजाऱ्यांनी दाद देत मान हलविली आणि माझ्या लग्नसमारंभासाठी कामं करायच्या यादीतून मी 'हिरवळ कापून निगा करणे' काढून टाकण्यासाठी त्यावर काट मारली.

उन्हाळ्याच्या अखेरीला माझी मैत्रीण अलेक्सिस ग्रीसला जाताना वाटेत आम्हाला भेटायला दुसऱ्या खेपेला आली. कॉलेज विद्यार्थी असताना आम्ही दोघींनी मिळून एका उन्हाळ्यात प्रवासवर्णन लिहिणाऱ्या लेखिका म्हणून रोममध्ये एकत्र काम केलं होतं. त्यावेळी पॅन्थिअनच्या (ग्रीक देवतांचं मंदिर) बाहेर बसून आम्ही फळं आणि क्रीम घातलेलं इटालियन आइसक्रीम- जिलेटो- खातखात व्हेस्पावर बसून भरधाव वेगानं जाणाऱ्या काळ्या केसांच्या मुलांना निरखलं होतं.

तो ग्रामीण जत्रेचा शेवटचा दिवस होता. जत्रेतल्या दुकानातील पदार्थ तळून तळून तेल शिळं झालं होतं, जत्रेत काम करणाऱ्या लोकांचे आवाज दमून बसले होते. घोडागाड्या आणि सामान उचलणाऱ्या गाड्या कोठारांकडे 'फोर एच' प्रोजेक्ट करण्यासाठी निघाल्या होत्या. बदकं आणि ससे, कोंबड्या, वासरं, घोड्यांची तट्टं, मेंढ्या, शिवाय पलंग आणि झोपण्याच्या बॅगा, पाणी थंड ठेवायचे कुलर, घोड्यांना खरारा करायचे कंगवे, खुरांचं पॉलिश, इलेक्ट्रिक कात्र्या आणि अनेक वस्तू. प्राणीही कंटाळले होते. मुलं कंटाळली होती. पालकही कंटाळले, दमले भागले होते. तरुण मुलांनी त्यांचे कोठारातले घोड्याचे गाळे प्लॅस्टिकची फुलं, निशाणं, फोटो, प्रदर्शनातल्या रिबीनी अशा वस्तूंनी

सुशोभित केले होते. त्याचप्रमाणे फेल्टच्या पेनानं धावत्या अक्षरात आपल्या भावना लिहिलेल्या जाहिरातींच्या स्वरूपातले फलक तेथे लावले होते. (उदाहणार्थ- परमेश्वरा! तू आम्हाला घोडे दिल्याबद्दल आणि नरकापासून आम्हाला वाचविणाऱ्या जीझसला दिल्याबद्दल आम्ही तुझे आभार मानतो.) तिथं रशियात नुकत्याच मरण पावलेल्या कुणाच्या तरी काकाच्या स्मरणार्थ, असा आणखी एक कापडी फलक होता, 'काळ्या समुद्रात बुडून मरण पावलेला' असं खुलासेवार लिहिलं होतं. स्वच्छ सूर्यप्रकाश असताना संध्याकाळी आम्ही कोठारातून बाहेर पडलो. निरभ्र आकाशाच्या पार्श्वभूमीवर फेरीज व्हील उठून दिसत होतं. पुढच्याच तळमजल्यावरच्या हॉलमध्ये गर्भपात विरोधी लोकांनी त्यांच्या टेबलाच्या कडेला रांगेनं प्लॅस्टिकचे गुलाबी गर्भ लावले होते. रिपब्लिकन पक्षाच्या लोकांचं एक टेबल होतं. मी तिथं असलेल्या आमचा शेजारी रॉनकडे पाहून हात हलवला. तो तिथं लाल, पांढरी, निळी अशी पत्रकं वाटत होता. त्या खोलीतल्या गर्दीत पलीकडे एक दाढीवाला माणूस चामड्यानं मढविलेली हत्यारं विकत होता. त्याच्या गाळ्यात पर्स, बेल्ट आणि मोठमोठी शिंगं मिरवणाऱ्या चकित झालेल्या काळविटाचं चित्र कोरलेली बक्कल्स अशा वस्तू टांगलेल्या होत्या.

परत बाहेर येऊन बदकांचं तळं, घोडेस्वारीची जागा, साप आत भरणारा विलक्षण असा गारुडी यांना ओलांडून आम्ही पुढं आलो. अलेक्सिस आणि मी एका गाडीसमोर कॉर्नडॉग आणि आइसक्रीम विकत घेण्यासाठी रांगेत उभे राहिलो. ते लहान पिंपाच्या आकाराच्या प्लॅस्टिकच्या मगमधील सोडावॉटरची जाहिरात करत होते. मला वाटलं की असला पदार्थ कोण खरेदी करील. पण माझ्या रांगेतील पुढील तिघांनी आणि मागच्या एका माणसानं त्याची प्रत्येकी एक ऑर्डर दिली. शर्यती बघण्यासाठी गर्दी बसण्याच्या स्टॅंडकडे लोटत होती. अत्यंत चुरशीच्या स्फोटक अशा या शर्यतीसाठी तिकिटाच्या रांगेत उभं राहताना लोकांच्या हातातील त्या सोडावॉटरच्या मगच्या वजनानं मनगटं वाकत होती. शर्यंती बघण्याच्या स्टॅंडचं तिकीट पाच डॉलर्स, जत्रेत प्रवेश मिळवण्यासाठी दहा डॉलर्स तिकीट होतं. मुलं धरून चार जणांच्या एका कुटुंबाला जत्रेत येऊन एखादा हॉट डॉग किंवा एक मगभर सोडावॉटर विकत घेण्यापूर्वीच किंवा शर्यंत बघण्यापूर्वीच साठ डॉलर खर्च करावे लागले होते.

मानेला आणि कमरेला नाडीनं बांधायचे, खेळताना वापरायचे लहान आकाराचे शर्ट तिथं विक्रीच्या गाळ्यात होते. चित्रं गोदणं होतं. बारीक-लठ्ठ स्त्रियांच्या अर्ध्या लांड्या पॅन्टचे खिसे भरल्यानं तट्ट फुगले होते. ऑईल कंपन्याची चिन्हं, गाड्यांची चित्रं व नाव असलेले टी शर्ट विक्रीला होते. कुटंबातील लहान मुलं पिनबॉलसारखी उड्या मारत होती तर त्यातील वयस्कर माणसं शांतपणे चालत होती.

घोड्यांच्या शर्यतीच्या ५० यार्ड आयताकृती मार्गावर बाजूला अडथळा उभा करण्यासाठी आयोजकांनी कॉंक्रिटचे जाड ठोकळे घातले होते. एक डॉट कंपनीचा टॅंकर त्या मार्गावर मातीच्या पृष्ठभागावर खूप इंच खोल चिखल होईपर्यंत पाणी शिंपडत होता. शर्यतीत भाग घेणाऱ्या गाड्या अडथळ्याच्या बाहेर रांगेनं येत होत्या. गेले कित्येक आठवडे माणसांचे गट आपापल्या मागच्या अंगणात त्या गाड्यांवर रोज संध्याकाळी व शनिवार- रविवार काम करत होते. ख्रिसमसप्रमाणे ही प्रथा पवित्र असून, पिढ्यान्‌पिढ्या चालत आलेली होती. त्यांनी आपल्या इंजिनाची शक्ती वाढवली होती, वारा अडविण्यासाठी असलेली काच काढून टाकली होती, दार व सामान ठेवायची जागा बंद करून त्यांना साखळ्या लावल्या होत्या, गाडीतील पेट्रोल भरायची टाकी काढून टाकून तिथं एक लीटर पेट्रोलची लहान लहान खोकी बसविली होती. काही गाड्यांच्या ड्रायव्हरनी गाडीच्या दारांच्या चौकटींना मऊ फोमचं अस्तर नळ्यांनी ठोकून बसवलं होतं. गाड्या बुद्धिबळाच्या पटासारखे पट्टे रंगवून सुशोभित केल्या होत्या. काहींनी त्यावर थाटात वाक्यं लिहिली होती, 'यामुळे दुखापत होणार आहे.' तर काहींनी आपल्या कुटुंबाचं आणि आवडत्या व्यक्तीचं नाव लिहिलं होतं, 'डॅड- समान्था', 'हाय फॉक्सी' आणि 'जेसिका आमची देवदूत.' कित्येक वेळा १९८० मधल्या जुन्या गाड्यांवर दुर्दैवानं चुकीची स्पेलिंग अगदी काळजीपूर्वक मोठ्या अक्षरात, चकचकीत हिरव्या रंगात लिहिलेली असायची. एका फेरीसाठी (ट्रीट) बारा गाड्या होत्या. अमेरिकेत बैलांच्या झुंजीत बैलांना हार्मोन्स देतात. त्याचप्रमाणे या गाड्यांना यांत्रिक हार्मोन्स दिल्यासारख्या शर्यतीच्या मार्गावर यांत्रिक सिंहाप्रमाणे त्या रोंरावत सुटल्या.

पहिली फेरी चार सिलेंडरच्या लहान कारगाडीची होती. तीन गाड्यांची एक अशा एकामागोमाग एक रांगा करून त्या उभ्या राहिल्या. या स्पर्धा कशा चालतात याविषयी मी आमच्या शेजारी बसलेल्या परिवाराला विचारलं. त्यांनी सांगितलं की शेवटची अजून न हललेली गाडी जिंकणारी आहे, कारण अनुभवी ड्रायव्हर आपल्या गाडीच्या मागच्या भागानं इतरांच्या गाडीवर आदळतात, पुढच्या बाजूनं नाही. कारण त्यांना आपलं इंजीन वाचवायचं असतं. अर्थात ते फार जोरात मारत नाहीत कारण त्यांना त्यातून पैसे मिळवायचे असतात. त्यातले कमी अनुभवी किंवा ज्यांना दुसऱ्याला ठोकल्याशिवाय राहवत नाही असे ड्रायव्हर जोरानं पॅंडल दाबून दुसऱ्याच्या पुढं सर्व शक्तिनिशी आपली गाडी आडवी घालतात. पण या प्रक्रियेत त्यांच्या स्वत:च्या गाड्या तुटूनफुटून जातात.

हिरवा झेंडा हलवून दाखवला गेला आणि गाड्या एकमेकांच्या पुढं किंचाळत धावल्या. तो अचानक आलेला आवाज म्हणजे आवाजाची भिंत तुमच्यावर कोसळल्याप्रमाणे कर्कश होता. एका धातूवर दुसरा धातू आदळल्यावर तुम्हाला ऐकू

आला नाही तरी त्याचा परिणाम तुम्हाला अगदी हाडांपर्यंत जाणवतो. गाड्यातील ड्रायव्हर गाडीत एकदा या तर एकदा त्या बाजूला हलत होते. त्यांची हेल्मेट काच नसलेल्या गाडीच्या दारांच्या चौकटींना आपटत होती. काही सेकंदातच एका गाडीच्या टपातून ज्वाळा बाहेर येऊ लागल्या. तेलकट धूर स्टँडमध्ये पसरला. झेंडा दाखविणाऱ्या माणसानं झेंडा दाखवणं थांबवलं. तोपर्यंत अग्निशामक दलाची माणसं आग विझविण्याचं सामान घेऊन आली.

आग दहा मिनिटं पेटलेली होती. नंतर ती हळूहळू विझली. तोपर्यंत गाड्यांची इंजिनं बंद झाली आणि त्या अडकून पडल्या. शेवटी जेमतेम एक गाडी कशीबशी सुरू होती आणि ती उरलेली लंगडी गाडी विजेती म्हणून घोषित झाली. शर्यतीचा मार्ग धूर आणि वाफ निघत असलेल्या, ॲसिड वाहत असलेल्या बंद पडलेल्या मशीननी अस्ताव्यस्त होऊन गेला होता. दोन चार चाकी ट्रक हरलेल्या वाहनांना ओढून नेण्यासाठी शर्यतीच्या मार्गावर आले. ट्रक चालविणारे ड्रायव्हर हायस्कूलमधली मुलं होती- जीन्स, बेसबॉलच्या टोप्या, छातीचा गुळगुळीत भाग लपविण्यासाठी शर्ट नाही- आपल्या टीमचं गाड्यांसाठीचं काम कौशल्यानं करताना त्यांनी शिष्टसंमत आचारविचार मागे टाकले होते. त्या ड्रायव्हरांच्या शेजारी आणि ट्रकच्या मागं गाद्यांनी शृंगारलेल्या ड्रायव्हरसीटपर्यंतच्या सपाट जागेत लांब केस, उन्हामुळे खांद्यांना बदामी रंग आलेल्या सुंदर मुली बसल्या होत्या. मुलींनी स्पगेटीच्या रुंदीचे, खांद्यावर पट्टे असलेले, लांडे, पाठ उघडे असलेले शर्ट, अगदी तोकडी पँट, मोठी धातूची कडीसारखी कानातली रिंग आणि खूप मोठे उन्हाचे काळे चश्मे घातले होते. त्या अजिबात हसत नव्हत्या. आणि त्यांच्याकडे कुणीच पाहत नाहीये असा बहाणा करत होत्या.

त्यानंतर मोठ्या गाड्यांची शर्यत झाली. मग मध्यम आकाराच्या शक्तिशाली इंजिनाच्या वेग घेणाऱ्या गाड्यांची शर्यत झाली. त्यानंतर व्हॅन- मालवाहतुकीच्या लहान गाड्या आयांनी हाकायची शर्यत होती. पण तोपर्यंत आम्हाला अगदी पुरेपुरे झालं होतं. तो धूर, आवाज आणि मनावरचा ताण, त्या जत्रेचा अगदी टिपेला गेलेला आवाज आम्हाला असह्य झाला आणि आम्ही थकलो. त्या फेऱ्या अजून तासन्तास चालल्या असत्या आणि शेवटच्या विजेत्याला एक हजार डॉलरचा चेक मिळेपर्यंत एकमेकांविरुद्ध प्रतिस्पर्धी उभे केले गेले असते. अलेक्सिस आणि मी शर्यतींवर लक्ष खिळलेल्या प्रेक्षकांचे पाय व पावलं तुडवत गर्दीतून वाट काढत शेवटी त्या स्टँडमधून बाहेर पडलो. तिथं पुन्हा गुलाबी रंगाचे मधमाशांच्या पोळ्यासारखे दिसणारे कापसासारखे मऊ कँडीचे गोळे व कापूस भरलेली भलीमोठी प्राण्यांची खेळणी टांगलेल्या दुकानांचे भरपूर गाळे एका रांगेत होते. आता हळूहळू दिवे लागत होते आणि त्यांच्या डोळे दिपविणाऱ्या प्रकाशझोतात आणि पलीकडच्या

संधिप्रकाशात माध्यमिक शाळेतील मुलं आणि मुली जोड्याजोड्यांनी फिरत होती. भेटण्याचे संकेत चांगल्या तऱ्हेनं सांभाळत ती आपली स्पर्शाची जवळीक लपविण्यासाठी एकमेकांशी मोठ्यानं आरडाओरडा करून बोलत होती. त्यांच्या अदृश्य इच्छेचं समर्थन जणू काही त्यांच्या भडक वागण्यानं होणार होतं.

भाग पाच

पानगळीचा ऋतू

शेत म्हणजे रंगांचं वाचता येणारं घड्याळ आहे. उन्हाळ्याचे दिवस संपत आले आणि आमच्या निसर्गरूपी चित्रकाराची रंग तयार करण्याची सपाट प्लेट पोपटी रंगाची होती, ती बदलून गर्द हिरवी, मग फिकट पिवळी, त्यानंतर भुरकट होऊन सोन्याच्या सर्व छटा त्यावर येत गेल्या. दिवस लहान होऊ लागले. सूर्यप्रकाशावर सोनेरी झाक आली. रंगांचे झोत झाडांच्या झरोक्यातून पसरू लागले- लाल, केशरी, पिवळ्याच्या वेगवेगळ्या छटा. वाळलेल्या नीरस, रूक्ष जमिनीवर लाल भोपळे अगदी दीपस्तंभासारखे उठून दिसत होते. उशिरा लावलेली सूर्यफुलं बहरात होती. दहा फूट उंच ताडमाड वाढलेल्या त्या रोपांची मस्तकं मधमाशांमुळं विलक्षण आकर्षक दिसत होती. कुंपणाला फुललेल्या गोल्डन रॉड- सोनेरी तुऱ्यांचा रंग एक वर्षभरापूर्वीपासून मी पेटीत जपून ठेवलेल्या विवाह सोहळ्यासाठी वापरायच्या अगदी अंगठ्यांसारखाच होता. आमचा साखरपुडा झाल्यावर लगेच मी एका कामगिरीवर ब्रह्मदेशला गेले होते. तिथं सोन्याचे दागिने विकणाऱ्या व्यापाऱ्याकडून मी त्या विकत घेतल्या होत्या. मार्कच्या अंगठीचं माप माहीत नसताना मी त्या विकत घेतल्या होत्या. सर्वसामान्य ब्रह्मदेशी माणसापेक्षा त्याचं बोट थोडं मोठं असेल असं मला वाटलं म्हणून मी सर्वांत मोठी अंगठी मिळवण्यासाठी बाजाराचा कोपरा न् कोपरा धुंडाळला. लाल मखमली कापडावर अडकवलेली चंदनाचा वास घमघमणारी अंगठ्यांची जोडी मला एका दुकानात मिळाली. त्या अंगठ्या चोवीस कॅरेटच्या, जर्द पिवळ्या, जड, नुसत्या गोल आकाराच्या असून, त्याला फारशी झिलई नव्हती. साधं, मृदु व सौम्य स्वरूपाचं जेवढं दिसू शकेल असं त्यांचं रूप होतं. माझी अंगठी खूपच मोठी होती आणि मार्कला ती खूप लहान होईल असं वाटलं. मी घरच्या घरीच त्या मापाप्रमाणे नीट करू शकेन असंही वाटलं. मी त्या व्यापाऱ्याला तसं सांगितल्यावर तिथल्या विक्रेतीनं मला धोक्याची सूचना दिली, ''कापायच्या नाहीत,'' ती आपल्या दोन बोटांनी अंगठ्यांवर हलका आघात करत

म्हणाली, ''वाईट नशीब. प्रेमात भंग नको.''

तो सप्टेंबरचा महिना होता. घाईगडबडीचा कापणीचा हंगाम. दिवसचे दिवस गाजर, बीट उपटायचे आणि त्यांची शंभर पौंडांची पोती भरून टिकण्यासाठी थंड तळघरात ठेवायची. मार्कनं काळा घेवडा व किडनीच्या आकाराचा घेवडा कोयत्यानं तोडला. त्याच्या शेंगा कोरड्या, कुरकुरीत आणि सहज मोडण्यासारख्या झाल्या होत्या. मी त्यांच्या खोडासकट सगळे वेल त्रिशूळी फावड्यानं वॅगनमध्ये टाकले आणि घोड्यांनी ती वॅगन सरींमधून सावकाश खाली नेली. आम्ही वॅगनच्या सपाटीवर ठेवलेला तो सहा फूट उंचीचा हलणारा ढिगारा घरी वाहून नेला व पुढं छप्पर आलेल्या पडवीच्या काँक्रिट जमिनीवर ओतला. नंतर झाडूचे सुटलेले तुकडे गासडी बांधायच्या चिवट दोरानं एकत्र बांधून तयार केलेल्या काठीनं घेवडा बाहेर पडण्यासाठी तो झोडायला सुरुवात केली.

शेताच्या सगळ्या विभागांची कापणी झाल्यावर आम्ही तिथं कंपोस्ट खत पसरलं. त्यामुळं मातीतील पौष्टिक पदार्थ पुन्हा भरून निघणार होते आणि ती पुढच्या वर्षीच्या पिकासाठी पुन्हा तयार होणार होती. हे कंपोस्ट खत आमच्याच शेतात पसरलेल्या सात फूट उंच, बारा फूट रुंद आणि सापाप्रमाणे साठ फूट लांब वळणावळणानं पसरलेल्या ढिगाऱ्यातून तयार होऊन आलेलं होतं. त्यातील मुख्य घटक म्हणजे हिवाळ्यात आम्ही नुकतेच इथं पहिल्यांदा आलो होतो तेव्हा धान्य पिकविणाऱ्या आमच्या एका शेजाऱ्यानं आम्हाला दिलेला अकरा टन खराब झालेला मका. त्या मक्यावर ज्यांचा आम्हाला उपयोग नाही अशा सेंद्रिय पदार्थांचे थर दिले होते. शेण, शेतातून उपटून काढलेले तण, गुरांच्या मूत्रात भिजलेलं, पसरलेलं गोठ्यातील गवत, आरोग्याला अहितकारी गवत, डुकरं आणि कोंबड्या यांना न आवडलेल्या खूप साऱ्या शिळ्या भाज्या, शिवाय आम्ही कत्तल करत असलेल्या प्राण्यांचे न खाता येण्याजोगे शरीराचे भाग. उदा. कातडं, आतडी, पोटाचा भाग, प्लीहा, फुप्फुस, खूर आणि शिंगं.

कार्बन आणि नायट्रोजनचा बरोबर समतोल ठेवला, योग्य तेवढं पाणी घातलं, भरपूर गवत घातलं तर हा ढिगारा पूर्वी एके काळी जे जे जीवित होतं ते सगळं पचवून खत करू शकतं. डिस्कोमध्ये उडणाऱ्या धुराप्रमाणे वाफेचे नाजूक ढग त्यातून उठलेले मी गेल्या हिवाळाभर बघितले होते. त्याचा वास गरम तव्यावर ठेवलेल्या किंचित शिळ्या झालेल्या मेक्सिकोतील मक्याच्या तॉर्तिला रोटीप्रमाणे असून काही वाईट नव्हता. त्याच्या पृष्ठभागावर माशा जन्मण्याइतकी उब असते. पृष्ठभागाच्या एक फूटभर खाली तणातलं बी जळण्याइतकी उष्णता असते आणि तुमचा जिज्ञासू हात भाजण्यापुरेशी धग असते. त्या पहिल्या वर्षी ज्या अनेक गोष्टींनी

मला गोंधळात टाकलं होतं त्यातील सर्वांत आश्चर्यकारक म्हणजे कुजण्याच्या प्रक्रियेतील उष्णता- त्याची तीव्रता आणि त्यासाठी लागणारा वेळ- यामुळे मला स्वत:लाच एक चापटी मारून म्हणावंसं वाटलं, चमचाभर मातीत राहणाऱ्या एक अब्ज सूक्ष्म अशा अवयवयुक्त परिपूर्ण जीवांच्या प्रचंड समूहाच्या क्रियेमुळं उष्णता निर्माण होते हे कुणाला माहीत होतं? ते अवयवयुक्त परिपूर्ण जीव तिथं असतात, खातात आणि प्रचंड प्रमाणात वाढून मरतात. ते खाऊन जी शक्ती सोडतात तिचा मोठे जीव- वनस्पती व प्राणी- 'आपल्या' काळात स्वत:त संग्रह करतात. ती शक्ती मूलत: सूर्यापासून येते. हिवाळ्यात कंपोस्ट खताच्या ढिगात हात घाला. उन्हाळ्यातील कडक सूर्याच्या चटक्यांनी भाजल्यासारखा हात पोळेल. हा चमत्कार अनुभवणं नक्कीच मोलाचं आहे असं मला वाटतं.

संपूर्ण हिवाळा आणि वसंत ऋतुत ट्रॅक्टरचं ओझं उचलणाऱ्या वक्राकार भागानं, मधल्या भागात गरम परंतु वर आणि कडेला थंड असणारा कंपोस्ट खताचा ढिगारा आम्ही हलवत राहिलो. असं मिश्रण केल्यावर तापमान पुन्हा वाढलं, पण पहिल्या इतकं जास्त नाही. मिश्रण करा, तापमानावर शिजवा, पुन्हा थंड होऊ द्या, आणि पुन्हा पुन्हा असंच करा. आता त्या ढिगाऱ्याचा आकार कमी कमी होत चालला आणि उन्हाळ्याच्या सुरुवातीला तो अर्धा झाला. त्यातील प्रत्येक वेगवेगळे घटक विरघळल्यासारखे एकजीव होऊन त्यांचा नायट्रोजननं समृद्ध असा काळा, चटकन चुरा होणारा, शेतात पसरण्यायोग्य पदार्थ तयार झाला.

त्या आठवड्यात काही दिवस मार्क रात्री अगदी उशिरापर्यंत आमच्या यंत्रदुरुस्तीच्या कारखान्यात काम करत राहिला. तो आम्ही विकत घेतलेल्या घोड्यानं ओढायच्या, आमच्या खत पसरायच्या यंत्राची पुन्हा रचना करण्यात गर्क होता. त्यानं आणि मी खत पसरायच्या यंत्रात फावड्यानं खत उचलून भरलं आणि यंत्राची परीक्षा करण्यासाठी एका शेतात नेलं. ते जुनं घसरडं मशीन होतं. ती एक निमुळती, दोन्ही बाजू उंच असलेली लाकडी पेटी होती. त्या पेटीच्या तळातून दोन साखळ्या पाठीमागं असलेल्या तीन बीटरच्या समूहाकडे गेल्या होत्या. साखळी आणि बीटर वॅगनच्या चाकांशी जोडलेले होते. मी गीअर टाकल्यावर घोडे पुढं जात, साखळीही हलत असे आणि बीटर गोल फिरून आमचं कंपोस्ट खत वॅगनमागे उंच व रुंद, कमानीच्या आकारात फेकलं जात असे. मार्कनं आणि मी आनंदानं आरोळ्या ठोकल्या. त्यानंतर सरीत पुढं जाताना बीटरनी खताचा गठ्ठा मागच्याऐवजी पुढं फेकला. तो माझ्या डोक्यावरून सिल्व्हरच्या पाठीवर धपकन आदळला. गोंधळून त्यानं आपले कान मागं खेचले आणि तो भरभर चालू लागला. त्याबरोबर साखळी आणि बीटरसुद्धा अधिकाधिक गतीनं फिरले. घोड्यांचा धीर सुटला आणि ते

पळायचा प्रयत्न करू लागले. त्यांना थांबविण्यासाठी मला माझी सगळी शक्ती वापरावी लागली. त्यानंतर सिल्व्हरचा त्या खत पसरणाऱ्या यंत्रावरचा विश्वास उडाला. मी गीअर टाकले की तो मान ताणून आपलं डोकं उंच करत असे.

आमच्या शेताची लांबीची बाजू ओलांडण्यासाठी जेवढा वेळ लागत असे म्हणजे तीन मिनिटांपेक्षा कमी वेळात घोडे आणि मी मिळून एक टन कंपोस्ट खत पसरून टाकू शकत असू. त्यातला कंटाळवाणा भाग म्हणजे ते एक टन कंपोस्ट खत त्या पसरणाऱ्या यंत्रात भरण्याचं काम. मार्क तीन धारी फावडं हातात घेऊन ते भरायला मला मदत करत असे. प्रत्येक वेळी ते भरण्यासाठी वीस मिनिटं लागत. जसजसे दिवस जाऊ लागले तसतसे आम्ही दमलो आणि प्रत्येक भरण्याला जास्त वेळ लागू लागला. त्यामुळं संध्याकाळपर्यंत वक्राकार फावड्याचा ट्रॅक्टर जास्त आकर्षक वाटायला लागायचा. तेच काम फारसे कष्ट न करता ट्रॅक्टर दोन खेपात उचलू शकतो. फक्त अडचण अशी होती की, सिल्व्हरला ट्रॅक्टर अजिबात आवडत नव्हता. कोठाराच्या अंगणात उभ्या करून ठेवलेल्या ट्रॅक्टरकडे तो दबा धरून बसलेल्या लांडग्याकडे बघावं तसा बघत असे. त्याच्यामागं असलेल्या, तो पाहू न शकणाऱ्या, रोरावणाऱ्या आवाजानं तो जास्तच त्रासेल अशी मला काळजी वाटायची. पण आम्ही दमलो होतो आणि उशीर होत होता. मार्कनं ट्रॅक्टर सुरू केला. सिल्व्हर विचलित झाला तर ट्रॅक्टर बंद करायचा असं त्यानं वचन दिलं. मी खत पसरायच्या मशीनवरून उठले आणि घोड्यांच्या डोक्याजवळ गेले. मी घोड्यांवर बसायला लागल्यापासून त्यांना आत्मविश्वास देण्यासाठी मी नेहमी असंच करत आले आहे.

पुढं काय घडलं हे एखाद्या चित्रपटासारखं मला आठवतंय. सिल्व्हरच्या कानांकडे लक्ष ठेवत प्रत्येक हातात एक एक कासरा धरलेला, दोन्ही घोड्यांच्या डोक्याकडे बघणारा, सिनेकॅमेऱ्यानं घेतलेला माझा मोठा फोटो. नंतर खतानं काठोकाठ भरलेल्या ट्रॅक्टरच्या निळ्या बादलीचा जवळून मोठा फोटो, त्यानंतर थडथडणाऱ्या डिझेल इंजिनाच्या आवाजाची फिल्मवर असलेली नोंद, सिल्व्हरचा थोडासा नाच तरी बऱ्यापैकी स्थिर. इथं फिल्म 'कट' झाली. त्यानंतर खत पसरणाऱ्या यंत्रावर बादली धाडकन आदळणं, सिल्व्हरचं पाठ वाकवणं आणि ताठ राहणं, बादली पुन्हा धातूचा खणखणाट करत मशीनवर आपटणं आणि सिल्व्हरनं आपलं सगळं वजन पाठीवरच्या उंचवट्यावर घेत डोकं आठ फूट वर करून पुढचे पाय जमिनीवरून उचलत उसळी मारणं, माझ्या हातात आता त्याचे लगाम नसणं, नंतर रस्ता संपतो तिथं आम्ही दोन्ही घोड्यांचे पार्श्वभाग बघणं, रस्त्याकडे जाणाऱ्या लांबलचक वाटेवर त्यांच्या मागचं खत पसरायचं मशीन खाली आपटत भयानक वेगानं आपली निरुपयोगी चाकोरी उठवत गडगडत जाणं, त्यांच्यापर्यंत पोहोचणं चंद्रावर पोहोचण्याइतकं अशक्य असणं.

घोडा दूर पळत सुटल्यावर त्याला कसं काय वाटतं याबद्दल स्वत:शी विचार करण्याची माझ्यावर तोपर्यंत एकापेक्षा जास्त वेळा पाळी आली होती. थोडी भीती असते हे मला माहीत आहे पण त्यात त्याला एक तऱ्हेचा आनंद असतो असं मला वाटतं. अत्यानंद नसला तरी आनंद, अनिर्बंध स्वातंत्र्य तरी असतं. मुक्त झालेला घोडा नेहमी त्याची सहजप्रवृत्ती आणि त्याचं प्रशिक्षण यामध्ये संयमानं तोल सांभाळत असतो. त्याचे पाय ज्यासाठी विकसित झाले आहेत अशा त्या धावण्याच्या जबरदस्त प्रेरणेला, सहज प्रवृत्तीला तो शरण जातो. त्याचं कारण म्हणजे धावण्यानं तो स्वत: आणि त्याचा मृत्यू यामध्ये तो अंतर राखतो. म्हणून धावण्याच्या मार्गावरून पळून गेलेल्या घोड्यावर पुन्हा पूर्णपणे विश्वास ठेवला जात नाही. कारण सुटकेचा एक पर्याय खुला झालेला असतो.

सिल्व्हर जेव्हा मागच्या पायांवर उभा राहिला तेव्हा त्याला मोकळं करायचं की नाही असा विचार केल्याचं मला आठवत नाही. फक्त अचानक मी मात्र मुक्त झाले होते आणि घोडे धावत सुटले होते. खत पसरणाऱ्या मशीनचा वाटेवर आपटल्यानं येणारा दणदण आवाज हा आगीत तेल ओतणारा होता. ट्रॅक्टरच्या आवाजाला भिऊन पळण्याऐवजी घोडे त्यांच्याच मागं अडकविलेल्या, न काढता येणाऱ्या मोठ्या वस्तूपासून दूर पळायला बघत होते. खुळ्यासारखी मी त्यांच्यामागं धावले. मी माझ्या अंगातलं जॅकेट ओरबाडून वाटेवर टाकलेलं मला आठवतंय. जणू काही त्यामुळं मी जास्त जोरात धावू शकणार होते. मी आणि घोडे यातलं अंतर पार करणं काही सेकंदातच अशक्य झालं होतं आणि ते जास्त जास्त वाढत गेलं. ते रस्त्याच्या दुसऱ्या टोकाला पोहोचले तेव्हा माझ्यापासून शंभर यार्ड दूर गेले होते. मुख्य रस्त्यावर पोचायच्या आधीच मला त्यांना थांबवायचं होतं. पण ते थांबले नाहीत. उलट ते वळले. आता ते रस्त्याला समांतर अशा शेताकडेच्या वाटेवरून धावत होते. मी वाटेवरून न जाता शेतामधून धावले. मी त्यांना गाठीन, पकडीन अशी तर्कशास्त्राच्या विरोधी आशा मी करत होते आणि- आणि काय? त्यांच्यासमोर उडी मारणार होते? डोळ्याच्या कोपऱ्यातून मी मार्कला बंदुकीच्या गोळीप्रमाणे सणाणत रस्त्यावरून जाताना पाहिलं. त्यानं ट्रॅक्टरवरून झेप घेतली होती आणि आपली सायकल पकडून शर्यतपटूसारख्या वाकलेल्या स्थितीत, पिस्टनप्रमाणे पाय मारत एक शब्दही न बोलता तो झपाट्यानं घोड्यांच्या मागं जात होता.

माझा मेंदू स्टिरॉइड दिल्याप्रमाणे, एकदम विजेचा झटका बसल्यासारखा चालायला लागला होता. वाईट की अधिक वाईट दुर्दशा होणार आहे या शक्यतेची चाचपणी करत होता. शेताची अर्धा मैल हद्द रस्त्याला लागून होती. आणि वळल्यावर वनराईत घुसत होती. शेत आणि रस्ता यामध्ये एक लांब- अरुंद चर होता. घोडे वनराईला धडकून थांबतील का? की ते त्या अरुंद चरात पडून त्यांची

वाईट अवस्था होईल? की ते वळून पुन्हा कशाला तरी धडकेपर्यंत शेतात सगळीकडे धावत राहतील आणि आपला शेवट करून घेतील? वरीलपैकी एकाही प्रश्नाला उत्तर नव्हतं. शेताच्या टोकाजवळ चराचा दहा फुटाचा भाग पुलानं झाकलेला असून खाली पाणी होतं. जवळजवळ ठरवून केल्यासारखंच घोडाजोडीचा वेग थोडा मंदावला, ते ९० अंशाच्या कोनात पुलावरून रस्त्याकडे वळले आणि पुन्हा वळून पूर्वेकडे पदपथावरून गावाच्या दिशेनं धावत सुटले.

त्यांनी रस्त्यावर हद्द दाखविणारा पिवळा पट्टा ओलांडला होता. त्यामुळं समोरून येणाऱ्या रहदारीत न घुसता ते त्यांना शिकविल्याप्रमाणे निदान योग्य त्या आखलेल्या मार्गावर धावत होते. मला ते जेवढा वेळ दिसत होते त्यापेक्षा जास्त वेळ त्यांचा आवाज ऐकू येत होता. खत पसरणाऱ्या मशीनच्या धातूच्या चाकांचा खणखणाट मोठा होत होता. मी रस्त्यावर पोहोचेपर्यंत ते गेलेले होते. एका लहानशा टेकाडामागं दिसेनासे झाले होते. मार्कसुद्धा त्यांच्यामागं सायकल हाणत पुढं गेला होता. निकोसुद्धा या खळबळजनक घटनेमुळं आपल्या आखडलेल्या पायांनी सगळ्या वरातीच्या मागं वेडीवाकडी धावत रस्त्यावर पोहोचली होती. घोडे गावापासून अर्धा मैल दूर असताना मी त्यांना शेवटचं पाहिलं. त्यांनी सगळी वाट तुडवली तर शेवटी इंग्रजी 'टी' अशा आकाराचे रस्त्याला फाटे फुटून त्याचा शेवट होणार होता. म्हणजे आमच्या सिनेकथानकाचे आधीचं गंभीर चित्र आणखी भयंकर, वाईट झालं असतं.

मी रस्त्याच्या मधोमध उभी राहून मध्यवयीन, दाढीवाला ड्रायव्हर असलेल्या, येणाऱ्या पहिल्याच गाडीला हात दाखविला. डोक्याच्या मागे केस दिसत असलेल्या, धापा टाकणाऱ्या, शेणामातीनं माखलेल्या माझ्यासारखीसाठी त्या शूर माणसानं गाडी थांबविली. त्यानं गाडीत आपल्या शेजारी मला बसवलं. मला लागलेली धाप आवरत माझे घोडे पळून गेल्याचं मी त्याला सांगितलं. गावाच्या दिशेनं गाडी सावकाश चालवत मला घेऊन जाण्याचे उपकार तो करील का असंही विचारलं. त्यानं मला विचारलं की ते पळून गेल्याला किती वेळ झाला. 'बहुधा साधारण पंधरा मिनिटं' असं मी त्याला उत्तर दिलं. मागं घडलेल्या या गोष्टींचा विचार केला तर हे उत्तर हास्यास्पद होतं. तीन मिनिटांपेक्षा जास्त वेळ झाला असणं शक्य नव्हतं. यावर त्यानं काही टिप्पणी केली नाही आणि मीही त्याला आणखी काही माहिती पुरविली नाही. या गोष्टीचा शेवट अगदी जवळ आला होता आणि त्याचीच मला धास्ती वाटत होती. रस्त्यावर रहदारी तुरळक होती. परंतु तिला वेग होता. होणारी टक्कर विचार करण्यापलीकडची होती. सायकल चालविणाऱ्या मार्कला अतिशय धोका होता हे दिसत होतं. त्यातला एकही घोडा त्या वेगानं जाताना, कोठेही न अडखळता, न पडता जाईल यावर मला विश्वास ठेवता येत नव्हता. त्यानंतर काय

घडेल याविषयी मी मेंदूला अधिक ताण देऊ शकत नव्हते. जरूर लागली तर फक्त शेतघराकडे जाऊन बंदूक घेऊन परत यायला किती वेळ लागेल याचं गणित मी मनाशी मांडत असलेलं आठवतंय.

त्या माणसाबरोबरचा एक मैलाचा माझा प्रवास अत्यंत दीर्घ होता.

आम्ही एका लहानशा उंचवट्यावर आलो आणि संध्याकाळच्या सोनेरी उन्हात न्हायलेले, शांतपणे, रस्त्याच्या आखलेल्या पट्ट्यात चालणारे, घोडे आमच्या दिशेनं येताना मी पाहिले. तो देखावा म्हणजे एखाद्या हॉलिवूड चित्रपटातील शेवटचा अतिगोड सीन होता. मार्क हातात घोड्यांचे लगाम धरून खत पसरायच्या मशीनच्या सीटवर बसला होता आणि तो हसत होता. त्याच्यामागे जीभ बाहेर काढून दुडक्या चालीनं निको चालत होती. एकही घोडा लंगडत नव्हता आणि मला कुठंही रक्त दिसलं नाही.

मी मशीनच्या मागच्या हौद्यात बसून घरी जाताना मार्कनं मला त्याची सगळी कथा सांगितली. मार्कनं सायकल हाणत घोड्यांना गाठलं आणि त्यांच्या पुढं जाऊन वेग थोडा कमी करत त्यानं घोड्यांना 'थांबा, सावकाश' असं म्हणत चुचकारलं. घोडे योग्य त्या आखलेल्या मार्गावरून पळत होते, पण जेव्हा त्यांनी मार्कला आपल्यासमोर पाहिलं तेव्हा ते डावीकडच्या मार्गावर सरकले. मार्क डावीकडे सरकला. तेव्हा ते पुन्हा योग्य त्या मार्गावर सरकले. त्याच क्षणी मागून एक गाडी आली आणि त्यांनी काय घडत होतं ते पाहिलं. आणि विश्वास बसणं अशक्य- खूप डावीकडून ते पुढं गेले. गाडी घोड्यांच्या पुढं गेली आणि तिनं ब्रेक मारले. त्यामुळे घोड्यांचा वेग थोडा कमी झाला. जो कोणी गाडी चालवत होता त्यानं या गोष्टीचा अधिक योग्य प्रकारे विचार केलेला असावा. कारण मार्क आणि चौखूर धावणाऱ्या घोड्यांना तिथंच सोडून ते वेगानं निघून गेले. मार्कनं घोड्यांच्या थोडं डावीकडे वा पुढं राहण्याचा प्रयत्न केला. म्हणून ते अधिकाधिक उजवीकडे सरकले. त्यामुळं उजव्या बाजूला जोडलेला सॅम हळूहळू रस्त्याच्या कडेला मऊ मातीवर आला. घोडे हळूहळू रस्त्याच्या संरक्षक कठड्याच्या सुरुवातीला असलेल्या, केबलच्या तीन जाड वायरना तारेनं बांधलेल्या धातूच्या खांबांच्या दिशेनं जात आहेत हे मार्क असाहाय्यपणे पाहत राहिला. दोन झेपांमध्ये दोन्ही घोडे दोन्ही बाजूंना एकेक असे संरक्षक कठड्यावर होते. पुन्हा आणखी एका झेपेत दोन्ही बाजूंनी तो खांब ते ओलांडतील आणि खत पसरायचं मशीन खांबाला आदळेल आणि धडकल्यानं हवेत उडेल किंवा आणखीही काही वाईट घडेल, दोन्ही घोडे अपंग होतील, नाही तर मारले जातील असं दिसत होतं.

हे असं घडणं अपेक्षित होतं. प्रत्यक्षात असं घडलं की कठड्याच्या एका बाजूला सॅम धावला आणि सिल्व्हर दुसऱ्या बाजूला आणि आतापर्यंत भयानक

वेगानं धावणारे ते घोडे एकाच झेपेत एकदम थांबले. मशीन संरक्षक कठड्याच्या अलीकडे फूटभर अंतरावर थांबलं होतं. दोन्ही घोडे स्तब्ध उभे राहिले होते आणि त्यांच्या नाकातून वाफ बाहेर येत होती. तोपर्यंत मार्कही त्यांच्या डोक्यापर्यंत पोहोचला होता. मार्क सांगत होता तेव्हा ते घाबरले नाहीत किंवा संकोचले नाहीत. त्यानं लगामाच्या दोऱ्या हाती घेतल्या, आपल्या बैठकीवर बसला, घोड्यांना संरक्षक कठड्यापासून मागं घेतलं, नंतर त्यांना वळवलं आणि तो घरी निघाला.

पुन्हा पावसाळा आला. हिवाळ्यासाठी अन्नपदार्थ टिकवून ठेवण्याचा तो काळ होता. माझा शेजारी बेथ माझ्याकडे आला आणि आम्ही दोघांनी मिळून टोमॅटो हवाबंद डब्यात भरून ठेवले. अगदी आळशी माणसानं करावं तशा पद्धतीनं आम्ही त्यांची साल व बिया न काढता फक्त कसेबसे लहानमोठे तुकडे केले. रात्रभर मंद उकळून दाट रस होण्यासाठी एका मोठ्या भांड्यात टाकले. आम्ही तसले शेकडो पौंड वजनाचे हवाबंद डबे भरले. स्वयंपाकघरातलं मोठं लाकडी टेबल टोमॅटो आणि त्यांच्या रसानं भरून गेलं होतं. रात्री मला टोमॅटोचंच स्वप्न पडलं.

मी आणि मार्कने एक खूप मोठा फ्रीझर विकत घेऊन तो आमच्या तळघरात ठेवला. रंग बदलण्यापुरती वाफ दिलेले चार्ड बीट, केल कोबी, ब्रोकोली, उशीरा लावूनसुद्धा नशिबानं मिळालेली पालक, शेवटचे काढायचे राहिलेले हिरवे घेवडे आणि हिरवे सोयाबीन अशा सगळ्यांच्या पिशव्या आम्ही फ्रीझरमध्ये भरून टाकल्या. त्या मोसमापर्यंत आमची सभासदसंख्या तीसच्या वर गेली होती. पण प्रत्येकाला पाहिजे तेवढं साठवता येईल इतकं पुरेसं उत्पन्न शेतानं आम्हाला दिलं होतं.

फ्रीझर भरला आणि मला हवाबंद डबे भरून पुरेपुरे झालं तेव्हा आम्ही मोठमोठ्या बरण्यातून भाज्या आंबवायला सुरुवात केली. फ्रीकी सँडर काझचं 'वाइल्ड फर्मेंटेशन' हे पुस्तक अपरिहार्य होतं. त्याच्या सूचनांप्रमाणे लसूण आणि बडिशेपेचा एक थर, आंबटपणा आणि कुरकुरीतपणासाठी मूठभर द्राक्षांची पानं, त्यावर खूप साऱ्या काकड्या आणि या सगळ्यांवर खारट पाणी अशा प्रकारे पाच गॅलनच्या मोठ्या मातीच्या बरणीत थर घातले. सँडर म्हणतो एवढंच काय ते करायचं. मला त्याबद्दल संशय होता, पण त्याचंच बरोबर होतं. दोन आठवड्यांनी लोणची तयार होती. तीव्र लसणाच्या वासाची, पूर्वेकडे असतात तशी रसरशीत.

बटाटे तयार झाले होते आणि ते हिंमत खचविणारे होते, घाबरविणारे होते. सरीत असलेले बरेच बारीक देठांचे वेल वाळले होते आणि जमिनीखाली त्यांचे कंद मार्कच्या मुठीएवढे झाले होते. आम्ही पेरलेल्या प्रत्येक बटाट्याला दहा दहा म्हणजे एकूण दहा हजार पौंड बटाटे लागले होते. मी अगदी त्रासून गेले होते. आणि बटाट्यांच्या वजनाचा विचार करूनच घाबरले होते. मार्कनं आमची फोनची वही

काढली आणि त्या भागातील आमच्या ओळखीच्या प्रत्येक सभासदांना, मित्रांना आणि साधारण ओळखीच्या माणसांना फोन केले. सुगीच्या वेळी त्यातले किती येतील याचा अंदाज नव्हता, पण त्यांच्यापैकी जो कोणी येईल त्याची आम्हाला मदतच होणार होती.

ठरवलेला शनिवार आला. आम्ही वॅगनमध्ये बुशेलच्या (एक बुशेल म्हणजे आठ गॅलन म्हणजेच ३६.३४७७ लीटर) मापाची खोकी रचली. बटाटे खणून काढायच्या यंत्राला सॅम आणि सिल्व्हरला जोडलं. आम्ही ते यंत्र लिलावात विकत घेतलं होता, पण अजून वापरलं नव्हतं. त्यामुळं त्याचा उपयोग होईल की नाही याची आम्हाला खात्री नव्हती. ते यंत्र पुढच्या मालवाहतुकीच्या गाडीला जोडायचं. त्याला कमी-जास्त जुळवून घेता येणारी नाळ पेरलेल्या उंचवट्यांच्या सरीत जमिनीत घुसते. त्यामुळे घोड्यांनी ती ओढली की जमिनीचा जाड थर आणि त्याबरोबर चिकटलेले बटाटे मोकळे होतात व वर येतात. त्या मशीनवर बसण्यासाठी बैठक असते त्यावर बसून एक माणूस खणण्याची खोली सोयीप्रमाणे कमीजास्त करतो. या यंत्राच्या मागे वायरवर बसविलेला पट्टा असतो, तो पुढं जाताजाता बटाटे हवेत उडवून त्याची माती झटकतो आणि त्यांना पुन्हा जमिनीवर टाकतो. त्यामुळं हे यंत्र जेव्हा काम करतं तेव्हा त्याच्या खणणाऱ्या भागाच्या मागच्या बाजूला बटाट्यांचा एक जाडजूड लांबलचक पट्टा पसरतो. ते बटाटे माणसं येऊन जमिनीवरून त्यांना उचलण्याची वाटच बघत असतात. मार्क त्या यंत्रावर बसला आणि मी त्याला जोडलेल्या मालवाहतुकीच्या गाडीचे घोडे हाकले.

पहिल्या खेपेला आम्ही ते यंत्र जास्त खोलवर घुसवलं. त्यामुळं ओझं खेचणं जड गेलं. या मोसमात काम करून करून घोडे मजबूत झाले होते. त्यांनी यंत्र ओढायला इतका जोर लावला की, सिल्व्हरच्या सरंजामाचा चामडी पट्टा तुटून आपटला. त्यामुळं त्याची तरफ त्याच्याच मागच्या पायांवर आदळली. सरंजामाचे जास्तीचे सुटे भाग आणण्यासाठी मार्क कोठाराकडे धावला आणि मी दुखावलेल्या पण दुखापत न झालेल्या सिल्व्हरकडे जास्त लक्ष दिलं. एक लांब वायर व इलेक्ट्रिक पट्टीचे थोडे वेढे देऊन आम्ही शेतात केल्या जाणाऱ्या पद्धतीप्रमाणे तात्पुरती दुरुस्ती केली आणि पुन्हा कामाला सुरुवात केली. यावेळी जमिनीखाली योग्य खोलीवर आम्ही यंत्रानं खणायला सुरुवात केली आणि एखादी जादू केल्याप्रमाणे बटाटे जमिनीबाहेर येऊ लागले. मार्कनं आनंदानं आरोळी ठोकली. मी एका सरीच्या टोकाला थांबले आणि मागे वळून बटाट्यांच्या जाड गालिच्याकडं पाहिलं. नंतर मदतीला येणाऱ्या परिवारांच्या गाड्या आणि ट्रक पोहोचलेले पाहिले. आमच्या बटाट्याच्या सगळ्या सरी खणून होईपर्यंत आमचे मित्र, शिवाय मला कधी न भेटलेली अनोळखी माणसं, अगदी लहानांपासून वयस्करांपर्यंत सगळ्या वयाची

अशी तीस माणसं शेतात होती. ती सरींमध्ये उभं राहून टोपल्या उचलण्यासाठी वाकत होती, आरडाओरडा करत होती, हसत खिदळत होती, धडृयाकडृया माणसांची एक चांगली सुसूत्र संघटित तुकडी पूर्ण भरलेल्या पेट्या उचलून वॅगनपर्यंत नेत होती.

मी घोड्यांना त्यांच्या तबेल्यात बांधलं. एक भांडं आणि बरंच पिंट लोणी घेऊन परत शेतात आले. खरी पानगळ सुरू झाल्यानं प्रखर सूर्यप्रकाश असला तरी दुपारीसुद्धा हवा थंडगार होती. मका पेरलेल्या सरीतील रोपांचं चैतन्य अजिबात संपलं होतं. त्यांची पानं तपकिरी पेपरच्या झेंड्याप्रमाणे दिशा बदलणाऱ्या वाऱ्यात फडफडत होती. आम्ही शेतातच सालीसकट बटाटे उकडले आणि वाफाळलेले असताना कागदी रुमालातून सगळ्यांना दिले. आम्ही आमची गारठलेली बोटं त्यावर उबवली, बटाटे फोडले, त्यावर भरपूर मीठ व लोणी घातलं. बटाट्यांना येणारा मातीचा सुगंध तसाच राखून त्याचा आनंदोत्सव साजरा करण्याची आणखी कुठची जास्त चांगली पद्धत असली तर मला तरी ती अजून सापडली नाही.

आमचे नवे मित्र, शेजारी, जुने मित्र आणि कुटुंब यांनी पाठविलेली आरएसव्हीपी म्हणजे आमच्या निमंत्रणांना पाठविलेली उत्तरं युरोप, कॅलिफोर्निया, उत्तर व दक्षिण पूर्व किनारा इकडून यायला लागली. मार्कला कोणी नवीन भेटलं की तो त्याला निमंत्रण द्यायचा. त्यामुळं पाहुण्यांची यादी जवळपास तीनशेवर गेली. लग्नसमारंभ म्हणजे क्षितिजाकडून येणारी अभेद्य व कदाचित प्राणघातक अशी प्रचंड लाट वाटायला लागली. परंतु शेताच्या गरजा मात्र आम्हाला ओरडून ओरडून वेगळंच काही सांगत होत्या. रेडिओवर 'हिमवर्षाव होऊन गोठवून टाकणारी थंडी पडेल.' अशी हवामानाची धोक्याची सूचना आम्ही ऐकली. हिमवर्षावाच्या थंडीचा कडाका सुरू होण्याआधी भोपळे घरात येणं आवश्यक होतं. नाहीतर त्यांचा नाश झाला असता. शिवाय उरले-सुरले टोमॅटो होतेच. रेई अनपेक्षितपणे व्यायली. एके सकाळी कुरणात तिचा आकारानं मोठा असा पाडा आम्ही पाहिला. तो काळ्यापांढऱ्या ठिपक्यांचा, उंच, सडपातळ असा तीन चतुर्थांश होलस्टीन जातीचा होता. रेईची दूध काढायला अवघड अशी कास फुगून नेहमीच्या आकाराच्या दुप्पट झाली होती. तिचं दूध काढणं म्हणजे एखादं कुलूप उघडण्यासारखं होतं. ती दिवसातून दोन वेळा चार गॅलन दूध द्यायची. मार्कला किंवा मला प्रत्येक वेळी दूध काढायला दोन तास लागायचे.

लग्न समारंभाविषयीच्या माझ्या मनातल्या सगळ्या अपेक्षा दर दिवशी एकेक करून मी सोडून दिल्या होत्या. घराचा रंग होणार नव्हता किंवा फुटलेली खिडकी दुरुस्त होणार नव्हती. नकली विटा आणि तावदानांची आतली बाजू तशीच नकली राहणार होती आणि त्यासाठी कोणाकडून दिलगिरीही नव्हती. समोरच्या हिरवळीवर

फार तर गुरं चरायला सोडता येतील एवढंच. दुपारी जेवणाच्या वेळी आम्ही समारंभाच्या जेवणात वाढल्या जाणाऱ्या पदार्थांची यादी तयार करत होतो. ढीगभर कामं अजून व्हायच्या यादीत होती : उदाहरणार्थ पोटमाळ्यावरचं गवत काढून साफ करणं, जिना बांधणं, दिव्यांसाठी वायर लावणं, टेबल खुर्च्यांची सोय करणं, बैलाचं भाजलेले मांस करण्यासाठी बैलांची कत्तल करणं. रात्रीच्या जेवणाच्या रंगीत तालमीसाठी कोंबड्या कापणं. शिवाय लग्नात घ्यायची शपथ लिहिणं होतंच.

कापणीच्या हंगामाच्या वेळचं जेवण इतकं योग्य असतं की त्यासाठी फारसं काही केलं नाही तरच ठीक. रविवारची रात्रीची जेवणं म्हणजे साधेपणाचा सराव करणं. अक्षरश: काही न घालता हिरवी कोशिंबीर, लोणी घालून उकडलेला हिरवा घेवडा, किंचित तेलावर बीटच्या चकत्या परतून गरम ओव्हनमध्ये भाजून, त्यात थोडंसंच व्हिनेगर आणि वर थोडा बडिशेपेचा अर्क टाकायचा की झालं. पाहुणे येण्याआधीच्या शेवटच्या रविवारी आमच्या नावांचा विषय निघाला तेव्हा आम्ही हेच खात होतो. माझं नाव कधी बदलेल याचा मी विचारसुद्धा केला नव्हता. नीनानं लग्न केलं तरी तिनं आपलं नाव तसंच ठेवलं होतं. माझ्या माहितीतल्या पुष्कळ स्त्रियांनी तसंच केलं होतं. माझं नाव, त्यातील अनुप्रास, त्यातील चार अक्षरांचा विशिष्ट गाण्यातला बळकटपणा मला आवडायचा. मार्कच्या नावाविरुद्ध असं काही माझ्या मनात नव्हतं. पण हे 'माझं' नाव होतं. मी जेवणाच्या वेळी हातात धरलेल्या वस्तूसाठी 'काटा' हा शब्द जसा ताठपणे ठाम उभा होता, तसं हे नाव माझ्यासाठी सिद्ध होतं. ते नाव बदलावं असं कधी मला वाटलं नव्हतं. आम्ही याविषयी कधी बोललो नव्हतो तरी मार्कला ते माहीत होतं असं मी गृहीत धरलं होतं. पण त्याची तशी भावना नाहीये हे तो म्हणाल्यावर मला धक्काच बसला. तो मुलांचा विचार करत होता आणि जोड नावांमध्ये संयोगचिन्ह वापरून येणारी अवघडलेली चमत्कारिक स्थिती आणि दोन वेगवेगळी पण अनुषंगानं येणाऱ्या नावांचं स्पष्टीकरण देणं याचा त्याला तिटकारा होता. विशेषत: ज्या समाजात वेगवेगळी नावं वापरणं हे नेहमीपेक्षा वेगळं मानलं जातं तिथं असं स्पष्टीकरण द्यावं लागतं. शिवाय नाव बदलल्यानं तुमची बांधिलकी सुचविली जाते. तुम्ही आता दोन नसून एक कुटुंब- एक परिवार झाला आहात ही गोष्ट भाषाशास्त्राप्रमाणे सिद्ध होते, हे ऐकल्यावर मला अतिशय राग आला. मी युद्धातील माझ्या जागांच्या संरक्षणाच्या तयारीला लागले.

"म्हणजे माझं अनुमान असं आहे की मीच तुझं नाव लावावं," मार्क खांदे उडवत म्हणाला. हा तोडगा आम्ही तयार केलेल्या जेवणाइतकाच साधा आणि उदार होता.

आमच्या लग्नापूर्वी एक आठवडाभर आधी आमचे आई- वडील आले. जिथं नृत्य होणार होतं त्या पोटमाळ्यावर अजूनही गवत आहे आणि 'अजून कामं व्हायची आहेत' अशा यादी खेरीज कोणतीही तयारी नाही हे पाहून चौघांनाही बसलेला धक्का त्यांनी लपविण्याचा प्रयत्न केला. आम्ही प्रत्येकाचं कौशल्य आणि आवडीप्रमाणे कामांवर नेमणूक केली. माझी मॉम स्वच्छतेच्या कामावर होती तर डॅडना सरोवर ओलांडून बीअरची लहान पिंपं आणि मद्याचं प्रमाण असलेला सफरचंदाचा सिडार रस आणायला व्हरमाँटला पाठवलं होतं. मार्कच्या डॅडचं काम होतं पोटमाळ्यापर्यंत जिना बांधणं आणि त्यावर लाईटसाठी वायर टाकणं. त्याच्या मॉमनं टेबलावर आच्छादन म्हणून वापरण्यासाठी तपकिरी कागदावर कलाकुसर केली आणि भारतीय स्त्रिया डोक्यावर घेतात तसल्या बांधणी कापडाचे तीनशे मोठे टेबलरुमाल केले. मार्कची बहीण आपल्या नुकत्याच चालायला लागलेल्या, लाल केसांच्या गोंडस मुलाला, ऑलिनला घेऊन इथं पोहोचली होती आणि तिनं फुलांच्या विभागाची जबाबदारी घेतली.

पूर्वयोजना नसल्यानं कुठलीच गोष्ट सुरळीतपणे होत नव्हती. ज्या ठिकाणी रात्रीचं जेवण दिलं जाणार होतं त्या पोटमाळ्यावर जुनी आणि वाळून चुरा झालेली तसंच नुकतीच पडलेली व ओली अशी सर्व तऱ्हेची कबुतरांची विष्ठा पसरलेली होती. माझी आई विष्ठेनं माखलेली लाकडी तक्तपोशी घासत असताना वरच्या घुमटाकार छपरातून कबुतरं गुटर्रऽगुं करत राहिली आणि त्यांनी पुन्हा ताजी विष्ठा टाकली. मार्क आणि मी लोखंडी वस्तूंच्या दुकानात धावलो आणि कोंबड्यांसाठी वापरायची वायरची जाळी पक्ष्यांना दूर ठेवण्यासाठी घेऊन आलो. हे जंगली पक्षी म्हणजे अर्धसंकट होतं. आमच्या कोंबड्यांची खुराडेवजा, कुठंही नेता येणारी बंदिस्त जागा कोठाराच्या अगदी जवळच होती. त्यांच्यामधल्या धाडसी कोंबड्यांनी हा पोटमाळा शोधून काढला. चोरून अंडी घालण्यासाठी किंवा नुकत्याच स्वच्छ केलेल्या तक्तपोशीवर नखांनी ओरखडत त्या हट्टानं पुन्हा पुन्हा तिथं येत राहिल्या. माझ्या आईला सगळ्या जिवंत प्राण्यांत कोंबड्यांचा तिरस्कार वाटतो म्हणून आम्ही तिथून खुराडं हलवायचं ठरवलं. त्यामुळं आईला मानसिक शांतता मिळाली असती आणि पाहुणे अजूनही न बांधलेल्या पायऱ्यांकडे जाताना कोंबड्यांवर अडखळून पडले नसते, अशा दोन्ही गोष्टी झाल्या असत्या.

लग्नाच्या आधी तीन दिवस, संध्याकाळी कोंबड्या विश्रांतीच्या जागेत गेल्या तेव्हा, मी त्यांना खुराड्यात बंद केलं, ट्रॅक्टरच्या आकड्याला खुराडं अडकवलं आणि पन्नास यार्ड दूर एका जवळच्या शेतात ते ओढून नेलं. दुसऱ्या दिवशी सकाळी कोंबड्या कोठाराच्या अंगणात आणि पोटमाळ्यावर परत हजर. सगळ्यात वाईट म्हणजे संध्याकाळ झाल्यावर खुराडं सोडून त्या त्यांच्या शेजारच्या जुन्या

जागेत रात्रीच्या विश्रांतीला गेल्या. त्यांच्यापैकी शेकडो कोठाराच्या अंगणाच्या कुंपणात आणि कोठाराच्या वाशांवर दडून बसल्या. तिथंच पाहुणे मंडळीचं खाणं-पिणं होणार होतं. आमच्या गोंधळाच्या स्थितीतसुद्धा हे स्वीकारणं कठीण होतं. गोंधळ आणि अडखळून पडण्याचा धोका होताच आणि त्यांना असं बाहेर झोपू देणं शक्य नव्हतं. घुबडं आणि रॅकूननी त्यांचा फन्ना उडवला असता. आम्ही हाती लागतील ती जाळी आणि कुंपणाच्या तुकड्यांच्या मदतीनं त्यांना खुराड्याकडे हाकण्याचा प्रयत्न केला. पण पुन्हा पुन्हा फडफड करत त्या मोकळ्या सुटल्या. कामाचे हातमोजे घालून जाळीचे टोक धरून माझी आई धीटपणे उभी असलेली मी पाहिली. ती माझ्यावर नि:संशयपणे किती प्रेम करत होती ते मला उमजलं. काही वेळानं आम्ही जाळी टाकून दिली आणि ते काम हातानं करू लागलो. त्या शंभरएक कोंबड्या मोठ्या विजेरीच्या झोतात शोधायच्या, त्यांच्या विश्रांतीच्या जागेवरून एकदम एक-दोन उचलून त्यांना खुराड्यात कोंबायचं हे सगळं काम मध्यरात्रीपर्यंत चाललं होतं.

नंतर प्रत्येक गोष्टच अचानक व्हायला लागली होती. जवळचे मित्र आणि मार्कचे चुलत, आते, मामे अशी भरपूर भावंडं आली. नीना आणि तिचा नवरा डेव्हिड कॅलिफोर्नियाहून आले. माझा भाऊ आणि डॅनी व्हर्जिनिया बीचहून आले. शेतवाडीवर त्यांना स्वच्छ शहरी कपड्यात पाहून ते एकदम परदेशी वाटू लागले. औषधी कंपनीची विक्री अधिकारी असलेल्या माझ्या वहिनीनं तांबडे, पिवळे असे मुख्य रंगाचे मॅचिंग कपडे घालून न घासणाऱ्या चपला घातल्या होत्या. फक्त माझी मैत्रीण सिडनी आणि तिचा नवरा स्टीव्ह घरी असल्यासारखे वावरत होते. सिड आयडाहो राज्यातल्या, चाळीस माणसांच्या गावाबाहेर असलेल्या रँच-गुरं चरायच्या गायरानात वाढली होती. तिच्या लग्नात आम्ही करवल्यांनी बटाट्याच्या कोशिंबिरीसाठी बागेत जाऊन कांदे उपटले होते आणि व्हॅनमध्ये बसून तिच्या घराशेजारच्या दरीतील शेजाऱ्यांकडून फुलं तोडून आणली होती, अंडी गोळा केली होती. स्टीव्ह घोड्यांना प्रशिक्षण देतो आणि नाल मारतो, ओझी वाहणाऱ्या ड्राफ्ट घोड्यांबरोबर काम करतो. म्हणून आम्ही घोडे आणि वॅगन त्याच्या ताब्यात दिले. कसं काय कोण जाणे, नीनाला कोंबड्या कापायच्या कामात मदत करण्यासाठी नेमलं गेलं. सुरी एका हातात आणि कोंबडीचा पाय दुसऱ्या हातात असा एक तिचा फोटो माझ्याकडे आहे. गेले वर्षभर ती माझ्या आन्सरिंग मशीनवर प्रश्न विचारत होती- खुर्च्यांची सोय केलीस का? मद्याचा बार सांभाळण्यासाठी कोणी माणूस पैसे देऊन बोलावणं शक्य आहे का? पाऊस आला तर दुसरी योजना करून ठेवली आहेस का? आता तिनं प्रश्न विचारायचं थांबवलं होतं. कॉलेजमध्ये असताना जसे आपले योग्य निर्णय बाजूला ठेवून माझ्यावरील प्रेमाखातर ती माझ्या बरोबरीनं धावत होती, एवढंच नव्हे

तर माझ्या भरधाव गाडीतून काही तुकडे इकडं तिकडं पडले तर उचलायला ती तयार होती, तसंच ती आता वागत होती.

माझी मैत्रीण इझाबेल लंडनहून आली. शेवटच्या मिनिटापर्यंत ती येऊ शकेल की नाही याची खात्री नव्हती. मी तिला जवळच असलेल्या 'ब्रेड अँड ब्रेकफास्ट' चं नाव दिलं. त्या एकच ठिकाणी खोल्या अजून उपलब्ध होत्या. तुम्ही त्या ठिकाणी थांबून काळजीपूर्वक न पाहता जाता जाता नजर टाकलीत तर ती इमारत अगदी भव्य शानदार आहे. स्वभावानं गोड पण एक धांदरट बाई त्याची मालक व चालक होती. इझाबेल तिथं पोहोचली तेव्हा ती तिथं येणार हे ती बाई विसरूनच गेली होती. इझाबेल तिथं एकटीच पाहुणी म्हणून होती. ज्या खोलीत ती राहणार होती तिथं धुळीचा थर आणि कोळिष्टकं होती. खोलीत सिगरेटच्या वासाची दुर्गंधी भरून राहिली होती. इझाबेल सांगत होती की त्या बाईनं मिस हाविशमसारखं (चार्ल्स डिकन्सच्या कादंबरीतील मानसिकदृष्ट्या चंचल, विक्षिप्त असलेलं पात्र.) भीतीदायक हास्य केलं आणि त्या रात्री उशिरा ते आणखी वाढत गेलं. इझाबेल शॉवर घेत असताना वरकरणी गोंधळलेली ती बाई आपल्या आईला हाका मारत त्या वाफाळलेल्या न्हाणीघरात आली आणि तिनं खाली बसून तिथला संडास वापरला. इझाबेल धाडसी आहे आणि अशा कथा तिला आवडतात. पण हे सगळं तिच्यासाठीसुद्धा अतिच झालं. मग आम्ही तिला माझ्या आई-वडिलांच्या किनाऱ्याजवळच्या भाड्याच्या खोलीजवळील एका खोलीत हलवलं.

लग्नाच्या आदल्या दिवशी सुद्धा आम्ही इमारतीच्या नुकत्याच पाडलेल्या भागातील दगडविटांचे तुकडे उचलणं, त्यातील लाकूड जाळणं, लोहचुंबकानं खिळे उचलणं इत्यादी कामं करतच होतो. मार्कचे डॅड पोटमाळ्यापर्यंत बांधलेल्या जिन्याच्या शेवटच्या पायऱ्या अजून हातोड्यानं ठोकतच होते. पायांनी येणाऱ्या चिखलामुळं शेतघर घाणेरडं झालं होतं. अजून भाज्यांचा तोडा व्हायचा होता, त्या धुवून चिरायच्या होत्या, गोमांसाचे बाजूचे मोठे तुकडे आणि डुकराचं मांस तयार करून विस्तवावर भाजायचं होतं. टेबलं- काही भाड्याची व काही चर्चमधून उसनी आणलेली- अजून मांडून सजवायची होती. माझी आई इकडं तिकडं चपळाईनं फिरत होती. तिच्या तोंडावर चिंतेची खूण असणाऱ्या बारीक सरळ रेषा उमटल्या होत्या. तिच्या डोक्यावर कार्टुनसारखा मनातलं काही सांगणारा फुगा- बबल- असता तर त्यात वाचता आलं असतं. 'कृपया मला जरुरीपेक्षा जास्त पेचात टाकू नका.'

त्या रात्री लग्नाच्या आधी जेवणाच्या रंगीत तालमीच्या वेळी माझा घसा जळजळायला लागला आणि मला ताप आल्यासारखं वाटलं. सरोवराच्या काठी असलेलं, लोकांना आवडेल असं, नाविक पद्धतीनं सजविलेलं रेस्टॉरंट आम्ही निवडलं होतं. ऑक्टोबरच्या सुरुवातीला आमच्या गावात फक्त हेच रेस्टॉरंट उघडं

असतं. आमचा मित्र अँडी तिथं मुख्य खानसामा होता. त्यानं आम्ही दिलेले पदार्थ : विस्तवावर भाजलेल्या कोवळ्या कोंबड्या, लाल बटाटे, झाकलेल्या भांड्यात शिजविलेल्या पानगळीतल्या हिरव्या भाज्या वापरून तीस माणसांसाठी जेवण तयार केलं. वाईन अगदी मुक्तपणे वाहिली. त्यामुळं माझ्या बसलेल्या घशाला बरं वाटलं. सगळ्यांनी जेवणाची खूप प्रशंसा केली. शेजारच्या खोलीतल्या आवाजावरून मला माझे न्यूयॉर्कचे मित्र पोहोचल्याचं कळलं. मी बाहेर डोकावले तेव्हा माझे तीन माजी प्रियकर एकत्र बारमध्ये बसून ड्रिंक मागवताना दिसले. माझ्या आईनं वाईनचा ग्लास उंच करून शुभेच्छा व्यक्त केल्या. त्याचा शेवट असा होता- ''यामुळे माझी मुलगी सुखी होणार असेल तर तसे होवो.'' मला तापामुळं ग्लानी येत होती. म्हणून मी शक्य तो लवकर तेथून बाहेर पडले आणि सगळी रात्र एकटीनं त्या खानावळीतल्या अडचणीच्या लहानशा, अति गरम खोलीत काढली.

या सगळ्या विधीतून पार पडावं असं मला खरंच वाटतंय की नाही याची मला पूर्ण खात्री नव्हती. माझ्या आईला आपल्या चेहऱ्यावरील अविर्भावावरून सांगायचं होतं ते सगळं बरोबर असेल तर काय? मी कशावर बरं सही करून एक लेखी करार करत होते? दारिद्र्य, अत्यंत कठोर कष्ट आणि ज्याचे सगळे गुण जमेस धरून सुद्धा कोणताही शहाणा माणूस ज्याचं वर्णन 'सहजीवनासाठी सुखावह' असं करणार नाही त्या माणसासाठी? वस्तुनिष्ठपणे सत्य समोर ठेवून विचार केला तर ही गोष्ट खात्रीशीर नव्हतीच. आणखीही काहीतरी होतं, पण कोणीही त्याविषयी का बोलत नाही, हे मला कळत नव्हतं. लग्नामुळं तुम्ही जे पूर्वी असता त्यातला फार मोठा भाग जाऊ द्यावा लागतो आणि त्या हानीबद्दल दुःख होणं अपरिहार्य असतं. लग्न म्हणजे एखाद्या गोष्टीबद्दल पर्याय असणं आणि बाकी सर्वच गोष्टींबद्दल कोणीतरी पर्यायी असणं. म्हणजेच एका मोठ्या समृद्धीचा निरोप घेणं.

आमच्या लग्नाच्या दिवशी पहाट अगदी लहरी होती. हवेत आर्द्रता होती. केव्हाही पाऊस पडेल असं वाटत होतं. आम्ही केकच्या ऐवजी फळं आणि मांस भाजून केलेलं गोड पक्वान्न 'पाय' सर्वांना वाटणार होतो. ते आणायला नीना आणि डेव्हिड दक्षिणेला गेले होते. 'पाय' चा वरचा पापुद्रा कुरकुरीत व्हावा म्हणून आम्ही आमच्याकडील पूर्ण वाढलेल्या डुकराची चरबी आणि आत सारण म्हणून भरण्यासाठी गाडी भरून भोपळे त्या आठवड्याच्या सुरुवातीला पाठविले होते. 'पाय' भाजणारा भट्टीवाला दोन कामं करत होता. तो नृत्याच्या वेळी फिडलही वाजवायचा. यावेळी त्यानं ऑर्डरप्रमाणे 'पाय' तयार केले नाहीत. त्यामुळं नीना दुकानात पोहोचली तेव्हा तिथं भट्टीवालासुद्धा नव्हता. फारच मोठी बेपवाई होती ती. मेक्सिकोमध्ये कोणीही

जसा कायमचा उशीर गृहीत धरतो आणि स्वीकारतोही किंवा मुंबईमध्ये गाडीवर गाय धडकण्यासारखे अपघात नेहमीच अपेक्षित असतात, त्याचप्रमाणे या उत्तरेकडील भागाच्या संस्कृतीत अशा गोष्टी घडणं नेहमीच अपेक्षित असतं. नीना मात्र माझ्या वतीनं खूप संतापली. ती आणि डेव्हिड त्यांच्या भाड्यानं घेतलेल्या गाडीतून आजूबाजूच्या प्रदेशातल्याच नव्हे तर दूरदूरच्या भोजनालयात, ट्रक थांब्यावर, रस्त्याच्या कडेच्या टपऱ्यांपर्यंत फिरून, त्यांनी मिळतील तेवढे 'पाय' खरेदी केले.

आज मी जेव्हा याचा विचार करते तेव्हा माझ्या लक्षात येतं की आमचा लग्नसमारंभाचा दिवस हा अगदी आमच्या लग्नासारखा आणि आमच्या शेतवाडीसारखा होता. दोन्ही अतिशय उत्कट आणि अव्यवस्थित, उदात्त आणि गावरान! तरीसुद्धा मला एक माहीत होतं की या सगळ्या अव्यवस्थेचा मध्यबिंदू होता प्रेम. ते प्रेम मार्क आणि माझ्यामधल्या प्रेमासारखं छोटंसं मानवी प्रेम नव्हतं. ती प्रेमळ मायेची भव्य अभिव्यक्ती होती. मला जेव्हा हे आठवतं तेव्हा माझे मित्र, कुटुंब, समाज आणि शेतातून विपुल अन्न उपजणारी ती गूढ शक्ती, या सगळ्यांच्या हातांनी मला सावरलं आहे असा भाव माझ्या मनात दाटतो. पडणं आणि पडता पडता हळुवार झेललं जाणं, अशी ही भावना आहे.

माणसं येत होती आणि फुलं कापणं, भाज्या चिरणं, गोमांसाचे मोठे तुकडे विस्तवावर भाजणं, धुरावरचं डुकराचं गरम मांस तयार करणं अशा कामांना लागत होती. पोटमाळ्यावर माझ्या आई-वडिलांचे जवळचे मित्र गवताच्या गंज्या उचलून सुशोभित दिसतील अशा तऱ्हेनं व्हायोलिन वादकांच्या मागे रचत होते. तात्पुरत्या केलेल्या खुर्च्यांमधील येण्याजाण्याच्या मार्गावर फुलं पसरत होते. त्यांनी छपराच्या ओबडधोबड वाशांना पांढऱ्या दिव्यांच्या माळा गुंडाळल्या होत्या. कोणीतरी शेतात जाऊन उंचनिंच पूर्ण फुललेली शेकडो सूर्यफुलं कापून आणली. मार्कच्या बहिणीला फुलांची जाण होती आणि तिनं त्या फुलांचे गुच्छ पोटमाळ्याच्या खांबांना बांधले. प्रत्येक टेबलावर तिनं गोलाकार निमुळत्या काचेच्या पात्रात कणसाचे तुरे, झिनिया, स्वयंपाकातील सुगंधी वनस्पतींसारखी निळीजांभळी बारीक फुलं भरून ठेवली. ती रुंद आणि धुळीची जागा ग्रामीण भागातील एखाद्या विशेष कलाकुसर असलेल्या मोठ्या चर्चसारखी भव्य आणि उदात्त दिसत होती. पोटमाळ्याच्या खालच्या भागातून स्वच्छ, ताज्या गवताचा आणि घोड्यांचा सुंदर वास तसंच त्यांच्या मंद खिंकाळण्याचा व जड टापांचा हळुवार आवाज ऐकू येत होता.

लग्नसमारंभाच्या एक तास अगोदर मी माझ्या बेडरूमध्ये माझ्या लग्नाच्या पोशाखात, माझ्या तापलेल्या कपाळावर कापडाची थंड पट्टी ठेवत, एकटीच पडले होते. माझ्या मैत्रिणी नीना, सिडनी, इसाबेल आणि ब्रायन दारात येऊन उभ्या राहिल्या. त्यांच्या हातात पोलिश व्होडका मद्याची फ्रीजमधली थंडगार बाटली होती.

व्हायोलिनवादक वेळेवर आला नाही म्हणून मी, फ्रेंचची प्रोफेसर आणि माझ्या माहितीतील सर्वांत चांगली गायिका असलेल्या ब्रायनला समारंभाच्या शेवटी 'अमेझिंग ग्रेस' हे परमेश्वराची आळवणी करणारं गाणं कोणत्याही वाद्याच्या साथीशिवायच गायला सांगितलं होतं. आम्ही सगळ्या मैत्रिणींनी आमच्या भूतकाळाच्या आठवणीसाठी आणि धैर्य येण्यासाठीसुद्धा एकेक व्होडकाचा घुटका घेतला.

पावसाच्या भीतीमुळं मार्क आणि माझं लग्न कोठारात लागलं. दुपार उलटून संध्याकाळची सुरुवात होत होती आणि धुळीच्या पडद्यातून सौम्य करडा प्रकाश कसाबसा पसरला होता. माझ्या बहिणीनं लालभडक झिनियाच्या फुलांचा एक गुच्छ माझ्या हातात दिला. कुणीतरी कान लोंबकळणारा एक मोठा लॅब्रोडोर जातीचा कुत्रा बरोबर आणला होता, तो पाहुण्यांच्या गर्दीत इकडंतिकडं भटकत होता. आम्ही दोघांनी एकमेकांना श्रीमंतीत किंवा गरिबीत एकनिष्ठ राहण्याचं वचन दिलं आणि ब्रह्मदेशाहून आणलेल्या अंगठ्या एकमेकांच्या बोटात घातल्या. जजनी आमचा विवाह झाला असं जाहीर केलं. मार्कनं मला उचललं आणि माझं चुंबन घेतलं. त्याबरोबर पोटमाळ्यावर टाळ्यांचा गजर आणि हशा उसळला. ब्रायननं ते 'अमेझिंग ग्रेस' गायलं आणि आम्ही पती-पत्नी म्हणून आमच्या मित्रमैत्रिणींच्या गर्दीत मिसळलो.

आमच्या लग्नाच्या फोटोत माझ्या कातडीचा रंग शेतकऱ्यासारखा उन्हापावसाने रापल्यानं चेहरा, मान आणि मनगटापासून कोपरापर्यंत हात काळसर दिसतात. नव्यानं तयार झालेले, स्नायू असलेले माझे खांदे मोठ्या गळ्याचा पोशाख घातल्यानं पांढरे दिसतात. मी न्यूयॉर्कहून आणलेल्या महागड्या पोशाखाचा परिणाम त्यामुळे थोडा बिघडल्यासारखा वाटतोय. 'डोसा'मधील हाती शिवलेला, सूत आणि सिल्कचा तो तलम, हलका पोशाख फिका जांभळ्या-करड्या रंगाचा असून, माझ्या बहिणीनं मला तो निवडायला मदत केली होती. मी माझ्या आजीची १९२० च्या काळातली तिच्या लग्नातली रेशमी मोजडी वापरली आहे. मी वेडपटासारखी हसतेय आणि कडक मद्य असलेल्या सीडार पेयाचा उभा जार हातात धरलाय. मी शेवटच्या क्षणी घाईघाईनं दोन वेण्या घातल्यानं दुर्दैवानं त्या सैल पडल्या आहेत. मार्क मात्र नेहमीसारखा दिसतोय, फक्त तो अधिक स्वच्छ आहे. त्यानं पांढरा नवीन सुती शर्ट आणि करड्या रंगाची पँट घातलेली असून, निळा स्वेटर मानेभोवती लपेटला आहे. त्याचं हास्य अगदी सहज, दिलखुलास आहे. माझ्याशेजारी उभं राहून त्यानं आपला हात माझ्या कमरेभोवती टाकला आहे. तो माझ्यापेक्षा इतका उंच आहे की आम्ही दोघं वेगवेगळ्या जातीचे प्राणी आहोत असं वाटतंय.

आम्ही पाहुण्यांची नेमणूक मद्याच्या बारची व्यवस्था बघण्यासाठी व बीअर, सफरचंदाचं कडक सिडार पेय आणि वाईन ओतण्याच्या कामी केली होती. मार्कच्या

वडिलांनी कोंबड्यांच्या यकृताचा एक पदार्थ तयार केला होता, तो न्यूयॉर्कच्या लोकांना खूप आवडला. त्याच्या आईनं बॅसिलची, तुळशीसारखी पानं आणि शेतावरचं लोणी यात पूर्ण पिकलेल्या टोमॅटोचे काप घालून त्यांची नीट मांडणी केली होती. भाजलेल्या गोमांसाचे काप, बार्बेक्यू केलेलं डुकराचं मांस, ताज्या ब्रेडचे तुकडे व आमचं लोणी यांचे ढीग मोठ्या सपाट थाळ्यांत मांडले होते. कंदमुळांच्या भाजलेल्या भाज्यांचे ढीग आणि हिरव्या कच्च्या कोशिंबिरीच्या भाज्या आणि सॅलडमध्ये मिसळायचं आर्ग्युला हे सर्व सपाट ट्रेमध्ये ढिगांनी ठेवलेलं होतं. नीनाच्या 'पाय'च्या संपूर्ण टेबलावर क्रीम, फळं आणि मरँग हा अंडी, साखर व मधाचा गोड खाऊ हे सुंदर छाप पाडणारे पदार्थ भरलेले होते. मित्रमंडळी आपापल्या थाळ्या कोठार ते स्वयंपाकघर अशा फेऱ्या मारून भरण्यात मग्न होते. माझा घसा अजून जळजळत होता, मला अजून ताप भरलेला होता. मी त्या दिवशी फारच प्यायले म्हणून मला उरलेला दिवस अस्पष्ट आठवतो. अर्थात मला हे आठवतं की पाऊस थांबला होता आणि मार्कनं ट्रॅक्टर वॅगनला जोडून पाहुण्यांना शेतवाडीची सफर घडविली. त्यांना पिकं, नवीन जन्मलेली कुरणातील डुकरं दाखविली. प्रत्येकाला भाजी आणि फुलं तोडून घरी नेण्यासाठी आग्रह केला. वर-वधू या दोन्ही बाजूंची लहान मुलं- काही ढगळ कपडे घालून तर काही खास पोशाखात असलेली- कोंबड्यांच्या बंदिस्त खुराड्यात जाऊन टोपलीभर अंडी बाहेर घेऊन येत होती. काहींचं कोठारातील मांजरांची पिल्लं पकडून त्यांच्यावर जबरदस्तीनं प्रेम करणं चाललं होतं. कोठारातील डुकरांच्या जुन्या घरात उंदीर त्यांचं शेवटचं घर करायची धडपड करत होते. दारातून कुणीतरी त्यात डोकावलं की उंदीर इकडं तिकडं पळत होते आणि लोकांच्या तोंडून आश्चर्याचे उद्गार निघत होते. शेवटी व्हायोलिनवादक येऊन पोहोचल्याचं मला आठवतंय. आमच्या पहिल्या नृत्याची वेळ येऊन ठेपली तेव्हा ते मार्कला शोधू लागले. तो त्यांना सापडला नाही कारण खाली जाऊन तो आपल्या चांगल्या कपड्यातच गाईचं दूध काढत होता.

पाहुणे आणि परिवार हळूहळू निघून गेले आणि आम्ही आमच्या बिछान्यावर अक्षरश: कोसळलो. आमचा बिछाना माझ्या मित्र-मैत्रिणींनी पताका, पानं, फुलांनी आणि प्रणयसूचक वस्तूंनी सजविला होता. लग्नाच्या दुसऱ्या दिवशी रेडिओवरून कडाक्याच्या थंडीसह हिमवर्षाव अशी सूचना देण्यात आली होती. त्यामुळं मी आमच्या पाहुण्यांसाठी निघण्यापूर्वी न्याहरी तयार करायला लागले. तोपर्यंत मार्कनं भोपळ्यांची तोड करण्यासाठी एक गट एकत्र केला. त्यांनी माणसांचा एक पूलच केला आणि भोपळे एकाकडून दुसऱ्याकडे फेकले. शेतातून ते वॅगनमध्ये गेले. त्यातला एक मार्कच्या कपाळावर बसला आणि त्याच्यावर ओरखाडे उठले. त्यामुळं

आमच्या लग्नानंतरच्या पहिल्या आठवड्यात तो 'चार्ल्स मॅन्सन' (गुन्हेगार व खुनी, तसा कल्ट स्थापन करणारा.) सारखा काळजी वाटावी असा चमत्कारिक दिसत होता. त्या रात्री कडाक्याच्या थंडीसकट हिमवर्षाव झाला. दुसऱ्या दिवशी सूर्यफुलं, टोमॅटो, भोंगी मिरची, तुळशीसारखी बॅसिलची रोपं आणि इतर नाजूक रोपं मरून गेली. मला खरं म्हणजे सुटल्यासारखं वाटलं. तोडणी करायला आता टोमॅटो नाहीत आणि घेवडाही नाही. मग मार्कचा घसा बसला आणि तो तापानं आजारी पडला. मीही अजून तापामुळं आजारीच होते. पुष्कळ दिवस आम्ही फारसं काही केलं नाही. फक्त स्वत:ला कसंबसं ओढत जाऊन रोजची बारीकसारीक कामं करत होतो आणि रेईच्या अक्षय कासेतलं न संपणारं दूध काढत होतो. आमचा विवाह सोहळा थोडासा ख्यातनाम व्यक्तीच्या दर्जाचा झाला असावा. सगळी जणं गेल्यावर मी भेटवस्तू उघडल्या. त्याचं कौतुक केलं, आमचे ताप गेले. माझ्याकडे करायला असं काहीच उरलं नव्हतं. मी अगदी रिती रिती झाले होते. थंडीनं काकडलेही होते. आम्ही अजून लाकडावरचा स्टोव्ह सुरू केला नव्हता. भट्टी काम करत नव्हती. मी ज्यांच्याबरोबर पूर्वी काम केलं होतं अशा मार्गदर्शक पुस्तिका प्रकाशकांनी मला फोन केला आणि अगदी शेवटच्या क्षणी मला 'मुई'वर (एक हवाई बेट) एक कामगिरी देऊ केली. आणि मी ती स्वीकारली. मी गारठलेल्या बोटांनी फोन फिरविला आणि अपार्टमेंट व गाडीची व्यवस्था केली. आमचं लग्न होऊन एक महिना झाला होता आणि मी दोन महिन्यांसाठी निघाले होते. तो विरह आम्हा दोघांना सुद्धा अति होता हे मला पूर्णपणे माहीत होतं. पण मी स्वत:लाच सांगत राहिले की आता बर्फ व कडाक्याची थंडी पडेल तेव्हा त्याच्यावर असा काही खूप भार पडणार नाही. शिवाय त्याला जे सहन करावं लागेल त्याची भरपाई पुस्तकामुळं मिळणाऱ्या पैशातून होईल. मार्क विनोदानं म्हणाला की, मी हवाईला माझ्या एकट्याच्याच मधुचंद्रासाठी जात आहे. पण तो विनोद दिखाऊ होता. मला वाटतं आम्हा दोघांनाही माहीत होतं की मी पुन्हा परत न येण्याची दाट शक्यता होती. मी कल्पना केली की माझे मित्र म्हणतील, हे कसं अगदी माझ्या स्वभावानुसार घडलं आहे आणि त्याचीच ते आतापर्यंत अपेक्षा करत होते. माझे आई-वडील जरा डोळे उडवतील आणि या सगळ्या नाटकातून त्यांना जायला लावलं तरी मला माफ करतील. त्यापेक्षा लग्नातील भेटींबद्दल चर्चा करणं ठीक असं ते ठरवतील.

प्रवासाबद्दलच्या माझ्या ओढीचा मुख्य बिंदू म्हणजे त्यातून सुटका नावाची गोष्ट आहे हा विश्वास. एका छोट्याशा तिकिटानं तुम्ही प्रत्येक गोष्ट बदलू शकता. गेल्या वेळी मी 'मुई' विमानतळावर होते तेव्हा मी वीस वर्षांची मुलगी होते. आता जेव्हा मी माझं सामान घेण्यासाठी निघाले तेव्हा मला वाटलं की, पूर्वीची ती तरुण स्वच्छंदी 'मी' विमानतळावर फुलांच्या माळा घेऊन स्वागत करायला आलेल्यांच्यात

माझ्यासाठी थांबली असेल किंवा असंही वाटलं की शेतकऱ्याशी व शेतवाडीशी लग्न करून मी तिचा खून केला होता की काय, हे मी शोधून काढायलं हवं. प्रवासामुळं स्पष्टता मिळायला मदत होते. गोंधळवून टाकणारे मागचे पुढचे सगळे संदर्भ दूर करा म्हणजे तुम्हाला तुमच्यासमोर उघडंनागडं सत्यच दिसेल.

अमेरिकेतील उत्तर भागातील शेतवाडीवरच्या नोव्हेंबर महिन्यातील संघर्षापासून खूप दूर अगदी विरुद्ध असलेलं पृथ्वीवरील अद्वितीय ठिकाण म्हणजे मुई. तिथली उबदार हवा तुमच्या गालांना हलकेच स्पर्श करते आणि झाडांना फुलं अगदी खाली लगडलेली असतात. पुकलानीच्या सर्वसामान्य उपनगरात कुल- डी- सॅक रस्त्याच्या शेवटी कुणाच्या तरी एका साधासुध्या घरात तळमजल्यावरील एक लहानसं अपार्टमेंट मी भाड्यानं घेतलं होतं. त्या अपार्टमेंटमध्ये लाकडी सामान वगैरे पूर्ण सोयी होत्या, तसेच टोस्टरपण होता. त्यामुळं कपड्याच्या कपाटात कपडे अडकवीपर्यंतच मी नवीन आयुष्यात प्रवेश केलाय असं मला वाटायला लागलं. वाटलं की काही सोडणं हे किती सोपं असतं. त्याग करण्यात काही गुंतागुंत नसते.

मी माझ्या कामाला सुरुवात केली. या बेटाचं सौंदर्य उपभोगता येईल, प्यूपसची- या हवाई पदार्थाची चव चाखता येईल अशा दृष्टिकोनातून हॉटेल्सच्या खोल्या बघणं आणि पांढऱ्याशुभ्र वाळूच्या किनाऱ्याचं नव्या प्रकारे वर्णन करणं हे माझ्या कामात अंतर्भूत होतं. आता तिथं अगदी शुकशुकाट होता. मात्र बाहेर मोकळ्यावर होणाऱ्या हवाई बेटांवरील मेळाव्यांसाठी नवीन लग्न झालेल्या जोडप्यांची चांगलीच गर्दी होती. गळ्यात लोंबकळणाऱ्या गिटारच्या दर्दभऱ्या आवाजाच्या तालावर एकत्र झुलत राहिल्यानं त्यांचे चेहरे गुलाबी झाले होते. सिनेमाच्या सेटवर चित्रपटात गर्दीच्या देखाव्यात काम करणाऱ्या नटांप्रमाणे झगमगीत कपड्यातली ती माणसं मला खोटी वाटली. वेगवेगळ्या उपहारगृहात फिरताना मी बारजवळ बसून टिप्पणी काढायची. एखादा एकटा दुकटा माणूस मी एकटी आहे हे पाहून माझ्याकडं ओझरता दृष्टिक्षेप टाकायचा आणि माझ्या नव्या कोऱ्या अंगठीची चमक पाहून दिशा बदलायचा. अर्थात ती अंगठी माझ्या बोटात नीट बसण्यासाठी कापून योग्य त्या मापात करावी लागली होती. मी मागच्या वेळी इथं आले होते, त्यापेक्षा 'मुई' आता खूप बदललं होतं. माणसं त्यावेळेपेक्षा जास्त दिसत होती, गर्दीचे तास वाढले होते आणि गाड्या थांबवायला पुरेशी जागा नव्हती. अर्थात समुद्र मात्र बदलला नव्हता. मी संध्याकाळी बाल्डविन किनाऱ्यावर गेले. तरंगण्यासाठी तराफा- लाँगबोर्ड भाड्यानं घेतला आणि माझ्या गाडीवर बांधून टाकला. म्हणजे मला थोड्या अंतरावर वरखाली हेलकावे खाणाऱ्या व पुढच्या लाटेची वाट बघणाऱ्या लोकांच्या गर्दीत, पाण्यात हात मारत जाण्याचं धैर्य होईल तेव्हा मी अगदी तयार असेन.

पहिल्यांदाच काही हरवल्याची जाणीव मला झाली आणि ते हरवलेलं काहीतरी

म्हणजे मार्क नव्हे, शेतावरचे पशु नव्हे तर ते होतं माती आणि काम, हे मला कळलं तेव्हा थोडा वेळ मला जबरदस्त मानसिक धक्का बसून मी थिजून गेले. मला आतून मनाच्या गाभाऱ्यातून असं वाटलं की मी हलकी हलकी होत चालली आहे, इतकी की वाऱ्यानं उडून जाईन.

मी पीआ या समुद्रकिनाऱ्यावरील स्वच्छंद अशा गावात भटकत सकस अन्न मिळणाऱ्या उपहारगृहात गेले. तिथं मागच्या बाजूला एका टेबलावर स्थानिक शेतातल्या ताज्या पालेभाज्या आणि फळांचा छोटा ढीग होता. तिथंच वर हाताची खूण करून शेतकऱ्याचे नाव, फोन नंबर लिहिलेला होता. मी तो लिहून घेतला आणि माझ्या अपार्टमेंटमध्ये आल्यावर त्या नंबरवर फोन फिरविला. खरं तर मला काय हवं होतं ते मलाच माहीत नव्हतं. त्या शेतकऱ्यानं फोन घेतला आणि फक्त मी बोलायला सुरुवात केली. ते बोलणं नेहमीच्या 'मी' सारखं नव्हतं. मी त्याला आमचं शेत, तिथली आमची पिकं आणि घोड्यांचं वर्णन ऐकवलं. त्याला त्याची जमीन, हंगाम, कोणती पिकं चांगली वर आली आहेत, कोणती नाहीत याविषयी प्रश्न विचारले. तो कामाच्या गडबडीत होता आणि मी त्याचा वेळ खात होते हे मला कळत होतं. मला हद्दपार केलेल्या व्यक्तीसारखं एकाकी वाटून मी माझ्या देशबांधवांशी बोलतेय अशी माझी भावना झाली. आम्ही फोन ठेवायच्या आधी तो म्हणाला की, तो एका बंधनात अडकलाय. त्याची बायको त्याला सोडून गेली होती. त्या दोघांनी सीएसए तत्त्वावर सभासद करून अन्नपुरवठा करणं त्याच वर्षी सुरू केलं होतं. त्याला त्याच्या सभासदांना अन्नपुरवठा करणं भाग होतं. तो अचानक एकटा पडला होता आणि कामानं बेजार झाला होता. या कापणीच्या हंगामात मी तिथं येऊन त्याला मदत करण्याची शक्यता होती का? त्याबद्दल मला पैसे देणं त्याला परवडणारं नव्हतं. पण तो काही अन्नधान्य मला घरी न्यायला देणार होणार होता असं त्यानं सांगितलं. एखाद्यानं नीट विचार केला तर त्याची परिस्थिती आणि मार्कची स्थिती अगदी सारखी होती हे कळेल आणि ते विनोदी वाटेल किंवा नाहीसुद्धा.

मी दुसऱ्या दिवशी पहाटे त्याच्या पत्त्यावर गेले. धुकं जमिनीवरून वरवर जात होतं. क्षणभर मला असं वाटलं की मी चुकीच्या जागी आले की काय. ते शेत न वाटता बाग असल्यासारखं वाटत होतं. आजूबाजूच्या घरांच्या विळख्यातून, नियोजनबद्ध जमिनीतून कोरून काढल्यासारखी ती दिसत होती. काही फुटावरच एक शेजारी कामाला जाताना सुरक्षारक्षक किंवा पोलिसाचा गणवेश घालून आपल्या एसयूव्हीकडे जाताना दिसला. तिथं एक कोंबड्यांचं खुराडं होतं. पांढऱ्या लेगहॉर्न आणि बार्डरॉक जातीच्या दोन्ही प्रकारच्या कोंबड्या त्यात होत्या, लिंबाच्या जातीच्या झाडांची छोटीशी एक लागवड होती. पाव एकर लाल जमीन इलेक्ट्रिक मोटरच्या नांगरानं

नांगरलेली दिसत होती. कुंपणाला पेरू आणि सुशोभित पानांची पामची झाडं होती. ते सगळंच अगदी असह्य होण्याइतकं क्षुद्र वाटत होतं.

त्या शेतकऱ्यानं, जिथं तो भाजी पिकवत होता त्या शेताच्या चार लहान विभागात मला चटकन फिरवून आणलं. तो माणूस ज्या अडचणींशी सामना करत होता त्या आमच्यापेक्षा वेगळ्या होत्या हे माझ्या लक्षात आलं. आम्ही ज्याला तोंड देत होतो ते, पिकांच्या वाढीच्या थोड्या काळात भरभर वाढणारे तण, नकोसं गवत यांचं भयानक ओझं त्याला नव्हतं. त्याच्याकडंही सतत कीटक, बुरशी, पुष्कळ तऱ्हेचे कुजणारे पदार्थ होते. पण तण काढणं, स्वच्छ करणं हे नसायचं. शिवाय हंगामाच्या शेवटी बर्फ, थंडीमुळं काम थांबवायला लागायचं नाही. एखाद्या हंगामाबद्दल बोलण्यासारखं खास काही वैशिष्ट्यं नव्हतं. फक्त थोडा जास्त पाऊस किंवा जास्त कोरडी हवा एवढंच. त्याची उद्दिष्टंसुद्धा आमच्यापेक्षा वेगळी होती. आम्हाला किती लागेल तेवढी मुबलक जमीन उपलब्ध होती. त्यामुळं आवश्यकतेपेक्षा जास्त रोपं लावून, प्रत्येक पिकाला भरपूर जागा देऊन आम्ही अरिष्टांवर आणि चुकांवर मात केली. आमच्याकडे ओझी खेचायला ड्राफ्ट घोडे होते. त्यामुळं आम्हाला लांब लांब सरी करता आल्या आणि फक्त लागवडीसाठी ठेवलेली जागा सांभाळणं आम्हाला शक्य झालं. या शेतकऱ्याकडे या महागड्या बेटाचा मर्यादित, अमोल असा चांदीचा तुकडा होता. त्यातल्या प्रत्येक चौरस इंचातून त्याला जे काही मिळत होतं ते त्याला जास्तीत जास्त वाढवायचं होतं. त्यानं उंच न वाढणारे लेट्यूस हे सरीत न लावता, प्रत्येक आठवड्यात एकापोठापाठ तयार होतील असे लहान गाद्यात लावले होते. गाद्यात मध्ये वाकून तो आतले तण हाताने काढत होता. मी अधाशीपणे तिखट आर्ग्युलाचं पान, खमंग वासाची मोहरीची पर्णयुक्त फांदी तोडली. त्या शेतकऱ्यानं मला झाडावरचं एक संत्रं तोडून दिलं. त्याचा झिणझिणणारा सुगंध घेण्यासाठी मी माझी नखं त्याच्या सालात रुतवली. आमची शेतं अगदी भिन्न असली तरी तोच चमत्कार घडत होता, फक्त त्याचं आवरण वेगळं होतं. माझ्यातला एक छोटासा हिस्सा गुपचुपपणे माझ्याशी कुजबुजत होता, 'तू परत जाणार नसशील तर तूसुद्धा असं साधंसुधं, लहानसं काहीतरी करू शकतेस. एक जमिनीचा तुकडा घे आणि त्यात अन्नधान्य पिकव.'

तो शेतकरी असला तरी त्यानं बरे दिवस बघितले असावेत असं वाटलं. त्याचं वजन नुसतंच कमी झाल्यासारखी त्याची हाफ पॅन्ट त्याच्या अंगावर टांगल्यासारखी दिसत होती. त्याच्या चेहऱ्यावर त्रासदायक भाव होते आणि तो दात घट्ट आवळून श्वास बाहेर सोडत होता. त्या सकाळी त्याच्याकडे दहा सभासद भाज्या न्यायला येणार होते. त्यामुळं फार ऊन तापायला लागायच्या आधी कामाला लागू या असं तो म्हणाला. तोडलेल्या भाज्या टिकविण्यासाठी त्यानं बर्फ घालून शीतपेट्या व दोन

लहान टोपल्या तयार ठेवल्या होत्या. त्यानं कोलार्ड कोबी कुठं होता ते दाखवलं आणि किती तोडणं आवश्यक आहे ते सांगितलं. मी एक टोपली आणि कापायची सुरी घेऊन काम सुरू केलं.

वेड लागल्यासारखं काम करायचं मार्कनं मला प्रशिक्षण दिलं होतं. आमच्या शेतावरची कापणी म्हणजे ध्यान, चिंतन वगैरे नसून शर्यत होती. आम्ही कापणीसाठी कैदी घेत नाही. सायकलवरून खेडेगावातून सैर करत असताना मार्कनं न्यू मेक्सिकोमधील लॅटिन अमेरिकन कामगारांबरोबर काळ्या मिरीची तोडणी करण्याचं काम केलं होतं. तिथंच हा मूलभूत ढंग तो शिकला होता. तो त्यांच्या कापणी करण्याच्या प्रचंड वेगामुळं भारला होता. ते कसं करतात याचं काळजीपूर्वक निरीक्षण त्यानं केलं होतं. त्याच्या लक्षात आलं की त्यांचे दोन्ही हात सारखं काम करतात, उजवा किंवा डावा कमी-जास्त नाही. ते नेहमीच पाऊलभर पुढचं बघतात, त्यामुळं त्या विशिष्ट मिरीवर हात टाकण्यापूर्वीच पुढची कुठली मिरी तोडायची हे त्या हाताला माहीत असतं. काम करताना ते कामगार पुष्कळदा आपल्या मातृभूमीतील चैतन्यदायी लोकसंगीतही मोठ्यानं गात असत. त्यामुळं मार्क सव्यसाची- दोन्ही हातांनी सहज काम करू शकणारा- झाला आणि आपल्या हातांच्या आधीच पुढचं बघू लागला. शेतातील चैतन्यदायी गाणी गाऊ लागला. मी पाहिलेला तो सर्वांत जास्त वेगानं काम करणारा कामगार आहे. त्याच्याकडे हात व डोळे यांचा उत्तम समन्वय साधणारी अलौकिक शक्ती आहे, हात फैलावण्याची क्षमता असामान्य आहे, त्यात त्याची एकाग्रता अचाट आहे. तो शेतातील सरींमधून जिवंत कार्टुनसारखा तरंगत पुढं जातो तेव्हा हात आणि निर्मिती यांचा सुंदर हिरवा देखावा दिसतो. त्यानं गती आणि कार्यक्षमता यासाठी अनेक वर्षे इतर शिक्षकांकडून धडे घेतले, ते वाढविले आणि ते सगळे मला शिकविलं. एक वर्षभर सकाळची तोडणी केल्यावर मी पाठीत वाकून हातात धारदार सुरी घेऊन उकिडवं बसू शकले. उकिडवं बसून पिकांच्या सरीत बदकासारखं पुढं पुढं जायला शिकले. मग हातातील हिरवा पाला खांद्यावरच्या टोपलीत बरोबर जायचा आणि वाटाणा तेवढा चाळणीत.

त्या सकाळी हवाईमध्ये, मी ज्या पद्धतीनं शिकले होते त्याप्रमाणे कोलार्ड कोबीची कापणी करू लागले, अगदी मार्कच्या वेगानं नाही तरी बऱ्याच वेगात. या बेटावरच्या माझ्या नवीन शेतकरी मित्रानं यादीतील दुसऱ्या भाजीची तोडणी सुरू केली होती. मी काय करत आहे हे त्यानं पाहिलं. माझ्या गतीमुळं तो इतका हबकला की फुटबॉलच्या खेळात 'फाउल' दाखवितात तसे हात हलवून त्यानं मला थांबवलं. तो इतका अस्वस्थ झाला की त्याला कापणी थांबवून सिगरेट ओढण्यासाठी घरी जावं लागलं. तो शांत होऊन परत आला आणि ते काम त्याला कसं हवं होतं ते त्यानं मला दाखवलं. त्याची कापणी म्हणजे, मरणाची शर्यत नसून, हळुवारपणे

तोडणं होतं. तो आधी पानाकडं थोडा वेळ नीट बघत राहत असे. मग कात्रीनं ते अगदी अनिच्छेने कापत असे. नंतर ते टोपलीत ठेवून वाऱ्यावर फडफडत ठेवत असे. त्याला बघणं मला कठीण झालं. दहा माणसांच्या भाज्या तोडणीसाठी सगळी सकाळ फुकट गेली.

त्या माणसानं टोपलीत वाऱ्यावर फडफडत ठेवलेला तो कोलार्ड कोबी पाहताक्षणी माझं मनोमनी 'लग्न' लागलं. 'सुटका' नावाची वस्तू कधी नसतेच. फक्त या अडचणींच्या डोंगराऐवजी दुसरा त्या ठिकाणी येतो. मार्क किंवा शेतवाडी किंवा लग्न यापासून नव्हे तर माझ्या स्वतःच्या अपूर्णतेपासून पळून जायचा प्रयत्न मी करत होते. मी जगभर कितीही पळत राहिले तरी ती अपूर्णता माझ्या मागं पाठलाग करत आली असती, अगदी कायमची!

माझ्या घरकुलात गेल्याशिवाय मला राहवेना. जेव्हा मी तिथं गेले तेव्हा मी स्वतःला जास्तीत जास्त खोल खोल गाडून घेतलं.

◆

समारोप

हिवाळ्यातील सर्वांत काळोख्या आठवड्यात मी घरी परत आले. अगोदर करत असलेली आणि मी गेल्यावर माझ्याऐवजी मार्क करत असलेली घरची आणि शेतातली छोटी मोठी कामं मी पुन्हा करायला लागले. 'घरची आणि शेतातली छोटी मोठी कामं' या शब्दातून कंटाळवाणेपणा, तोचतोचपणा सूचित होतो. पण मला मात्र तसं वाटलं नाही. उलट ती कामं नसल्यानं चुकल्या चुकल्यासारखं वाटत होतं. ही अशी कामं म्हणजे हवेची पहिली चुणूक, अवयवांचा पहिला प्रयत्न. या नृत्याच्या सगळ्या पायऱ्या मला निश्चितपणे माहीत होत्या. मार्क आणि मी जोडीनं अंधारात काही ठिकाणी थांबलो. काही बोलण्याची जरूरच नव्हती. कारण बिछान्यातील प्रेमळ, उबदार जवळीक आमच्यापाशी होती. गोठ्यातील बंदिस्त जागेत जाऊन आम्ही दोन वासरांना बाटलीनं दूध पाजलं, त्यांच्या शेपटीच्या मुळाशी खाजवलं, नंतर कोठारात जाऊन कुरणातल्या गाईंना आत हाकारलं. मी कोठारातल्या मांजरांना खायला घातलं तोपर्यंत मार्कनं धारदार पात्यावर खूप सारे बीट आणि गाजराचे तुकडे केले होते. गाईंनी ते चघळून रवंथ करायला सुरुवात केली आणि आम्ही दूध काढलं. मार्क दुधाच्या बादल्या धूत असताना मी कोंबड्यांच्या भांड्यात ताजं पाणी ओतायला आणि कुटून तयार केलेलं आंबोण त्यांच्या खाण्याच्या भांड्यात घालायला निघून गेले. डेअरीतल्या गाईंना पाणी दाखवलं शिवाय पोटमाळ्यावर चढून दुसऱ्या कापणीच्या चांगल्या खाद्यगवताच्या गासड्या आणल्या. मी पश्चिमेकडच्या कोठाराला वळसा घालून ड्राफ्ट घोड्यांच्या कुरणाकडे चालले होते. तेव्हा सूर्योदय होऊन सरोवरापलीकडची हिरवीगार पर्वतराजी त्या प्रकाशात उजळत होते. रोज सकाळी मी दूर दिसणारं, उंटाच्या पाठीवरच्या मदारीसारखं एकुलतं एक कॅमल्स हम्प शिखर निरखायची. काही दिवस ते ढगांमुळं दिसेनासं व्हायचं. काही दिवस त्याच्यावर केशरी किंवा लाल छटा असायची. जेव्हा मी खूप लवकर अगदी पहाटे

त्याच्याकडे बघायची तेव्हा काही दिवस ते फक्त दोन परिणामात दिसायचं, फिक्कट काळ्या आकाशात काळाकुट्ट आकार. त्या दृश्यावरून मी त्या दिवसाचं हवामान कसं असेल आणि ते किती टिकून राहील याचं भाकीत करण्याचा प्रयत्न करायची.

घोडे, तरुण खोंड आणि डुकरं या सर्वांना खायला घालून मी जेव्हा घरी गेले तेव्हा माझ्या वाटेवर मागे समाधान आणि तृप्तीच्या खुणा विखुरलेल्या होत्या. मार्कनं दुधाच्या सर्व वस्तू, भांडी धुऊन टाकली होती. आणि आमच्या नाश्त्याचा स्टोव्हवर चुर्रर्र असा आवाज येत होता.

माझ्या गैरहजेरीत तो आपले सभासद, मित्र आणि शेजारी यांच्या मदतीनं कसाबसा तग धरून होता. मी हवाईहून आल्यावर काहीतरी बदल मात्र झाला होता. झगडायला मी नाही, पहिल्या हंगामातील सततचा गोंधळ नाही आणि आमच्या होऊ घातलेल्या लग्नाचा ताण नसल्यानं त्याला त्याचा स्वत:चा स्थिर असा ताल सापडला होता. मी संघर्ष न करता माझ्या पद्धतीनं काम करून त्याच्याशी एकोप्यानं स्वरांची संगती साधायचा प्रयत्न करत होते. आम्हाला बरोबरीनं काम करताना सहजसुंदर आनंद मिळत होता, आम्ही योद्धे असण्याऐवजी प्रथमच एकमेकांचे अनुरूप जोडीदार होत होतो.

ऋतु वर्षांमध्ये उगलडत गेले. आम्ही त्या वर्षांना हिमवर्षावानंतरची पानगळ व नंतर येणाऱ्या उन्हाळ्यातील त्या त्या वेळच्या हवेचा विचार करून नावं दिली होती आणि त्याच नावांनी त्या त्या वर्षाचं स्मरण करतो. दुसरं वर्ष भाज्यांना चांगलं होतं. पण आमच्यासाठी पहिल्या वर्षापेक्षा कठीण होतं. हवा इतकी तीव्र गरम आणि दमट होती की आमच्या हायलँड जातीच्या चार गाई त्या ऋतुत मरण पावल्या. तिसरं वर्ष मात्र अगदी पाठ्यपुस्तकाप्रमाणे परिपूर्ण होतं. चौथं वर्ष थोडं कोरडं गेलं. पण त्यामुळं रोपांना योग्य तेवढी ओढ बसून अनपेक्षितपणे ती चविष्ट झाली. पाचवं वर्ष म्हणजे अति थंडी आणि भयंकर पाऊस, काळे ढग विनोद वाटावे इतके पुन्हा पुन्हा आमच्या डोक्यावर जमले. शेतातल्या पिकांच्या सरीत पाणी भरलं, तीन चतुर्थांश भाज्या कुजून गेल्या. सहाव्या वर्षी पुन्हा अतिवृष्टी झाली आणि टोमॅटो आणि कांद्यावर उशिरा रोग पडून ते फुकट गेले- तीन टन- ते वाळले नाहीत आणि आम्हाला टिकवताही येईनात.

प्रत्येक वर्षी सभासदसंख्या थोडी थोडी वाढतच आहे. ती साधारणपणे शंभराच्या आसपास आहे. तिसऱ्या वर्षीपासून आमचं आम्हाला सगळं करणं अशक्य झालं. तसंच करत राहिलो असतो तर आम्हीच नष्ट झालो असतो किंवा आमचा घटस्फोट तरी झाला असता. जेम्स, सारा आणि पेगी आमच्यासाठी काम करायला एक वर्ष राहिले आणि नंतर आपली स्वत:ची शेतवाडी वसविण्यासाठी निघून गेले. त्यानंतर

ब्रॅड आणि मॅट, सॅम नंतर सुसी आणि अँथनी आणि त्यानंतर टिम, चॅड व त्यानंतर कर्टनी आणि रॅसी हे सगळे तरुण शेतकरी पुढच्या काळात स्वतःच्या जमिनीचा उपयोग करता येण्याच्या उद्देशानं, शेतकामातलं कसब शिकण्यासाठी आमच्याकडे आले. आमचे काही शेजारी- क्रिस्टीन, किम, बार्बरा आणि रॉनी- आमच्याकडे कायमचे पगारी मदतनीस म्हणून यायला लागले. शेतवाडी आमच्या शक्तीच्या पलीकडे वाढली होती. सर्व सभासदांना उत्पादन वाटल्यावर दर शुक्रवारी मी त्या आठवड्यात शेतावर कामाला येणाऱ्या सर्वांसाठी रात्रीचं साग्रसंगीत जेवण शिजवते. ते त्यांनी घेतलेले कष्ट आणि कापणी यासाठी केलेला आनंदोत्सव असतो. उन्हाळ्यात वीसच्या वर मदतनीस असतात. तेव्हा आम्ही बाहेरच्या बाजूला टेबलं टाकतो आणि कोठारातून जास्तीच्या खुर्च्या आणायला कोणाला तरी पाठवतो.

चौथ्या वर्षीच्या ऑगस्टमध्ये शेवटी शेवटी हवामान कोरडं असताना आमची मुलगी जेन जन्माला आली. मी आमच्या शेतवाडीतच तिला जन्म दिला. मार्कनं माझ्यासाठी सूर्यफूल आणलं. ते माझ्या स्वतःच्या चेहऱ्याएवढं मोठं आणि पूर्णत्वाच्या क्षणापर्यंत पोहोचलेलं होतं. मी प्रसूतीच्या वेदनांच्या खोल गर्तेत असताना त्याच्याकडे पाहिलं. तेव्हा ते धीर देण्यासाठी माझ्याकडे बघत होतं असं वाटलं मला. सुईणींनी जेनचं वजन माशाच्या वजन काट्यावर मोजलं: सात पौंड आठ औंस आणि वर एक रेघ. या बऱ्याच काळ होणाऱ्या प्रसूतीच्या वेदना हे एक स्वप्न आहे आणि बाळ नाहीच असा भ्रम डोक्यात ठेवून मी दचकून रात्री उठलेली मला आठवतंय. परंतु नंतर आमच्या दोघांमध्ये ठेवलेलं चैतन्यपूर्ण आणि जीवित असलेलं बाळ पाहून सुटकेचा निःश्वास टाकला, इतकंच नव्हे तर बऱ्याच प्रतिकूल परिस्थितीतून अचानक काहीतरी जिंकण्याची आनंदी भावना माझ्यात निर्माण झाली. त्या आठवड्यात मी तिला घोड्यांना भेटविण्यासाठी कोठारात घेऊन गेले. सॅमनं तिला आपले आशीर्वाद म्हणून हुंगून आपला श्वास तिच्यावर सोडावा यासाठी मी तिला त्याच्या मोठ्या डोक्याजवळ धरलं.

त्या पानगळीच्या ऋतुत आम्ही श्री. लार्स यांच्याकडून ऐंशी एकर जमीन, घर आणि कोठार असा शेतवाडीचा एक भाग विकत घेतला.

त्याच वर्षीच्या हिवाळ्यात सिल्व्हर मरून गेला. तो आणि सॅमचं वय दिसायला लागलं होतं. त्या दोघांसाठी शेतावरचं काम खूप होतं. त्यांचा ताण कमी करण्यासाठी आम्ही आणखी एक घोडाजोडी खरेदी केली. जे आणि जॅक यांची ॲमिश लोकांनी वाढविलेली, खच्ची केलेली, बेल्जियन आणि सफोक या मिश्र जातीची, अगदी लहान वयाची ती घोडाजोडी होती. एका थंडगार शनिवारी शेतातली बारीक सारीक कामं संपवून घरी परतताना मी सहजच डोळ्यांच्या कोपऱ्यातून कुरणात असलेल्या सिल्व्हरकडे पाहिलं. आपला पुढचा उजवा पाय वर उचलून तो अगदी स्तब्ध उभा

होता. तो कदाचित विश्रांतीच्या शारीरिक अवस्थेत उभा असेल असं वाटून मी पुढं निघालेच, पण त्याच्याबाबतीत काहीतरी वेगळं वाटलं म्हणून मला पुन्हा बघावं असं वाटलं. त्याच्या चेहऱ्यावरचे भाव वेगळे होते. त्याला कसला तरी घोर लागला होता. घोडा हा कुरणाचा राजा असतो. तो कधीही काळजी करत नाही. सकाळचं दूध काढल्यावर सॅम आणि जॅक बरोबर सिल्व्हरलाही आम्ही बाहेर सोडलं होतं. वीसेक मिनिटं आधी मी गवत काढायला गेले होते तेव्हा तो छान होता. मी आता त्याच्याजवळ गेले तेव्हा नेहमीप्रमाणे माझं स्वागत करण्यासाठी त्यानं नाक पुढं ओढलं आणि निःश्वास सोडला. त्याची जाडजूड भरदार मान मी घासली आणि त्याच्या खांद्यावरून हात फिरवत तो पायाच्या गुडघ्यापर्यंत आणला, त्याचा पाय निराश वाटावं इतका निर्जीव वाटला. मी त्याला स्पर्श केला. तेव्हा त्यानं तो जराही हलविला नाही किंवा मागं घेतला नाही. त्याला वेदना होत आहेत असं तो दाखवत नव्हता तरी त्याला त्या होत असणार. मला मनोमनी कळून चुकलं की, त्याचं भरत आलंय. मी घरी जाऊन मार्कला सांगितलं आणि त्यानं डॉ, गोल्डवॉसर यांची सहकारी डॉ. डॉड यांना फोन केला. त्या कुठंतरी व्हिजिटला गेल्या होत्या आणि तासाभरात येते असं म्हणाल्या.

मी पुन्हा कुरणात परत आले. तेव्हा सिल्व्हर एखाद्या शिंगरासारखा आपला मोठा पाय दुमडून खाली बसला होता. दुखावलेल्या बाजूचा त्याचा खांदा थरथरत होता पण तो खूप शांत होता. मी त्याला गाजरं दिली आणि आश्चर्य म्हणजे त्यानं ती सगळी खाल्ली. मी त्याच्याजवळ बसले, त्याचं मखमली नाक थोपटलं आणि त्यानं मला शिकविलेल्या प्रत्येक गोष्टीबद्दल, अतिशय आनंदानं भरपूर शारीरिक कष्ट केल्याबद्दल, त्याच्या असण्यानं मला मिळालेल्या दिलाशाबद्दल मी माझी कृतज्ञता त्याच्यापर्यंत पोहोचविण्याचा प्रयत्न केला. या सगळ्या वेळात मी आर्त स्वरात रडत होते, माझ्या गालावर अश्रू थिजत होते आणि माझं नाक जोरदार वाहत होतं. सॅम आम्हा दोघांकडं आला, मान खाली करून त्यानं सिल्व्हरच्या पाठीच्या उंचवट्याला स्पर्श केला आणि सावकाश दूर चालू लागला. आम्हा माणसांपेक्षा प्राणीच अधिक प्रतिष्ठितपणे व सभ्यतेनं निरोप घेतात असं वाटलं. काही मिनिटांनी डॉ. डॉड आल्या. सिल्व्हरचा पाय, गुडघ्याच्या वर मोडलाय हे त्यांनी एका दृष्टिक्षेपातच सांगितलं. त्या म्हणाल्या की कदाचित दुसऱ्या घोड्यानं लाथ मारली असेल किंवा बर्फाच्या एखाद्या ठिसूळ भागावर त्याचं दुर्दैवी पाऊल पडलं असेल. त्यांना त्याच्यासाठी काहीच करणं शक्य नव्हतं. नंतर सिल्व्हरनं आपली मान लांब ओढली आणि बर्फावर डोकं टेकलं. 'ती' वेळ आली आहे याची खूण आम्हाला हवी असेल तर ती हीच असावी. मार्क घरात गेला आणि त्यानं बंदूक आणली. त्याच्या स्वतःच्या अश्रूंच्या पडद्याआडून त्यानं सिल्व्हरच्या रुंद कपाळावर बंदुकीची नळी

ठेवली आणि त्याचा शेवट केला.

लग्नानंतरच्या पहिल्या ख्रिसमसला मार्कनं मला एक कुत्र्याचं पिल्लू भेट म्हणून दिलं होतं. तो इंग्लिश शेफर्ड जातीचा, शेतावर उपयोगी पडणारा, काळा पांढरा, जेट नावाचा चांगला कुत्रा होता. सुरुवातीपासूनच तो माझी सावली झाला आणि मला आनंद देण्यासाठी जगला. पुढील वसंत ऋतुत निको मरण पावली. आम्ही तिला झेंड्याच्या खांबाजवळ मोकळ्या जागेत पुरलं. तिच्या थडग्यावर गवत भरपूर वाढतं, अगदी माजतं. मी तिथं जाते तेव्हा किंवा जेटच्या डोक्यावरील पांढऱ्या मऊ केसांचा तुरा पाहिला की मला तिची आठवण येते. जेटच्या डोक्यावर निकोनं केलेली जखमेची खूण आहे. निकोनं जेटला दुसऱ्या कुत्र्याचं जेवण खायचं नाही असा धडा शिकवला होता.

आम्ही आणखी एक घोड्यांची जोडी खरीदली होती : डोळ्यात भरणारी बेल्जियन जातीची, चार वर्षे वयाची उमदी, वेगानं धावणारी पण फारशी प्रशिक्षित नसलेली अशी ही जेक आणि ॲबीची जोडी. त्यामुळं हे चांगलंच आव्हान होतं. चॅड आमच्याकडं कामाला आला तेव्हा त्यानं आपले स्वतःचे घोडे आणले होते. उन्हाळ्यात आमचा मित्र बिल वेस्ट आपली सफोक जातीच्या घोड्यांची जोडी प्रत्येक आठवड्यात आमच्या शेतावर आणतो. आमच्या शेतात एकाच वेळी चार जोड्या काम करत असतात. त्यामुळं जवळून गाड्यातून जाणाऱ्यांना आम्ही ॲमिश आहोत असं वाटतं.

सहाव्या वर्षी उन्हाळ्यात सॅम मरण पावला. सिल्व्हर मरण पावेपर्यंत सॅमनं आमच्यासाठी नियमितपणे काम केलं होतं. त्यानंतर आम्ही त्याचा किरकोळ कामासाठी किंवा दुसरा घोडा लंगडला तरच उपयोग केला. आपल्यापेक्षा लहान वयाच्या घोड्याबरोबर तो नेहमी कामाला तयार असे. पण तो लवकर दमत असे आणि पुन्हा शक्ती भरून यायला वेळ लागत असे. शेवटचे काही महिने त्यानं आमचे शेजारी बॉब आणि पॅटी रोवी यांच्याबरोबर घालवले. त्यांच्या कोठारात भरपूर ड्राफ्ट घोडे होते. काही वयानं तरुण आणि सुंदर होते. काही सॅमसारखे म्हातारे, जुनेपुराणे होते. पण सगळे फाजील लाडावलेले होते. बॉबनं काही वेळा सॅमला कुरणात ओढायचा प्रयत्न केला होता. पण बहुतेक वेळा तो परत येऊन रोवीच्या कळपाबरोबर चरण्यात आणि पेंगण्यात समाधानी असायचा. बॉब म्हणाला की सॅमनं घोड्यांच्या माद्यांची आणि त्यांच्या तट्टांची जबाबदारी घेतली होती. तो घोड्यांची निपज करणारा जनक घोडा असल्यासारखा वागत होता आणि इतर खच्ची केलेल्या घोड्यांना त्यांच्या जवळपास फिरकू देत नव्हता. मला हे ऐकून आश्चर्य वाटलं. कारण आमच्या शेतावर परोपकारी सिल्व्हर जिवंत असताना व जुलमी जॅकच्या तुलनेत त्याचं जोडीतलं स्थान नेहमी दुसरं, म्हणजे शेवटचं होतं. आयुष्यात दुय्यम

दर्जा पत्करलेला तुमचा काका नर्सिंगहोममध्ये सर्वांत जास्त लोकप्रिय झाला आहे असं ऐकल्यासारखं मला हसू आलं. स्वच्छ सूर्यप्रकाश असलेल्या एके सकाळी बॉब कुरणात गेला असता त्याला खच्ची केलेले सर्व घोडे तिथल्या आणि त्याच्या शिंगरांच्या कळपात मिसळले आहेत असे दिसलं. त्यानं घोडे मोजले तर सॅम त्यात नव्हता. एका उंच व भरदार अशा एल्मच्या वृक्षाखाली मरून पडलेला सॅम बॉबला आढळला. त्यानं त्याला कुरणातच चिरविश्रांती दिली.

आमचं वैवाहिक जीवन कायम धगधगणारं राहिलं आहे. आमची पुढची खिडकी अजून फुटकीच आहे आणि समोरची हिरवळ अजून कुरतडल्यासारखी भरभरीत आहे.

तुम्ही विचार करता त्याच पद्धतीनं सगळं काही घडेल असं होत नाही, असं मार्क मला नेहमी सांगायचा. तुम्हाला आशा असते तेवढं परिपूर्ण काहीच नसतं. किंवा तुम्हाला वाटतं तेवढं भीतिदायकही नसतं. आम्ही ओळखत असलेल्या एका माणसानं जवळच सकस जमिनीचा एक तुकडा सेकंड होम- सुटीतलं घर म्हणून विकत घेतला. एकदा रात्री जेवणाच्यावेळी तो बोलत असलेलं मी ऐकलं, ''माझ्या निवृत्तीत मला एक साधासुधा शेतकरी व्हायचंय. मला हवी आहे... शांतता.'' मी स्वत: शीच म्हटलं की खरं म्हणजे तुला बाग हवीय. अगदी खरोखर लहानशीच. माझ्या अनुभवाप्रमाणे 'शांत आणि साधं' या दोन गोष्टी शेत कसण्यात नसतात. शेत कसणं हे फायदेशीर, स्थिर, सुरक्षित आणि सोपं नसतं. काही वेळा ते काम तुम्हाला रडवतं. परंतु बहुतेक दिवशी मला जाग येते ती मला शेतकाम करायला मिळाल्याबद्दल कृतज्ञतेची भावना घेऊनच. अर्थात त्याबाबतीत मी अनेक वेळा अडखळून पडलेली होते- आणि माझं लग्न अशीच भावना असणाऱ्या व्यक्तीशी झालंय, याबद्दलसुद्धा मी कृतज्ञ आहे.

जेन आपल्या बालपणाकडे कोणत्या दृष्टीनं पाहील याचं मला कुतूहल वाटतं. आता तरी इथं तुमच्यासारखं सर्वसामान्य बालपण नाही याची मला जाणीव आहे. उदाहरणार्थ, आम्ही तिचा दुसरा वाढदिवस सशांची कत्तल करण्यात घालविला. ती पिंपावर उभी राहून माझ्या सुरीकडे बघत होती. सशाची कातडी काढून त्याच्या आतील भाग उघड केल्यावर तिनं किडनीत आपलं पहिलं बोट उत्सुकतेनं खुपसलं.

''ती किडनी आहे'' मी सांगितलं.

''ती चिकट आहे.'' ती म्हणाली.

मला जेव्हा शेतावर वाढलेल्या मोठ्या वयाच्या व्यक्ती भेटतात तेव्हा मी त्यांच्या संगोपनाबद्दल, संस्कारक्षम वयात मिळालेल्या शिक्षणाबद्दल त्यांना प्रश्न विचारून चाचणी परीक्षा घेते. त्याचं उत्तर कधीही उदासीन नसतं. तसंच ते उगीचच

सोनेरी रंगात रंगवलेलं चित्र नसतं- संगोपनाची उत्कृष्ट पद्धत वगैरे किंवा ते लहानपण नाहीच, फक्त कष्टाचं, कंटाळवाणं काम आहे असंही सांगत नाहीत. दोन्ही बाजूंना ५०-५० टक्के मार्क देता येतील. मला ही शेतवाडी आणि त्याबरोबर येणारं आयुष्य आवडतं. मला ते आवडतं कारण आम्ही श्रीमंत नसलो तरी मला समृद्ध असल्यासारखं वाटतं. कष्ट करण्यावर माझं प्रेम आहे. मी एवढंच करू शकते की ते प्रेम मी जेनबरोबर वाटू शकते आणि तीही कष्टावर प्रेम करील अशी आशा करते.

जरी मला पूर्वी वाटलं तरी आता याबाबतीत पश्चात्तापाला अवसर नाही. एकदा थंडीतल्या कडाक्यात शनिवारी आम्ही आमची मैत्रीण मेगनला नाश्त्यासाठी बोलावलं होतं. शनिवारी तिचा वाढदिवस होता आणि तिच्यासाठी काहीतरी खास करावं असं माझ्या मनात होतं. कंदमुळं साठवणीच्या तळघरात काय आहे याचा विचार करत मी जेमतेम सहा महिन्यांच्या जेनला घेऊन तळघरात खाली निघाले. एवढ्यात वासराला बाटलीनं दूध पाजत असलेला मार्क मला स्वयंपाकघरात दिसला. त्या आठवड्यात आम्ही जेननं दुधाची बाटली घ्यावी यासाठी प्रयत्न करत होतो आणि सुरुवातीला मला वाटलं की मार्क दुधाच्या बाटलीचं हे प्रचंड बोंड प्रत्यक्ष दाखवून मस्करी करतोय. पण नंतर त्याच्या पायाशी गोळा होऊन पडलेलं नवीन जन्मलेलं वासरू मला दिसलं. ते जूनचं नर वासरू असून, रूपर्ट त्याचा बाप होता. जर्सी आणि हायलँड जाती संकर झालेलं हे आमच्याकडचं तिसरं वासरू होतं. जन्मतःच त्या सर्वांच्या कपाळावर अल्फ्रेड न्यूमनसारखे (इंग्लंडच्या वेसेल्सचा राजा) लाल केस आणि पंखासारखे कान होते. हे ही तसंच होतं पण त्याची अवस्था अत्यंत वाईट होती. ते इलेक्ट्रिक कुंपणाच्या अगदी जवळ जन्मून नंतर त्यावर धडपडलंही असावं. त्यामुळं जून त्याला चाटू शकली नसावी. या जगात येण्याची कसली ही तऱ्हा. ते वासरू शरीराचं तापमान कमी झालेल्या अवस्थेत ओलंचिंब असं दोन तास तरी तिथं असावं. ते जिवंत नसून मेलेलं वाटत होतं. कारण स्वयंपाकघराच्या फरशीवर ते अगदी सपाट पसरलं होतं.

या काही वर्षांत मार्क आणि मी काही गोष्टीत प्रावीण्य मिळवलंय. ती कामं करायला आम्हाला आवडतात आणि आम्ही ती चांगल्या प्रकारे करतो. मार्क पेरणीसाठी लागणाऱ्या सरळ सरी मारण्यात पटाईत झालाय. एखाद्या फूटपट्टीनं माराव्या तशा तो सरी मारतो. मी प्राण्यांवर औषधोपचार करण्यात तज्ज्ञ झाले आहे. माझ्या पुस्तकांच्या संग्रहात 'घोडे आणि पशुपालन' या विषयावरची अनेक पुस्तकं रांगेनं लावलेली आहेत. तसेच 'द मर्क व्हेटर्नरी मॅन्युअल' च्या अनेक आवृत्त्या आहेत. मी हिवाळ्यात त्याचा भरपूर सखोल अभ्यास करते. म्हणून नाश्ता तयार करायचा असूनही ते 'वासरू' म्हणजे माझं काम आहे असं मी ठरवलं होतं.

या अशा घटनांमध्ये कोणतंही पुस्तक वापरायचं नसतं, तर उपजत ज्ञान आणि

सर्वसामान्य व्यवहारज्ञान वापरायचं असतं. मी वासराचं तोंड उचकटलं. अजून ते थंड पडलं होतं. त्यामुळं त्याला दूध ओढणं शक्य नव्हतं. मी त्याला त्याच्या छातीला धरून उचलून लाकडी स्टोव्हजवळ नेलं तेव्हा त्याचं डोकं लोंबकळत राहिलं आणि त्याच्या नाकातून द्रव पदार्थ बाहेर पडला. परंतु जिथं श्वास असतो तिथं आशा असते. जूनचं गरम, जाड, जीवनसत्त्वयुक्त, रोगविरोधी असं पहिलंवहिलं दूध त्याला उपयोगी पडलं असतं. फक्त ते मिळण्याइतकी ऊब आम्ही त्याच्यात निर्माण करायला हवी होती. मी त्याला आमच्या अंघोळीचा चांगल्यापैकी टॉवेल घेऊन जोरदारपणे घासलं. अशा क्षणी फक्त असाच टॉवेल हाताशी उपलब्ध असतो. त्यानंतर लाकडी स्टोव्हमध्ये लाकडं टाकली आणि हायलँड जातीचं त्याचं सावत्र भावंडं असलेला पांढरं वासरू फेब्रुवारी महिन्यातील रात्री शून्याच्या खाली तापमान असताना टाकीतल्या बर्फाच्या पाण्यात कसं जन्मलं आणि कसं वाचलं याविषयी त्या वासरासमोर भाषण ठोकलं. नंतर जुन्या जाकिटात आणि पलंगपोसात गुंडाळून त्याला विश्रांती घेऊ दिली आणि नाश्त्याकडे वळले. या सगळ्या वेळात मार्क आपली रोजची शेतातली, घरची कामं करायला गेला होता. आता जेवण तयार करण्यासाठी चांगलीच धावपळ होणार होती.

जेन कुरकरायला लागली होती. म्हणून मी तिला तिच्या सीटला बांधलं आणि तिला स्वयंपाकघराच्या कट्ट्यावर ठेवली. तिच्या डोक्यावर फडताळातील पुष्कळ पळ्या लोंबत राहतील अशा ठेवल्या. त्या बघून ती मजेने चीत्कार करायला लागली. मी दोन डझन अंडी फोडली. स्टोव्हवर पसरट भांडी गरम करायला ठेवली. कॉफी तयार करायचं भांडं मोडलं होतं. पण म्हणून कॉफी नाही हा काही पर्याय नव्हता. म्हणून मी पाणी उकळलं. गुराख्यांच्या पद्धतीप्रमाणं दळलेली कॉफीची पावडर त्यात टाकली. मेगन आली व मार्क, सॅम आणि मॅट त्यांची कामंधामं संपवून आले. जेट आपली मैत्रीण लेडी बरोबर तुरतुरत आत आला आणि त्या दोन कुत्र्यांनी वासराला चाटलं. वासरात थोडी जान आल्यासारखी वाटत होती. लेडी ही जेटची पैदाशीसाठीची पहिली कामगिरी होती. पण त्यांचं काही ठीकसं चाललं नव्हतं. लेडी आमच्याबरोबर दोन आठवडे होती आणि हळूहळू माजावर येत होती. गेले चार दिवस ती जेटला निपज करण्यासाठी प्रोत्साहन देत होती. जेट हा आनंदी वृत्तीचा यजमान होता. पण लग्नाची मागणी घालायला मात्र नाखूश होता. त्याचं साधेपण, त्याची कोठारातील मांजरांची ओढ, त्याचा नैतिक प्रामाणिकपणा इत्यादींबद्दल आमच्या शेतवाडीच्या आसपास पुष्कळ विनोद सांगितले जात होते. लेडी ही अनुभवी होती, फक्त जेट जागृत होण्याची ती वाट पाहत होती.

मी स्टोव्हमध्ये आणखी लाकडं टाकली. खोली छान उबदार झाली. वासराला दूध ओढण्याइतकी ताकद आली. आम्ही त्याच्या घशात हळूहळू अर्धा गॅलन आईचं

पहिलं दूध ओतलं. त्यामुळं त्याला डोकं वर उचलण्याइतकी ताकद आली. मी वाढदिवसाचा अतिशय साधा असा नाश्ता- अंडी, लोणी व दुधाचे मिश्रण करून शिजविलेली स्क्रॅबल अंडी, बरोबर पॅनसेटा - खारवलेलं इटालियन बेकन आणि टोस्ट- टेबलावर मांडला. नंतर एक मोठा मग भरून कॉफी तोंडात घोळवत ती आनंदानं पिऊ लागले. आम्ही टेबलाशी बसेपर्यंत लाकडी स्टोव्हची ज्वाळा लालसर झाली होती. म्हणून आम्हाला टेबल खोलीच्या दुसऱ्या टोकाला हलवावं लागलं. आम्ही सर्व जण कपड्याचे वरचे थर काढून अगदी आवश्यक तेवढ्या कपड्यांत बसलो होतो तरी प्रत्येकाला घाम येत होता. वासरांवर मात्र उष्णतेचा योग्य तो परिणाम होत होता. आमचा नाश्ता अर्धा झाला नाही तोच ते ताडकन उठलं आणि गोष्टीतल्या राक्षसासारखं कानात वारं शिरून सगळीकडं धावायला लागलं, पुढच्या खोलीत गेलं, पुन्हा बाहेर आलं. त्याला स्टोव्हपासून आवरून दूर न्यावं लागलं, नाहीतर त्यात पडून भाजलं असतं. मी खात असताना ते माझ्या पायात कडमडू लागलं आणि टेबलाच्या तळाचा ताबा घेऊन ते चाटायला बघू लागलं. आपल्या सीटवर बसलेल्या जेनला खुळखुळा हातात मिळाला आणि तो ती हलवत होती, मध्येच बडबडत होती आणि मजेत ओरडत होती. आम्ही मेगनसाठी 'हॅपी बर्थ डे' गात होतो त्याचवेळी जेटला शेवटी सगळं नीट कळलं आणि दोन्ही कुत्रे एकजीव झाल्यासारखे टेबलाभोवती फिरले. तिथं घाम, बडबड, ओरडणं, धडपडणं, गाणं, कुत्र्याच्या सवयीप्रमाणे पाठ उंच करणं असा संमिश्र, कोणतेही नीतिनियम नसलेला गोंधळ सुरू असताना मला वाटलं की मी आयुष्यात तृप्त आहे. सुख, समृद्धी, अगदी काठोकाठ भरून उतू गेलंय सगळं. मी न्यूयॉर्कमधील 'ईस्ट व्हिलेज अपार्टमेंट' मध्ये राहून घरकुलाची खूप आतुरतेनं आस धरली होती तेव्हा हे असलं काही अपेक्षिलं नव्हतं. तेव्हा त्याची झलक मिळाली असती तर मात्र खात्री आहे की माझी घाबरगुंडी उडाली असती. अर्थात काळाचा पडदा असणं हे आभार मानायला पुरेसं कारण आहे.

मी आतापर्यंत काय शिकले ते इथंच मला सांगायला हवं. मी हे सर्वांत चांगलं करू शकते : एका वाडगाभर घेवडा आणि थकलेल्या हाडांना विश्रांती या गोष्टी आयुष्याचा पाया आहेत, प्रयोजन आहे. फक्त दाखविण्यापुरत्या नाहीत. त्यांनी वर्षानुवर्षे आपल्या मनुष्य जातीला सुख-समाधान दिलंय. ते आनंदाचं कारण असल्यानं त्यांच्याकडे लक्ष न देण्याची चूक नकळत आपल्याकडून होता कामा नये. अन्न शिजवा आणि इतर माणसांबरोबर ते खा. तो घेवडा पिकवताना तुम्ही स्वत:च्या शरीराला कष्ट दिलेत तर ते तुमच्यासाठी सर्वांत जास्त चांगलं आहे.

मी कुठंतरी एकदा वाचलंय की अचानक एखादा मोठा फरक घडतो, क्रांती

होते, मोठी उलथापालथ होते, तेव्हा माणसं जमिनीकडे परततात. जगभर अर्थव्यवस्था वेगानं उधळली जाते. आणि दोन आघाड्यांवर युद्ध सुरू होतं. मग उन्हाळ्याच्या सुटीत काम करणाऱ्या स्वयंसेवकांची संख्या दिवसेंदिवस वाढतच गेलेली आपण पाहतो. यात रोपं कशी लावावीत, नको असलेलं गवत, तण कसे काढावेत, घोडा कसा जुंपावा, टोमॅटोची पेटी कशी भरावी हे सर्व शिकायला 'न्यूयॉर्क टाइम्स' मध्ये 'पुष्कळ शिकाऊ मुलं उन्हाळ्यात जैविक शेतीकडे वळत आहेत' अशा मथळ्याखाली एक नवा कल दाखविणारी बातमी आली होती.

या दृष्टिकोनातून विचार केला तर अशाच प्रकारची उलथापालथ झाली म्हणून मी या सगळ्यांकडे आणि मार्ककडे ओढली गेले असं वाटतं. माझ्या वैयक्तिक आणि सर्वसाधारण आयुष्यातील गोंधळातून सुखी, आनंदी तारुण्याच्या अखेरीच्या टोकावर मी काहीतरी जाणण्याचा प्रयत्न करत होते. माझ्याकडे असलेल्या अतोनात कच्च्या ज्ञानाची खूण म्हणून ही दलदल निर्माण झाली असावी असं वाटतं. त्यापेक्षा लहानशा जगात शिरा आणि प्रत्येक गोष्ट जाणून घ्या. ही शेतवाडी आणि फक्त हे लहानसं गाव माझं जग झालं तर मी प्रत्येक माणूस आणि त्याचे संबंध, प्रत्येक एकर, प्रत्येक रोप, प्रत्येक प्राणी, प्रत्येक विचार, भावना आणि कृती यांचा मागोवा घेऊन सगळ्यांचा आलेख आणि आकलन करू शकेन. १९ व्या शतकातील निसर्गतज्ज्ञांनी जगातील सर्व जिवंत प्राण्यांचे स्वतंत्र वर्ग, विभाग, उपविभाग असं वर्गीकरण केलंय. ते खरं म्हणजे सोपं नव्हतं, परंतु त्यामुळं काहीतरी समज आली. शिस्त आली. तशाच प्रकारच्या मर्यादित सीमारेषेतील आयुष्यात काही गोष्टी निवडून बाजूला काढता येतात व संघटित करता येतात असा विश्वास मला हवा होता.

अर्थात त्याच्यासारखं दुसरं काहीच नाही.

मेगन आपला नवरा एरिकला बरोबर घेऊन एक दिवस पक्षीनिरीक्षण करण्यासाठी आली. मार्कच्या म्हणण्याप्रमाणे ते माझं सध्याचं फॅड. मेगन आणि एरिक यांचे सैलसर फिकट तपकिरी कपडे, कडा असलेली तपकिरी हॅट, गुंतागुंतीचे पट्टे असलेल्या छातीवर रुळणाऱ्या दुर्बिणी असा वेश होता. एरिकनं वेगवेगळ्या पक्ष्यांचे आवाज असलेलं त्याचं आयपॉड आणलं होतं. मी थोडा वेळ तो कर्कश, दुर्बोध असा चिवचिवाट लक्षपूर्वक ऐकला. पक्षी ओळखण्याच्या बाबतीत मी अगदीच असमर्थ आहे असं मला वाटायला लागलं. मला अजून रेन नटहॅच आणि नॅटहॅच या पक्ष्यातला फरक सांगता येत नव्हता. पुष्कळ वर्षे पक्षीनिरीक्षण करत असलेल्या एरिकनं मला धीर दिला की सुरुवातीला हे असंच होतं.

आम्ही शेतघरातून निघालो आणि मला पक्षीनिरीक्षकांची अपरिचित भाषा कळायला लागली. इंग्रजी 'मोडो' म्हणजे मॉर्निंग डव्ह- कबूतर. म्हणजे असं म्हटलं जायचं, "ए, जाऊ दे. ते नेहमीचंच मोडो आहे." पक्ष्याच्या आकाराच्या पानांच्या

गुच्छाला 'फ्लॉटसम' म्हणजे 'निरुपयोगी वस्तू' म्हटलं जायचं. पक्षीनिरीक्षकांच्या काही म्हणी पाहा : तो डोमकावळा आहे असं तुम्हाला 'वाटतंय' ना, मग तो कावळा आहे; तो डोमकावळा आहे हे तुम्हाला 'माहीत' आहे, तर तो नक्कीच डोमकावळा आहे. पक्ष्यांना तुमच्यापर्यंत येऊ द्या. जर ती वस्तू काठीसारखी 'वागतेय' तर ती नक्कीच काठी आहे.

अचानक सगळीकडे पक्षीच पक्षी दिसायला लागले. इतके पक्षी आहेत हे मला माहीतही नव्हतं. मग ते अगदी माझ्या दाराबाहेर आहेत हे माहीत असण्याची शक्यताच नव्हती. आम्ही ऑलिव्हसारखा हिरवट रंगाचा एक चपळ पक्षी भोपळ्याच्या झुडपात पाहिला. तो 'रुबी क्राउन्ड किंगलेट' म्हणजे माथ्यावर रुबीच्या रंगाचा डाग असलेला, सर्वांत मोठ्ठ गाणं गाणारा, सर्वांत लहान आकाराचा पक्षी आहे असं एरिक म्हणाला. आम्ही एक पिंग-पाँग सारखा आवाज ऐकला. एरिक म्हणाला की कदाचित नॅशव्हिल वार्बलर पक्षी (एक लहानसा गाणारा पक्षी. झुडपातून फिरतो. ओळखायला कठीण.) असावा. पण तो आवाज करणारा पक्षी कोणता ते आम्हाला कळलं नाही. जुन्या रोपवाटिकेतील खुरटलेल्या झाडात आम्ही एक शेतचिमणी पाहिली. मेगननं या जातीची चिमणा पूर्वी कधी पाहिला नव्हता. तो स्प्रूसच्या झाडाच्या अगदी शेंड्यावर होता. त्याच्या छातीवरची पिसं फुलली होती, डोकं थोडं उंचावलेला, नाटकीपणे ऐटीत पंख फुलवलेला अगदी छोटासा हा चिमणा जणू गायक होता. मी त्याचा हा खेळ तासन्तास पाहू शकले असते. घरी परतताना आमच्या घराच्या पश्चिमेकडील पाणथळ कुरणात एका जागी एरिक थांबला आणि दुर्बिणीतून बघत खूप उतावीळ झाला. तो आणि मेगन माझ्याशी शांतपणे त्याच्याविषयी बोलेपर्यंत मला काहीच दिसलं नाही. त्यानंतर वीस फुटांपेक्षा कमी अंतरावर सॅव्हन्ना चिमण्यांची जोडी मी पाहिली. या जातीच्या आणखी सतरा उपजाती आहेत. त्या नक्की दिसतील अशी एरिकला आशा होती. मी माझ्या उरलेल्या आयुष्यात सौम्य तपकिरी रंगाच्या या पक्ष्यांकडे कधीही न बघता पुढं गेले असते आणि कधीच त्यांना बघितलं नसतं. उपजातीच्या आणखी उपजाती आणि चिमण्यांचं हे जग अमर्याद आहे.

लहान गाव म्हणजे काय याची कल्पना नाही, लग्नाविषयी ज्ञान नाही आणि शेत म्हणजे- त्याची चमचाभर मातीसुद्धा— अत्यंत गोंधळवून टाकणारं गूढ आहे. पण आठवड्यांचे महिने झाले, महिन्यांचे ऋतु झाले आणि हळूहळू मी शेतकरी झाले. त्यातून मग अचानक असं काहीतरी बाहेर आलं की त्याला बिलगून बसावं, जे नुसत्या ज्ञानापेक्षा कमी प्रमाणात हातातून निसटून जाणारं होतं.

गेली सात वर्षे वसंत ऋतुतल्या किलबिल आवाज करणाऱ्या लहान पक्ष्यांचा

मी माग ठेवला आहे. शेतघराच्या मागच्या बाजूच्या तळ्याकडून ज्या पहिल्या रात्री ते गातात, त्या आठवड्यात ती शेतं कामासाठी पुरती कोरडी झालेली आहेत याची ती खूण असते. या वर्षी बर्फ आणि हिमवर्षाव सुरू राहिला आणि वाटलं की माझं तंत्र चुकीचं ठरेल. पण अचानक गोठलेल्या शेतातून पाणी वाहून जाऊन उबदार दिवस सुरू झाले आणि वारा सुटला. एके दिवशी सगळीकडे दुसरं काही नसून फक्त पांढरं होतं आणि दुसऱ्या दिवशी काळी जमीन उघडी पडून स्वच्छ सूर्यप्रकाशात तिच्यातून वाफा येत होत्या.

काल मी जे आणि जॅकला सरंजाम घालून स्प्रिंगच्या दंताळ्याला जोडलं. गेल्या पानगळीत जे शेत नांगरलं आणि स्वच्छ केलं होतं अशा नव्या जमिनीकडे आम्ही निघालो होतो. थंडीतलं लसणीचं पीक फारसं चांगलं आलं नव्हतं. पाव शेतातल्या पिकाला अंकुर फुटले नव्हते. खणून बघितलं तर जमिनीत पेरलेला गड्डा पारदर्शक होऊन कुजायला लागला होता. माझ्या एका माजी प्रियकराला जुगार खेळायला आवडायचा. त्याच्या मोटरसायकलवर मागे बसून मी हॉलंड टनेल आणि न्यू जर्सी किनाऱ्यावरून ॲटलांटा शहरापर्यंत जात असे. टेबलापाशी बसून पानं वाटलेली बघत असताना एका माणसानं म्हटलेलं मी ऐकलेलं आहे की हौशी आणि धंदेवाईक यात फरक हा की धंदेवाइकाला आपण काही हरू अशी भावनिक प्रतिक्रिया वा परिणाम नसतो. जिंकण्याची ती भिन्न बाजू असते. मला वाटतं मी आता शेतकरी झालेली आहे. अशा प्रकारच्या नुकसानीची, सर्व प्रकारच्या मृत्यूची व कुजून जाण्याची मला सवय झाली आहे. ही जीवनाची फक्त दुसरी बाजू आहे. तुमचं सर्वस्व असा एक तुमचा पहिला वहिला घोडा असावा ही एक बाजू. त्याच घोड्याची हाडं आणि कातडी तुमच्या खताच्या खड्ड्यात कुजून शेतात पसरण्याच्या स्थितीत असावीत ही जीवनाची फक्त दुसरी बाजू.

तिथून बाहेर पडणं मला भाग होतं आणि शेतात थांबणं शक्य नव्हतं. जे आणि जॅक वसंत ऋतुमुळे आणि कोवळ्या नवीन मक्याच्या खुराकामुळे, शिवाय दंताळ्याच्या जड ओझ्याखाली खडबडीत पण मऊ माती असल्यानं उत्साहित झाले होते. त्यांना भरभर चालायचं असल्यानं ते कासरा इतका ताणू लागले की बुटाच्या आत बोटांच्या टोकांवर घट्ट जोर देत मी अक्षरशः जमिनीवर घसरत चालले होते. मातीतून अर्धवट वर येऊन शेतात पसरलेली झाडांची मुळं दंताळ्यात अडकत होती. थोडं यार्ड अंतर कापल्यावर घोडाजोडीचा वेग कमी करून मी दंताळ्याची अणकुचीदार टोकं वर उचलून ती काढून टाकत होते. वाटेतील ढेकळं, दगड आणि मुळं तशीच ठेवत होते. घोडे प्रत्येक अडथळ्याला घासत होते. जे अस्वस्थ झाला. तरफेच्या खूप जवळ सरकून त्यानं जोडलेल्या दोरीवर पाय टाकला. मी त्याला सोडून पुन्हा बांधलं हे सगळं करताना मी तुडविली जाणार नाही किंवा त्यांच्या लाथा बसणार नाहीत

याची काळजी घेतली.

आम्ही पुढं निघालो आणि मी हातातल्या कासऱ्यांच्या दोऱ्यात अडखळून सपशेल जमिनीवर पडले. आता दंताळ्याच्या मातीवर मागे राहिलेल्या खुणा सरळ नसून वेड्यावाकड्या, डावीकडे मग उजवीकडे तिरक्या मग कोयत्यासारख्या वाकड्या होत्या. मी पडले तिथं विश्रांती घेतली, त्यातली मजा घेतली, पुन्हा सावरले आणि चालायला सुरुवात केली. शेताच्या उतारावर अर्ध्यावर गेल्यावर दंताळ्यात एक जाड मूळ अडकून एखादा फटका देणाऱ्या सापाप्रमाणे माझ्यावर उलटलं आणि माझ्या पायाच्या पुढच्या नडगीवर आपटलं. माझ्या डोळ्यातून अश्रू ओघळले. ते एक अष्टमांश वेदनेचे होते. आणि सात अष्टमांश विफलतेचे होते. हे सुद्धा शेत कसणंच असतं बरं, फक्त समाधानाची दुसरी बाजू असते.

दूध काढण्याच्या वेळेपर्यंत घोड्यांच्या तोंडातून फेस येऊ लागला आणि ते नाकातून उष्ण श्वास सोडू लागले. मग त्यांना आठवलं की ते जरा स्वस्थपणे चालू शकतात. आता बाहेर पडायला थोडाच वेळ होता. मी सखल जमिनीतील माती आणि पाणी एकत्र कालवलं होतं, त्यामुळं घोड्यांची पोटं चिखलानं माखली होती. वसंत ऋतुचा हळूहळू वाढत जाणारा वेग सुरू होईल. तातडीनं करायच्या कामांची यादी, काय कामं करणं शक्य आहे त्यापेक्षा मोठी होईल. तोपर्यंत आम्ही निदान नकोसे तण तरी काढून टाकू आणि ती तापदायक मुळं उखडून काढू.

आपल्याला जे माहीत असतं त्याला, आपल्याला जे अज्ञात असतं ते केव्हाच मागं टाकतं आणि माणसाकडून जे घडवलं गेलं असेल त्याला, आपल्याला जे नवनिर्माण करावंसं वाटतं ते मागं टाकतं.

ही सगळी एकर जमीन हेच माझं जग आहे. या जमिनीनं कोणत्या प्रश्नांची उत्तरं दिली आहेत? त्याला उत्तरं आहेत याची मला फक्त जाणीव आहे. मातीच्या जमिनीखाली खडकाचा थर आहे आणि तुम्ही तितके पुरेसे खोल गेलात तर तुम्ही त्याला आपटाल अशा शक्यतेच्या जवळपास मी आतापर्यंत आली आहे आणि ते माझ्यासाठी पुरेसं आहे.

◆

एसेक्स शेतवाडीतील निवडक पाककृती

एसेक्स फार्म

हिवाळा

बटाटा लीक सूप :

हे सूप म्हणजे हिवाळी स्वयंपाकघराचा काळा पोशाख होय :

अनेक गुणी, क्षमाशील आणि कुठल्याही प्रसंगी योग्य असे हे सूप. पाककृती म्हणण्यापेक्षा एक छान कल्पना आणि एक पद्धत. तुम्हाला किती जणांना खाऊ घालायचंय आणि तुमच्याकडे आता काय आहे त्या प्रमाणात तुम्ही ते कमी-जास्त करू शकता.

लीक कांदे आणि बटाटा साधारणपणे सारख्या प्रमाणात.

(माणशी एक लहान बटाटा आणि एक लहान लीक पुरेसा होतो.)

लोणी

चिकनचा स्टॉक (माणशी १ कप. सूप पातळ हवं असेल तर जास्त, दाट हवं असल्यास कमी)

मीठ आणि मिरी चवीसाठी

क्रीम किंवा दूध (हवं असल्यास)

लीक नीट धुवून त्याच्या पातळ चकत्या करा. मध्यम आचेवर भांडं ठेवून त्यात बऱ्यापैकी लोण्याचा गोळा घाला. आणि त्यात लीक घालून वास सुटून मऊ होईपर्यंत परता. लीक मऊ होईपर्यंत बटाटे तासून त्याचे पातळ काप करा. लीकमध्ये बटाटे आणि स्टॉक घाला आणि जवळजवळ वीस मिनिटं म्हणजे बटाटे मऊ होईपर्यंत शिजवा. त्यात चवीला बऱ्यापैकी मीठ व मिरी टाका. नंतर ब्लेंडरमध्ये हे सर्व घालून त्याचा दाट रस करा. (तुमच्याकडे इमर्सन ब्लेंडर नसेल तर सूप विसरा आणि 'लगेच जाऊन' तो विकत घेऊन या.) चव घेऊन मग मीठ व मिरी कमीजास्त करा. हवं असल्यास आवडीप्रमाणे सर्व्ह करण्याआधी क्रीम किंवा दूध घाला.

यात अनंत वेगवेगळे प्रकार करता येतात. तुम्ही स्टॉक ऐवजी पाणी घालू शकता. मग ते समृद्ध होण्यासाठी वाढण्याअगोदर लोण्याचा गोळा किंवा थोडंसं आंबट क्रीम वर घालू शकता. सूप थोडंसं हिरवट हवं असेल तर किंवा भाज्यांचा वास हवा असेल तर थोडा केल कोबी किंवा पालक चिरून बटाट्याबरोबर टाका. किंवा ब्लेंडरमध्ये दाट रस केल्यावर त्यात स्वीट कॉर्नचे गोठवलेले दाणे टाका. शिवाय जास्त क्रीम किंवा व्हाइट वाईन, कॉर्नचं पीठ घालून ते खूप दाट करू शकता. प्रत्येक पदार्थ त्यात घातल्यावर मीठ व मिरीचे प्रमाणे जरुरीप्रमाणे घालायला विसरू नका.

वसंत ऋतू

ऱ्हूबार्ब सॉस :

आमच्या या हवामानात न वाढणारी एकच गोष्ट म्हणजे इथं आंबट फळं पिकत नाहीत. या उत्तरेकडच्या भागात ऱ्हूबार्ब पासून आंबट चवीचं स्थानिक असं काहीतरी मिळतं. वसंतऋतुच्या सुरुवातीलाच ते मिळतं. भाजलेल्या मांसाबरोबर याचं सॉस छान लागतं.

चार कप ऱ्हूबार्बचे देठ, एक इंचाचे तुकडे करून
एक चमचा सफरचंदाचे सीडार व्हिनेगर
अर्धा कप साखर
पाव कप बेदाणे, कॅनबरीची वाळवलेली लाल फळं, वाळवलेली करंट फळं.
साधारण इंचभर किसलेलं आलं.
चिमूटभर मीठ.

पसरट पॅनमध्ये सगळेच पदार्थ एकत्र करा. करपू नये म्हणून पाण्याचा हबका मारा. कमी आचेवर थोडं परता. ऱ्हूबार्बमधील पाणी बाहेर येऊन ते मऊ झालं की आच वाढवा. मग एकजीव होण्यासाठी दहा मिनिटं शिजवा. पाहिजे तेवढं दाट ठेवा.

(**टीप** -

ऱ्हूबार्ब - देवाचिनीचे झाड. याचा रसाळ देठ शिजवून खातात. हे बागेत वाढतं व चवीला फळाप्रमाणे लागतं.)

उन्हाळा

दुधात शिजविलेला पुदिन्याच्या वासाचा वाटाणा :

जुलैमधलं हे साधंसं आवडतं जेवण. वाटाणा जेवढा ताजा असेल तितका हा पदार्थ चांगला होतो. त्याच्याबरोबर खायला नवीन काढलेले उकडलेले बटाटे द्या.

दोन कप दूध
दोन चमचे लोणी
दोन कप वाटाण्याच्या हिरव्या शेंगा
चवीसाठी मीठ व मिरी
पुदिन्याची थोडी बारीक कापलेली पानं

मध्यम आचेवर एका पातेलीत दूध व लोणी गरम करा. उकळू देऊ नका. त्यात वाटाण्याच्या शेंगा, मीठ व मिरी टाका. शेंगांचा रंग चमकता हिरवा होईपर्यंत ढवळा. शेंगा मऊ होऊ द्यात पण मोडू देऊ नका. लगदा होऊ देऊ नका. गॅस बंद करून त्यात पुदिन्याची पानं, मीठ व मिरी चवीसाठी टाका.

पानगळ

रॉनी हॉलिंग्जवर्थचे चविष्ट स्क्वॉश पाय :

भोपळ्यासारख्या हिवाळ्यातील फळाला सुगंध आणि पोत छान असतो. तुमच्याकडे असेल तोच वापरा. पण मला बटरनट जास्त आवडतो.

एक थराचा पाय करण्यासाठी जेवढं काम लागतं तेवढंच दोन थराचा करण्यासाठी. तेव्हा जास्त भोपळा असेल तर पुढं कधी पाय किंवा टार्ट करण्यासाठी फ्रीजमध्ये ठेवा.

नऊ इंचाच्या दोन थरांचा पाय करण्यासाठी -

अडीच कप साधं पीठ नेहमीचंच.

एक चमचा मीठ

एक कप थंड लीक - डुकराची चरबी किंवा अर्धा कप थंड चरबी त्यात अर्धा कप लोणी किंवा एक कप थंड लोणी. *

(घरगुती स्थानिक चांगलं लार्ड मिळण्यासारखं असेल तरच वापरा असा माझा सल्ला. डुकराच्या किडनीजवळची चरबी म्हणजे लीक लार्ड. ती थोडी घट्ट असून नेहमीच्या लार्डपेक्षा साधी चव असते. पॅस्ट्रीसाठी ती चांगली असून मिळायला कठीण असते. चांगल्या पोसलेल्या डुकराच्या नेहमीच्या चरबीनंही चांगले थर होतात. पापुद्रे सुटतात.)

१/३ कप खूप थंड पाणी (आवश्यकतेनुसार कमी जास्त)

ओव्हन ४०० डिग्रीला गरम करा.

पीठ व मीठ एकत्र करा. भोपळ्याचे लहान तुकडे करा किंवा किसा. आणि पॅस्ट्री ब्लेंडरने किंवा दोन सुऱ्या घेऊन पिठात हलक्या हातानं मिसळा. जास्त मळू नका. गोळा होण्याइतपत पिठात पाणी शिंपडा. त्याचे दोन भाग करा. जर एकच थराचा पाय करणार असलात तर दुसरा गोळा कागदात गुंडाळून फ्रीजमध्ये ठेवा. पीठ लाटा आणि नऊ इंचाच्या पायच्या प्लेटवर ठेवा. तीस मिनिटं गार करा आणि मग त्यावर वाळवलेला घेवडा घालून फॉईलनं झाकून ओव्हनमध्ये वीस मिनिटं भाजा. नंतर फॉईल काढून पाच दहा मिनिटं भाजा. साधारणपणे सोनेरी होईपर्यंत.

आतील सारणासाठी :
अडीच पौंड बटरनट जातीचा भोपळा
दीड कप घट्ट क्रीम
तीन अंडी फेटलेली
पाऊण कप साखर
एक चमचा दालचिनी
एक इंच आल्याची पूड
अर्धा चमचा मीठ
अर्धा चमचा ताजी जायफळाची पूड
अर्धा चमचा लवंगांची पूड

बटरनट भोपळा अर्धा कापून स्वच्छ करून ४०० अंश फॅ. तापमानावर लोणी लावलेल्या डिशमध्ये उपडा घालून एक तास मऊ होईपर्यंत ओव्हनमध्ये भाजा. थंड झाल्यावर त्याचा चमच्यानं गर काढा. मग त्यात बाकीचे सर्व पदार्थ घाला. ब्लेंडरमध्ये घालून मऊ लगदा करा.

केलेला थर गार झाला असेल तर ओव्हनमध्ये थोडा गरम करा. त्यावर सर्व मिश्रण घालून ३७५ अंश फॅ वर चाळीस मिनिटे मध्यभाग बरोबर वाळेपर्यंत ओव्हनमध्ये भाजा.

❖